பட்டத்து யானை

D1679959

வேல ராமமூர்த்தி

டிஸ்கவரி புக் பேலஸ்

எண்: 9, பிளாட் எண்: 1080A, ரோஹிணி பிளாட்ஸ்,
முனுசாமி சாலை, கே.கே.நகர் மேற்கு,
சென்னை-600 078. பேச: 99404 46650

வெளியீட்டு எண்: 0010

பட்டத்து யானை

ஆசிரியர்: வேல ராமமூர்த்தி©

Pattaththu Yanai

Author: Vela Ramamoorthi©

Print in India

1st Edition: Aug- 2015, 5th Edition: Feb- 2023

Pages: 376

ISBN: 978-93-84301-30-9

Rs.400

Publisher • Sales Rights

Discovery Publications
No. 9, Plot,1080A, Rohini Flats,
Munusamy Salai,
K.K.Nagar West, Chennai - 78.
Tamilnadu, India.
Mobile: +91 99404 46650

Discovery Book Palace (P) Ltd
No. 1055-B, Munusamy Salai,
K.K.Nagar West,
Chennai-600 078.
Ph: (044) 4855 7525
Mobile: +91 87545 07070

discoverybookpalace@gmail.com
WWW.DISCOVERYBOOKPALACE.COM

இந்த நூலில் பிரசுரமாகியுள்ள எந்த ஒரு பகுதியையும் பதிப்பாளரின் எழுத்துபூர்வமான முன்அனுமதி பெறாமல் எடுத்தாள்வதோ, மறுபிரசுரம் செய்வதோ, மொழியாக்கம் செய்வதோ, அச்சு மற்றும் மின்னணு ஊடகங்களில் மறுபதிப்பு செய்வதோ, காப்புரிமைச் சட்டப்படி தடை செய்யப்பட்டுள்ளது. இந்த நூலிலிருந்து குறிப்பிட்ட பகுதிகளை மேற்கோள் காட்டி புத்தக விமர்சனம் செய்ய, ஊடகங்களுக்கு மட்டும் அனுமதி உண்டு.

உங்கள் மொபைல் போனிலிருந்து ஸ்கேன் செய்து டிஸ்கவரி புக் பேலஸின் மொபைல் ஆப்பை டவுன்லோடு செய்து, புத்தகங்களை வாங்குங்கள்.

ஆவேசத் தாண்டவம்

சேது பூமியில் 'சித்திரங்குடி' என்றொரு கிராமம். முதுகுளத்தூருக்கு தென்புறத்துச் சிற்றூர். நாட்டுக் கருவேல மரங்கள் அடர்ந்திருக்கும் சித்திரங்குடி கண்மாய், உலக நாட்டுப் பறவைகள் கூடும் சரணாலயம். இங்கே, நீர் வளம் இல்லை. நில வளம் இல்லை. ஹரித்துவாரத்து கரை நடுங்கப் பெருக்கெடுத்து ஓடும் கங்கை ஆறு இல்லை. ஹிமாச்சலத்து மலை அடுக்குகள் இல்லை. தனுஷ்கோடி நீலக்கடலும் வெகு தூரம். ஆஸ்திரேலியா, அயர்லாந்து, நார்வே நாட்டுப் பறவைகளுக்கான இரை இங்கில்லை. அந்தப் பறவைகள், அடைய கூடுகள் இல்லை. கூடிக் களித்து இனவிருத்தி செய்வதற்கான சீதோஷ்ணமும் இல்லை.

ஆயிரக்கணக்கான மைல் தாண்டி வரும் பறவைகள், அடக்க ஒடுக்கமாக கண்மாய் கருவேல மரங்களில் பதுங்குவதுமில்லை. நடக்க நாலு தெரு இல்லாத குட்டி கிராமத்துத் தெருவெல்லாம் காலாற நடை போட்டுத் திரியும். நடையும் வெறும் நடையல்ல. ஓர் ஆராய்ச்சியாளனின் கண்களோடு, சித்திரங்குடியின் இண்டு இடுக்கு எல்லாம் எதையோ யாரையோ

தேடி அலையும். மதிற்சுவரில் ஏறிப் பார்க்கும். மண் பானைக்குள் எட்டிப் பார்க்கும். கட்டிக் கிடக்கும் உழவு மாடுகளின் காதோரம் கேள்வி கேட்கும். தத்தித் தாவி, கிடை ஆடுகளோடு உறவாடும்.

கடல், மலை, காடு, நாடு கடந்து வரும் பறவைகள் யாரைத் தேடுகின்றன? இந்த மண்ணில் எவர் உதிரம் சிந்திக் கிடக்கிறது? எவர் சுவாசித்த காற்றின் மிச்சம், இந்த மண்ணை விட்டுப் பிரியாமல் சுற்றிச் சுழித்து அலைகிறது?

1795ம் ஆண்டு. பிப்ரவரி மாதம், எட்டாம் தேதி. செடிகொடியும் உறங்கும் பின்னிரவு. உடனிருந்து உண்டு கொழுத்த அரசப் பிரதானியின் துரோகம் கை கொடுக்க, ராமநாதபுரம் சேதுபதியின் அரண்மனையைப் பிளந்து நுழைகிறது ஆங்கிலேயப் படை அணி. மன்னர் சேதுபதியுடன் ராமலிங்க விலாசமும் பிடிபடுகிறது. பிழைக்க வந்த பரங்கியின் கைதியாக, திருச்சி கோட்டையில் சிறைப்பட்ட சேது மன்னரை ரகசியமாக வந்து வந்து பார்த்து போகிறான் ஒருவன். ஆப்பநாடு உலைக்களமாகிறது. மானுட ஆயுதங்கள் உருவாகின்றன.

1799ம் ஆண்டு ஏப்ரல் மாதம் 24ம் நாள். முதுகுளத்தூர், அபிராமம், கமுதியை துப்பாக்கிச் சப்தம் எழுப்புகிறது. கும்பெனி சிப்பாய்களின், அமில்தார்களின் தலைகள் அறுபடுகின்றன. வேலும் வாளும் நாட்டுத் துப்பாக்கி களும் ஏந்திய ஆப்பநாட்டுக் கூட்டம், கச்சேரிகளைத் தகர்த்து ஆயுதங்களை அள்ளுகிறது. பண்டகசாலைகளை சூறையாடுகிறது. ஆங்கிலேயன் வசூலித்த கிஸ்தி பண வண்டிகளை மடக்குகிறது.

முதுகுளத்தூர் கிளர்ச்சியின் தகிப்பு, பக்கத்து பாளையங்களிலும் தீ மூட்டுகிறது. தென்னகத்துப் புரட்சிக்கு வித்திட்டவன் 'இவன்' என ஆங்கிலேயருக்கு அடையாளம் காட்டுகிறான் அரசப் பிரதானி. அவன் விரல் நீண்ட திசையில் நின்றவன், 'சித்திரங்குடி மயிலப்பன்'.

1799 செப்டம்பரில் பாஞ்சாலங்குறிச்சி போர், 1800ல் மதுரை, திண்டுக்கல் கிளர்ச்சி, 1801ல் சிவகங்கை போர், 1806ல் வேலூர் கோட்டை கிளர்ச்சி, 1808ல் ராமன் நாயரது வயநாட்டுக் கிளர்ச்சி, 1809ல் தளவாய் வேலுத்தம்பியின் திருவிதாங்கூர் கிளர்ச்சி, 1857ல் சிப்பாய் புரட்சி என, விடுதலை வேண்டி வெகுண்டெழுந்த இயக்கங்களுக்கு எல்லாம் வித்தூன்றிய கிளர்ச்சி... 1759ல் வெடித்த முதுகுளத்தூர் கிளர்ச்சிதான்.

மயிலப்பன் செத்தும் அவன் கரத்தை விட்டு இறங்காத ஆயுதத்தைக் கையில் எடுத்தான் 'பெருநாழி ரணசிங்கம்', 100 வருடங்களுக்குப் பின்னால் மாவீரன் மயிலப்பன், பெருநாழி ரணசிங்கமாக மறு உருவெடுத்தான். ஆப்ப நாட்டு மக்களை அக்கினிக் குண்டுகளாக்கினான். மயிலப்பனின் வாளுக்குத் தப்பிய தலைகள் எல்லாம், ரணசிங்கத்தின் துப்பாக்கியால் சிதறுண்டன. வெள்ளை ஆதிக்கத்தை வேரறுக்க ரணசிங்கம் ஆடிய ஆவேசத் தாண்டவமே 'பட்டத்து யானை'.

ஆப்பநாடு என்றாலே வறட்சி, களவு, வெட்டு, குத்து, கொலை எனும் திட்டமிட்ட கற்பிதங்களைப் பொடியாக்கி, ஆங்கிலேயரை எதிர்த்த போரில் ஆயிரமாயிரம் வீரர்களை அள்ளிக் கொடுத்த தியாக பூமியின் மறைக்கப்பட்ட சரித்திரத்தை எழுத நான் முனைந்தேன்.

தாயின் பரிவோடு வாரி அணைத்து, தமிழ் புழங்கும் திசையெல்லாம் 'பட்டத்து யானை' வலம் வர, பாதை அமைத்துக் கொடுத்தது 'ஜூனியர் விகடன்'.

'பட்டத்து யானை'யை பட்டி தொட்டியெல்லாம் சுமந்த பாலமுருகனுக்கும், கந்தசாமிக்கும், ஓவியர் அரஸ்க்கும் நன்றி சொல்ல உரிய நாள் வரும்.

காட்டுத் தீயாக லாவி எரிந்த 'பட்டத்து யானை' தொடரில் வெளியேறிய கனிறு, விட்டுப்போன காரியங்களை முடிக்க விரைவில் திரும்பும், சித்திரங்குடியில் தேடி அலையும் பறவைகளுக்கு சேதி கிடைக்கும்.

அர்ப்பணிப்புடன்
வேல ராமமூர்த்தி
Mobile: 96770 28003, 94884 61751
irulappasamy21@gmail.com

சித்திரங்குடி மயிலப்பனுக்கு...

1. தனுஷ்கோடி சவுக்கு காடு

அமாவாசை இரவு, விடிய இன்னும் வெகுநேரம் இருந்தது.

தனுஷ்கோடி ரயில் நிலையத்துக்குள் 'திரி வேணி எக்ஸ்பிரஸ்' நுழைந்தது. வதவதவென்று இறங்கி, மூட்டை முடிச்சுகளுடன் வெளியேறிய வர்களில் வடநாட்டு யாத்ரீகர்கள் அதிகம் பேர் இருந்தனர்.

வயதானவர்களை நடுவயதுக்காரர்கள் கைப் பிடியாக நகர்த்திக்கொண்டு போனார்கள். குழந்தைகளையும் இளம் பிராயத்தினரையும் அவ்வளவாகக் காணோம். முற்றிப் பழுத்தால் தான் பக்தி மேலிடுகிறது.

முக்கடல்களின் ஆரவாரம் செவிகளில் அறைந்தது. வீசியடிக்கும் கடற்காற்று நடுக்கியது. பயணிக் கப்பல்களும் சரக்குக் கப்பல்களும் தீவைச் சுற்றி மூன்று திசைகளிலும் முகாமிட்டி ருந்தன. ஒவ்வொரு கப்பலும் ஒரு நகரமாக கடலுக்குள் ஜொலித்தது.

இரவிலும் பகலின் சுறுசுறுப்போடு ஊர் இயங்கியது. நெரிபடும் பக்தர் கூட்டம், மோட்சத்தின் தொடு எல்லையில் மனசு லகுவாகி, 'ஹே ராம்...! ஸ்ரீ ராம்...! ஹே ராம்...! ஸ்ரீ ராம்...!' என பரவசத்தோடு முணு முணுத்தது.

பரதேசிகளும் சன்னியாசிகளும் ஒதுங்கி நடந்தார்கள். 'ஹே ராம்... ஸ்ரீ ராம்... ஹே ராம்... ஸ்ரீ ராம்...' கோஷமாகவும் உயர்ந்தது.

வெள்ளை அதிகாரி இன்ஸ்பெக்டர் லாரன்ஸ் தலைமையில் மோப்ப நாய்களுடன் போலீஸ் பெரும்படை, ரயில் நிலையத்துக்குள் நுழைந்தது. கடைசி யாத்ரீகனும் இறங்கிவிட்ட ரயில் பெட்டிகளின் விளக்குகள் அணைக்கப்பட்டு கதவு, ஜன்னல்கள் மூடப்பட்டு இருந்தன. யாருடைய அனுமதிக்கும் காத்திராமல் ஒவ்வொரு பெட்டியாகத் திறந்து மோப்ப நாய்கள் ஏறி இறங்கின. ரயில் ஊழியர்களும் உடன் சேர்ந்து கொண்டார்கள்.

மதுரை ஜில்லா போலீஸ் தலைமையகத்திலிருந்து வந்திருந்த ரகசிய செய்திக் குறிப்பு, இன்ஸ்பெக்டர் லாரன்ஸின் மண்டைக் குழிக்குள் உறைத்தது.

"சுயராஜ்ஜியம் கேட்டுக் கலகம் செய்யும் 'பெருநாழி ரணசிங்கம்' கூட்டாளிகள், திரிவேணி எக்ஸ்பிரஸ் மூலம் வருகிறார்கள். தனுஷ்கோடி துறைமுகத்தை குண்டு வைத்துத் தகர்ப்பது அவர்களின் திட்டம். இதன் மூலம் இந்தியாவின் கடைக்கோடியில் இருந்து காஷ்மீர் வரை சுயராஜ்ஜிய வாதிகளின் கவனத்தை ஈர்ப்பதே அவர்களின் நோக்கம். இந்த சதித்திட்டம் முறியடிக்கப்பட வேண்டும். பயங்கரவாதிகள் யாரையும் தப்பவிடாமல் அழிக்க வேண்டும்."

வலம்புரிச் சங்கு வடிவில், கடல் சூழப் படுத்திருக்கும் தென்கோடித் தீவு தனுஷ்கோடி. கிழக்கே பெண் அலைகளும் மேலைக் கடல் நெடுக ஆண் அலைகளும் நீர்தூவி சிலிர்ப் பூட்டின. பெண் அலைகள் சாந்தமானவை. கண்மாய் அலை போல் 'சளப்... சளப்...' என இதமாகப் புரண்டு வந்து பாதம் நனைக்கும்.

தீராத ஆங்காரத்தோடு குமுறும் ஆண் அலைகள், பௌர்ணமி, அமாவாசை இரவுகளில் பனை உயரம் சீறி கரையேறி வந்து மிரட்டிப் போகும். உயிர்களைக் காவு கொள்ளாது.

காலமெல்லாம் பிரளயமாகப் பொங்கிப் பிரவகித்து, தனுஷ் கோடியை வாரிச் சுருட்டி வாயில் போடும். ஆறுமுறை தனுஷ் கோடியை விழுங்கி தண்ணீர் நிரப்பியது பெண் அலை தான்.

புயல் அபாயச் சின்னக் கொடி ஏற்றிய பின்னும், தீவை விட்டு வெளியேறாத மீனவக் கன்னிமார் ஜலசமாதியாகிக் கீழைக் கடலுக்குள் அலைவதால், இது பெண் கடல் ஆனது. புண்ணியம் வேண்டி பெண் கடலில் இறங்கும் வாலிபர்களை, 'வா.. வா...' என சிரித்து மயக்கி, இருகரம் கோத்துத் தழுவி, ஆழக்கடலுக்குள் இழுத்துப் போய்விடுவார்கள். அடுக்கடுக்காக ஆறு தனுஷ் கோடிகள் கடலுக்குள் புதைந்திருக்கின்றன. இப்போது உள்ளது ஏழாவது தனுஷ்கோடி. அழிய அழிய மீண்டு உருவானதே ஏழாவது துறைமுகம். கீழைநாட்டுச் சீமான்கள் கப்பலில் வந்துபோகும் முகத்துவாரம்.

தனுஷ்கோடியை 'சின்ன ரங்கூன்' என்பார்கள். தெருவெல்லாம் செல்வம் சிந்திக் கிடந்தது. கொப்பரைத் திருவோடு ஏந்திய சன்னியாசிகள் யாரும் வாய்திறந்து, 'ஐயா... தர்மம் போடுங்க சாமி' என்று கேட்பதில்லை. தானே விழும்!

வரம் வேண்டி வரும் தம்பதிகள் - வேட்டி சேலையின் நுனிமுடிந்து ஒரு சேர ஆழி ஸ்நானம் செய்யும் முன், கைநிறைய காசுகளைக் கடலுக்குள் வீசுவார்கள். விளையாட்டுச் சிறுவர்கள் - அலைமோதும் குட்டிப் பாறைகளில் காத்திருந்து, பாய்ந்து அள்ளிவரும் காசுகளே ஒவ்வொருவருக்கும் ஒரு பெட்டி தேறும்.

மோப்ப நாய்கள், ரயிலின் கடைசிப் பெட்டியில் நுழைந்தன. போலீஸ் கண்கள், பெட்டியின் இடுக்கெல்லாம் லாவின. கழிப்பறைக் கதவுக்கு முன் வந்து நின்ற நாய்கள் குரைத்தன. கதவு உட்புறம் தாழிடப்பட்டிருந்தது. பூட்ஸ் காலால் ஓங்கி ஓங்கி உதைத்தார்கள். திறக்க வில்லை. "பிரேக் தி டோர்!" - கதவை உடைக்க லாரன்ஸ் உத்தரவிட்டான்.

முழங்கை நீள தண்டவாள இரும்புத்துண்டு, கதவை நொறுக்கியது. கழிப்பறையின் மூலையில் ஓர் அட்டைப் பெட்டி இருந்தது. கழிவுக் கோப்பை பெயர்க்கப்பட்டு, ஓர் ஆள் நுழையுமளவு துவாரம் தென்பட்டது. அட்டைப்

பெட்டியை குலுங்காமல் தூக்கி, ரயிலை விட்டு இறக்கினார்கள். துப்பாக்கி பைனட்டின் கூர்முனையால் லாகவமாகக் கீறித் திறந்தார்கள்.

உள்ளே... எட்டு வெடி குண்டுகள், ஒரு கைத்துப்பாக்கி, வேதிப் பொருட்கள், பட்டன் பொருத்திய 250 கெஜம் கம்பிச் சுருள், ராமேஸ்வரம் தீவின் வரைபடம், பேட்டரி, குண்டு செய்யும் முறையை விளக்கும் கையேடு, ஆயுதங்களை உபயோகிப்பது பற்றிய புத்தகம், புரட்சிக் குழுவின் முத்திரையுடன் பெருநாழி ரணசிங்கத்துக்கு எழுதப்பட்ட ஒரு கடிதம் ஆகியவை இருந்தன.

லாரன்ஸ் ஆடிப் போனான். "ஸர்ச் தி ஹோல் ஐலண்ட். தீவு முழுவதையும் சுற்றி வளையுங்கள். சல்லடை போட்டு அலசுங்கள்." ரயில் நிலையம் அதிர லாரன்ஸ் உத்தரவிட்டான்.

'ஹே ராம்...! ஸ்ரீ ராம்...! ஹே ராம்...!' திரித்த சடை முடியுடன் காவி உடுத்திய சன்னியாசிகள் பெருவாரியாகக் கலந்திருந்தனர். பக்தர்கள் நேர்த்திக்கடனுக்கு வளர்த்திருந்த முடியும் சடை சடையாகத் தொங்கின. தெருக்களில் உரசித் திரியும் சகல தேசத்தவரும் அவரவர் மொழியில் பேசியது, வெள்ளை போலீஸை குழப்பியது.

பக்தன் யார்? சன்னியாசி யார்? தேசாந்திரி யார்? வேஷதாரி யார்? நிதானிக்க முடியாத பரபரப்பு. காற்றாக இழைந்திருந்த கூட்டம் மருண்டது. இடித்துத் தள்ளிவிட்டு, கிழக்கே துறைமுகம் நோக்கி ஓடினார்கள். ஹனுமன் பிரதிஷ்டை பண்ணிய ராமபிரான், தென்முனையில் கிழக்குப் பார்த்து நின்றார்.

'ஹே ராம்...! ஸ்ரீ ராம்...! ஹே ராம்...! ஸ்ரீ ராம்...!' - விடியலை எதிர்கொள்ளும் மகிழ்ச்சியில் கோஷங்கள் எழுந்தன.

இன்ஸ்பெக்டர் லாரன்ஸின் மதியில் சிறு பொறி தட்டியது. 'தனுஷ்கோடிக்கு ரயில் வந்து நின்றபின் தப்பிக்க நினைத்திருந்தால், கூட்டத்தோடு கலந்து வெளியேறி இருக்கலாம். கழிப்பறைக் கோப்பையை பெயர்த்திருக்க வேண்டியதில்லை. இதே ரகசிய செய்திக் குறிப்பு

ராமேஸ்வரம் போலீஸுக்கும் கிடைத்துள்ளது. அவர்களும் தேட முனைந்ததால் சதிகாரர்கள் உஷாராகி நடுவழி யிலேயே தப்பியிருக்கிறார்கள். அட்டைப் பெட்டியை விட்டு விட்டு, கை ஆயுதங்களோடு இறங்கியவர்களை ராமேஸ்வரம் போலீஸ் துரத்திச் செல்லலாம் அல்லது பிடித்தும் இருக்கலாம்.'

கடலோர சவுக்குக் காடுகளுக்குள் நுழைந்து தேடுமாறு போலீஸ்காரர்களுக்கு மாற்று உத்தரவிட்ட லாரன்ஸ், கூட்டு நடவடிக்கை பற்றி ஆலோசிக்க ராமேஸ்வரத்துக்கு கிளம்பினான். தனுஷ்கோடிக்கும் ராமேஸ்வரத்துக்கும் இடையே பல மைல் நீண்டு கரையோடிக் கிடந்த சவுக்குக் காடுகளுக்குள் வெள்ளைப் போலீஸார் புகுந்தனர்.

கீழைக் கடலின் தொன்றுதொட்ட ஊழிக்கூத்தில் நீர் சுருட்டி மணலுக்குள் புதைந்துபோன உயிர்கள், ஆவியாக உதறி எழுந்து கடலோரக் காட்டு மரங்களில் இடம் பிடித்துக்கொண்டன. ஒட்டிக்கொள்ள கிளை கிடைக்காத ஆவிகள், இரவும் பகலும் இருப்பிடச் சண்டையிடும். மேலைக் கடற்காற்றின் சீற்றத்தில் கொஞ்சம் அடங்கும். அப்புறம் ஒன்றோடு ஒன்று அடித்துக்கொள்ளும்.

பொழுது முகம் தெரிந்தது. மூன்றாம் சத்திரத்துக்கு மேற்கே, மணலில் புதைய அலையும் போலீஸை சவுக்கு காடு மிரட்டியது. ரணசிங்கம், அடி மணலுக்கு உள்ளிருந்து வெடித்துக் கிளம்பி வந்து தாக்கலாம். வானம் தெரியாமல் அடைந்திருக்கும் மரக் கிளைகளிலிருந்து சுட்டுக் கொல்லலாம்.

அலை புரட்டிய மரக்கலங்கள் கரையோரம் நொறுங்கிக் கிடந்தன. பட்டு மணல் பரப்பெங்கும், மனித நடமாட்டம் இருந்ததற்கான தடயமே இல்லை. நரமாமிசம் தின்று பழகிப்போன ஆளுயர நாய்கள் உயிரோடு கரை ஒதுங்கும் இரைக்காக மணல் பொந்துகளில் பதுங்கியிருந்தன. மனிதக் கறி தவிர வேறு கறி தின்ன ஒப்பாத நாக்குகள், அடங்காத பசியோடு எச்சில் ஒழுக, தரை தொட்டுத் தொங்கின. மனித வாடை நெருக்கி அடித்ததும், தொங்கிய நாக்குகளை உள்ளிழுத்து, வாய்மூடி, இன்னும் பதுங்கின. இளம் பச்சை

ரேகை ஓடிய பளிங்குக் கண்கள் பிரகாசமடைந்தன. வெகுநாள் பட்டினி.

காட்டுக்குள் நுழையும்போது கூட்டமாக சேர்ந்து நுழைந்த போலீஸ்காரர்கள், உள்ளே செல்லச் செல்ல பரவலாகப் பிரிந்து அலசி வந்தார்கள். ஒரு நாய்க்கு ஓர் ஆள் என்றாலும் மிச்சமான எண்ணிக்கையில் இருந்தார்கள். குறிபார்த்திருந்த நாய்கள், பாய்ந்து குரல்வளையைக் கவ்வி, மூச்சு காட்டவிடாமல் அதனதன் பதுங்குக் குழிக்குள் இழுத்துப் போய் ரத்தம் குடித்தன. எந்த நாயும் குரைக்க வில்லை. எல்லா நாய்களுக்கும் இரை கிடைத்தப்போனது. தப்பிய போலீஸ்காரர்கள் ஏதுமறியாமல் முன்னே போய்க்கொண்டிருந்தார்கள். காட்டை விட்டு வெளி யேறினால் தான் எண்ணிக்கை தெரியும்.

முகத்தில் வெயிலடிக்க ராமேஸ்வரத்துக்கு வந்து சேர்ந்த லாரன்ஸுக்கு 'சல்யூட்' அடித்து மரியாதை செய்த போலீஸ்காரர்கள், ரணசிங்கம் பற்றிய சேதி சொன்னார்கள்: "ஓடும் ரயிலிலிருந்து தப்பிய ரணசிங்கம் கூட்டாளிகள், அக்கா மடம், தங்கச்சி மடம் வழியாகப் பாம்பனை நோக்கி ஓடிக்கொண்டிருக்கிறார்கள். கூட்டாளிகளில் ஒருவன் சுட்டுக்கொல்லப்பட்டான். ராமேஸ்வரம் போலீஸ்காரர்கள் பின்தொடர்ந்து செல்கிறார்கள். தீவை விட்டு ரணசிங்கம் வெளியேற முடியாது. நிச்சயம் பிடிபடுவான்."

இன்ஸ்பெக்டர் லாரன்ஸ் நிம்மதிப் பெருமூச்சு விட்டான். ஜீப்பில் ஏறி அமர்ந்து, தொப்பியைக் கழற்றி முகம் துடைத்தவாறு, "நான் திரும்ப தனுஷ்கோடிக்குப் போகிறேன். ரணசிங்கம் பிடிபட்ட தகவல் கிடைத்ததும் எனக்குத் தெரிவியுங்கள்" கிளம்ப ஆயத்தமானான்.

"பிரபு..." - காவல் நிலையத்துக்குள் இருந்து ஓடிவந்த ஒரு போலீஸ், இடது கை வாக்கில் பணிந்து நின்றான்.

லாரன்ஸ் புருவம் உயர்த்தி, "என்ன?" என்றான்.

"தனுஷ்கோடி கடலில் நங்கூரம் பாய்ச்சி நின்ற பிரிட்டிஷ் கப்பல் ஒன்று, ரணசிங்கம் வைத்த குண்டில் வெடித்துச் சிதறிக்கொண்டிருக்கிறதாம், பிரபு!"

2. கிடாத்திருக்கை புளியமரம்

கிடாத்திருக்கை ஊர்ச்சாவடி முன் தண் டோரா ஒலித்தது.

"கும்பினியாரின் உத்தரவுப்படி இதனால் சகலமான பேர்களுக்கும் தெரிவிப்பது என்ன வென்றால்..." ராகம் போட்டு உரக்கக் கூவினான் தவசி.

உடுப்பணிந்து குதிரையேறி வந்த வெள்ளை அதிகாரி ஒருவனும், சிப்பாய் ஒருவனும் ஊருக் குள் நுழைந்ததுமே, நாய்கள் கந்தல் கந்தலாக ஓட்டம் காட்டி குரைத்தன.

ஊரணிக்கரை நெடுக வானம் பரப்பி நின்ற கல்வாகை, புளிய மரங்களில் அடைந்திருந்த பட்சிக் கூட்டம் சிதறிப் பறந்து கூச்சலிட்டன. பஞ்சாரங்களில் அடைபட்டிருந்த கோழி, குஞ்சுகள் 'கெத்... கெத்...' என சன்னமான குரலில் தலை சிலுப்பின.

சாவடித் திண்ணையில் குளிருக்கு போர்த்திப் படுத்திருந்த ஊர் இளவட்டங்கள், முகத்துணி மட்டும் விலக்கி தலை தூக்கிப் பார்த்தன.

முற்றம் தெளித்துக்கொண்டிருந்த பெண்கள், அகலக் கண்விரித்து, 'யாரு இவன்ங்க? வெள்ளைக்காரன் மாதிரி இருக்கு!' உதடுகளுக்குள் முணுமுணுத்தார்கள்.

பதட்டமில்லாமல் விழித்த பெருசுகள், 'விடியுமுன்னே ஊருக்குள்ளே நுழைஞ்சு தண்டோரா போடுறவன் எவன்டா?'- இடுங்கிய கண்களோடு தாழ்வாரங்களிலேயே சம்மணம் போட்டு அமர்ந்து காது கொடுத்தார்கள்.

குதிரைகளை வேடிக்கைப் பார்க்க தலைகாட்டிய குழந்தை களை முற்றம் தாண்டவிடாமல் பெண்கள்- பதுக்கினார்கள். தலை கவிழ்ந்து நின்ற குதிரைகள், நீண்டு தொங்கும் வால் ரோமங்களை சாமரமாக வீசி, தொடைகளில் ஒட்டியிருந்த ஈக்களை விரட்டின.

அதிகாரியின் இடுப்பில் ரிவால்வரும், சிப்பாயின் தோளில் கத்தி செருகிய துப்பாக்கியும் மிரட்டின.

வெள்ளையர்களோடு வந்திருந்த குறுக்கு டவாலி அமீனா, கையிலிருந்த பட்டுத் துணிச் சுருளைப் பிரித்து சத்தம் போட்டு வாசிக்க ஆரம்பித்தான்.

"பிரிட்டிஷ் சர்க்காருக்கு எல்லோரும் விசுவாசமாக இருக்க வேண்டும். சுயராஜ்ஜியம் வேண்டிப் போராட இங்கு எவருக்கும் உரிமை கிடையாது. ராமநாதபுரம் சேது சீமையில்- குறிப்பாக முதுகுளத்தூர், திருவாடனை தாசில்களில் பிரிட்டிஷ் ஏகாதி பத்தியத்துக்கு எதிரான சதிகளில் ஈடுபடக்கூடிய குற்றவாளிகள் கண்டறியப்பட்டுள்ளனர். அவர்களில் முதன்மையானவன் பெருநாழி ரணசிங்கம். நேற்று, தனுஷ்கோடி துறைமுகத்தில் நின்ற பிரிட்டிஷ் கப்பலை குண்டு வைத்து தகர்த்திருக்கிறான். அவன் உங்கள் சாதிக்காரனாக, உறவுக்காரனாக இருக்கலாம். சர்க்கார் காரியங்களில் சாதி, உறவுகளுக்கு இடமில்லை. அந்த பயங்கரவாதிக்கு அடைக்கலம் தருவது சர்க்கார் துரோகம். அவனோடு யாரும் தொடர்பு வைத்துக்கொள்ளக் கூடாது. மீறுபவர்கள் சுட்டுக் கொல்லப்படுவார்கள்."

"ஏய் டவாலி! நிறுத்துடா..." தாழ்வாரத்தை விட்டு எழுந்த ஒரு பெருசு, "பெருநாழி ரணசிங்கத்துக்கு எதிரா எங்கே வந்துடா ஓலை வாசிக்கிறே?" வெள்ளை அதிகாரிக்கு முன் வந்து நின்றார்.

டவாலி பதறி, "ஐயா... நான் ஓர் அப்பாவி சர்க்கார் ஊழியன்.

என்னைத் தப்பா நினைக்காதீங்க, சாமி!" வெள்ளை அதி காரிக்குப் பின்னால் பதுங்கினான்.

கிழவனை வெள்ளை அதிகாரி ஏறிட்டுப் பார்த்தான்.

"என்ன பார்க்கிறே? ரணசிங்கம் எங்க ரத்தம். அவன் ஆத்தா பிறந்தது இங்கேதான். இந்த ஊருப் பொண்ணுக பெருநாழியிலும், அந்த ஊருப் பொண்ணுக கிடாதிருக்கையிலும் வாழுதுக. அவனுக்கு எதிரா ரெண்டு வெள்ளைத் தோலுக்காரப் பயலுக வந்து இருநூறு வீட்டுக்காரனுக்கு உத்தரவு போடுறீங்களா?"

"ரணசிங்கம் சர்க்கார் விரோதி. கப்பலை குண்டு வைத்துத் தகர்த்த பயங்கரவாதி அவனோடு தொடர்பு வைத்துக்கொள்வது தேசத் துரோகம்!" கால் விறைப்பில் பேசினான் அதிகாரி.

கிழவன் உள்ளங்கைகளை மலர்த்தி, "எங்களுக்கு சர்க்காரும் தெரியாது, சுயராஜ்ஜியமும் தெரியாது. பரம்பரை பரம்பரையாக ஊரையும், காடு கரைகளையும் நாங்க காவல் காத்தோம். அந்த உரிமையைப் பறிச்ச வெள்ளைக்காரன்தான் எங்க விரோதி. ரணசிங்கம் விரல் நீளுற திசையிலே எங்க பயலுக வேங்கையாக விழுவான்ங்க. அதுதான் எங்களுக்குத் தெரியும்."

"காவல் காத்தீர்களா? அதற்குத்தான் போலீஸ் இருக்குதே?"

"களவு நடந்து நாலாவது நாள் உங்க போலீஸ் வரும். அதுக் குள்ளே களவு போன ஆடும் கிடாயும் கறியாகிப் போகும். காட்டுத்தவசம் தான்யமெல்லாம், விருதுபட்டி கள்ளச் சந்தையிலே வித்துக் காசாயிரும்!"

"ஏய்... கிழவா...! நீ ரொம்பப் பேசுறே!" அதிகாரியின் வெள்ளைக் கை, இடுப்பிலிருந்த ரிவால்வரைத் தடவியது.

"டேய் ... வெள்ளைக்காரப் பயலே... மிரட்டுறியா?" கிழவன் ஓர் அடி முன்னே வந்தார். "ஆப்பநாட்டுக்காரனுக்கு உயிரு மயிரு மாதிரி. எங்க உடம்பு கூழும் கஞ்சியும் மட்டும் குடிச்சு வளர்ந்த உடம்பு இல்லை. எதிரியோட ரத்தம் குடிச்சு வளர்த்த உடம்பு! வறண்டு கிடக்கிற இந்த மண்ணை, எங்கே தோண்டி னாலும் தண்ணி ஊறுதோ இல்லையோ... ரத்தம் ஊறும்!" நிலம் நோக்கி விரல் காட்டினார்.

அதிகாரி திரும்பி சிப்பாயைப் பார்த்தான்.

தவசி, தண்டோராவைத் தூக்கி தோளில் ஏற்றினான். டவாலி அமீனா, பட்டுத் துணியைச் சுருட்டினான். ஊர் நிலவரம் தெரிந்த இருவரும் புறப்பட ஆயத்தமானார்கள்.

பெருசு நாலு திசைக்கும் கேட்க சத்தம் போட்டுச் சொன்னார். "ரணசிங்கம் நேத்து ராத்திரி இங்கேதான் என்னோடுதான் தங்கியிருந்தான்!"

அதிகாரியைப் பார்த்து, "இப்போ என்ன பண்ணப்போறே?" என்றார்.

வெள்ளை அதிகாரி பலமாகச் சிரித்தான். "நான் சந்தேகப்பட்டது சரிதான். கப்பலைத் தகர்த்துவிட்டு, பாம்பன் பாலத்திலிருந்து குதித்துத் தப்பிய பெருநாழி ரணசிங்கம் நேராக இங்குதான் வந்திருக்கிறான்!" தொப்பியைக் கழற்றி, மறுபடியும் அணிந்தான்.

பெருசு இன்னும் ஓரடி முன்னே வந்தார். "ஆமாம்... வந்தான். இனிமேலும் வருவான். முடிந்தால் பிடிச்சுப் பாரு."

"நீங்கள் எல்லோரும் குற்றவாளிகள்."

"டேய்... தவசி"

"அய்யா...!" பணிந்து கேட்டான் தவசி.

"வெள்ளைக்காரனுக்குப் பேசத் தெரியலே. இடம், பொருள் தெரியாமல் பேசுறான். படுத்துக் கிடக்கிற எங்க இளவட்டப் பயலுக எழுந்திரிச்சா ஊரு எல்லையைத் தாண்ட, உங்க உடம்பிலே உயிரு இருக்காது. வந்த தடம் தெரியாமல் ஓடிப்போயிருங்க" பெருசு திரும்பி, தன் கூரை வீடு நோக்கி நடந்தார்.

வெள்ளைச் சிப்பாய், அதிகாரியின் உத்தரவைக்கூட எதிர்பாராமல் தன் தோளில் தொங்கிய துப்பாக்கியைக் கையில் எடுத்து, "கிழவனுக்கு என்ன திமிர்!" கிழவனின் தலைக்குக் குறி வைத்தான்.

அதிகாரி, இடுப்பு ரிவால்வரை உருவி வானத்தை நோக்கிச் சுட்டான். சாவடியில் படுத்திருந்த இளவட்டங்கள் துணி உதறி எழுந்தார்கள். கிளை அடர்ந்த ஊரணிக்கரைப் புளிய மரங்கள்,

ஆடாமல் அசையாமல் நின்றன.

ஜில்லா போலீஸ் தலைமையிடத்து விசாரணைக்கு ஆஜராகி இருந்தான் இன்ஸ்பெக்டர் லாரன்ஸ்.

சூப்பிரன்டென்டெண்ட் விஞ்ச் துரை, ரத்தம் கொதித்துப் போயிருந்தார். லாரன்ஸைக் கேள்விகளால் துளைத்தெடுத்தார்.

"ரணசிங்கத்தின் சதித் திட்டம் பற்றிய செய்தி உனக்குக் கிடைத்ததும் என்ன செய்தாய்?"

"திரிவேணி எக்ஸ்பிரஸ் ரயில் முழுக்க சோதனையிட்டு வெடி குண்டுகள் அடங்கிய அட்டைப் பெட்டியைக் கைப்பற்றினோம்."

"ஆள் பிடிபட்டானா?"

"தனுஷ்கோடி முழுக்க அலசினோம். யாரும் பிடிபட வில்லை"

"தனுஷ்கோடிக்குள்தான் இருந்திருக்கிறான். ஏன் பிடிக்க வில்லை?"

"சன்னியாசிகளும் சாமியார்களும் பல தேசத்தவரும் நடமாடும் புண்ணிய ஸ்தலத்தில் அவர்களோடு மாறுவேடத்தில் ஊடுருவித் தப்பியிருக்கிறான்"

"சவுக்குக் காடுகளுக்குள் நுழைந்தது எத்தனை போலீஸ்? உயிரோடு திரும்பியவர்கள் எத்தனை பேர்?"

"இருபத்து நான்கு பேர் காட்டுக்குள் நுழைந்தார்கள். பதிமூன்று பேர் உயிரோடு திரும்பி உள்ளனர்."

"மற்றவர்கள்?"

"காட்டு நாய்கள் குதறி இறந்திருக்கிறார்கள்."

"அந்தக் கடல் பிராந்தியம் பற்றி அறிவு கொஞ்சமும் உனக்குக் கிடையாது. காட்டு நாய் குதறி நீயும் சாக வேண்டியதுதானே?"

லாரன்ஸ் தலை குனிந்தான்.

விஞ்ச் துரை, குரலை உயர்த்தியபடி எழுந்தார்.

"ரணசிங்கம் தன் கூட்டாளிகளில் சிலரைப் பிரித்து போலீஸ் கண்ணில் படும்படியாக பாம்பனை நோக்கி அனுப்பி போக்குக் காட்டியிருக்கிறான். அவனும் மற்ற சிலரும் மாறுவேடத்தில்

தனுஷ்கோடிக்குள் ஊடுருவி, கப்பலைத் தகர்த்திருக்கிறார்கள். ஆக பெருநாழி கிராமத்தான் ரணசிங்கம், லண்டன் மாநகரத்து போலீஸ் புலி லாரன்ஸைக் குனிய வைத்து..." வாயை விட்டு வார்த்தைகள் வெளியேறாமல் இறுக்கிக் கொண்டார்.

"சீ...! உனக்கெல்லாம் கிரேட் பிரிட்டனின் சின்னம் பொருத்திய தொப்பி எதற்கு?" லாரன்ஸின் தலைத் தொப்பியைக் கழற்றி, தன் மேஜையின் மீது விஞ்ச் துரை விட்டெறிந்தார்.

"கடலில் வெடித்துச் சிதறியது கப்பல் அல்ல. இங்கிலாந்தின் மானம்!" பூட்ஸ் காலால் தரையைத் தேய்த்தார்.

விஞ்ச் துரை கொந்தளித்துக்கொண்டு இருக்கும்போதே, அறை வாசலில், உடுப்பணிந்த போலீஸ் செய்தியாளன் ஒருவன் 'சல்யூட்' அடித்து நின்றான். நீட்டிய செய்தியை இடது கையால் வாங்கி மனதுக்குள் படித்தார்.

"முதுகுளத்தூர் அருகே கிடாத்திருக்கை கிராமத்துக்கு, பெருநாழி ரணசிங்கம் பற்றிய தண்டோரா அறிவிப்புக்குச் சென்ற பிரிட்டிஷ் போலீஸ்களை ஊரார் கொன்றுவிட்டார்கள். ஊரணிக்கரை புளியமரக் கிளைகளில் இருவரும் பிணமாகத் தொங்குகிறார்கள். கடுமையான நடவடிக்கைக்கு உத்தரவை எதிர்பார்க்கிறோம்."

ஜில்லா போலீஸ் தலைமையிடம் உறைந்தது.

3. மாயழகி கல்யாணம்

ஆப்பநாட்டு தாலிகட்டு எல்லாம் உச்சி ராத்திரி பன்னிரண்டு மணிக்குத்தான்.

மாயழகி, பதினாறு வயதில் புஷ்பவதி ஆனாள். நல்ல, சாதிப் பாம்புக்குட்டியின் உடல் வாளிப்பு. நுங்கு நிறம். மயில் கண்ணு, முனை மழுங்கிய வேல் கம்பு மூக்கு. பல்லாங்குழி உதடுகளுக்கு உள்ளி ருந்து கவண் கல்லாகத் தெறிக்கிற பேச்சு. பட்டை உரித்த நாட்டுக் கருவேலமர வலுவில் காலும் கையும், குதிரைக் குளம்படி வேகத்துக்குப் புழுதி பறக்கும் குதிகால் மிதி. கோதிப் பிடித்தால் இரண்டு கைகளுக்குள் அடங்காமல் நெளிவு நெளிவாக புட்டம் மறைத்து கீழே தொங்கும் தலைமுடி.

மாயழகிக்கு இன்று கல்யாணம். ஆப்பனூர் மாப்பிள்ளை, அத்தை மகன் திருக்கண்ணன். கல் யாணமாகி நாளை ஆப்பனூர் போய் விடுவாள்.

பெருநாழிக் குமரிகள் வருத்தப்பட்டுக் கிடந்தார்கள். 'மாயழகி போறாளே...!' வெளியே சொல்ல முடியாத வேதனை. ஊருக்குள் மாயழகி

ஒருத்தி இருந்தால் சகலமும் இருக்கிற சந்தோஷம். குடி தண்ணீர்க் கிணறு, காலமெல்லாம் 'தெப்... தெப்...' என நிறை பெருக்காகக் கிடக்கிற சந்தோசம். காடுகரைகள், கோடையிலும் பச்சைப் பசப்பேறி கண்களை நிறைக்கிற சந்தோஷம்.

கிடாத்திருக்கை இளவட்டங்களில் பாதிப்பேர் பிடிபட்டுப் போனார்கள். எல்லோரும் முதுகுளத்தூர் கச்சேரிக்குள் கிடந் தார்கள். தனுஷ்கோடியில் கப்பலைத் தகர்த்துவிட்டு வந்த ரண சிங்கத்துக்கு அடைக்கலம் தந்த பெரியவரும் சிக்கியிருந்தார்.

இளவட்டங்களை போலீஸுகள் தூக்கிப் போட்டு மிதித்தார் கள். "ரணசிங்கம் எங்கே இருக்கிறான்?" தலைகீழாகத் தொங்க விட்டு, லத்திக் கம்பால் தோலை உரித்தார்கள், "எங்கேடா இருக்கிறான் ரணசிங்கம்?"

பெரியவருக்கு பிடறியில் அடி விழுந்தது. உயிரையே எடுத்தாலும் ஒருவனும் வாய்திறக்க காணோம்! இன்ஸ்பெக்டர் லாரன்ஸ் இருப்புக் கொள்ளாமல் உறுமிக்கொண்டிருந்தான்...

"கொல்லு... அவர்களைக் கொல்லு..."

ஆப்பநாட்டுக் குமரிகள், அடிவயிற்றில் 'சுருக்' என வலி யெடுத்து கன்னித்தீட்டு கண்ட நாள் முதல், வீடுகளுக்குள் அடைபட்டுப் போவார்கள். பகல் வெயில் படாமல் நிறம் வளர்ப்பார்கள். ஆப்பநாட்டு திரேகங்களுக்குப் பொதுப்படை யான நிறம், வண்டல் நிறம். கறுப்பும் இல்லாமல் வெளுப்பும் இல்லாமல் பொது நிறம்.

பகலெல்லாம் அடைபட்டுக் கிடக்கிற குமரிகள், பொழுது சாய, சீவி முடிந்து சிங்காரித்து இடுப்பில் பானை, குடங்களோடு வெளியேறுவார்கள். பள்ளம் பார்த்து இறங்கும் மழைநீராக குமரிக் கூட்டம் தெருவிறங்கி நடந்துபோகும். தெரு தாண்டும் வரை மூச்சுக் காட்டாமல் நடந்து போவார்கள். முளைக்கொட்டு திண்ணை கடந்து முக்கு திரும்பியதும், பகலெல்லாம் அடை பட்டுக் கிடந்த அத்தனை நினைப்புகளும் உடைபட்டுக் கிளம்பும்.

மாமன் மகள், அத்தை மகளின் தொடைகளைக் கிள்ளுவாள். 'வலிக்குது மதினி...!' அத்தை மகள், மாமன் மகளின் நெஞ்சைக் கிள்ளுவாள். 'அடியே வலிக்குதுடீ...' கன்னம், உதடு என எல்லாம் கிள்ளுபடும். எல்லோரும் எல்லோரையும் கிள்ளிச் சிரிப்பார்கள். மாயழகியை எவளும் கிள்ள மாட்டாள்!

“அவளை மட்டும் ஏண்டீ கிள்ள மாட்டேங்குறீங்க?”

“அது பாம்பு... தொட்டால் கடிக்கும்!”

மாயழகி உதடு அலுங்காமல் சிரித்துக்கொள்வாள். அத்தனை குமரிகளும் மாயழகியை பேசவிட்டுக் கேட்பார்கள். நடக்க விட்டுப் பார்ப்பார்கள்.

‘இவளுக்குன்னு இப்படி ஓர் அழகு, இப்படி ஓர் அறிவா...!’ எனத் திகைப்பார்கள்.

பெருநாழி காவல்கார வீட்டு மாட்டுத் தொழுவத்தைச் சுற்றி உயரமான கல்லுக்கோட்டை. இருநூறு மாடுகள் அடையும். மேற்கே இருளப்பசாமி கோயில். வடக்கே கண்மாய்க் கரை. கரை இறக்கத்தில் குடி தண்ணீர் கிணறு. இளநீர் மாதிரி, குடிக்கக் குடிக்க திகட்டாது. ஓர் ஆள் மட்டம்தான் தண்ணீர் கிடக்கும். முழங்கால் உயர சுற்றுக்கட்டுச் சுவர். திசைக்கு நாலு பெண்கள் நின்று வாளி போட்டு இறைக்கலாம். பகல் முழுவதும் கிணறு இறைபடும். பொழுது சாய்ந்தால் குமரிகளின் சிரிப்புக் கும்மாளத்தில் கிணறு கசங்கிப் போகும்.

கிணற்றுக்குக் கிழக்கே கண்மாய்க்கரை மேல் நிற்கும் ஒற்றை வாகை மரம். பெருநாழி பேய்கள் எல்லாம் வாகை மரத்தில்தான் குடியிருக்கும். எல்லாம் பெண் பேய்கள். அரளிக்காயை அரைத் துக் குடித்தவள்; வீட்டு உத்திரத்தில் சேலையைப் போட்டு நாண்டுக்கிட்டு நின்றவள்; தீயிட்டுக் கொண்டு கருகிச் செத்தவள் - எல்லாம் பேயாக அலைவார்கள். அப்பன், ஆத்தா, அண்ணன் யார் முகம் சுழித்துக் கோபப்பட்டால் கூட சாவு தான்.

கூட்டமாகப் போகிற குமரிகளுக்குப் பேயும் தெரியாது, பிசாசும் தெரியாது. பேச்சுத்தான்; சிரிப்புத்தான்.

“அடியே மீனா...! உம் புருசன்காரன் என்ன சொன்னான்?”

“எம் புருசனா... எவன்?”

“அவன்தாண்டீ... உன் அய்த்த மகன்... கருப்பையா. ஒத்தக் கையாலே ஒன்பது பேரைத் தூக்கி எறியிற சூரப்புலி! இன்னைக்கு மத்தியானம் உங்க ஐயாவைப் பார்க்கிற சாக்கிலே உன்னைப் பார்க்கத்தானே வீட்டுக்கு வந்தான்?”

“அந்தக் கழுதையா... ஆமாம், வந்துச்சு!”

“என்னடீ....! இந்த இழுப்பு இழுக்கிறே? பிள்ளை வரம் கிடைக்கலையா?”

“ம்... போங்க மதினி...” மீனாவுக்கு வெட்கம் உள்ளங்கால் குளிரும். “எங்க ஐயாவைப் பார்க்க வந்த கழுதைக்கு என் நினைப்பே இல்லே. ‘சரி... நமக்காக உள்ளே ஒருத்தி இருக்காளே... அப்படியே அரசல் புரசலா அவளை ஒரு பார்வை பார்ப் போம்’னு பார்க்கக் கூடாது? ம்ஹூம்!”

ஆத்தாடீ....! கட்டப்போறவன் கண்ணு பட்டாலே தொட்டில் கட்டத் துணி தேடுவா போலிருக்கே...”

“ம்... சும்மா இருங்க மதினி...” மீனா ஒற்றைக் கையால் முகம் மூடிச் சிணுங்குவாள்.

மாயழகி ஆளோடு ஆளாகச் சேர்ந்து அடிவயிறு புண்ணாகச் சிரிப்பாள்.

முதுகுளத்தூர் கச்சேரிக்குள் பிடிபட்டிருந்த கிடாத்திருக்கை இளவட்டங்களில் மூன்று பேர் செத்துப் போனார்கள். கழுத்துச் சங்கு நெறிபட்டு ஒருவன் செத்தான். பூட்ஸ் காலால் விரைகளில் மிதிப்பட்டு ஒருவன் மண்டையைப் போட்டான். பின் மண்டையில் லத்தி அடிபட்டவன் தலைசுற்றிக் கீழே விழுந்து செத்தான்.

“போலீஸ் அதிகாரியை புளியமரத்தில் தொங்கவிடும் அளவுக்குத் தைரியமா?” மேல் உடுப்பைக் கழற்றி, வெற்றுடம்பு வியர்க்க நின்றான் இன்ஸ்பெக்டர் லாரன்ஸ்.

தாய், தகப்பன் இல்லாத பொண்ணு மாயழகி. மேட்டுப் புஞ்சையில் பருத்தி விதைக்கப்போன அப்பனும் ஆத்தாளும் கருகிச் சாகும்போது, மாயழகி மூணு வயசுக் குழந்தை.

புரட்டாசி மாசம். கால மழை பெய்யத் தொடங்கி பூமி பதப்பட்டுக் கிடக்குது. புரட்டாசிப் பட்டம், பருத்தி - உளுந்து விதைப்புக்கு உகந்தது. புஞ்சைக் காடுகளில் விதைப்பு மும்முரம்.

செல்லையாவுக்கும் பெஞ்சாதி இருளாயிக்கும் விடிய விடிய விதைப்பு பற்றி யோசனை. மேட்டுப் புஞ்சையின் சனி மூலையில் இருந்து உழுதுப் போனார்கள். முன்னே மூன்று ஏர்; பின்னே மூன்று ஏர். ஊடாக செல்லையா பருத்தி விதைத்துப்போனார்.

“மழை இருட்டிக்கிட்டு வருது மாமா...!” முன்னத்தி ஏர்க் காரன் கிழக்கே பார்த்துச் சொன்னான்.

“வரட்டும்... வரட்டும்...” செல்லையாவின் கை விதை, ‘ச்சல்... ச்சல்...’ என ஓலைப் பெட்டியில் தெறித்துச் சிதறின. கழுத்தைப் பிடித்து இறுக்குகிற மேகம் திரளுது.

“மழை... விதைக்க விடாது போலிருக்கே!” ஒரு பெட்டி விதைகூட விதைச்சு முடியலே.

“இன்னைக்கு விதைப்பு இவ்வளவுதான்.” இடி மின்னலோடு பொத்துக்கிட்டு ஊத்துது. “மாடுகளை அவுத்து கோட்டேர் போடுங்கப்பா. வீடு போய்ச் சேருவோம்.”

காடெல்லாம் வெள்ளம் புரளுது. அடுத்து நிற்கிற ஆள் தெரியலே. உத்தேசமாக ஊரை நோக்கி நடந்தார்கள். இருளாயி தலையிலே விதைப் பெட்டி, வயிற்றோடு அணைத்து சோத்துச் சட்டி. செல்லையா கையிலே ஈயத் தூக்குவாளி. அடிவானத் துக்கும் உச்சிக்குமாக மின்னல் வெட்டுது. இடி இடிக்குது. தடம் தெரியலே. பூமி பொங்கப் புரளுகிற தண்ணியில் முழங்கால் மட்டம் வண்டல் எறக்குது, எட்டுவைத்து நடக்கமுடியாமல் தடுமாறும் இருளாயியை கைத்தாங்கலாகப் பிடித்துக் கொண்டு வருகிறார் செல்லையா.

மழையில் நனையும் மாடுகள், தலையை ஆட்டி ஆட்டி கழுத்துமணி குலுங்க முன்னே போகின்றன. பனைமரத்துப் புஞ்சையைக் கடக்கவில்லை. கிழக்கே கண்ணைப் பறிக்கிற மின்னல் வெட்டு! உச்சந்தலையில் விழுந்தது போல் ஒற்றை இடி! காலடி ஈரமும், கையில் உள்ள ஈயச் சட்டியும் மின்னலை ‘வா... வா...! என்று கூப்பிட்டுருச்சு.

‘மகளே... மாயழகி’னு வாய் திறந்து ஒரு தடவைகூடக் கத்தலே... கதறலே. செல்லையாவும் இருளாயியும் கைகோத்துக் கட்டையாகி விறைத்துப் போனார்கள்.

மூணு வயசு மாயழகி, அண்ணன்மார்களின் ஓரக்கண் உரசலில் வளர்ந்தாள். மதினிமார்களுக்கும் மாயழகி செல்லப் பொண்ணுதான்.

“**கி**டாத்திருக்கை ஆட்களின் உயிரை வேண்டுமானால் வாங்கலாம். உண்மையை வாங்க முடியாது போலிருக்கே!” இன்ஸ்பெக்டர் லாரன்ஸ் உறுமி உறுமி களைத்துப் போனான்.

சித்ரவதை செய்த போலீஸுகளுக்குக் கை ஓய்ந்துபோனது. உள்ளூர் தலையாரி கச்சேரிப் படியேறி வந்தான்.

"சேவிக்கிறேன் எசமான்..." லாரன்ஸைப் பார்த்து தலைக்கு மேல் கும்பிடு போட்டான்.

மாயழகிக்கு அண்ணன்மார்கள் இரண்டு பேர். மூத்தவன் ரணசிங்கம். அடுத்தவன் தங்கச்சாமி. ரணசிங்கம் வீடு தங்க மாட்டான். அரைநாள், ஒருநாள் ஊர்ப்பக்கம் வந்தாலும் அவனைச் சுற்றி எந்நேரமும் பத்து இளவட்டங்கள். கண்மாய்க் குள் நிறைகுளத்தம்மன் கோயில் ஆலமரம் உட்கார்ந்து பேச சௌகரியமான இடம். ரணசிங்கம் பேசப்பேச, இளவட்டங்கள் கண்கொட்டாமல் காது கொடுப்பார்கள்.

"மனிதனுக்கு மனிதன் உயர்ந்தவனும் இல்லை; தாழ்ந்தவனும் இல்லை. அதிகார பலத்தால் அடக்கி ஒடுக்கப்பட்ட லட்சக் கணக்கான மக்களின் ஏகோபித்த குரலை, ஒரு வெடி குண்டுச் சத்தமே எதிரொலிக்கும். அந்தச் சத்தம் அதிகார வர்க்கத்தைத் தலை குப்புறக் கீழே தள்ளும். எல்லோரும் புதிய தியாகத்துக்கும் அர்ப்பணிப்புக்கும் சபத மேற்றுக் கொள்ளுங்கள்,"

எதிர்க்கேள்வி, சந்தேகங்களுக்கு இடமில்லாமல் உணர்ச்சி பொங்கப் பேசுவான். விடிய விடியப் பேச்சு நீளும்! விடிந்து பார்த்தால் ரணசிங்கம் ஊருக்குள் இருக்க மாட்டான். அடுத்த ஊர், மறுநாள் அதற்கு அடுத்த ஊர். சேதுநாடு முழுவதும் காற்றாக அலைவான்.

அண்ணனின் முகம் பார்க்க மாயழகிக்கு ஆசை. ஆனால், லபிக்காது. எப்போதாவது வீட்டுக்குள் நுழைபவன், தங்கச்சி யின் தலையில் கைவைத்து, "என்ன தாயீ...நல்லா இருக்கி யாடா?" முடி கோதிவிடுவான்.

"இருக்கேண்ணே..." வார்த்தை வெளியேறாமல் தொண் டையை அடைக்கும். அண்ணனின் நெஞ்சு, கழுத்து வரை பார்வை ஏறும். முகம் பார்க்கமாட்டாள். ஆப்பநாட்டுக் குமரிகள் அண்ணண்மார்களின் முகம் பார்த்துப் பேசுவதில்லை.

ரணசிங்கம் ஒரு தடவை தலையில் கைவைத்து முடி கோதிவிடும் சந்தோசம், மாயழகிக்கு ஒரு மாதம் தாங்கும். நெஞ்சு நிறைந்து, முகம் மினுமினுத்துத் திரிவாள்.

கச்சேரிப் படியேறி வந்த தலையாரி, லாரன்ஸின் காதோரம் பணிவாகக் குனிந்து கிசுகிசுத்தான்.

"எசமான்... ரணசிங்கத்துக்கு ஒரே தங்கச்சி! தாய், தகப்பன், இல்லாத பொண்ணு. இன்னைக்கு கல்யாணம். தாலியைத் தொட்டுக் கொடுக்க ரணசிங்கம் கட்டாயம் பெருநாழிக்கு வருவான்!"

இரண்டு நாட்களாக மாயழகி அழுதுகொண்டிருக்கிறாள். ரணசிங்கம் பொஞ்சாதி திருக்கம்மா, மாயழகிக்கு அணைவாக வந்தமர்ந்து, "ஏம்மா அழுகுறே?" தோளைத் தொட்டாள்.

மாயழகி பதிலேதும் பேசவில்லை. தலை கவிழ்ந்தபடி இருந்தாள். "மாப்பிள்ளை பிடிக்கலையா மாயழகி?" எதிரே அமர்ந்தாள்.

"அண்ணன் பெருநாழிக்கு வந்து ஒரு மாசமாகுது. இன்னைக்கு என் கல்யாணம். தாலிக்கட்டுக்கு அண்ணன் வருமா?" மதினிமார் ரெண்டு பேரையும் மாறிமாறிப் பார்த்தாள்.

"**வ**ருவான். தங்கச்சி கல்யாணத்துக்கு ரணசிங்கம் நிச்சயம் வருவான்... தப்பவிடாமல் வளைக்க வேண்டும்!" லாரன்ஸ் எழுந் தான். "பெருநாழி எங்கே இருக்கிறது?" உடம்பில் விறைப் பேறியது.

4. முதுகுளத்தூர் கச்சேரி

முதுகுளத்தூர் கிராம முன்சீஃப் முஹம்மது ராவுத்தர், பெரிய குடும்பத்து மனிதர். படிப்பாளி. அறுபது வயதிருக்கும். ஆறடிக்கு மேல் உயரம். தலைமுறை கௌரவத்துக்காக முன்சீஃப் உத்யோகம். ஆப்பநாட்டு விவரங்களெல்லாம் அத்துபடி. சம்மணம் போட்டு அமர்ந்திருக்கும் இடத்துக்கே சகல விவரங்களையும் வரவழைத்து விடுவார்.

முன்சீஃப் வீட்டுக் கதவை திறந்து இளஞ் செம்பூர் கிராமத்தான் ஒருவன் வெளியேறவும், தலையாரி உள்ளே நுழையவும் சரியாக இருந்தது.

"முனுசய்யா...! துரை உங்களை கச்சேரி வரச் சொன்னார்!" என்றான் தலையாரி.

முஹம்மது ராவுத்தர், தலையாரியை சினந்து பார்த்தார்... "எனக்கு எவண்டா துரை?" - பட்டு அங்கவஸ்திரத்தை எடுத்துத் தோளில் போட்டார். மேலாடைகளில் வாசனைத் திரவியங்களைப் பூசினார். தலையாரி பதறி, "மன்னிக்கனும்..." - வாய் பொத்தி நின்றான்.

“நான் கமுதி போறேன்...” - மெதுவாகச் சொன்னான்.

“கமுதியிலே உனக்கு என்ன காரியம்?” - வாசலில் கிடந்த செருப்புகளை மாட்டினார்.

“கமுதி முதலாளியை, துரைமார் சந்திக்கணுமாம். தகவல் சொல்லப் போறேன்.”

“போ... போ...” - அத்தர் வாசனை மூக்கைத் துளைக்க முஹம்மது ராவுத்தர் கச்சேரிக்குப் புறப்பட்டார்.

ஊரின் மையத்திலிருக்கும் ஊரணியின் மேல் கரையில் போலீஸ் கச்சேரி. உள்ளே இருந்த லாரன்ஸ், “ஏய் முன்சீஃப்! வா... வா...” - இடது கை அசைத்து அழைத்தான். முஹம்மது ராவுத் தருக்கு ‘சுருக்’ என்றது. ‘வெள்ளைக்காரனுக்கு எவ்வளவு திமிர்...’ - படியேறி உள்ளே போனார். மூலையில் கோவணத் தோடு அமர்ந்திருந்த கிடாத்திருக்கைப் பெரியவரைப் பார்க்க முன்சீஃப்புக்கு சகிக்கவில்லை. பெரியவரோடு நெருக்கமான பழக்கம் உண்டு.

வலதுபுறம் கிடாத்திருக்கை இளவட்டங்கள் குற்றுயிராக உருண்டு கொண்டு இருந்தார்கள். ஓரத்தில் மூன்று பேர் செத்துக் கிடந்தார்கள். முஹம்மது ராவுத்தர் பதற்றமானார்.

“என்ன முன்சீஃப்! ரணசிங்கம் பற்றி எதுவும் தகவல் உண்டா?”

“ரணசிங்கம் தங்கச்சிக்கு இன்று பெருநாழியில் கல்யாணம். வேறு தகவல் எதுவும் இல்லை.”

“ஒரு மேலதிகாரிக்கு கிராம அதிகாரி தரும் தகவல் இது தானா?”

“ரணசிங்கத்தை நீங்கள் ஆப்பநாட்டுக்குள் தேடுவது, கடல் மணலில் விழுந்த குண்டூசியைத் தேடுவதற்குச் சமம்!”

இன்ஸ்பெக்டர் லாரன்ஸ் சிகரெட்டைப் பற்றவைத்தான். “முன்சீஃப்! ஆப்பநாட்டுக்காரர்களைப் பற்றிக் கொஞ்சம் சொல்லேன்!”

முஹம்மது ராவுத்தர் நிதானமாகப் பேசினார்; வீரம் உண்டு! இவர்களில் பெரு வாரியானவர்கள் ‘நாடு காவல்’ பணியில் இருந்தவர்கள். வெள்ளைக்கார துரைமார்கள் வெளியே செல்லும்போது, கையில் ஒரு பிரம்பையோ கைத் தடியையோ

எடுத்துச் செல்வதுபோல், இவர்கள், உறையில் இடப்படாத வாள்களையும் வேல் கம்புகளையும் கையில் எடுத்துச் செல்வதைப் பார்க்கலாம். ஆயுதம் ஏந்தி சண்டையிடும் நுட்பத்திலும் கை லாகவத்திலும் இவர்களை விஞ்சியவர்கள் இல்லை. எதிரிகளை சினம் தணியும் வரை கொன்று மகிழ்வார்கள்.

"ஓஹோ!" - புகையை இழுத்து ஊதினான்.

முகத்துக்கு வந்த புகையை விலக்கியபடி பேசினார் முஹம்மது ராவுத்தர். "ஆப்பநாட்டுக்காரனை ஓர் அந்நியன் தாக்கினால், கருப்பட்டி வட்டு மீது ஈக்கள் மொய்ப்பது போல், கூட்டமாகச் சேர்ந்து வந்து கொலை செய்வார்கள்!"

"அப்படியா?" - லாரன்ஸ் நமட்டுச் சிரிப்பு சிரித்தான்.

"எல்லா ஊர்களிலும் வாள் வீச்சு, சிலம்பம், கை வளரி எறிதல், மல்யுத்தம் போன்றவற்றுக்கான பயிற்சிக் களரிகள் உண்டு. ஆறு வயதுச் சிறுவர்களாக இருக்கும்போதே பயிற்சிக் களரியில் சேர்த்து விடுவார்கள். உடற்கூறு அறிந்த வஸ்தாவிகள், சிறுவர் களில் கால் மூட்டு - கை மூட்டுகளில் நல்லெண்ணெய் போட்டு நீவி விடுவார்கள். எலும்பு மூட்டுகள் நெகிழ்ந்து, விரும்பிய வண்ணம் உடலை வளைக்கும் திறன் பெறுவார்கள். உடம்பில் எலும்பே இல்லாதவர்கள் போல், எப்படி வேண்டுமானாலும் உடலை இயக்கும் ஆற்றல் பெறுவார்கள். இந்த உடல்வாகு வாய்க்கப் பெற்றவனிடம் இருந்து எதிரி எப்படி தப்ப முடியும்?"

லாரன்ஸ் வாய்விட்டு பலக்க சிரித்தான். "முன்சீஃப்! நீ என்ன ஆப்பநாட்டுக்காரனின் பெருமை பேச வந்தாயா?" - எழுந்தான்.

ஆப்பனூர் மந்தைத் திடலைச் சுற்றி வேப்பமரங்களும் புளியமரங்களும் அடர்ந்து நின்றன. இளவட்டங்கள் ஒருபுறமும், சிறுவர்கள் ஒருபுறமும் சிலம்பம் பழகிக் கொண்டிருந்தனர்.

"ஏய் கிளம்புங்கப்பா! பொழுது இருக்க, பெருநாழி போய்ச் சேர வேண்டாமா?" - மந்தைக்குள் நுழையாமலே அம்மாசி சத்தம் போட்டார்.

"டேய் திருக்கண்ணா! தாலி கட்டப் போற மாப்பிள்ளை நீ! சின்னப் பயலுகளோட சேர்ந்து சிலம்பு சுத்திக்கிட்டிருக்கிறே..."

ஆட்டத்தை நிறுத்தினார்கள். முங்கிக் குளித்தது போல்

எல்லோருக்கும் வியர்த்து ஓடியது. திருக்கண்ணனின் மார்பு, தோண்டியெடுத்த சர்க்கரை வள்ளிக் கிழங்குபோல் 'விண்' என்றிருந்தது. திருக்கண்ணனைச் சுற்றி நின்ற இளவட்டங்களை விலக்கிவிட்டு ஒரு சிறுவன் வந்தான். ஒரு கையில் கம்பு இருந்தது. இவ்வளவு நேரம் சிலம்பம் ஆடிய களைப்பே தெரியக் காணோம்!

"அண்ணே, உங்க கல்யாணத்துக்கு நானும் பெருநாழி வர்றேன்."

"வா... உன்னை வரவேண்டாம்னு யாரு சொன்னது?" - சிறுவன் மட்டத்துக்கு குனிந்து கேட்டான்.

"'மலட்டாறிலே தண்ணி போகுது. இருட்டு நேரம். சின்னப் பயலுக வரக்கூடாது'ன்னு எங்க ஆத்தா சொல்லுதுண்ணே!"

அம்மாசி இடைமறித்து சத்தம் போட்டார், "உங்க ஆத்தா கெடக்குறா கிறுக்குச் சிறுக்கி! கல்யாணப் பொண்ணு, யாரு தெரியும்லே? ரணசிங்கம் தங்கச்சி! ஆப்பநாட்டுச் சனமெல்லாம் இன்னைக்கு பெருநாழியிலேதான் நிக்கும்!" - சிறுவனின் தலையைத் தொட்டு, "நீ எங்ககூட வாப்பூ. அய்யா கூட்டிட்டுப் போறேன்" என்றார்.

சிறுவனுக்கு சந்தோசம் தாங்கலே! கம்பைச் சுழற்றி வணக்கம் செலுத்திவிட்டு ஓடினான்.

மாயழகியை நிச்சயம் பண்ணியதிலிருந்து, திருக்கண்ணனுக்கு இளவட்டங்கள் மத்தியில் மவுசு கூடிப்போச்சு! பொண்ணு, ரணசிங்கம் தங்கச்சிலே...! வியர்வையைத் துடைத்துக்கொண்டே நடந்தார்கள்.

"ஏப்பா திருக்கண்ணா! பொண்ணை நீ பாத்திருக்கியா?"

"சின்ன வயசுலே பெருநாழி எருதுகட்டுக்குப் போனபோது பார்த்தது..."

"கல்யாணத்துக்கு முன்னாலே பொண்ணை மாப்பிள்ளையும், மாப்பிள்ளையைப் பொண்ணும் பாக்குற பழக்கம் நமக்குக் கிடையாதுல்லே?"

"ஆனா, நம்ம ஊரு பொம்பளைக பெருநாழி போய் பொண்ணை பாத்திருப்பாங்கள்லே?"

"ஆமாம் போனாங்க."

மணமகன் வீட்டுப் பெண்கள் போய் மணமகளின் உடல்

வாகு, பொருத்தம் அறிந்து வருவதுதான் மண உறவின் முதற் கட்டம். மணப்பெண் - அகன்ற பாதங்களை உடையவளாகவோ, கெண்டைக்கால் பருத்தவளாகவோ, கழுத்தின் தோல், இரண்டு மடிப்புகளுக்கு மேல் உள்ளவளாகவோ இருக்கக் கூடாது. நெற்றிப் பொட்டின் மயிர்க் கற்றை, குறுக்கு வாக்கில் வளர்ந்திருக்க வேண்டும். நெற்றியின் மேல், பாம்பின் தலையைப் போல் சுழி இருந்தால் தீங்கு வரும் அறிகுறி என்றெல்லாம் அவர்களுக்குள் சில நம்பிக்கைகள் வைத்திருந்தார்கள்!

"பொண்ணு எப்படியாம்?" திருக்கண்ணனின் வாயை கிண்டினார்கள். ஓரமாக நடந்துவந்த 'பூட்டு'க்குக் கோபம் பொத்துக்கொண்டு வந்தது. 'பூட்டு' பட்டப் பெயர். "மாப்பிள் ளைகளா...! ரொம்பத்தான் கிண்டாதீங்க. அண்ணன் ரணசிங்கம் கூடப்பொறந்த பொண்ணு எப்படி இருக்கும்?"

"டேய் பூட்டு! உனக்கு ஏண்டா இம்புட்டுக் கோபம் வருது? பொண்ணு உன் 'கிளை'காரியாக்கும்!"

"ஆமாம். நானும் 'வீரன் கிளை', அண்ணன் ரணசிங்கமும் 'வீரன் கிளை." - பூட்டு பீற்றிக் கொண்டான்.

'வீரன் கிளை' என்பது சொல் வழக்கு. 'வீரமுடி தாங்கினான் கிளை' என்பதே சரியான பதம். திருக்கண்ணன் பிறந்தது 'வேட்டுவன் கிளை!' வீரன் கிளைக்கும் வேட்டுவன் கிளைக்கும் சம்பந்தம் பண்ணலாம். ஒரே கிளைக்கார ஆணும் பெண்ணும் அண்ணன், தங்கச்சி முறை.

ஊரணி தண்ணீர் நிறை பெருக்காகக் கிடந்தது. போன வேகத்தில் எல்லோரும் தண்ணீருக்குள் பாய்ந்தார்கள்.

கமுதி முதலாளி வீடு, பெருநாழி போகும் சாலையில் இருந்தது. அரண்மனை போல் பெரிய காரை வீடு. தலையாரி கதவைத் தட்டினான். இடுப்பு வேட்டி மட்டும் கட்டியிருந்த வேலையாள் கதவைத் திறந்தான். "வாங்க தலையாரி... என்ன இந்நேரம்?"

"பொணம் காக்கிற தலையாரிக்கு நேரமாவது, காலமாவது! முதலாளி இருக்காரா?"

"இருக்காரு" வேலையாள் சொல்லி முடிக்கும் முன் முதலாளி வந்து விட்டார். கருந்திரேகம். ஏறிய நெற்றி. வழுக்கைத் தலை

இறக்கத்தில் கொசுறு முடி. காது, மூக்கு, கண்ணு, வாய் எல்லாமே பெருசு பெருசு! வெள்ளை வேட்டி, கையில்லாத கதர் பாடி.

"தலையாரி, பகல்லே என் வீட்டுக்கு வர்றபோது, எப்பவும் தலைவாசல் வழியா வராதே. எவனாவது பார்த்துருவான். கொல்லை வழியாத்தான் வரணும், தெரிஞ்சதா? வந்த விசயம் என்ன?" - ஊஞ்சலில் அமர்ந்தார்.

"துரை, உங்களை சந்திக்கணுமாம்."

"புது துரை யாரு?"

"தனுஷ்கோடி இன்ஸ்பெக்டராம். பேரு லாரன்ஸ். அவரோடு சேர்ந்து முதுகுளத்தூர் இன்ஸ்பெக்டரும் இங்கே வர்றாரு."

"அவருக்கு இங்கே என்ன வேலை?"

"தனுஷ்கோடி துறைமுகத்திலே நின்ன கப்பலைத்தானே ரண சிங்கம் தகர்த்தான்... அவன் தங்கச்சிக்குப் பெருநாழியிலே இன்னைக்கு கல்யாணம். அங்கே வச்சு அவனை ஒரே அமுக்கு! பெரிய போலீஸு பட்டாளமே பெருநாழி போகுது. போற வழியிலே உங்களை துரைமார் சந்திக்கணுமாம்."

"ஏய் தலையாரி! ஆப்பாநாடே கொந்தளிச்சுக் கிடக்கு! இந்நேரம் அதிகாரிகள் இங்கே வந்து என்னைக் காட்டிக் கொடுத்துறப் போறாங்க!"

"சர்க்காரே உங்க பின்னாடி இருக்குது முதலாளி."

"அட போப்பா, நீ ஒரு ஆளு! பிரிட்டிஷ் கப்பலையே தகர்த்துட்டான் ரணசிங்கம்! என் வீடும் கிட்டங்கியும் எம்மாத்திரம்? அதுசரி.. வர்ற அதிகாரிகள் ராத்திரி இங்கே தங்குறாங்களா?"

"அது தெரியலே. எதுக்கும் மேற்படி ஏற்பாடுகளையும் செய்து வையுங்க"- ஓரக் கண்ணடித்தான் தலையாரி.

இன்ஸ்பெக்டர் லாரன்ஸ் எழுந்ததும் முன்சீஃபும் எழுந்தார். வாசலை நோக்கி ரெண்டு எட்டு நடந்த லாரன்ஸ், "ஆப்ப நாட்டுக்காரனை வீரன் என்கிறாய், சூரன் என்கிறாய்! கையேந்தி சம்பளம் வாங்கும் சர்க்கார் சிப்பந்திதானே நீ?" திரும்பாமலே பேசிக்கொண்டிருந்தான்.

முன்சீஃப் முஹம்மது ராவுத்தர், புறங்கையைக் கட்டி நடக்கிற சாக்கில், தன் விரலிடுக்கில் சுருட்டி வைத்திருந்த சிறு காகிதச் சுருளை, யாரும் அறியாமல் மெதுவாக, கிடாத்திருக்கைப் பெரியவரின் மடியில் போட்டார்.

"ஆமாம் அய்யா! கையேந்தி சம்பளம் வாங்குகிற சர்க்கார் சிப்பந்தி தான் நான். புது அதிகாரிகளுக்கு ஊர் நிலவரம் சொல்லவேண்டிய கடமை, கிராம அதிகாரிக்கு உண்டுதானே…?"

எழுதப் படிக்கத் தெரியாத பெரியவர், காகிதச் சுருளை இளவட்டங்கள் பக்கம் தள்ளிவிட்டார்.

"கிடாத்திருக்கையில் தண்டோரா அறிவிப்புக்குப் போன இரண்டு போலீஸ்களை இவர்கள் கொன்றார்கள். பதிலுக்கு இதோ மூன்று பேர் பிணமாகக் கிடக்கிறார்கள்." - வாசல் வெளிச்சம் பார்த்து பேசிக்கொண்டே இருந்தான். சுருள் சீட்டு, எல்லா இளவட்டங்களின் கைகளுக்கும் மாறிக்கொண்டிருந்தது.

"அய்யா இரண்டுக்கு மூன்று, மூன்றுக்கு நான்கு என நீங்கள் சாவுக் கணக்கே போடுகிறீர்கள்! அத்தனை பேரும் அழிந்து, ஆப்பநாட்டுக்காரன் ஒரே ஒருவன் மிஞ்சினாலும் ஆபத்து தான்!" -லாரன்ஸை திரும்ப விடாமலே பேச்சு கொடுத்துக் கொண்டிருந்தார் முன்சீஃப்.

சீட்டு பேயாண்டியின் கையில் இருந்தது. எல்லோரும் பேயாண்டியைப் பார்த்து ரகசியமாக தலையாட்டினார்கள்.

5. தலைக்கு மேலே தங்கச்சி கல்யாணம்

மண் முடாக்களில் குதிபோட்டுக் கொதிக்கும் கிடாய்க் கறிக் குழம்பு, பெருநாழி ஊரெல்லாம் மணத்தது. வாய் ஊறித் திரியும் சிறுவர்கள் கும்மாளமிட்டார்கள்.

'அக்காவுக்குக் கல்யாணம்... அக்காவுக்குக் கல்யாணம்...' மாயழகி வீட்டு வாசலில் போட்டிருந்த கல்யாணப் பந்தலுக்குள், ராகம் போட்டு சுற்றிச் சுற்றி வட்டமடித்தார்கள்.

'டேய்! மாயழகி எனக்குத்தான் அக்கா, உனக்கு மதினி!' - சிறுவனின் பிடரியில் ஒரு தட்டு தட்டினான் இன்னொருவன்.

தலையை உலுப்பி விட்டு, 'அதெல்லாம் தெரியாது கல்யாணம்... கல்யாணம்...' - தெருவெல்லாம் ஓடியவனின் அரைஞாண் கயிறை தொடுக்குப் பிடித்துகொண்டே மற்றவர்களும் ஓடினார்கள்.

கறியும் சோறும் திங்கப்போகிற சந்தோஷம்... குடல் வற்றி, பெரும் பசி எடுக்க, 'திங்கு திங்கு' என குதித்தார்கள். நாலு குதி குதித்து விட்டு குழம்பு கொதிக்கும் இடத்துக்கே திரும்பவும் வந்து மோப்பம் பிடித்தார்கள். நெஞ்சு நிறைய குழம்பு வாசம் ஏறவும், 'அக்காவுக்குக் கல்யாணம்... அக்காவுக்குக் கல்யாணம்...' -மறு சுற்று ஓடக் கிளம்பினார்கள்.

மாயழகி கல்யாணம், பெருங்கொண்ட கல்யாணம். ரணசிங்கம் முகத்துக்காகவே ஏகப்பட்ட சனம் திரளும். அறுபட்ட கிடாய்களின் எண்ணிக்கை தெரியலே! நேற்று இரவே, ஆட்டுப் பட்டியில் அடைபட்டிருந்த கிடாய்கள், விடியுமுன்பே அறுபட்டன.

கைக்கு ரெண்டு கால்களைப் பிடித்து, படுக்கை வசமாகக் கிடாயை மலர்த்திப் போட்டார்கள். கத்தவிடாமல் கையால் வாயை பிடித்துக் கிடாயின் குரல்வளையில் சூரிக்கத்தியை வைத்து 'கர்ரக்' என ஒரே அறுப்பு. பீச்சி அடிக்கிற ரத்தத்தை பூமி குடிக்க விட்டார்கள். அறுக்க ரெண்டு பேர். விரித்த ஓலைப் பாய்களில் வந்துவிழும் கறியை அரிவாள்மனைகளால் அரிய, ஏழெட்டுப் பெண்கள்.

எந்த வீட்டிலும் இன்று உலை வைக்கவில்லை. ஒரு வழியாக சாயங்காலம் கறியையும் சோறையும் ஒரு பூட்டு பூட்ட வேண்டி யதுதான்.

கறி, பெரும் பெரும் முடாக்களில் கொதிக்குது. நெல்லுச் சோறு வெந்து. ஓலைப் பாயிலே மலைபோலக் கொட்டி வெள்ளைத் துணி போட்டு மூடிக் கிடக்குது. குதிரைக் களஞ்சியம் அரிசிச்சோறு. வெறுஞ்சோறையே உருட்டி உருட்டித் திங்கலாம். அவ்வளவு ருசி!

ஆப்பநாட்டுச் சனம் அரிசிச் சோறு திங்கிறது ரொம்ப அரிது. சோளத் தட்டை உடம்புதான் நெல்லுச்சோறு தேடும். உடம்பைக் கடம்பாக்கி உழைக்கிற சனத்துக்குக் கம்பஞ்சோறுதான் . இறுகி வைரமாகும்.

கல்யாணம், சடங்கு, பொங்கல், தீபாவளிக்கு வீடுகளில் சாதம் வடிக்கிறது உண்டு. ஆனால், தோசை மட்டும் கம்பந்தோசை தான்! தாமரை இலை அகலத்திலே, சுண்டு விரல் கனத்திலே தோசை. ரெண்டு மிளகாயைக் கூடுதலாகப் போட்டு அரைச்ச பாசிப் பயறு சட்டினியை தொட்டுத் திங்கிற ஒவ்வொருத் தனும்

ஒரு கடகாப் பெட்டி தோசை தின்பான். கம்பந் தோசைக்கும் பாசிப் பயத்துச் சட்டினிக்கும் வயிறு ஒரு இழு இழுக்கும். தேங்காய்ச் சட்டினி சுவைக்காது. கம்பஞ்சோறுக்கும் பழைய கருவாட்டுக் குழம்புக்கும் நல்ல சேர்க்கை. இமைக்கிற நேரத் திலே ஒரு கும்பா சோறு உள்ளே இறங்கும். மண்ணோடும் காடுகளோடும் மல்லுக்கட்டுகிற உடம்பு, தனக்கு ஏற்ற உணவைத் தானே தீர்மானிக்குது.

வெயில் படாத குமரிகள், முக்காடு போட்டு முகத்தை மறைத்துக்கொண்டு, சந்துபொந்துகளில் நுழைந்து வந்து மாயழகியைச் சுற்றி உள்வீட்டில் கூடிக் கிடந்தார்கள். பாய்ச்சலுக்கு நிற்கும் எருதுகட்டுக் காளையை சனம் கூடி வேடிக்கைப் பார்ப்பது போல், மாயழகியை வைத்த கண் வாங்காமல் பார்த்துக் கொண்டிருந்தார்கள்.

மாயழகி மனசுல கல்யாண சந்தோஷம் இல்லை. ஏதோ மனச்சுமையோடு இருந்தாள். ரணசிங்கம் மனைவி திருக்கம் மாவும் தங்கச்சாமி மனைவி பஞ்சவர்ணமும் ஓடிப் பறந்து திரிந்தார்கள்.

ரணசிங்கம் மகனுக்கு மூன்று வயது. பெயர் துரைசிங்கம். ஒரே பிள்ளை. தங்கச்சாமிக்குக் குழந்தை கிடையாது.

ரணசிங்கம் வீடு ஓட்டு வீடு. பெருநாழிக்குள்ளே நாலைந்து தான் ஓட்டு வீடுகள். மற்றதெல்லாம் கூரை. கம்பந்தட்டை, சீவம்புல்லால் வேய்ந்த வீடுகள். மண் சுவர். கோடைக்குக் குளிர்ச்சியா இருக்கும். மார்கழி, தை, மாசி மாதங்களில் பனி இறங்கும். வெள்ளாவி வச்சு வண்ணாத்தி துவைத்துக் கொண்டு வரும் கண்டாங்கிச் சேலையை கணகணவென்று போர்த்திப் படுத்தால் உறக்கம் சொக்கும். 'மாசி பனிக்கு மச்சும் குளிரும்"னு சொல்றதுண்டு.

சமஞ்ச குமரிகளுக்கு நடுவில் இருந்த மாயழகியின் பார்வை அலைந்துகொண்டே இருந்தது... 'அண்ணன் வந்துருமா?'

அண்ணன் மகன் துரைசிங்கம் தலைவாசல் கதவோரம் நின்றிருந்தான்.

"சிங்கம்...சிங்கம்!" மாயழகி மெதுவாக அழைத்தாள். இவ்வளவு மெதுவாக அவள் பேசியதே இல்லை.

ஆளுக்கு ஒரு வேலையை இழுத்துப் போட்டுக்கொண்டு, சனம் குறுக்கும் நெடுக்குமாக அலைந்தது.

மாயழகி கூப்பிட்டது சிறுவனுக்கு கேட்கவில்லை. உடனிருந்த குமரி ஒருத்தியிடம், "அடியேய்...! துரைசிங்கத்தைத் தூக்கிட்டு வா..."

குமரி எழுந்துபோய், "துரைசிங்கம், உங்க மாயழகி அத்தை கூப்பிடுது, வாய்யா!" கைநீட்டித் தூக்கப் போனாள்.

சிறுவன் கெலித்து, ஒரே ஓட்டமாக ஓடிவந்து மாயழகியின் மடியில் அமர்ந்து, அண்ணாந்து முகத்தைப் பார்த்தான். அவன் கன்னத்தில் மாயழகி முத்தமிட்டாள். எல்லோரையும் பிரியப் போகிற துயரம்... மறு கன்னத்தில் அழுந்த முத்தமிட்டாள். மாய ழகிக்குள் அலைமோதும் துயரம், அத்தனை குமரிகளையும் தொற்றிக் கொண்டது. யாருக்கும் பேச்சு வரலே. எல்லோரும் மாயழகியை உரசிக்கொண்டு உட்கார்ந்து இருந்தார்கள்.

இன்ஸ்பெக்டர் லாரன்ஸோடு பேச்சுக் கொடுத்துக் கொண்டே கச்சேரி வாசலுக்கு வந்த முன்சீஃப் முஹம்மது ராவுத்தர், திகைத்தார். லாரி நிறைய போலீஸ் பட்டாளம் இறங்கிக் கொண்டிருந்தது. எல்லாம் துப்பாக்கி ஏந்திய சட்டி போலீஸ்.

முன்சீஃப் திரும்பி, கச்சேரிக்கு உள்ளே இருந்த கிடாத் திருக்கை இளவட்டங்களைப் பார்த்தார். அவர் நழுவவிட்டு வந்த சுருள் சீட்டு, பேயாண்டியின் கையில் இருந்தது. பேயாண்டி யைப் பார்த்து எல்லோரும் ரகசியமாக தலையசைத்துக் கொண்டிருந்தார்கள்.

லாரன்ஸோடு உட்கார்ந்து பேசிக்கொண்டிருந்த இடத்தில் விட்டு வந்த செருப்பை அணிகிற சாக்கில் முன்சீஃப் உள்ளே வந்தார். பேயாண்டிக்கு மட்டும் கேட்குமாறு, "வெளியே நிலைமை சரியில்லே. அவசரப்படாதே, பொறுமையா இரு!" சொல்லிவிட்டு வாசலுக்கு நகர்ந்தார்.

இன்ஸ்பெக்டர் லாரன்ஸ் லாரியில் வந்திறங்கிய போலீஸு களுக்கு உத்தரவு பிறப்பித்துக் கொண்டிருந்தான்.

"இங்கு யாரும் இறங்கவேண்டாம். உடனே எல்லோரும் பெருநாழி போகவேண்டும். கமுதி போலீஸையும் உடன் அழைத்துக் கொள்ளுங்கள். ரணசிங்கத்தைப் பிடிக்க, எவ்வளவு பலாத்காரத்தைப் பிரயோகித்தாலும் குற்றமில்லை. எனக்கு ரணசிங்கம் வேண்டும்."

லாரன்ஸின் காதில் உள்ளூர் இன்ஸ்பெக்டர் கிசுகிசுத்தான். லாரன்ஸ் மறுத்தான். "இந்தக் கச்சேரிப் பாதுகாப்புக்கு இங்குள்ள போலீஸே போதும். மற்ற எல்லோரும் பெருநாழி போகட்டும். இன்று கல்யாணத்துக்கு வரும் ரணசிங்கத்தை பிடிக்கத் தவறினால், ஆப்பநாட்டுக்குள் ஊடுருவி விடுவான். அப்புறம் அவனை ஒருபோதும் பிடிக்கமுடியாது".

ஆப்பனூருக்கும் புனவாசலுக்கும் இடையில்லாமல் மாட்டு வண்டிகள் நின்றன. பக்கத்து ஊர் வண்டிகள் எல்லாம் ஆப்பனூர் வந்து, இங்கிருந்து பெருநாழிக்குக் கிளம்புவதாக ஏற்பாடு.

வண்டிகளில் நாத்துக் கூளத்தைப் பரப்பி, மேலே ஜமுக்காள விரிப்பு. பருத்திமார் படல் வைத்த வண்டிகள். கைப் பிடி மானத்துக்கு ஊன்று கம்புகள். வண்டிக்குப் பத்துப்பேர் உட்காரலாம். பெண்கள் எல்லாம் பெரிய வண்டிகளில் உட்கார்ந்திருந்தார்கள். பெரியவர்களுக்கு வில்லு வண்டிகள். இளவட்டங்களுக்கு பந்தய மாடுகள் பூட்டிய தட்டு வண்டிகள். எல்லா வண்டிகளிலும் நாத்துக் கூளத்துகுக் கீழே ஆயுதங்கள் பரப்பிக் கிடந்தன. பெரிய வண்டிகளில் வேல் கம்புகளும் வாள்களும். வில்லு வண்டி, தட்டு வண்டிகளில் வளரியும் அரிவாள்களும். எல்லா ஆண்களின் இடுப்பிலும் சூரிக்கத்திகள் செருகி இருந்தன. கல்யாண மாப்பிள்ளை திருக்கண்ணனிடம் மட்டும்தான் ஆயுதம் இல்லை.

ஆண்களும் பெண்களும் வெளியேறிய ஊர்களில் மிஞ்சியது சமஞ்ச குமரிகள்தான். அவர்களுக்குத் துணையாக சிறுவர்களும் கிழவிகளும். 'நானும் வருவேன்...' எனப் புழுதியில் விழுந்து அழுது புரளும் சிறுவர்களின் முதுகில் 'மொத் மொத்' எனப் பூசை விழுகுது. 'மலட்டாற்றில் வெள்ளம் போகுதாம்! இருட்டு நேரம். சிறு பயல்கள் தவறி விழுந்தா மூக்கூர் கடல்லே பொணமாத்தான் தூக்கணும்.' - மறுபடியும் முதுகில் ரெண்டு பூசை.

ஆப்பனூர் கிராம தேவதை அரியநாச்சி. திருக்கண்ணனோடு போன இளவட்டங்கள், கூடம் பொருத்தி சாமி கும்பிட்டு, சிதறு தேங்காய் உடைத்து வண்டிக்குத் திரும்பிவிட்டார்கள். இன்னும் மீனங்குடி வண்டிகளைக் காணோம்.

பெரியவர் தவசியாண்டி, "ஏம்மா அழகுமீனா! பெட்டி அரிசி, பூ, பழம், தேங்காயெல்லாம் எடுத்தாச்சா?" என்றார். திருக்கண்ணனின் தாயார் அழகுமீனா, "எடுத்தாச்சு மாமா..." என்றாள்.

அழகுமீனா அமர்ந்திருந்த வண்டியில் பெட்டி அரிசி இருந்தது. வண்ணப் பனை ஓலைப் பெட்டியில் 21 படி அரிசி, 5 கட்டு வெத்தலை, 7 கருப்பட்டி வட்டு, 7 தேங்காய், 70 வாழைப் பழம், 21 மஞ்சள் துண்டு, பூ, சந்தனம், குங்குமம் எல்லாம் அழகு மீனாவின் கை அணைவில் இருந்தன. வண்டிகளில் பூட்டப்பட்டி ருந்த மாடுகள், தட்டிவிட்டால் பறந்துபோக கால் உதறி பர பரத்து நின்றன. மீனங்குடி வண்டிகள் கிழக்கே இருந்து வரணும். பெரியவர் தவசியாண்டி, கிழக்கே பார்த்து நாலு வண்டிகளைக் கடந்துவந்தார்.

"கும்பிடுறேன் மச்சான்!" - மாரந்தை பாண்டி தலைக்குமேல் கும்பிட்டார்.

"வாப்பா பாண்டி, மீனங்குடி வண்டிகளை இன்னும் காணோமே?"

"மீனங்குடி வண்டிகள் வந்துரும் மச்சான். தாலி கட்டுக்கு ரணசிங்கம்தான் வரமாட்டான்."

"என்னப்பா சொல்றே!"

"ஆமாம் மச்சான். ரணசிங்கம், இளஞ்செம்பூரிலே இருக் கிறானாம். முதுகுளத்தூர் கச்சேரியில் அடைபட்டுக் கிடக்கிற கிடாத்திருக்கை இளவட்டங்களை மீட்கப் போறானாம்!"

"அப்போ... தங்கச்சி கல்யாணம்?"

"அதை நாம நடத்த வேண்டியதுதான்."

"தலைக்கு மேலே தங்கச்சி கல்யாணத்தை வச்சுக்கிட்டு கப்பலைத் தகர்க்கிறேன், கச்சேரியைத் தகர்க்கிறேன்னு அலை யிறானே... வெள்ளைக்காரப் பயல் விடுவானா?"

தவசியாண்டி வாய் மூடும் முன், கிழக்கே இருந்து மீனங்குடி வண்டிகள் காற்றாகப் பறந்து வந்தன.

"ம்... கிளம்புங்கப்பா... கிளம்புங்க!"

6.இளஞ்செம்பூர் மடை

இளஞ்செம்பூர் பறையான் மடையில் அமர்ந்திருந்த இளவட்டங்கள் யாரும் வாய் திறக்கவில்லை. பட்டியல் கல்லில் சம்மணம் இட்டிருந்த ரணசிங்கம், இமை மூடாமல் பேசினான்.

“கிடாத்திருக்கை இளவட்டங்களை மிருக வேட்டையாடி, மனிதாபிமானமற்ற முறையில் கொடுமைப்படுத்திக் கொன்ற பிரிட்டிஷ் அதிகாரி லாரன்ஸின் அடக்குமுறைத் திமிர்த்தனத்துக்கு பழிவாங்கும் பதிலடியாக இந்தத் தாக்குல் அமையவேண்டும். இங்கு மட்டுமல்ல, இந்திய தேசம் முழுக்க எத்தனையோ கிடாத்திருக்கைள்... எத்தனையோ முதுகுளத்தூர் கச்சேரிகள்... எத்தனை எத்தனையோ லாரன்ஸுகள்! ஆனால், அவர்கள் வெகுசிலர்; நாமோ பலர். சிலநூறு ஆயுதபாணிகளுக்கும் பல கோடி நிராயுதபாணிகளுக்குமான யுத்தம் இது!”

மேற்கே பெருகிக் கிடந்த கண்மாய்த் தண்ணீர், ‘சளப்... சளப்...’ என்று கரையோரம் அலை அடித்தது.

"நிராயுதபாணியாக நிற்கும் நாம், பிரிட்டிஷ் பீரங்கிகளுடன் பகிரங்கமாகச் சண்டையிட இயலாது. அதிரடித் தாக்குதல்தான் நம்மால் இயன்றது. அதிகாரப் பீடங்களை நோக்கி அரிவாள்களையும் வெடிகுண்டுகளையும் வீசுவோம். வடக்கே பாஞ்சாலம், கிழக்கே வங்காளம், மேற்கே மராட்டியம் என தேசத்தின் திசை எங்கும் விடுதலைப் பெருந்தீ பற்றியெரிகிறது. தென் திசைக்கு, ஆப்பநாட்டிலிருந்து அக்கினி கொடுப்போம். அறிவிலும் செல்வத்திலும் ஏழைகளான ஆப்பநாட்டு மக்களிடம் இந்த மண்ணுக்குக் கொடுக்க, உயிரைத் தவிர என்ன இருக்கிறது? சொந்த ரத்தத்தையே காணிக்கையாக்குவதுதான் சிறந்த சமர்ப்பணம். இன்று நமக்குத் தேவையான ஒரே பாடம்... இந்த தேசத்துக்காக சாவது எப்படி என்பதை கற்றுக் கொள்வதுதான்!"

இளவட்டங்களின் ரத்தம் சூடேறிக் கொண்டிருந்தது.

தலையில் விறகுக் கட்டோடு, கரை வழியே வந்த கிழவி, பறையான் மடையருகே நின்றாள். நெற்றிக்கு மேல் கைவைத்து கண்களை இடுக்கிப் பார்த்தாள்.

"யாரப்பா அது.. ரணசிங்கமா? தங்கச்சி கல்யாணத்துக்கு போகலையாப்பா?"

"போகணும் தாயீ..."

"கூட்டம் போடவும், குண்டு வைக்கவுமா அலையிறே! உன் குடும்பத்தையும் கொஞ்சம் பார்த்துக்கோ சாமி!" - கிழவி கரை இறங்கி நடந்தாள்.

ரணசிங்கம் உதட்டோரம் சிரித்துக் கொண்டான். இள வட்டங்கள் கொதிப்பு அடங்காமல் இருந்தனர்.

தரை இறக்கத்தில் எதிரே வந்த பெண்ணிடம், "யாரடி அவள்?" - தலைச்சுமையோடு கிழவி கேட்டாள்.

"நான்... தான் ராமாயி."

"ஈயச் சட்டியிலே ஆவி பறக்குது! என்ன கொண்டு போறே?"

"சுக்குமல்லி காபி. ரணசிங்கம் அண்ணனுக்கு."

"போ... போயி பிள்ளைகளுக்கு ஊத்திக் குடு..." - ஊரைப் பார்த்து நடந்தாள்.

ராமாயி, கொதிக்கும் காபி சட்டியை மடைக்குழி பட்டியல் கல்லில் இறக்கினாள். கண்மாய்க்குள் இறங்கி ஈய தம்ளர்களைக் கழுவினாள்.

"எல்லாருக்கும் ஊத்திக் குடும்மா..." - ரணசிங்கம் கைக் காட்டினான்.

சுக்கும் மல்லியும் சேர்ந்த கருப்பட்டி காபி. கரேர் என்றிருந்தது. சுடு காபியை ஊதி ஊதிக் குடிக்கும் இளவட்டங்ளின் பார்வை, ரணசிங்கத்தை விட்டுப் பிரியாமல் இருந்தது. பார்க்கப் பார்க்க வியப்பு மேலிட்டது.

"பாதிநாள் இங்கே இருக்கிறாரு. பாதிநாள் தலை மறைவாப் போயிடுறாரு. வடக்கே இருந்து ரகசியமா ஆட்கள் வந்துட்டுப் போறாங்க. அவங்க பேசுறது நமக்கு ஒரு கழுதையும் புரியுற தில்லே! அண்ணனுக்கு அத்தனை பாஷையும் புரியுது!"

"என்ன படிச்சிருக்காரு?"

"மதுரை பசுமலை பள்ளிக்கூடத்திலே படிச்சாராம்!"

"அப்போ.. பெரிய படிப்பாத்தான் இருக்கும்!"

பொழுது மேற்கே இறங்கிக் கொண்டிருக்க, சண்முகப் பாண்டியுடன் ஆலோசனையில் இருந்தான் ரணசிங்கம்.

"கச்சேரி காவல் எப்படி இருக்குது?"

"லாரியில் வந்த மலபார் போலிஸுகளை, லாரன்ஸ் பெருநாழிக்கு அனுப்பிட்டான். உள்ளூர் போலீஸு மட்டும் தான். கச்சேரி காவல். இப்போதைக்கு அவங்க கண்ணெல்லாம் 'பெருநாழி' மேலே தான்."

"சரியான தருணம்.. பையன்களை உடனே கிளப்பு. தேவையான உருப்படிகளை எடுத்துக்கொள்ளுங்கள். எல்லோர் கையிலும் ஆயுதம் இருக்கட்டும்." - ரணசிங்கம் எழுந்தான்.

சண்முகப்பாண்டி, "அண்ணே... தங்கச்சி கல்யாணம்...?" - இழுத்தான்.

"கல்யாணம் நடக்கும்."

"போலீஸெல்லாம் பெருநாழிக்குப் போகுதே!"

"பெருநாழிக்கு போலீஸ் போக முடியாது!"

ராமாயி, ஈயச் சட்டியோடு கிளம்பினாள். "போயிட்டு வர்றேண்ணே..."

"வா தாயீ!"

இளவட்டங்கள் முறுக்கி எழுந்தார்கள்.

ஆப்பனூர் பெரியவர் தவசியாண்டி, வில்லு வண்டியில் ஏறி அமர்ந்தார்.

மீனங்குடி வண்டிகளுக்குக் காத்திருந்த இளவட்டங்கள், தட்டு வண்டிகளில் தாவி ஏறினார்கள். பெண்கள் அமர்ந்திருக்கும் பெரிய வண்டிகளுக்கு முன்னும் பின்னும் வில்லு வண்டிகளும் தட்டு வண்டிகளும் வரிசைகட்டி நின்றன. எல்லா வண்டிகளுக் கும் முதல் வண்டி, பந்தய மாடுகள் பூட்டிய தட்டு வண்டி. விஜய ராமுவோடு சேர்த்து நாலு இளவட்டங்கள் அமர்ந்திருந்தார் கள். விஜயராமு கையில் 'சங்கு' இருந்தது.

"தாயே அரியநாச்சி! பிள்ளைகளுக்கு ஒரு குறையும் வரக் கூடாது. போகிற காரியம் நல்லபடியா முடியணும்." - கிராம தேவதை அரியநாச்சி அம்மன் கோயில் திசைநோக்கிக் கும்பிட் டார் தவசியாண்டி.

"ம்.. வண்டி கிளம்பட்டும்!" - தோளில் கிடந்த துண்டை எடுத்து, எல்லா வண்டிகளுக்கும் தெறியும்படி வெள்ளை வீசினார். முன்னத்தி வண்டியில் இருந்த விஜயராமு, சங்கெடுத்து ஊதினான்.

'பூம்...ம்ம்..ம்... ம்பூம்... ம்ம்... ம்...ம்...'

வெகுநேரம், கால் பரபரத்து நின்ற மாடுகள் 'ச்சல்ல்' எனக் கிளம்பின.

"ஏய்... வண்டிகளை விரட்டாமல் மெதுவாப் போங்கப்பா..."

தட்டு வண்டி மாடுகளின் வாலைத் தொட்டாலே துள்ளுது! தும்புக் கயிறை இழுத்துப் பிடித்தால், மாடு எவ்வுது! இளவட்டங்களுக்கு சிரிப்பு தாங்கலே! கல்யாண மாப்பிள்ளை திருக்கண்ணன், பெரியவர்கள் அமர்ந்து வரும் வில்லு வண்டி யில் மாட்டிக்கொண்டான். திருகண்ணனுக்குப் பிரியமில்லே. சிரிப்பும் கேலியுமாகக் கூட்டாளிகளோடு சேர்ந்து பந்தய வண்டியில் போகத் தான் ஆசை. பெரியவர்கள் சத்தம் போட் டார்கள். "கல்யாணத் தடை இருக்கு. தாலிகட்டு முடிகிறவரை

மாப்பிள்ளைக்காரனைப் பாதுகாப்பா கொண்டுபோகணும்டா!"

நேற்றுப் பெய்த தூறலில், வண்டித் தடம் ஈரப்பதத்தில் இருந்தது. புழுதி கிளம்பக் காணோம். பெண்கள் ஊன்று கம்புகளை பொறுப்பாகப் பிடித்துக்கொண்டார்கள். தரிசுக் காட்டின் ஊடே பாய்ந்து, முன்னே போகும் வண்டிகளை முந்திச் சென்ற தட்டு வண்டிக்காரனை, தவசியாண்டி சத்தம் போட்டார்.

"ஏய்...! தடம் தப்பி முந்தாதே. வண்டியை விரட்டினால் ஆயுதங்கள் நழுவிக் கீழே விழுந்துரும்."

நாத்துக் கூளத்துக்குக் கீழே பரப்பிக் கிடக்கும் ஆயுதங்கள், வழியில் நழுவ விடாமல் இருக்க, வண்டி ஓரங்களில் கை அணைத்து வந்தனர்.

'பூம்...ம்ம்...ம்..ம்... பூம்ம்ம்... ம்..ம்...'

முன்னத்தி வண்டிக்கார விஜயராமு மூச்சுப் பிரியாமல் சங்கூதிப் போனான்.

கமுதி கடைத்தெருவில் சட்டி போலீஸுகளை இறக்கிவிட்ட லாரிகள், முத்துமாரியம்மன் கோயில் திடலில் ஓரங்கட்டி நின்றன. உள்ளூர்ப் பேச்சுத் தெரிந்த போலீஸுகளை உதவிக்கு வைத்துக் கொண்டு, கடைகடையாகப் போய், தின்பண்டங்களை மேய்ந்தார்கள்.

கமுதி சந்தைக்கு வந்திருந்த சனம் ஒதுங்கி நின்று வேடிக்கைப் பார்த்தது.

"இப்புட்டு போலீஸு வந்திருக்கே... எதுக்காம்?"

"பெருநாழி ரணசிங்கத்தைப் பிடிக்கப் போகுதாம்?"

"ஒரு ஆளைப் பிடிக்க இத்தனை போலீஸா?"

"ரணசிங்கம் ஒரு ஆளா? ஆப்பநாடே அவன் பின்னாடி நிக்குது! ரணசிங்கம் தங்கச்சிக்கு ராத்திரி கல்யாணம். சனம் பெருவாரியா கூடும். போலீஸும் போகுது! என்ன ஆகப் போகுதோ...?

சப்-இன்ஸ்பெக்டர்களும் சார்ஜென்ட்களும் வெள்ளைக் காரர்கள். கடைப் பண்டங்கள் எதுவும் ஒப்பவில்லை. ஒரு கடைத் தாழ்வாரத்தில் ஒதுங்கி நின்றார்கள்.

போலீஸுகளின் பசிக்கு, கருப்பட்டி மிட்டாய் ருசியாகத் தெரிந்தது. ஓலைக் கொட்டானில் மிட்டாயை வாங்கி, வாயோரம் கருப்பட்டி பாகு வழிய ருசித்துத் தின்றார்கள். கடைக்காரனின் கரம்பை நிற உடம்பில் உப்பு பொரிந்திருந்தது. தராசில் ஒரு கண்ணிருக்க, போலீஸுகளிடம் பேச்சுக் கொடுத்தான்.

"அய்யா... பெருநாழியா போறீக?"

போலீஸுகள் பதிலேதும் பேசாமல் தீனியிலேயே குறியாக இருந்தார்கள். கடைக்காரன் தன் போக்கில் பேசினான். "ரணசிங்கத்தை விடாதீங்க. சர்க்காருக்கே சவால் விடுறான்! குருவியைச் சுடுற மாதிரி சுடணும் அவனை. சுட்டீங்கன்னா ஆப்பநாடே அடங்கிடும்."

போலீஸுகள் மிட்டாய்க் கொட்டானோடு நகன்றார்கள்.

வடக்கே இருந்து 'ஹேஹே'வெனப் பெரும் சத்தம் கேட்டது. கடைத்தெருச் சனங்களோடு சேர்ந்து, போலீஸுகளும் வடபுறம் பார்த்தார்கள். புழுதி பறக்க, மாட்டு வண்டிகள் வந்து கொண்டிருந்தன.

சந்தைக் கூட்டத்தார் இறுகிப் போயிருந்தனர். நாசிகளில் தூசி ஏறியது. இடது கையால் மூக்கையும் வாயையும் பொத்திக் கொண்டே சப்-இன்ஸ்பெக்டர், கடைக்காரனிடம் கேட்டான்...

"யார் இவர்கள்? எங்கே போகிறார்கள்?"

"ரணசிங்கம் வகையறா எஜமான். பெருநாழி கல்யாணத்துக்குப் போறாங்க" - இளப்பமாகச் சொன்னான்.

கடைத்தெரு நிறைய போலீஸுகளைக் கண்ட வண்டிக்கார இளவட்டங்கள், சாட்டையைச் சுழற்ற, பந்தய மாடுகள் சிட்டாகப் பறந்தன.

கையில் உருப்படிகளோடு ரணசிங்கமும் இளஞ்செம்பூர் இளவட்டங்களும் முதுகுளத்தூர் சுடலைமாடன் கோயிலுக்கு அருகே வர, பொழுது நன்றாக இருட்டியிருந்தது.

7. காவு கேட்கும் சுடலைமாடன்

கமுதி முதலாளி, வெள்ளைக்கார துரைமார் களுக்கான விருந்து உபசாரங்களில் கைதேர்ந் தவர். மேற்கே பனங்காட்டுக்கும் அப்பால், மலையாளக் கரையோரம் இருந்து வந்து, கமுதிக்கு 'முதலாளி' ஆனது, துரைமார்களுக்கு செய்யும் பணிவிடையால் தான்.

அரண்மனை போன்ற வீட்டின் விருந்தினர் பகுதி 'கமகம'த்தது. ஆடு, கோழி, காடை, வான்கோழி, முயல் என எல்லாம் கறியாகி, படையலுக்குக் காத்திருந்தன.

மான் கறி, மயில் கறி என்றால் துரைமார் களின் நாக்கு 'முழம்' நீளும்! மான் கறியும் மயில் கறியும் வெந்துகொண்டிருந்தன. மயில், சித்திரங் குடி கண்மாய்க்குள் பிடிபட்டது. மான் நட மாட்டம் ஆப்பநாட்டு எல்லைக்குள்ளே கிடை யாது. மதுரை ஜில்லா வருசநாடு, சிறுமலைக் காடுகளில் பிடிபடும் மான்களை, என்ன விலை கொடுத்தும் வாங்கி வர ஆள் வைத்திருந்தார் முதலாளி. எப்போதும் நான்கு, ஐந்து மான்கள்

முதலாளி வீட்டுச் சுற்றுச் சுவர் தாண்டி, தப்பிக்க வழி தேடி, மலங்க மலங்க முழித்துக் கொண்டே அலையும்.

துரைமார்களின் வருகையைத் தெரிவிக்க காலையில் கமுதிக்கு வந்த முதுகுளத்தூர் தலையாரி, ஊர் திரும்பாமல், முதலாளி வீட்டிலேயே தங்கி போனான். ஒத்தாசையாக உள்ளூர் தலையாரியும் சேர்ந்துகொண்டான். வரும் போது ஒரு பாட்டில் சரக்கை இடுப்பு வேட்டிக்குள் செருகிக்கொண்டு வந்திருந்தான்.

பச்சையப்பன்... ஓர் அரவாணி. அசைவம் சமைத்தால் கமுதி, கண்ணார்பட்டி எல்லாம் மணக்கும். சமைக்க மட்டும் செய்வான். சமைக்கிற குழம்பு, கறிக்கு உப்பு, காரம் பார்க்க தொட்டு நக்க மாட்டான். ஆனாலும் ருசி தப்பாது!

உப்பு சரி பார்க்கிற சாக்கில் தலையாரிகளும், சமைத்ததில் பாதியை சாப்பிட்டிருந்தார்கள். ரெண்டு பேருக்கும் அரை போதை.

"ஏய்... ஊரைக் கெடுத்த தலையாரிகளா...! கொஞ்சமா தின்னுங்க. என் பொழப்பை கெடுத்துறாதீங்க." - பச்சையப்பன், பெண் சிரிப்போடு, தலையாரிகளை அடிக்க கரண்டியை ஓங்கினான்.

"கோவிச்சுகிறாதே பச்சையம்மா...!" - வாயில் வான்கோழி கறிச் சொதப்பலோடு, பச்சையப்பனின் கன்னத்தைக் கிள்ளினான் கமுதி தலையாரி. மகிழ்ந்து போன பச்சையப்பன், தட்டு நிறைய முயல் கறியை அள்ளி வைத்தான்.

பொன் வறுவலாக பொரிந்திருந்த காடையை மென்று நொறுக்கிய முதுகுளத்தூர் தலையாரி, "பின்னே என்ன பச்சை...? இனிமேல் தான் துரைமார் வரணும்... தண்ணி அடிக்கணும்... முதலாளியோடு சேர்ந்து பேசி, பல திட்டங்களைப் போடணும். அப்புறம் சாப்பிடணும்! அதுவரை நமக்குப் பசி பொறுக்குமா?" - கோழிச் சப்பையைத் தூக்கினான்.

"எத்தனை பேர் வர்றாங்களாம்?"

"ரெண்டு பேர் தான்" - முதுகுளத்தூர் தலையாரியின் வாய் நிறைய நாட்டுக் கோழி.

"ரெண்டு பேர் திங்கவா... இம்புட்டுக் கறி?" - கமுதி தலையாரியின் வாயில் இருந்து ஆட்டு நல்லி எலும்பு நழுவியது.

பச்சையப்பன், கண்களில் நீர் பனிக்க, "இந்த வெள்ளைகாரப் பயலுக திங்கிறது கொஞ்சம்தான். வீணாக்குறது நெறையா..!" ரெண்டு கைகளையும் விரித்துக் காட்டி குனட்டினான்.

"மானு, மயிலு, ஆடு, கோழின்னு அத்தனையையும் நாவுக்கு ருசியா சமைச்சு வச்சு என்ன புண்ணியம்?" தோள்பட்டையைத் தூக்கி 'ஹ்றக்கூம்...!" - கோண வளித்து, வியர்வைக் கையால் கண்களைத் துடைத்தான்.

"அடியே பச்சையம்மா...! அழுகாதேடீ... உன் சமையல் ஒண்ணும் வீணாகாது. அதுக்கு தான் நாங்க இருக்கோம்லே!" - ரெண்டு தலையாரிகளும் கோழியையும் முயலையும் பல்லிடுக்கில் அரைத்தார்கள்.

பொழுது மயங்கிக் கொண்டிருந்தது.

"விருந்துக்கு வர்ற துரைகள், ராத்திரி தங்குறாங்களா?" - மான்கறியைக் கிண்டிவிட்டவாறு கேட்டான் பச்சையப்பன்.

"ஏன்...? தங்கினால் நீ, கால் அமுக்கிவிடப் போறியா?"

"வெள்ளைக்காரனை நான் தொட முடியுமா? அதுக் கெல்லாம் கிளி மாதிரி பொண்ணுக இருக்கிறாளுக! முதலாளி சொன்னா... அதையும் நான் தான் ஏற்பாடு பண்ணணும்."

மானும் மயிலும் வெந்து போக, மூவரும் சேர்ந்து அடுப்பி லிருந்து இறக்கிவைத்தார்கள்.

ஆப்பனூரில் இருந்து கிளம்பிய வண்டிகள், அரியநாத புரத்தைக் கடந்து மலட்டாறை நெருங்கும்போது, இருள் கவியத் தொடங்கியது.

மலட்டாறின் இருகரையும் தொட்டு வெள்ளம். வருடம் முழுவதும் வறண்டு கிடக்கும் மலட்டாறு... மேல் காட்டில் கனத்து மழை பெய்தால் வெள்ளம் புரளும்.

விஜயராமு சங்கெடுத்து ஊத, முன்னே போன தட்டு வண்டி, ஆற்றுக்கரை தொட்டு நின்றது. பின்னே வந்த வண்டிகளும் நின்றன.

கரை ஓரம், நீர்த்தடம் பார்த்ததும் தவசியாண்டி சொன்னார்: "மதியம், பெருவாரியாக வெள்ளம் போயிருக்கு. இப்போ... நீர்வரத்து குறைவு தான். பெரிய வண்டிகள் முன்னே

இறங்கட்டும். பொம்பளைகளை முன்னே விட்டு மற்ற வண்டிகள் பின்னாலே வரட்டும்!"

பெண்கள் அமர்ந்து வந்த பெரிய வண்டிகளை ஆற்றுக்குள் இறக்கினார்கள். இறங்க இறங்க, மாடுகளின் உயரத்துக்குத் தண்ணீர் ஏறியது. நடு ஆற்றில் மாடுகள், தலையை மட்டும் மேலே தூக்கி, நீந்திக்கொண்டே போயின. வண்டியில் பரப்பி இருந்த நாத்துக்கூளம், விரித்திருந்த ஜமுக்காளம் நனைந்து, உட்கார்ந்திருந்த பெண்களின் இடுப்புவரை தண்ணீர். ஒரு கையால் ஊன்று கம்பைப் பிடித்திருந்தார்கள். அடியில் கிடந்த ஆயுதங்களை நழுவ விடாமல், ஓரக்காலில் மறு கை அணைத்து வந்தார்கள்.

அழகுமீனா, உட்கார்ந்தவாக்கில் பெட்டி அரிசியைத் தூக்கித் தலையில் வைத்துக் கொண்டாள்.

தட்டு வண்டியில் வந்த இளவட்டங்கள் எல்லோரும் ஒருவர் தோளை ஒருவர் பிடித்தவாறு எழுந்து நின்றுகொண்டார்கள். அரிவாள்களையும் வளரிகளையும் எடுத்து இடுப்பைச் சுற்றி செருகி இருந்தார்கள். தட்டு வண்டிக்கு மேல் முழங்கால் அளவு தண்ணீர் போனது. மாடுகள் பெருமூச்சுக் கிளப்பி நீந்தின.

இளவட்டங்களுக்கு சிரிப்பு தாங்கலே!

முன்னத்தி வண்டி, மறுகரை ஏறியது. இங்கிருந்து ஒரே விரட்டுத்தான்... மாடுகளின் ஈரம் காயும் முன் கோவிலங்குளம் போய்விடலாம்.

முன்சீஃப் நழுவ விட்ட சுருள் சீட்டு, பேயாண்டியின் கையில் இருந்தது.

ரெட்டைக் குதிரைகள் பூட்டிய 'கோச்' வண்டியில் ஏறி அமர்ந்த இன்ஸ்பெக்டர் லாரன்ஸ், "இந்த மூன்று பிணங்களைக் கொண்டுபோய் வடக்கூர் பிணக் கொட்டகையில் தள்ளுங்கள். மற்றவர்களை சப்-ஜெயிலில் அடையுங்கள்!" - சார்ஜென்ட்டுக்கு உத்தரவிட்டுப் புறப்பட்டார்.

ஜெயிலுக்கும், பிணக் கொட்டகைக்குமான ஆவணங்களைத் தயாரிப்பதில் சார்ஜென்ட் தீவிரமானான். இருக்கைக்குப் பின்னால், வரிசையாக துப்பாக்கிகள் அடுக்கப்பட்டிருந்தன.

பகல் முழுவதும் இளவட்டங்களை வதைத்து களைத்துப்

போன போலீஸுகள், காலாற பெஞ்சு பலகையில் அமர்ந் தார்கள். நாலு போலீஸுகள், செத்துக் கிடந்த இளவட்டங் களின் கால்களைப் பிடித்து 'தரதர'வென, கொல்லைப்புறதுக்கு இழுத்துப் போனார்கள்.

துப்பாக்கி முனையில் 'பைனட்' கத்தி செருகி, விறைத்த கால்களோடு, வாசலில் நின்றான் 'பாரா' போலீஸ். பேயாண்டி, 'குறுகுறு'வென வாசலையே பார்த்துக் கொண்டிருந்தான்.

துரைமார்களுக்காகக் காத்திருந்த கமுதி முதலாளி, 'கோச்' வண்டியைக் கண்டதும், தலைவாசல் கடந்து, தெருவுக்கு ஓடிவந்து வரவேற்றார்.

"அய்யா... வாங்க! துரைகளே... வாங்க!" - கும்பிட்ட கைகளை விலக்காமலே நின்றார். நெற்றி நிறைய திருநீறும், வாய் நிறைய சிரிப்பும், கறுத்த முகத்துக்கு வெள்ளையடித்திருந்தன.

வீட்டு வேலையாட்கள், முதலாளிக்குப் பத்தடி தள்ளி, கும்பிட்டுப் பணிந்து நின்றார்கள்.

வாசலில் குதிரைக் கனைப்பு கேட்டதும், ரெண்டு தலையாரி களுக்கும் போதையும் கறியும் போன போக்கு தெரியலே! மென்று துப்பிய தடயங்களை அழித்துவிட்டு ஓடிவந்தார்கள்.

'கோச்' வண்டியின் இடதுபுறம் கமுதி தலையாரியும், வலதுபுறம் முதுகுளத்தூர் தலையாரியும் பிரிந்து கதவுகளைத் திறந்து விட்டனர்.

"கும்பிடுறேன் எசமான்!" - இரண்டு பேரும் பேசி வைத்தது போல் குனிந்து, கையேந்தி நின்றார்கள்.

மாளிகை போன்ற வீட்டை ஏற இறங்கப் பார்த்தவாறு, இன்ஸ்பெக்டர் லாரன்ஸ் இறங்கினான்.

"முதலாளி... சௌக்கியமா?" - முதுகுளத்தூர் இன்ஸ்பெக்டர் குதித்து இறங்கினான்.

"ஏதோ... இருக்கிறேன் எஜமான்!" - முதலாளி முன்னே நடந்தார்.

இரண்டு அதிகாரிகளும் காலணிகளைக் கழற்றாமலே விறைத்தபடி வீட்டுக்குள் நுழைந்து இருக்கைகளில் அமர்ந்தார் கள். நடுக்கூடத்தின் ஆடம்பரம், முதலாளியின் பெட்டி

இருப்பை பறைச்சாற்றியது. மையத்தில் தொங்கும் அலங்கார சரவிளக்கு, பளிங்குத் தரை மீது வெல்வெட் விரிப்புகள், விலை உயர்ந்த இருக்கைகள், பதப்படுத்தப்பட்ட ஆப்பிரிக்க யானைக் கால், பளபளக்கும் தேக்கு ஊஞ்சல், அதிகாரிகளோடு சேர்ந்து முதலாளி எடுத்துக்கொண்ட புகைப்படங்கள்.

'கோச்' வண்டியோட்டி வெளிநாட்டு மது வகைகளை இரண்டு கைகளிலும் இடுக்கிக்கொண்டு நுழைந்தான்.

'சாப்பிட்டுக்கொண்டே பேசலாமா… துரைகளே?'

"ஓ… பேசலாம்." - எழுந்தார்கள்.

கையில் உருப்படிகளோடு ரணசிங்கமும் இளஞ்செம்பூர் இளவட்டங்களும் முதுகுளத்தூர் சுடலைமாடன் கோயிலுக்கு வர, பொழுது இருட்டிவிட்டது.

சுடலை மாடன், துடியான தெய்வம்.

உச்சி ராத்திரி, கழுமரத்தில் ஏறித் தொங்கும் கிடாய்களில் வழியும் ரத்தத்தைக் குடம் குடமாகக் குடித்தாலும் தாகம் தீராத தெய்வம். சுடுகாட்டைத் தோண்டி பிணம் தின்னாமல் அடங்காது பசி. நாக்கு, நெஞ்சளவு தொங்க, ஊரணிக்கரை ஏறி, தூரிப்பொட்டல் தாண்டி, காலாங்கரை வரை ஓடி நிற்கும். சுடுகாட்டில் எதிர்ப்படும் எதையும் யாரையும் காவு கேட்கும் சுடலை மாடன்.

ரணசிங்கமும், இளவட்டங்களும் ஊரணிக்கரை ஏறி தூரிப்பொட்டல் தாண்டி, காலாங்கரை வழி நடந்து சுடுகாட்டில் நின்றார்கள். தெற்கே திரும்பினால், வடக்குவாச் செல்லியம்மன் கோயில். தாண்டினால், முதுகுளத்தூர் கச்சேரி.

இளவட்டங்களின் கைகளில் வெடிகுண்டுகள். ரணசிங்கம் கையில் நவீன ரக பிஸ்டல். ரணசிங்கத்தை அடுத்து சண்முகப் பாண்டி வந்தான். சண்முகப்பாண்டியோடு சேர்ந்து ஆறு இளவட்டங்கள்.

அபிராமம் விலக்குப் பாதையைக் கடந்து, கண்மாய்க் கரையேறி தெற்கு நோக்கி நடந்தார்கள். ஒருவருக்கொருவர் மூச்சுக் காட்டாமல் ஒற்றைக் குறியோடு முன்னேறினார்கள். எதிரே, வடக்குவாச்செல்லியம்மன் கோயில் கர்ப்பக்கிரகத் திரிவிளக்கு நட்டுக் குத்தலாக, ஆடாமல் அசையாமல் எரிந்து கொண்டிருந்தது.

கரையிறங்கி கோயிலை நெருங்க, தெற்கே கச்சேரிப் பக்கம் துப்பாக்கிகள் வெடிக்கும் சத்தம் கேட்டது.

ரணசிங்கத்தின் வருகைக்கு முன்பே காரியத்தை துவக்கி இருந்தான் பேயாண்டி.

8. பேயாண்டி

கச்சேரி வாசலையே 'குறுகுறு'வென பார்த்துக் கொண்டிருந்த பேயாண்டி, மற்ற இளவட்டங் களின் பக்கம் கண்ணசைத்து விட்டு, 'விருட்'டென எழுந்தான்.

ஆறடிக்கு மேல் உயரம். பாளம் பாளமாக கறி திரண்ட கருந்திரேகம். பகல் முழுவதும் லத்தி அடிபட்டு உரிந்த முதுகுத் தோல். பூட்ஸ் காலால் எத்துப்பட்டுக் கிழிந்த மேல் உதடு. கீழே இறங்கும் மீசை. மழிக்காத முகம். சுவரில் மோத வைத்து உடைத்த மூக்கு. உடம்பெல்லாம், ரணசிங்கம் ஊட்டி வளர்த்த கோபம்.

பிடரி வரை தொங்கும் முடி பறக்க, வாசலை நோக்கி ஓடினான். கச்சேரி தரை அதிர்ந்தது. 'பாரா' போலீஸின் நடு இடுப்பில் ஒரே முட்டு! முட்டி, செந்தூக்காக தூக்கிக்கொண்டு போய், நுழைவு வாயில் கல்தூணோடு சேர்த்து 'நச்' என ஊன்றினான். நாக்கு வெளியே தள்ள, துப்பாக் கியை நழுவ விட்டான் 'பாரா' போலீஸ்.

பேயாண்டி, பிடியைத் தளர்த்தினான். 'சொதக்' என தலை தொங்க, கீழே சரிந்தான் 'பாரா' போலீஸ்.

ஓய்ந்து, அலுத்துப் போய் உட்கார்ந்திருந்த போலீஸுக்கு மதி கலங்கிப்போனது.

சார்ஜென்ட் கத்தினான். "ஏய்...! ஏய்...! - அதற்குமேல் வார்த்தைகள் வரவில்லை.

எல்லா போலீஸுகளும் எழுந்து வாசலுக்கு ஓடிவந்தார்கள்.

'பாரா' போலீஸ் நழுவ விட்ட துப்பாக்கியை பேயாண்டி எடுத்தான். துப்பாக்கி முனையில் 'பைனட்' கத்தி. அத்தனை போலீஸுகளும் நின்று திகைத்தார்கள்.

சார்ஜென்ட்டின் இருக்கைக்குப் பின்னால் அடுக்கி வைக்கப் பட்டிருந்த துப்பாக்கிகள், குற்றுயிரும் குலையுயிருமாக புரண்டு, முனகிக் கொண்டிருந்த கிடாத்திருக்கை இளவட்டங்களின் கைகளுக்கு மாறி, ஆளுக்கொரு போலீஸை குறி பார்த்தன.

கிடாத்திருக்கை பெரியவர் கையிலும் ஒரு துப்பாக்கி இருந்தது! போலீஸுகளின் கையில் ஒரு லத்தி கம்புகூட கிடையாது. குப்புற விழுந்த 'பாரா' போலீஸ் எழுந்திரிக்கவே இல்லை.

பேயாண்டி கத்தினான். "எல்லாரும் உள்ளே போங்கடா...!" பைனட், குறி பார்த்திருந்தது.

"ம்... போ.. உள்ளே..." துப்பாக்கிகளின் விசையில் விரல் போட்டிருந்த இளவட்டங்கள் உத்தரவிட்டார்கள்.

இரண்டு கைகளையும் தலைக்கு மேல் தூக்கி, பின் நகர்ந்த போலீஸுகளில் ஒருவன், பேயாண்டியை நோக்கி... ஒரு எட்டு... மறு எட்டு வைத்துப் பாய...

பேயாண்டியின் துப்பாக்கி வெடித்தது. பாய வந்த போலீஸு சுருண்டு விழுந்து செத்தான்.

வடக்குவாச் செல்லியம்மன் கோயிலை நெருங்கும்போது, ரணசிங்கத்தோடு வந்த இளவட்டங்களின் காதுகளில் துப்பாக்கி வெடிக்கும் சத்தம் கேட்டது. எல்லோரும் வேகமாக ஓடி வந்தார்கள். கச்சேரி வாசலுக்கு வந்து சேர்வதற்குள் நான்கு, ஐந்து முறை துப்பாக்கிகள் வெடித்திருந்தன.

போலீஸ் லாரிகளுக்கு வழிவிடாமல், மாட்டு வண்டிகள், சாலையை அடைத்துச் சென்றன.

கமுதி கடைத்தெருவை புழுதிக் காடாக்கிவிட்டு, தெற்கு நோக்கி கடந்து வந்த அபிராமம் பகுதி வண்டிகளுக்குப் பின்னாலேயே லாரிகளும் கிளம்பி வந்தன.

எல்லா வண்டிகளுக்கும் முன்னே செல்லும் தட்டு வண்டியில் செல்லமுத்துவும் நான்கு இளவட்டங்களும் இருந்தார்கள். தனுஷ்கோடியில் கப்பலைத் தகர்த்த காரியத்தில் கச்சிதமாக செயல்பட்டவன் செல்லமுத்து.

லாரிச் சத்தத்தில் மாடுகள் வெருண்டன. லாரிகளின் முன் அமர்ந்து வந்த சப்-இன்ஸ்பெக்டர்கள், 'ஏதோ... திட்டத் தோடுதான் லாரிகளை மறித்துப் போகிறார்கள்' என ஐயப் பட்டார்கள். டிரைவர்களை பொறுமையாக ஓட்டச் சொல்லி கை அமர்த்திக்கொண்டே வந்தார்கள்.

பொழுது இருட்ட இருட்ட மாடுகள் தடம் தப்பாமல் 'லொங்கு' ஓட்டத்திலேயே சென்றன. முன்னத்தி வண்டியை ஓட்டும் செல்லமுத்து, மொத்த வண்டிகளின் வேகத்தைக் கூட்டுபவனாகவும் குறைப்பவனாகவும் இருந்தான்.

சாலையின் இருபக்கமும் முள்ளுக்காடு.

நெறிஞ்சிப்பட்டி விளக்குப் பாதையைக் கடந்துவரும் நேரம், கிழக்கே 'ஹே...ஹே...' வென பெரும் சத்தம் கேட்டது. மாடுகளின் சலங்கை மணி ஓசையும், வண்டிகளின் கடகடப்பும், இளவட்டங் களின் ஆரவாரமுமாகப் பெருவாரியான சத்தம் கேட்டது.

செல்லமுத்து போட்ட கணக்குத் தப்பவில்லை. 'கிழக்கே இருந்து வந்த வண்டிகள், வந்துருச்சு...! வண்டியை விரட்டினான். வண்டிகளும் லாரிகளும் கோவிலாங்குளம் ஓடையைக் கடந்து மறுகரை ஏறுகையில் கிழக்கே இருந்து வந்த வண்டிகள், லாரிகளுக்குப் பின்னால் அணிவகுத்தன.

முன்னேயும் பின்னேயும் எழுபது வண்டி நிறைய ஆட்கள், நடுவே நான்கு லாரி போலீஸ்கள் பதறினார்கள். 'இந்த வண்டிகள் ஏதாவது ஒன்றில் ரணசிங்கம் இருப்பானோ?'

ரணசிங்கம் வகுத்துக் கொடுத்த திட்டத்தை அசைபோட்டுக் கொண்டே வண்டியை ஓட்டினான் செல்லமுத்து.

‘இளஞ்செம்பூர் பகுதி வண்டிகள் சரியான நேரத்தில் வந்துவிட்டன. மலட்டாறை கடந்துவரும் ஆப்பனூர் பகுதி வண்டிகளும் கோவிலாங்குளத்தில் சந்திக்கும். பெண்களும் பெரியவர்களும் அமர்ந்துவரும் வண்டிகளை மட்டும் பிரித்து, பெருநாழிக்கு அனுப்பவேண்டும். போலீஸ் லாரிகளை, கோவிலாங்குளத்துக்கும் எருமை குளத்துக்கும் இடையே மடக்க வேண்டும். பெருநாழிக்குப் போக விடக்கூடாது.’

வண்டிகள், கோவிலாங்குளத்தை நெருங்கிக் கொண்டிருந்தன.

மான் கறியிலும் மயில் கறியிலும் நெய் ஒழுகியது.

துரைமார்கள் நுனி விரலில் கறியெடுத்து, உதடு அலுங்காமல் தின்னும் அழகை, கமுதி முதலாளி கண் இமைக்காமல் பார்த்துக் கொண்டிருந்தார். மதுக் கோப்பைகளைக் குறைய விடாமல் நிரப்பிக் கொண்டிருந்தான் ‘கோச்’ வண்டியோட்டி.

சமையல்கார பச்சையப்பன், கதவுக்குப் பின்னால் உடல் மறைத்து, தலையை மட்டும் நீட்டி, வெள்ளைத் துரைமார்களைப் பார்த்து தளும்பி நின்றான்.

லாரன்ஸ், ஏழெட்டு காடைகளைத் தின்றிருந்தான். முதுகுளத்தூர் இன்ஸ்பெக்டர் மான் கறியிலேயே குறியாக இருந்தான்.

“நிச்சயம் பிடிபடுவான்.”

“கல்யாணக் கூட்டத்தில் வைத்துக் கைது செய்ய முடியுமா?”

“ஏன் முடியாது?”

“அவனுடைய ஆட்கள் பெருவாரியாகக் கூடுகிறார்கள். கலவரம் வருமே?”

“வரட்டும்... சுட்டுத் தள்ளுவோம்.” முதலாளி மௌனமானார். லாரன்ஸ், எதுவும் போசமல் குடிக்கவும் திங்கவுமாக இருந்தான்.

“எஜமான் தவறாக நினைக்க வேண்டாம்...” முதலாளி பணிவாகப் பேசினார். “ரணசிங்கம் கதையை முடித்து விட்டால்... ஆப்பநாடே அடங்கிவிடும் என கணக்குப் போடமுடியாது.”

லாரன்ஸ் குறுக்கிட்டான்... “ஏன்...? என்னாகும்?”

“சர்க்காருக்கு எதிராக... ஊருக்கு நான்கு இளவட்டங்களை உருவாக்கி இருக்கிறான். ரணசிங்கத்தோடு முடிகிற விசய மில்லை இது.”

லாரன்ஸ் யோசித்தான்... “இதற்கான தீர்வு உங்கள் கையில் தான் உள்ளது.”

முதலாளி சிரித்தார்... “என் கையிலா? விளங்கவில்லை எஜமான்.”

முதலாளி கூர்ந்து கேட்டார், “நீங்கள் கூலிக்கார நாய்களை ஒன்று சேர விடாதீர்கள். பிரித்துவையுங்கள். அவர்களுக்கான எதிரியை அவர்களுக்குள்ளேயே உருவாக்குங்கள்.”

பேசிக்கொண்டே மதுக் கோப்பையை கையில் எடுத்தான் லாரன்ஸ்.

“சர்க்கார் அனுக்கிரகம் இருந்தால்... உத்தரவை நிறை வேற்றுவேன் துரைமார்களே...”

கச்சேரி வாசலில் ‘பாரா’ போலீஸ் செத்துக் கிடந்தான். கச்சேரிக்குள் நான்கு போலீஸுகள், ரத்தம் கொப்பளிக்கக் குப்புறக் கிடந்தார்கள். மற்ற போலீஸுகளை, துப்பாக்கி முனையில் உள் அறையில் ஓரங்கட்டி நிறுத்தியிருந்தார்கள்.

ரணசிங்கத்தோடு வந்த இளஞ்செம்பூர் இளவட்டங்கள் கச்சேரிக்குள் ஓடி, செத்துக் கிடந்த கிடாத்திருக்கை இள வட்டங்களின் பிணங்களை தோளில் தூக்கிப் போட்டுக் கொண்டு வெளியேறினார்கள். கச்சேரியை விட்டு எல்லா இளவட்டங்களும் வெளியேற உத்தரவிட்டான் ரணசிங்கம்.

வாசலில் செத்துக் கிடந்த ‘பாரா’ போலீஸையும் உள்ளே தூக்கிப் போட்டு வெளிக்கதவை மூடினார்கள். உள்ளே சிக்கி யிருந்த போலீஸுகள் அலறினார்கள். ரணசிங்கத்தோடு எல்லாரும் தூரமாக தள்ளிப்போக, கையிலிருந்த வெடிகுண்டுகளை கச்சேரிக்குள் வீசினான் சண்முகப்பாண்டி.

கச்சேரி சிதறியது.

குண்டுச் சத்தத்துக்கு இடையே, பேயாண்டியிடம் ரணசிங்கம் கேட்டான்.

“இந்நேரம் லாரன்ஸ் எங்கே இருப்பான்?”

9. மூன்றாம் பிறை இருட்டு

மாயழகியின் மடியில் அமர்ந்து, அண்ணாந்து முகத்தைப் பார்த்தான் செல்லமகன் துரைசிங்கம். இடதுகைப் பிஞ்சு விரல்களால் அத்தைக் காரியின் கன்னம், உதடுகளை வருடினான். மூக்கு, புருவத்தைத் தேய்த்தான். குமரிகள் எல்லாம் உரசிக் கொண்டு உட்கார்ந்திருக்க... மாயழகி, கண்தாழ்த்தி துரை சிங்கத்தைப் பார்த்தாள். கண்கள் கலங்கிப்போய் இருந்தன. குனிந்து நெற்றியில் முத்தமிட்டாள். 'இன்று கல்யாண மாகி நாளை, எல்லோரையும் போல் இவனையும் பிரியப் போகிறோம்!' மறுகன்னத்தில்... கழுத்தில் அழுந்த முத்தமிட்டாள். பிஞ்சுக் கன்னம் வலித்தது.

"அத்தை... வலிக்குது!" - உள்ளங்கைகளால் இரண்டு கன்னங்களையும் தடவினான். கழுத்தில் இறங்கியிருந்த கண்ணீரைத் துடைத்தவன், "மாயழகி... ஏன் அழுகிறே?" - என்றான்.

"சிங்கம்... அத்தை போறேன்!" - மறுபடியும் முத்தமிடக் குனிந்தாள்.

“எங்கே போறே?”

மாயழகிக்கு சொல்லத் தெரியலே.

“ம்... சொல்லு, எங்கே போறே?” - மாயழகியின் உதடுகளை வார்த்தைகளுக்காக வருடினான் சிறுவன்.

குமரிகளில் ஒருத்தி, “ஆப்பனூருக்கு!” - என்றாள் .

“ஏன்?”

“உங்க அத்தைக்குக் கல்யாணம்ய்யா” - இன்னொருத்தி சொன்னாள்.

“கல்யாணம்னா?”

ஒருத்தியின் முகத்தை ஒருத்தி பார்த்தார்கள்.

“ஒரு மாமா வந்து. உங்க அத்தையைக் கூட்டிட்டுப் போயிடு வாரு” - சொன்னவளை அடிக்கக் கை ஓங்கினான் துரைசிங்கம்.

“ம்... நீ சொல்லு! போவியா?” - மாயழகியின் முகவாயைத் தடவினான்.

தொண்டை அடைத்து, கண்ணீர் இறங்கியது. கட்டிப் பிடித்துக்கொண்டாள்.

“சொல்லு மாயழகி, போவியா?”

“போகமாட்டேன் சிங்கம். அத்தை உன்னை விட்டுட்டுப் போக மாட்டேன்.”

குமரிகள் திகைத்தனர்.

வாழை இலைக் கட்டை எடுக்க, சின்ன அண்ணன் தங்கச் சாமி, உள்வீட்டுக்குள் நுழைந்தான். மாயழகி முகம் திருப்பி அழுகையை மறைத்தாள். வாசலில் சாப்பாட்டுப் பந்தி தொடங்கியிருந்தது.

தலைவாசல் தொட்டு, தெரு நெடுக இரண்டு வரிசை, ஆம்பளைக்கு ஒரு வரிசை. பொம்பளைக்கு ஒரு வரிசை. வண்ணாத்தி கொண்டுவந்த மாத்துச் சேலைகளை விரித்ததுதான் தாமதம்... சனம், முண்டியடித்து இடம் பிடித்தது.

வெளியூர் சனம் இன்னும் வரலே. உள்ளூர் சனத்துக்குப் பசி தாங்கலே. காலையில் இருந்து காயப்போட்ட வயிறு!

மாத்துச் சேலையில் சம்மணமிட்டு உட்கார்ந்து மண் தரையில் இலை விரித்தார்கள். தண்ணீர் விட்டு இலையைக் கழுவவில்லை. நாலு சொட்டு நீர் தெளித்துக்கொண்டார்கள். கழுவினால் இலை கிழிந்துபோகும். இலை நிறைய சாதத்தை குமி கட்டி, நடுக்குழி பறித்து, குழம்பையும் கறியையும் நிரப்பிக் கிளறினார் கள். அடிக்கிற காத்து, இலையைத் தூக்குது! தெரு மண்ணையும் புழுதியையும் இலையிலே தட்டுது! அப்படியே சேர்த்துப் பிசைந்து, கை நிறைய அள்ளி அடிச்சா... அது ஒரு ருசி! தொட்டுக் கொள்ள வேறு வெஞ்சனம், தொடுகறி, அப்பளம் கிடையாது. அப்பளம் வச்சா... காத்திலே பறக்கும். கறியும் சோறும் மட்டும் தான்.

அகப்பை நிறைய கறியை அள்ளி வைத்துக்கொண்டே போனார்கள். எலும்பை மட்டும் ஒதுக்கிவிட்டு, கறியோடு சேர்த்துப் பிசைந்தார்கள். குதிரைக் களஞ்சியம் பருக்கைக்கும் ஆட்டுக்கறிக் குழம்புக்கும் நல்ல சேர்மானம்!

இலைகளுக்கு முன்னால் குடி தண்ணீர் கிடையாது. எவனுக்கும் தண்ணியும் தவிக்கலே! தொண்டையும் விக்கலே! இலை குறையாமல் கறியை அள்ளி வைக்கிறாங்க. பகலெல்லாம் வயிற்றை எவ்வி எவ்வி குதியாட்டம் போட்டுத்திரிந்த சின்னப் பயலுகள் ஒவ்வொருத்தனும் மூணு இலைச் சோறு திங்கிறான்! வயிறு தன்னாலே விரியுது! எந்திரிக்க மனசு இல்லே. வாயிலும் கண்ணிலும் தண்ணி வர கிரங்கிப்போய் எழுந்திருக்கிறான்.

குமரிகள் சாப்பிட கறியையும் சோறையும் உள்வீட்டுக்குள் கொண்டு வந்து வைத்தாள், ரணசிங்கத்தின் பொஞ்சாதி திருக்கம்மா.

"அடியே குமரிகளா... எல்லாரும் சாப்பிடுங்க. மாயழகியையும் சாப்பிடச் சொல்லுங்க." வாசல் பந்திக்கு ஓடினாள்.

மூன்று திக்கு வண்டிகளும் கோவிலாங்குளத்தில் முட்டி நின்றன. வண்டிக் காடாக பெருகிப்போச்சு. ஊரின் நுழைவு வாயில்... பெரிய மந்தைத் திடலில் வண்டிகள் எல்லாம் குறுக்கும் நெடுக்குமாகத் திருகி நின்றன. ஊடே சிக்கிக்கொண்ட போலீஸ் லாரிகளில் அதிகாரிகளும் போலீஸ்களும் திக்கு முக்காடி விழித் தார்கள். கதவைத் திறந்து இறங்க ஓர் அடிகூட இடைவெளி கிடையாது. லாரிகளை நெருக்கி நின்றன மாட்டுவண்டிகள். வண்டிக்காரர்களின் திட்டம் என்ன என்பதை மோப்பம் பிடிக்க

வழியில்லே. லாரிகளை உருமவிட்டால் மாடுகள் கலையும். முன் அமர்ந்து வந்த அதிகாரிகளுக்கு மதி கலங்கியது. மூன்றாம் பிறை இருட்டு. முகம் காட்டாத வெளிச்சம். மனுசச் சத்தமும் மாட்டுக் கழுத்து மணிச் சத்தமும் மந்தை நிறைய இடைவெளியின்றிக் கேட்டன. வண்டியை விட்டுக் குதித்த செல்லமுத்து, மாடுகளையும் வண்டிகளையும் விலக்கி விலக்கி நடந்து, ஒதுக்குப்புறமாக நின்ற ஒரு மஞ்சணத்தி மரத்தடிக்கு வந்தான். கையிலிருந்த சங்கை வாயில் வைத்து சன்னமாக ஊதினான். இருட்டுக்குள் சங்கொலிக்கும் திசை நோக்கி வந்த ஆப்பனூர் விஜயராமு, கிடாத் திருக்கை பட்டாணி, இளஞ்செம்பூர் நாகு மூவரும் மரத்தடியில் கூடினார்கள்.

“அடுத்த காரியம் நம்ம கையிலே தான் இருக்கு” செல்லமுத்து மெதுவாகப் பேசினான்... “வண்டிகளைப் பிரிச்சு பொம்பளைகளையும் வயசாளிகளையும் பெருநாழிக்கு அனுப்பணும். அந்த வண்டிகள், எருமைகுளம் கடந்து கரிசல் புலிக்குப் போனதும் இங்கே இருந்து இளவட்டங்களின் வண்டிகளைக் கிளப்புவோம். போலீஸ் லாரிகளுக்கு முன்னும் பின்னும் வண்டிகள் வரணும். லாரிகளை எருமைகுளம் ஆலமரத்தைத் தாண்ட விடக்கூடாது.”

“எல்லா இளவட்டங்களையும் முழிப்பா இருக்கச் சொல்லுங்க” இளஞ்செம்பூர் நாகு மற்றவர்களின் தோளில் தட்டிக் கொடுத்தான். நான்கு பேரும் இருட்டுக்குள் பிரிந்தார்கள்.

“ஏய்... நேரமாகுதுப்பா...!” ஆப்பனூர் பெரியவர் தவசியாண்டி சத்தம் போட்டார்.

“இன்னும் ஏழெட்டு மைல் போகணும். இளவட்டங்கள் கூடிக்கூடி என்ன பேசுறாங்க?” மாரந்தை பாண்டி, பீடியைப் பற்ற வைத்து இழுத்தார்.

லாரியிலிருந்த போலீஸுகள் பொறுமையாகக் காத்திருந்தார்கள். கமுதி கடைத்தெருவில் வாங்கி வந்திருந்த பண்டங்களும் தின்று தீர்ந்து போய்விட்டன. கொட்டாவி பொத்துக் கொண்டு வந்தது.

விஜயராமு சொன்ன விவரங்களை ஆப்பனூர் தவசியாண்டியும் மாரந்தை பாண்டியும் உன்னிப்பாகக் கேட்டுக்கொண்டார்கள். கல்யாண மாப்பிள்ளை திருக்கண்ணனும் உடன் இருந்தான்.

“ம்... கிளம்புங்க... கிளம்புங்க.” பெரிய வண்டிகளைக் கிளப்பி விட்டார்கள். எதிர்பார்த்துக் காத்திருந்த லாரிகள், குதிபோட்டு உறுமின. பெரிய வண்டிகளுக்குப் பின்னால் கூட்டு வண்டி களையும் கிளப்பினார்கள்.

“திருக்கண்ணா, ஏறுப்பா...”தவசியாண்டி தூண்டினார்.

திருக்கண்ணன் தயங்கி நின்றான். விஜயராமுவின் கைகளைப் பிடித்துக்கொண்டான். “டேய்... மாப்பிள்ளே! உங்களையெல்லாம் விட்டுட்டு நான் மட்டும் எப்படிடா பெருநாழிக்குப் போறது?”

“டேய்! திருக்கண்ணா, நீ இன்னைக்குக் கல்யாண மாப்பிள்ளை! சொன்னாக் கேளு... போ, போயி தாலியைக் கட்டு. நாங்க வந்துருவோம்.”

பெரிய வண்டிகளும் கூட்டு வண்டிகளும் வரிசை கட்டிக் கிளம்பின. போலீஸ் லாரிகள் உறுமின. தட்டு வண்டிகள் லாரிகளை மறித்து அசையாமல் நின்றன. இளவட்டங்கள் துள் ளாட்டத்தில் இருந்தார்கள். பூச்சி மட்டும் யாரோடும் பேசாமல் திரிந்தான். போலீஸ் லாரிகளின் சக்கரங்களை உற்று உற்றுப் பார்த்துக்கொண்டே சுற்றி வந்தான். கையில் நீண்ட குத்தூசியை மறைத்து வைத்திருந்தான்.

‘**ச**ர்க்கார் அனுக்கிரகம் இருந்தால் உத்தரவை நிறைவேற்று கிறேன் துரைமார்களே...” கமுதி முதலாளி வாயோரம் கள்ளம் ஒழுகியது.

மதுக்கோப்பை வாயிலிருக்க, ஓரக் கண்ணால் பார்த்த லாரன்ஸ், “ஆப்பநாட்டில் ரணசிங்கத்துக்கு எதிரிகள் யாராவது உண்டா?”

“வெள்ளைக்காரர்கள் வெளிப்படையான எதிரிகள். என் போன்ற பிரிட்டிஷ் விசுவாசிகள், மறைமுகமான எதிரிகள்!” முதலாளியின் மதுக்கோப்பையை வண்டியோட்டி நிரப்பினான்.

“ஆப்பநாட்டு சம்சாரி, எல்லாம் தெரிந்தவன் போல் பேசுவான். ஆனால், எதுவுமே தெரியாத ஏமாளி!”

“அப்படியா?”

“ஆமாம் துரை அவர்களே. இந்த ஏமாளிக் கூட்டத்தை தான்

எனக்கு எதிராக ரணசிங்கம் தூண்டிவிடுகிறான். 'கள்ளச் சந்தைக்காரன்' என்கிறான். 'கலப்படச் சரக்கு' என்கிறான்." - கோப்பை மதுவை ஒரே மடக்கில் குடித்தார்.

"கலப்படம் என்பதும் ஒரு கலை தானே?" - லாரன்ஸ், முதலாளியின் போதையைக் கிளறி விட்டான்.

"பின்னே? கண்மாய்க் கரம்பையில் 'உளுந்தம்பருப்பு', ஓடையோர உருட்டுக் கற்களை உடைத்துக் கை பார்த்தால் 'சம்பா அரிசி', புளியங்கொட்டையும் மஞ்சணத்தி இலையும் தேங்காய் நார்த்துகளும் சேர்த்து 'தேநீர்த் தூள்', ரப்பரைக் காய்ச்சி நல்லெண்ணெயில் கலந்தால் 'சுத்தமான சமையல் எண்ணெய்'... இப்படி எல்லாவற்றுக்கும் ஒரு மாற்று உண்டு. இதை மற்றவர்கள் கலப்படம் என்கிறார்கள். நாங்கள் 'மாத்து' என்போம்."

லாரன்ஸ், முதலாளியை மிரட்சியோடு பார்த்தான். போதை ஏற... ஏற.. முதலாளியின் தலை மூன்று தலைகளாகத் தெரிந்தது.

லாரன்ஸ் வாய்விட்டுச் சிரித்தான், "எல்லாமே கணக்கு தானா?"

"கட்டிய பொண்டாட்டியிடம் கூடக் கணக்குத்தான் துரை அவர்களே...!"

"முதலில் ரணசிங்கம் கூட்டத்தை ஒழிக்க ஒரு நல்ல கணக்குப் போடுங்கள்."

முதலாளி முகவாயைத் தடவினார்... "தப்பாத கணக்கு ஒன்று போட்டு வைத்திருக்கிறேன். துரைமார்களின் துப்பாக்கிகளுக்கு வேலை இல்லாமல்... ஆப்பநாட்டு அரிவாள்களையும் வேல் கம்புகளையும் மோத விடுகிற கணக்கு." - தலைக்கேறிய போதையிலும் பேச்சு தெளிவாக இருந்தது.

கோட்டைமேடு தாண்டி, கமுதி சிவன் கோயிலுக்கு நேராக ரணசிங்கமும் இளவட்டங்களும் நுழைந்தார்கள்.

10.கமுதி செட்டியூரணி

லாரன்ஸ் குடித்தது அரை போதைக்குத் தான். முதுகுளத்தூர் இன்ஸ்பெக்டருக்கு முக்கால் போதை.

லாரன்ஸ் நல்ல குடிகாரன். மாமிசப் பிரியன். பச்சையப்பன் கை பக்குவத்தில் கறியான மானும் மயிலும் காடையும் கோழியும் தின்னச் சொல்லி நாக்கை இழுத்தன. வயிறு முட்டத் தின்றிருக் கலாம். மூக்குமுட்ட குடித்திருக்கலாம். தின்னவும் குடிக்கவும் மனசில்லை.

கப்பல் தகர்ந்தது தனுஷ்கோடியில் என்பதால், ரணசிங்கத்தைப் பிடிக்கவேண்டிய பொறுப்பு லாரன்ஸ் தலையில் இருந்தது. ஜில்லா போலீஸ் சூப்பிரன்டென்டெண்ட் விஞ்ச் துரை, “ரண சிங்கத்தை உயிருடனோ பிணமாகவோ பிடிக்காத வரையில், நீ தனுஷ்கோடிப் பக்கம் போகாதே” என்று உத்தரவிட்டிருந்தார்.

மனைவி மட்டும் தனுஷ்கோடியில் தனியே இருக்கிறாள். என்ன சந்தோஷத்தில் திங்க.. குடிக்க...?

வெகுசீக்கிரம் விருந்தை முடித்துக்கொண்டு எழுந்ததில் முதலாளிக்கு வருத்தம். விருந்து மேஜை மீது கறி வகைகள் கைபடாமல் இருந்தன. "துரைமார்களுக்கு மேஜை நிறைய சமைத்து வைத்திருந்தும், தீர்ந்தது என்னவோ ஒன்றிரண்டு தான்! ஒரு ராத்திரி, துரைகள் இங்கு தங்க வேண்டும். அந்த சுகத்தை, எந்த தேசத்துக்கு நீங்கள் மாற்றலாகிப் போனாலும் மறக்க மாட்டீர்கள்!" - முதலாளி ஓரக்கண்ணால் சமையல்கார பச்சையப்பனை பார்த்தார்.

கதவோரம் உடல் மறைய, வெள்ளைக்கார துரைமார்களின் நிறத்தையும் மிடுக்கையும் பார்த்து கண்கள் செருக சொக்கிப் போய் நின்ற பச்சையப்பனுக்கு வருத்தமான வருத்தம்! கண்ணை கசகினான். 'திங்கவும் இல்லைலே... தங்கவும் இல்லே...!' வாய்க் குள்ளேயே திட்டி, கைவிரல்களை நெட்டி முறித்து, முகத்தைக் கோண வலித்து ஒரு வெட்டு வெட்டினான்.

நடுக்கூடத்துக்கு வந்த லாரன்ஸ் நின்றான்.

"துரைமார்களுக்கு என் மேல் வருத்தம் இல்லையே?" - முதலாளி பணிந்து கேட்டார்.

"முக்கியமான காரியம் தலைக்கு மேல் இருக்கிறது..." - வாசலை நோக்கி லாரன்ஸ் நடந்தான்.

"ஏதோ... என் மதியில் படுகிறது." முதலாளியை, முதுகுளத்தூர் இன்ஸ்பெக்டரும் கூர்ந்து பார்த்தான்.

"தாய், தகப்பன் இல்லாத தங்கச்சிக்கு தாலி தொட்டுக் கொடுக்க ரணசிங்கம் பெருநாழி போவான். லாரி லாரியாகத் துப்பாக்கி போலீஸ் போகிறது. லண்டன் மாநகரத்து போலீஸ் புலி லாரன்ஸூம் போகிறார். தப்பி விடுவானா ரணசிங்கம்? தங்கச்சிக் கழுத்திலே தாலி ஏறுதோ இல்லையோ... ரண சிங்கத்தின் தலை உருளப் போவது உறுதி" - முதலாளி ஊன்றிச் சொன்னார்.

லாரன்ஸூக்கு 'சுருக்' என்றது. 'லண்டன் மாநகரத்து போலீஸ் புலி லாரன்ஸ்' என்கிற வாசகம் நெஞ்சில் குத்தியது. நேற்று ஜில்லா போலீஸ் தலைமையிடத்து விசாரணைக்கு ஆஜராகியிருந்த போது, சூப்பிரன்டென்டெண்ட் விஞ்ச் துரை கேட்டாரே ஒரு கேள்வி!

'ஆக, பெருநாழி கிராமத்தான் ரணசிங்கம்... லண்டன் மாநகரத்து போலீஸ் புலி லாரன்ஸைக் குனிய வைத்து...'

லாரன்ஸ் பற்களைக் கடித்தான். இடுப்பில் மாட்டியிருந்த ரிவால்வரில் கை போட்டான்.

"துப்பாக்கியில் உள்ள தோட்டாக்கள் தீரும் வரை ரணசிங்கத்தைச் சுட்டு சல்லடையாக்க வேண்டும்" - லாரன்ஸ் போட்ட சத்தம் தலைவாசல் தாண்டி வெளிவாசலுக்குக் கேட்டது.

"இருட்டு நேரம். எச்சரிக்கையாக போகவேண்டும், துரை அவர்களே.."

"ஒரு லாரி போலீஸும் எங்களுடன் வருகிறது" என்ற லாரன்ஸ், கோச் வண்டியோட்டியை அரைக்கண்ணால் பார்த்து, "கண்ணார்பட்டி கச்சேரிக்கு வண்டியை விடு" - உத்தரவிட்டவாறு படி இறங்கினான்.

வெளி இருட்டில், சாலையோரம், நின்ற கோச் வண்டியின் மறைவில் ஒளிந்திருந்த ஓர் உருவம் மெள்ள இருட்டுக்குள் நழுவியது.

எருமைகுளம் வண்டிப் பாதை குண்டும் குழியுமாக இருந்தது. பெண்கள் அமர்ந்து வந்த வண்டிகள் குலுக்கின. தோளில் தொங்கிய தண்டட்டிகள் முன்னும் பின்னும் ஆட்டமாக ஆடின. எல்லாப் பெண்களுமே காது வளர்த்திருந்தார்கள். ஒரு கையால் ஊன்று கம்பையும், மறுகையால் பக்கத்தில் அமர்ந்துவரும் பெண்களையும் இறுகப் பற்றிக் கொண்டார்கள்.

நொடிப் பாதையில் ஏறி இறங்கும் வண்டிச் சக்கரங்களின் அச்சு, 'கடக்.. புடக்,,' என பெருஞ்சத்தம் கிளப்பி உருண்டன. நடு வயதுக்காரிகளுக்கு சிரிப்பாணி தாங்கலே!

அழகுமீனாவின் மனசு கலங்கிக்கொண்டே வந்தது.

மகன் திருக்கண்ணன் ஞாபகம் வந்ததும் 'திடுக்' என்றது. அருகில் இருந்த மகள் அரியநாச்சியிடம் கேட்டாள், "ஏண்டீ... திருக்கண்ணன் எங்கே இருக்கான்?"

"தெரியலையே..."

"தவசியாண்டி மாமா எந்த வண்டியிலே வர்றாரு?"

"கூட்டு வண்டியிலே."

"அந்த வண்டியிலே திருக்கண்ணன் வர்றானா?" - பதறினாள்.

"அண்ணன் வரும்."

“வர்றானோ... இல்லே... எளவட்டங்களோடு சேர்ந்து கோவிலாங்குளத்திலேயே இருந்திட்டானோ, தெரியலையே!” - இருப்புக் கொள்ளவில்லை.

அரியநாச்சிக்கு அடுத்து அமர்ந்து வந்தவள், “லாரி லாரியா போலீஸு வந்திருக்கு! எளவட்டப் பயலுக லாரியை மறிச்சுப் போட்டிருக்கான்ங்க! என்ன கூத்துக்கோ... தெரியலையே!” - பதற்றப்பட்டாள்.

“இவன்... கல்யாண மாப்பிள்ளையாச்சே!” - அழகுமீனாவுக்கு நெஞ்சை இறுக்கியது.

“அடியே... அரியநாச்சி! இறங்கிப் போயி... தவசியாண்டி மாமா வர்ற வண்டியிலே, திருக்கண்ணன் இருக்கிறானான்னு பார்த்துட்டு வாயேன்.

“இந்த இருட்டுக்குள்ளே எப்படிப் போயி பாக்க? அண்ணன் வரும்த்தா.”

வண்டிகள், எருமைகுளம் ஆலமரம் தாண்டி, கண்மாய்க்கரை இறக்கத்தில் வேகமெடுத்தன. புழுதிப் பாதை, ரெண்டு பக்கமும் முள்ளுக்காடு. கிழக்கே, பொட்டக் காட்டுக்குள் நரிகளின் ஊளைச் சத்தம்.

கூட்டு வண்டிகளில் வயசாளிகள் முன்னேயும் பின்னேயும் முட்டிக்கொண்டு வந்தார்கள்.

காந்த லைட்டு வெளிச்சத்தில் சாப்பாட்டு பந்தி நடந்து கொண்டிருந்தது. பந்திக்கு ஒரு லைட்டு, பந்தலுக்கு ஒரு லைட்டு, உள் வீட்டுக்குள் ஒரு லைட்டு, ‘விஸ்ஸ்ஸ்... ஸ்ஸ்.. ஸ்... ஸ்,’ என இரைந்துகொண்டே எரிந்தன. கல்யாணம், சடங்கு, விருந்து எல்லாமே மூன்று காந்த லைட்டு வெளிச்சத்தில் முடிந்து போகும்.

லைட்டுக்கார சோக்கு, ஓர் அரைக் கிறுக்கன். யாரோடும் பேசமாட்டான். பேசினால் பேசியதையே பேசிக் கொண்டிருப்பான் அவனை விட்டால், சுற்றுப் பட்டிகளில் விசேசங்களுக்கு காந்த லைட்டு பொருத்த ஆள் கிடையாது. பந்தலில் எரிந்து கொண்டிருந்த காந்த லைட்டு, எரியவும் அணையவுமாக இருந்தது.

“டேய்... சோக்கு! இந்த லைட்டைச் சரிபண்ணுப்பா...” - பரிமாறிக்கொண்டிருந்த தங்கச்சாமி சத்தம் போட்டான்.

தொடை தெரிய வேட்டியைத் தூக்கிக் கட்டி, லைட்டு அருகில் அமர்ந்து உன்னி உன்னிக் காற்றடித்தான் சோக்கு. நடுத்தரத்து ஆம்பளைகளும் பொம்பளைகளும்தான் பந்தியில் பரிமாறிக் கொண்டு திரிந்தார்கள். காலையில் கிடாய்களை அறுத்து உரித்து கறியாக்கிய இளவட்டங்களில் யாரையும் காணோம்.

“டேய்... எளவட்டப்பயலுக எங்கேடா போனீங்க? சாப்பிட வாங்கப்பா” - அவிழும் வேட்டியைத் தூக்கிக் கட்டிக்கொண்டே தெருபக்கம் கூவினான் தங்கச்சாமி. முதுகுப்புறம் நின்று, “இந்தா... உங்ளைத் தானே...” - மனைவி பஞ்சவர்ணம் அழைத்தாள். பரிமாறுகிற மும்முரத்தில் இருந்த தங்கச்சாமியின் காதுகளில் விழவில்லை.

“உங்களைத் தானே... இந்தா...!” - புருசனின் முதுகைத் தொட்டாள்.

ஒரு கையில் கறிச்சட்டியும் மறு கையில் கரண்டியும் வைத்திருந்த தங்கச்சாமி திரும்பி, “என்ன?” என்றான்.

“கொஞ்சம் உள்ளே வாங்களேன்...”

“ஏன், என்ன...?”

“மாயழகி சாப்பிட மாட்டேங்குது.”

“இந்தா... பிடி. பந்தியைப் பார்த்துக்கோ.” - கறிச்சட்டியையும் கரண்டியையும் பொஞ்சாதியிடம் கொடுத்துவிட்டு வீட்டுக்குள் நுழைந்தான். நடுவே மாயழகி இருக்க, சுற்றிலும் குமரிப் பெண்கள் அமர்ந்திருந்தார்கள். மாயழகியின் மடியில் துரை சிங்கம் உறங்கிக் கிடந்தான். திருக்கம்மா கொண்டுவந்த வைத்துவிட்டுப் போன கறியும் சோறும் அப்படியே இருந்தன. குமரிகளும் ராப்பிடக் காணோம்.

சின்ன அண்ணன் தங்கச்சாமியைக் கண்டதும் மாயழகி, மேலும் தலைகவிழ்ந்தாள்.

“ஏம்மா.. எல்லாரும் சாப்பிடுங்கம்மா. மாப்பிள்ளை வீட்டு ஆளுக வந்துருவாங்க.” - குமரிகள் பக்கம் பொதுப்படையாகச் சொன்னான். குமரிகள் எல்லாம் மாயழகியைப் பார்த்துக் கொண்டிருந்தார்கள். கோட்டையம்மா, வாயாடி. தங்கச் சாமிக்கு முறைக்காரி.

“மச்சான், மூத்தவரு வரணுமாம்.” - படக்கெனச் சொல்லி விட்டாள்.

தங்கச்சாமி, குமரிகள் பக்கம் நெருங்காமலே, "அண்ணன் வந்துருவாரு... நீங்க சாப்பிடுங்க" என்றான். யாரும் அசையக் காணோம்.

"தாயீ... மாயழகி... அண்ணன் கட்டாயம் வருவாரு. சாப்பிடும்மா..."

மாயழகி குலுங்கிக் குலுங்கி அழுதாள்.

தங்கச்சாமிக்குத் தாங்கலே! மேட்டுப் பூஞ்சையில் விதைப்புக்குப் போன அப்பனும் ஆத்தாளும் மின்னலடிச்சு கருகிச் செத்தபோது மாயழகி மூணு வயசு குழந்தை. மூத்தவன் ரணசிங்கத்துக்குக் கல்யாணமாகியிருந்தது. சின்னவன் தங்கச்சாமி, இளந்தாரி. விவரம் தெரிந்த நாள்முதல் ஊர் தங்காதவன் ரணசிங்கம். குழந்தை மாயழகிக்குப் பெத்தவளின் நினைவு வரவிடாமல், தொட்டுத்தூக்கி, குளிப்பாட்டி, உடுத்தி வளர்த்து, தோளிலேயே தூங்க வைத்தவன் சின்னவன் தங்கச்சாமி. கல்யாணக் கோலத்திலே கலங்கி நிற்கிற தங்கச்சியைப் பார்க்கச் சகிக்கலே!

"ஆத்தா... தாயீ ... மாயழகி! ஏன்த்தா அழுகிறே! நம்ம அண்ணன் வந்துருவாருடா. சாப்பிடு தாயீ..." - எட்ட நின்றே கெஞ்சினான் தங்கச்சாமி.

கோச் வண்டியின் மறைவில் ஒளிந்து உளவு பார்த்து, இருட்டுக்குள் நழுவியவன், எதிர்வீட்டுச் சந்துக்குள் பாய்ந்து சிவன் கோயிலை நோக்கி ஓடினான். குண்டாற்றின் கரையிறங்கி ரணசிங்கம் முன்னே வந்தான். சண்முகப்பாண்டியும் இளஞ் செம்பூர் இளவட்டங்கள் இரண்டு பேரும் பின்னால் வந்தார்கள். உளவு பார்த்து வந்தவன். சிவன் கோயில் வடக்குபுற மதிற்சுவர் இருட்டுக்குள் மறித்து நின்றான்.

"அண்ணே ... லாரன்ஸ் கிளம்பிட்டான். கோச் வண்டி, கண்ணார்பட்டி கச்சேரிக்குப் போகுது."

சிவன் கோயிலுக்கு மேற்கே செட்டியூரணி. ஊரணியின் மேல்கரையில் கண்ணார்பட்டி கச்சேரி.

"ஊரணியின் தென்கரை மீது தான் கோச் வண்டி போக வேண்டும். நாம், கரைக்கு தெற்கே உள்ள நந்தவனத்தில் காத்திருப்போம். காரியம் முடிந்ததும் வழிவிட்ட அய்யனார் கோயில் பாதை வழியாக தப்பிச் செல்ல வேண்டும்."

இருட்டுக்குள் முன்னே நடந்தான் ரணசிங்கம்.

11.ஜெர்மன் மாஸர் பிஸ்டல்

ரணசிங்கத்தின் வலதுகையில் ஜெர்மன் மாஸர் பிஸ்டல் இருந்தது. மற்ற இரண்டு இள வட்டங்களில் ஒருவன் 'பாட்டில் டார்ச்' வைத்திருந்தான். மற்றவன், கனத்த பை நிறையக் கை எறி குண்டுகளைச் சுமந்து வந்தான்.. 'பாட்டில் டார்ச்' இருட்டில் விளக்காகவும், எறிந்தால் வெடிகுண்டாகவும் மாறும்.

சிவன் கோயிலுக்கு மேற்கே கிளம்பி, நாவல் மரங்களுக்கு ஊடாக நடந்தார்கள். வானப் பரப்பெங்கும் கண் துலங்கப் படர்ந்த மங்கிய வெளிச்சமும் மரங்களுக்குள் இருட்டானது. மிதிபடும் காய்ந்த சருகிலைகள் சத்தமிட்டு நடைக்கு உரமேற்றின.

'பாட்டில் டார்ச்'காரன், காலடியில் வெளிச்சம் பாய்ச்சினான். விரலசைத்துத் தடுத்த ரணசிங்கம் இருட்டுக்குள் முன்னேறினான். குறுக்கே வந்த நரி '"ஊவ்வ்... வ்.. வ்..." ஒற்றை ஊளையோடு வடக்கே பாய்ந்து தப்பியது.

எதிரே செட்டியூரணி கீழ்கரை அரசமரம், பிறையை மறத்து நின்றது. வேம்பு, புளிகளும்

அடுத்தடுத்து நின்றன. கரையை ஒட்டி, ஊரணி இறக்கத்தில் குடித்தண்ணீர்க் கிணறு, 'கந்தலாலா கிளப்' கடை தண்ணீர் வண்டிக்காரன், தனி ஆளாக வாளி போட்டு இறைத்துக் கொண்டிருந்தான். மரத்தாலான பெரிய தண்ணீர் பீப்பாய், நீர் இறைத்து நிரப்புமுன் நாக்கு தள்ளிப்போகும். அக்கம் பக்கம் பார்க்க கதியற்றவனாக மூச்சிரைத்தான். வேறு ஆள் நடமாட்டம் இல்லை.

கிணற்றைக் கடந்து தென்கரை மீது நடந்தார்கள். கோச் வண்டி வரும் முன் நந்தவனத்துக்குள் பதுங்கவேண்டும். ரணசிங்கம் 'லொங்கு' ஓட்டமாக ஓடக் கிளம்பினான். இளவட்டங்களும் அணைந்து ஓடினார்கள். கனத்த பைக்குள் கையெறி குண்டுகள் குலுங்கின. சத்தம் கேட்டதும் ரணசிங்கம் ஓட்டம் தவிர்த்து நடந்தான்.

எதிரே, செட்டியூரணியின் மேல்கரையில் கண்ணார் பட்டி கச்சேரி. வாயில் கல் தூண்களில் இரண்டு சிம்னி விளக்குகள், பிசாசுக் கண்களாக உற்றுப் பார்த்தன. கச்சேரிக்குள் எரியும் காண்டா விளக்கு, முன் நடையில் மங்கலான வெளிச்சம் பாய்ச்சியது. போலீஸ் லாரி, கோச் வண்டியின் வருகைக்காகக் காத்திருந்தது.

நந்தவனம், செட்டியூரணி தென்கரையின் இடதுபுறம் அடர்ந்திருந்தது. கரையை ஒட்டி, ஓர் ஆள் உயரத்துக்கு வேலி முள். வாசலுக்கு நேரே பெரிய துலா கிணறு.

நந்தவனத்துக்குள் வாகை, புளி, வேம்பு, அத்தி, அரசு, பூந்தப்பனை, மஞ்சணத்தி, பாக்கு, கொடிக்காப்புளி என எல்லா மர வகைகளும் அடைத்து நின்றன. தென்கிழக்கு மூலையில் விழுதுகளுடன் வேர் பாய்ச்சி நிற்கும் பெருத்த ஆலமரம். செவ்வந்தி, அரளி, நந்தியாவட்டை பூந்தோட்டங்கள். நந்தவனத் தின் நட்டநடுவில் பிள்ளையார் கோயில் ஓட்டுக் கொட்டகை. சுற்றிலும் அருகம்புல், துளசிச் செடிகள். ஆடைக்கும் கோடைக் கும் நந்தவனம் குளிரும்.

வாசலோரம் பதுங்கி இருந்தார்கள். பாட்டில் டார்ச் வைத்திருந்தவன் வெள்ளை வேட்டி கட்டி இருந்தான். இருட்டுக்குள் வெள்ளை காட்டிக் கொடுக்கும். வேட்டியை அவிழ்த்துச் சுருட்டினான். கௌபீனத்தோடு பதுங்கி அமர்ந்தான்.

உளவு பார்த்து வந்தவனிடம் ரணசிங்கம் கேட்டான்... "கோச் வண்டியில் யார் யார் வருகிறார்கள்?" "லாரன்ஸும் முதுகுளத்தூர் இன்ஸ்பெக்டரும்." கையருகில் நின்ற சண்முகப் பாண்டியிடம், "லாரன்ஸை நீ பார்த்திருக்கிறாயா?" என்றான்.

"இல்லண்ணே." மற்ற இருவரின் பக்கம் திரும்பினான். "நாங்களும் பார்த்ததில்லண்ணே!"

உளவாளி சொன்னான்; "முதலாளி வீட்டில் வைத்து லாரன்ஸை நான் பார்த்திருக்கேன்."

ரணசிங்கம் யோசனையில் ஆழ்ந்தான்.

எல்லோரும் கிழக்கே பார்வையைப் பதித்திருந்தார்கள்.

நந்தவனத்துப் பட்சிகள் கூடடைந்திருந்தன. கிழக்கே ஊர் அடங்கிக் கிடந்தது.

'இந்நேரத்துக்குள் கோச் வண்டி வந்திருக்க வேண்டுமே...!'

"கச்சேரிக்குப் போக வேறு பாதை இருக்கிறதா?"

"ஊரணியின் வடகரை வழியாகவும் கச்சேரிக்குப் போகலாம்"

சண்முகப்பாண்டி சொல்லி வாய் மூடும் முன் 'கோச்' வண்டி வடகரை வழியாக கச்சேரி நோக்கிப் போய்க்கொண்டிருந்தது.

'படாங்கு' வேட்டுச் சத்தத்துக்காகவும் கோவிலாங்குளம் வண்டிக்காகவும் இளவட்டங்கள் காத்திருந்தார்கள். லாரிகளை ஊடே நிறுத்தி வண்டிகள் எல்லாம் பூட்டிய வாக்கில் புறப்பட ஆயத்தமாக நின்றன. இளவட்டங்கள் அவரவர் வண்டிகளில் அமர்ந்து இருந்தார்கள். போலீஸ்கள் பொறுமையிழந்து போனார்கள்.

'புறப்பட்டுப் போன முப்பது வண்டி பெரிய ஆட்கள் கூடி கல்யாணத்தை முடிக்கப் போகிறார்கள். ரணசிங்கம் சௌகரியமாக வந்து வாழ்த்திவிட்டு, தப்பிச் செல்லப் போகிறான்.' நினைத்த மாத்திரத்தில் போலீஸ் அதிகாரிகள் பதறினார்கள்.

கமுதி சப்-இன்ஸ்பெக்டர், லாரி டிரைவரை இறங்கச் சொன்னான்.

"வண்டிகளை ஒதுக்கி, லாரிகளுக்கு வழிவிடச் சொல்." டிரைவர் இறங்கினான். லாரியின் முன் நின்ற வண்டிக்காரனிடம்,

“ஏய்...! வண்டியை ஒதுக்கி லாரிக்கு வழி விடு” என்றான்.

குரல் வந்த திசைப்பக்கம் திரும்பிப் பார்த்த வண்டிக்காரன் பதிலேதும் சொல்லாமல் மாடுகளைத் தடவிக் கொடுத்தான்.

“ஏய்...! காதிலே விழலே?” டிரைவர் குரலை உயர்த்தினான். வண்டிக்காரன் கவிழ்ந்தவாறு காதில் விரலை விட்டுக் குடைந்தான். எதுவும் பேசவில்லை.

அதற்கடுத்த வண்டிக்காரனிடம் டிரைவர் போனான். “ஏய்...! வண்டியைக் கிளப்பு. லாரி போகணும்..” வண்டிக்கார இளவட்டம் சுள்ளெனத் திரும்பினான். “எவன்டா இவன்... கிறுக்குப் பயல்! முன்னாடி நூறு வண்டி நிக்குது! அவன்ங்க போனாத்தானே நான் போக முடியும்?” டிரைவருக்குப் பொத்துக்கொண்டு வந்தது. அடக்கிக்கொண்டான்.

முன்னும் பின்னும் எண்பது வண்டிகள் இருக்கும். முன்னத்தி வண்டிக்காரன் கிளம்பாமல் வண்டிகளும் போக முடியாது. லாரிகளும் போக முடியாது.

டிரைவர் லாரிக்குத் திரும்பினான். அதிகாரிகளுக்கு விவரம் சொல்ல வாய் திறந்தான். கரிசல்புலி பக்கம் ‘படாங்கு’ வேட்டுச்சத்தம் கேட்டது. போலீஸ்காரர்கள் திடுக்கிட்டார்கள். புரியாமல் ஒருவர் முகத்தை ஒருவர் பார்த்தார்கள். வேட்டுச் சத்தம் கேட்டதும் வண்டிகள் கிளம்பிவிட்டன. முன்னத்தி வண்டியை ஆப்பனூர் விஜயராமு ஓட்டிப் போனான். சங்கு ஊதவில்லை. லாரிகளும் கிளம்பின. முன்னால் ஐம்பது வண்டிகள், பின்னால் முப்பது வண்டிகள். லாரிக்கு முன் வண்டியில் செல்லமுத்து. பின் வண்டியில் கிடாத்திருக்கை பட்டாணி. பட்டாணி வண்டியில் பூச்சி அமர்ந்து வந்தான்.

வண்டிப் பாதையின் இரு பக்கமும் முள்ளுக் காட்டுக்குள் முயல்களும் நரிகளும் சிதறி ஓடின. மயில்கள் பெருங்குர லெடுத்துக் கத்தின. மேற்கே, திருக்கால் உடையார் கோயில் புளிய மரங்களும் உடை மரங்களும் ‘ஆவ்வ்...வ்...’ எனத் தலை விரித்து நின்றன. பொட்டல்காட்டுப் பாதைகளில் அமர்ந்து வேடிக்கைப் பார்த்துக் கொண்டிருந்த முனிகள் பதறிக் கீழே விழுந்து மறுபடியும் உச்சியிலேறி உட்கார்ந்து கொண்டன.

முன்னே போகும் விஜயராமு, மாடுகளை காலார ஓடவிட்டு நிதானமாக ஓட்டிப்போனான். மாட்டு வண்டிகளின் வேகத்தை அனுசரித்து லாரிகள் ஓடின. லாரிகளும் முன்னால் போகும் வண்டிகளும் தெற்கே சென்றன. லாரிகளுக்கு பின்னால் வந்த

வண்டிகள் எல்லாம் திருக்காலுடையார் கோயில் பாதையில் பிரிந்து மேற்கே திரும்பின. கிடாத்திருக்கை பட்டாணி வண்டி மட்டும் லாரிகளுக்குப் பின்னால் போனது. மேற்கே பிரிந்த வண்டிகளை இளவட்டங்கள் விரட்டினார்கள்.

செட்டியூரணியின் வடகரை வழியாக கோச் வண்டி கச்சேரிக்குப் போவதைக் கண்ட நொடியில் ரணசிங்கம் சுழிவாக ஒரு முடிவு எடுத்தான். ரணசிங்கத்தின் திட்டப்படி காரியத்தை வெற்றிகரமாக முடிக்க, சண்முகப்பாண்டியும் மற்ற இளவட்டங் களும் 'நான்... நான்...' என்று போட்டி போட்டார்கள். ரணசிங்கத்தின் வளர்ப்பில் எல்லா இளைஞர்களுமே வேட்கை மிக்க வீரர்கள்தான். துறவியைப் போல் சலனமற்றவர்கள். ஞானியின் மனோபலம் வாய்க்கப் பெற்றவர்கள். உயிரே போனாலும் செயல் முடிக்கும் திடசித்தம் மிக்கவர்கள்.

ரணசிங்கம், கோழைகளுக்கும் அடிமைகளுக்கும் மத்தியில் தேசப் பற்றுமிக்க புரட்சிகர இளைஞர்களை உருவாக்கி இருந்தான். அழிவுக்கும் அவலத்துக்கும் மத்தியில் தைரியத்தையும் நம்பிக்கையையும் விதைத்திருந்தான். விதியே என வீழ்ந்து கிடக்கும் பாமரர்களை விழிப்படையச் செய்திருந்தான். ரணசிங்கத்தின் பாசறையில் பயிற்சி பெற்றவனின் விசையை ஒரு தடவை சுண்டி விட்டால் ஓராயிரம் எதிரிகளைக் கொன்று திரும்புவான். இப்போது கச்சேரிக்குள் நுழைந்து, இன்ஸ்பெக்டர் லாரன்ஸைக் கொல்லவேண்டும். போட்டியிட்ட இளவட்டங்களில், லாரன்ஸை நேரில் பார்த்திருப்பவன் உளவாளிதான். அவனையே தேர்வு செய்தான். தன் கையிலிருந்த ஜெர்மன் மாஸர் பிஸ்டலை அவன் கையில் கொடுத்தான். பிஸ்டலை வாங்கியவன், 'இந்தப் பேறு எனக்கு கிடைத்ததே' என்று மகிழ்ந்து போனான்.

கோச் வண்டி, கச்சேரி வாசலுக்குள் நுழையவும் அங்கங்கே நின்றுகொண்டு இருந்த சார்ஜென்ட்டும் போலீஸுகளும் வராண்டாவுக்கு ஓடி வந்தார்கள்.

லாரன்ஸ் ஒரு பக்கமும் முதுகுளத்தூர் இன்ஸ்பெக்டர் ஒரு பக்கமும் குதித்து இறங்கினார்கள். இருவரும் ஒருசேர கச்சேரிக்குள் நுழைந்தார்கள். சார்ஜென்ட்டும் போலீஸுகளும் சல்யூட் அடித்து மரியாதை செய்தார்கள். தலையை மட்டும் அசைத்து மரியாதையை ஏற்றுக்கொண்ட இருவரும், உள்ளே போய் இருக்கைகளில் அமர்ந்தார்கள். சார்ஜென்ட் மட்டும்

அருகில் நின்றான். போலீஸ்கள் வெளியே நின்றார்கள்.

"கிளம்பலாமா?" - சார்ஜென்ட்டிடம் லாரன்ஸ் கேட்டான். "கிளம்பலாம் துரை அவர்களே."

"குடிக்கத் தண்ணீர் கொடு!" சார்ஜென்ட் கைகாட்ட ஒரு போலீஸ், கண்ணாடி தம்ளரில் தண்ணீர் கொண்டு வந்தான்.

"நாங்கள் இருவரும் 'கோச்' வண்டியில் வரவா? அல்லது லாரியிலேயே போய் விடலாமா?"

"இருட்டு நேரம். லாரி தான் பாதுகாப்பு துரை அவர்களே." உள்ளே மூவரும் பேசிக்கொண்டிருக்க, வாசலில் கூப்பாடு கேட்டது. "அய்யா எசமான்...! அய்யய்யோ எசமான்!" போலீஸ்கள் பதறிப் போனார்கள். ஒருவன் சாலையிலிருந்தே கூப்பாடு போட்டு கத்திக்கொண்டு வந்தான்.

"ஏய்... நில்லு... யார் நீ? ஏன் கத்துறே?" போலீஸ்கள் மறித்தார்கள் உள்ளே அமர்ந்திருந்த லாரன்ஸும் முதுகுளத்தூர் இன்ஸ்பெக்டரும் வாசல் போலீஸ்களைப் பார்த்துக் கை ஆட்டினார்கள்.

"ஏய்... அவனை உள்ளே விடு."

கூப்பாடு போட்டவன் உள்ளே வந்தான். "முதுகுளத்தூர் கச்சேரியை ரணசிங்கம் குண்டு வச்சுத் தகர்த்துட்டான் எசமான்!"

"என்ன? கச்சேரி தகர்ந்துபோச்சா?"

"சுக்கு நூறா செதறிப் போச்சு எசமான்."

"நீ யாரு?"

"முதுகுளத்தூர் முன்சீஃப் அனுப்பிவிட்டார் எசமான்".

"கச்சேரியில் இருந்த ஆட்கள் என்ன ஆனார்கள்?"

"கிடாத்திருக்கை ஆளுகள் தப்பிச்சுட்டாங்க. போலீஸ் எல்லாம் செத்துப்போயிட்டாங்க எசமான்." லாரன்ஸும் முதுகுளத்தூர் இன்ஸ்பெக்டரும் கதிகலங்கிப் போனார்கள். முதுகுளத்தூர் இன்ஸ்பெக்டருக்கு முக்கால் போதையிலும் மூளை கொஞ்சம் வேலை செய்தது.

'இவனை எங்கேயோ பார்த்திருக்கேனே...!' - சேதி சொல்லி வந்தவனை ஏற இறங்கப் பார்த்தான்.

12. உளவாளி அபுபக்கர்

கவாத்து மைதானம், கச்சேரிக்கு முன்னால் இருண்டு கிடந்தது. சதுரமான, பெரிய மைதானம். தென்புறமும் மேல்புறமும் இலவம்பஞ்சு மரங்கள் எல்லை கட்டி நின்றன. கிழக்கே செட்டியூரணி செல்லும் சாலை. வடக்கே கச்சேரி. கச்சேரிக்குப் பின்னால் போலீஸ் குடியிருப்புகள். எல்லாம் ஓட்டுக் குச்சில்கள். கச்சேரிக் கூரையும் சீமை ஓடுகளால் வேயப்பட்டிருந்தது. கச்சேரியைச் சுற்றி அடர்ந்த மரங்கள். கை கால் வெட்டுப்பட்டு வருபவனின் சொந்த பந்தங்கள் வெயிலுக்கு உட்கார்ந்து பேச சௌகரியமான நிழல் தரும் மரங்கள்.

“அய்யா எசமான்...! அய்யய்யோ எசமான்...!” - கச்சேரி வாசலில் கேட்ட கூச்சல், போலீஸ் குடும்பங்களை பதற்றப்படுத்தவில்லை. போலீஸுகளை விட அவர்களின் பொண்டாட்டிகள் அலட்சியமும் தைரியமும் மிக்கவர்கள். கச்சேரிப் பக்கம் காது கொடுக்கவே மாட்டார்கள். போலீஸ்காரனுக்கு வாழ்க்கைப்பட்ட சலிப்பில், படுக்கைகளை உதறி விரித்துக்கொண்டு இருந்தார்கள். குழந்தைகளைக் கொஞ்ச, மனைவி

களைக் குதூகலப்படுத்த எந்தக் குடியிருப்பிலும் ஒரு போலீஸ் காரன் கூட இல்லை. ஒரே ஒரு வீட்டில் ஒரே ஒருவன் மட்டும் இருந்தான். கமுதி இன்ஸ்பெக்டர். வெள்ளைக்காரன். அவனும் அப்போதுதான் ஆகாரத்தில் கை வைத்திருந்தான்.

"அய்யா எசமான்... அய்யய்யோ எசமான்...!" - என கச்சேரிப் பக்கம் கூச்சல் கேட்டதும், அப்படியே போட்டுவிட்டு எழுந்து, ரிவால்வரோடு பெல்ட்டை மாட்டிக்கொண்டு ஓடிவந்தான். கவாத்து மைதான வடக்கு மூலையில் 'கோச்' வண்டி தனியே நின்றது. வண்டிக்கு முன்னால் குதிரைகள் கனைக்கவும் கால் உதறவும் உதடு குவித்து 'பூர்ர்... ர்...ர்...' என சத்தம் எழுப்பவுமாக நின்றன. வண்டிக்குப் பின்னால் சண்முகப்பாண்டியின் கையில் சிக்கிய வண்டியோட்டி, மூச்சித் திணறி கால்களை உதறி கைகளை காற்றில் ஆட்டிக்கொண்டிருந்ததை இன்ஸ்பெக்டர் கவனிக்கவில்லை. ஒரே குறியாக கச்சேரிக்குள் நுழைந்தான்.

மாட்டு வண்டிகளின் வேகத்துக்கு போலீஸ் லாரிகள் ஊர்ந்து சென்றன. முன்னால் அமர்ந்திருந்த அதிகாரிகள் கொதித்துப் போயிருந்தனர். மாட்டு வண்டிகளுக்குப் பின்னால் வந்து மாட்டிக்கொண்டதை நினைத்தாலே அருவருப்பாக இருந்தது. இரண்டு சப்-இன்ஸ்பெக்டர்களும் ஒருவர் முகத்தை ஒருவர் பார்க்காமலே பேசிக்கொண்டார்கள்.

"உழவு கட்டிகளோடு மல்லுக்கட்டித் திரிபவர்களை எல்லாம் உசுப்பேத்தி விட்டிருக்கிறான் ரணசிங்கம்!"

"இந்த பஞ்ச நாட்டில் இவன் எப்படி முளைத்தான்?"

"வறுமைக்கும் புரட்சிக்கும் தாய்-பிள்ளை உறவு தானே? அதில், 'இது' விளையும்."

"அவனுக்கென்ன அப்படி ஒரு கோபம் பிரிட்டிஷ் சர்க்கார் மீது?"

"மதுரை பசுமலை பள்ளிக்கூடத்தில் படித்து முடித்தவன் பட்டாளத்துக்குப் போனான். அங்கு அதிகாரிகளுக்கு அடிபணிய மறுத்தான். ராணுவத்தில் கோர்ட் மார்ஷலாகி, ஜபல்பூர் சிறையில் அடைபட்டான். சிறையை உடைத்து தப்பி, வங்காளம், பஞ்சாப், தில்லி என வடநாடெல்லாம் அலைந்திருக்கிறான். பிரிட்டிஷ் சாம்ராஜ்யத்துக்கு எதிரான பயங்கரவாதக் குழுக்களுடன் சேர்ந்து பல காரியங்களில்

ஈடுபட்டான். வங்காளத்தில் 'சிட்டகாங்' துறைமுகத்து ராணுவ ஆயுதக்கிடங்கை கைப்பற்றிய பயங்கர வாதிகளில் ரணசிங்கமும் ஒருவன்."

"ரணசிங்கம், இவ்வளவு பெரிய பயங்கரவாதியா?" இப்போது தான் ஒருவர் முகத்தை ஒருவர் பார்த்தார்கள்.

"அதே காரியங்களை இப்போது தென்பகுதிக்கு வந்து செய்கிறான். இப்போதும் ரணசிங்கத்துக்கு வங்காளத்திலிருந்து புதுச்சேரி வழியாக ஆயுதங்கள் வருகின்றன. இவனுடைய கை, தெற்கே திருநெல்வேலி வரை விரிந்திருக்கிறது."

"இவனை இவ்வளவு தூரம் வளரவிட்டிருக்கக் கூடாது."

"தென்புலத்தில் பிரிட்டிஷாரின் கவனமெல்லாம் திருநெல் வேலி பக்கமே தங்கிவிட்டது. ஆப்பநாட்டைக் கணக்கில் எடுத்துக் கொள்ளவில்லை."

"ஆப்பநாட்டான் படிப்பறிவில்லாதவன். ஆனால், எதற்கும் துணிந்தவன்."

"அதுதான் ரணசிங்கத்தின் பலம். நமக்கு சவால்."

எதிரே எருமைகுளம் ஆலமரம் தெரிந்தது.

சண்முகப்பாண்டியின் கைப்பிடிக்குள் சிக்கியிருந்தான் கோச் வண்டியோட்டி. வாயையும் மூக்கையும் பொத்தி இறுக்கிய இறுக்கில் மூச்சுவிட முடியாமல் முழிகள் தெறித்தன. கைகளைத் தாறுமாறாகக் காற்றில் வீசினான். கால்களால் தரையைய் பிறாண்டினான். அருகில் நிற்கும் குதிரைக்குக் கேட்கும்படியாகக் கூட சத்தமிட முடியவில்லை. கண்ணுக்கு முன்னால் கமுதி இன்ஸ்பெக்டர் போகிறான். மரணபிடியில் சிக்கி இருப்பவன், எப்படித் திமிறியும் கத்த இயலவில்லை. சண்முகப்பாண்டி, வலது காலை லாத்திப் போட்டு, வண்டியோட்டியின் கால் களைக் கவ்வினான். வாயையும் மூக்கையும் இன்னும் இறுக் கினான். கால் உதறல் நின்றது. கண்கள் நிலைகுத்தின. காற்றில் அலைந்துகொண்டிருந்த கைகளும் மெள்ள மெள்ள ஓய்ந்து தொங்கின. உடல் இறுக்கம் குறையாமல் வைத்திருந்தான். வண்டியோட்டியின் கண்கள் செருகின. தலைசாய்ந்தது. வெள்ளைக் குதிரைகள் கனைத்தன. கால்களை உதறின. வால் ரோமங்களை விசிறின. இரண்டு குதிரைகளும் மாற்றி மாற்றி இருட்டுக்குள் கனைத்துக் கொண்டிருந்தன.

திருக்காலுடையார் கோயில் பாதையில் மேற்கே பிரிந்து போன முப்பது வண்டிகள், இளஞ்செம்பூர் நாகு தலைமையில் ஊடு காட்டில் காற்றாகப் பறந்து வந்தன. கண்மாய்க்கரை வழியாக எருமைகுளம் ஆலமரத்தைத் தொட்டுக் கரை இறங்கின.

கண்மாய்க்கரை மீது ஆலமரம் நின்றது. வண்டிப் பாதைக்கு வடக்கே கண்மாய், தென்வடலாக ஓடிக் கிடந்தது.

நாற்பது வீடுகளே உள்ள சின்ன கிராமம் எருமைகுளம். உறங்கிக்கொண்டிருந்தது. ஊரைச் சுற்றி முள்ளுக்காடு.

விஜயராமு தலைமையில் வரும் ஐம்பது வண்டிகளும் போலீஸ் லாரிகளும் இன்னும் ஆலமரத்துக்கு வந்து சேர வில்லை. அவர்களுக்கு முன்னால், திட்டமிட்டபடி தான் வந்து சேர்ந்ததில் நாகுக்கு சந்தோஷம். பெருநாழி போகும் வண்டிப் பாதையில் முப்பது வண்டிகளையும் வரிசைகட்டி நிறுத்தினான். நாகுவின் சொல்பேச்சு கடவாமல் முப்பது வண்டி இளவட்டங் களும் செயல்பட்டார்கள். வண்டிகளை ஒழுங்குபடுத்தி நிறுத்தி முடிக்கவும், கிழக்கே இருந்து விஜயராமு கூட்டம் வந்து சேர்ந்தார்கள். ஐம்பது வண்டிகளுக்கும் பின்னால் நான்கு லாரிகளும் வந்து சேர்ந்தன.

கச்சேரிக்குள் நுழைந்த கமுதி இன்ஸ்பெக்டர், செய்தியைக் கேட்டதும் அதிர்ந்து போனான்.

“என்ன..! முதுகுளத்தூர் கச்சேரியைத் தகர்த்துவிட்டார் களா?”

லாரன்ஸ், இருக்கையை விட்டு எழாமல் அமர்ந்திருந்தான். போலீஸுகளெல்லாம் வராண்டாவில் உறைந்து போய் நின்றார்கள்.

‘இவனை எங்கேயோ பார்த்திருக்கிறேனே..!’ - முதுகுளத்தூர் இன்ஸ்பெக்டரின் சந்தேகக் கண், சேதி சொல்ல வந்தவன் மேல் விழுந்தது.

“ஏய்...! நீ யார்? முதலில் அதைச் சொல்.” - சேதி சொல்லி வந்தவனை அதட்டினான்.

“முதுகுளத்தூர் முன்சீஃப் முஹம்மது ராவுத்தர் வீட்டுக்குப் பக்கத்து வீட்டுக்காரன் எசமான்.”

“நீ இந்துவா, முசல்மானா...?”

“ராவுத்தர் எசமான்.”

“பெயர் என்ன?”

“அபூபக்கர் எசமான்.”

“முன்சீஃப் ஏன் வரவில்லை?”

“அவர் வயதானவர். இருட்டு நேரமாக இருப்பதால் என்னிடம் சேதி சொல்லி அனுப்பினார் எசமான்.”

“நீ சொல்வதை எப்படி நம்புவது?”

“அதற்குமேல் உங்கள் விருப்பம் எசமான்.”

பிடறியைச் சொறிந்தவாறு தலை கவிழ்ந்தான்.

வார்த்தைக்கு வார்த்தை ‘எசமான்... எசமான்...’ எனக் குழைகிறான். இவனை எப்படி நம்புவது? லாரன்ஸ் பக்கம் திரும்பினான் முதுகுளத்தூர் இன்ஸ்பெக்டர். “மிஸ்டர் லாரன்ஸ்! இவன் சொல்வதை என்னால் நம்பமுடியவில்லை. இவனை நான் சந்தேகிக்கிறேன். இவன் ரணசிங்கத்தின் ஆளாகக்கூட இருக்கலாம். ரணசிங்கத்தை நாம் கைது செய்யப் போவதிலிருந்து நம் கவனத்தை திசை திருப்ப நடக்கும் சதியாகவும் இருக்கலாம்.”

முதுகுளத்தூர் இன்ஸ்பெக்டர் சொன்னதைக் கேட்டு லாரன்ஸ் குழம்பிப்போனான். இப்படித்தான் தனுஷ்கோடியிலும் குழப்பினார்கள். தனுஷ்கோடிக்கும் ராமேஸ்வரத்துக்கும் அலைந்து திரிந்த இடைவெளியில் ரணசிங்கம் கப்பலைத் தகர்த்துவிட்டான்.

முதுகுளத்தூர் இன்ஸ்பெக்டரே தொடர்ந்தான். “இவன் இந்துவா, முசல்மானா...? என்பதிலேயே எனக்கு சந்தேகம் உள்ளது.”

லாரன்ஸ் எழுந்தான். “கான்ஸ்டபிள்ஸ்...!” - வாசலை நோக்கி கத்தினான்.

“இவனை ஒரு தனி அறைக்கு அழைத்துப்போய், ஆடைகளை அவிழ்த்து சோதனை செய்யுங்கள்.”

இரண்டு போலீஸுகள் உள்ளே நுழைந்தார்கள்.

கச்சேரி நுழைவு வாசல் பக்கம், செட்டியூரணிக் கரையில், வாய்க்கால் பாலத்திலிருந்து ஒரு டார்ச் லைட், கச்சேரியை

நோக்கி எரியவும் அணையவும், எரியவும் அணையவுமாக இருந்தது.

"வாய்க்கால் பாலத்தில் யாரோ ஒளிந்திருக்கிறார்கள் எசமான்...!" - வராண்டா போலீஸுகள் கத்தினார்கள்.

பெண்களையும் வயசாளிகளையும் ஏற்றிப்போன வண்டிகள் பெருநாழியை நெருங்கிக்கொண்டு இருந்தன. கல்யாண மாப்பிள்ளை திருக்கண்ணன் எந்த வண்டியில் வருகிறான் என்பதை அறியாத தாயார் அழகுமீனா, பதைபதைத்துப் போயிருந்தாள். "அண்ணன் வரும்த்தா. சும்மா இரு. கத்தாதே" - மகள் அரியநாச்சி எவ்வளவோ சொல்லியும் பெற்ற மனம் கேட்கவில்லை.

"எந்த வண்டியில் இருக்கிறான்னு பாத்துட்டு வாடீ..." என வண்டியை விட்டு மகளை வலுக்கட்டாயமாக இறக்கி விட்டிருந்தாள். இருட்டுக்குள் இறங்கிய அரியநாச்சி, வனாந்தரத்தில் தனியே நின்றாள்.

"**வா**ய்க்கால் பாலத்தில் யாரோ பதுங்கியிருக்கிறார்கள் எசமான்...!" - வராண்டா போலீஸுகள் கத்தினார்கள்.

கச்சேரிக்குள் இருந்த அதிகாரிகளும் போலீஸுகளும் வராண்டாவுக்கு ஓடி வந்தார்கள். பாலத்திலிருந்து கச்சேரியை நோக்கி ஒளி பாய்ச்சிய டார்ச் லைட், மேலும் கீழும் ஆடியது.

லாரன்ஸ் கத்தினான். "ஃபயர்...! சுட்டுத் தள்ளுங்கள்...!"

போலீஸுகள் துப்பாக்கிகளை எடுக்க லாரிக்கு ஓடினார்கள். அபூபக்கர் தனியே நின்றான். துப்பாக்கி போலீஸுகள் லாரியிலிருந்து தபதபவெனக் குதித்து, கச்சேரி நுழைவு வாசலை நோக்கி ஓடினார்கள். டார்ச் லைட் அணைந்து போனது.

"பாலத்தில் தான் இருக்கிறார்கள். சுடுங்கள்!" - கமுதி இன்ஸ்பெக்டர் கத்திக்கொண்டே படியிறங்கினான். கையில் ரிவால்வர் இருந்தது. எல்லாத் துப்பாக்கிகளும் வாய்க்கால் பாலத்தைக் குறி பார்த்தன. வராண்டாவில் முதுகுளத்தூர் இன்ஸ்பெக்டரும் லாரன்ஸும் நின்றார்கள். லாரன்ஸுக்கு மிக அருகில் அபூபக்கர் நின்றான். மீண்டும் பாலத்துப் பக்கம் டார்ச் லைட் எரிந்தது. மெள்ள மேலும் கீழும் ஆடியது. அபூபக்கர், இடுப்பு வேட்டிக்குள்ளிருந்து, ஜெர்மன் மாஸர் பிஸ்டலைக் கையில் எடுத்து, லாரன்ஸின் பின் தலையில் குறிவைத்தான்.

13. ஆப்பனூர் அரியநாச்சி

வனாந்திர இருட்டுக்குள் அரியநாச்சி தனியே நின்றாள். பிறை வெளிச்சத்தைத் துடைத்து அழித்த இருள், பல்லாயிரம் நாவுகளால் வானப் பரப்பை துழாவியது.

கிழக்கு மேற்காக நீண்டு போகும் வண்டிப் பாதைக்கு இரண்டு பக்கமும் கண்கொண்ட தூரம் கருவேல முள்ளுக்காடு. மினுக்கட்டான் பூச்சிகளும் விட்டில்களும் ‘வ்வீய்ங்ங்...’ என ஊசியாக இரைந்தன. கருவேல மரத்தூர்களில் அப்பியிருந்த மரப்பல்லிகள், ‘கெத்... கெத்...’ என அடித்தொண்டையை உருட்டின.

கடந்துபோன ஒவ்வொரு வண்டிக்குள்ளும் உற்றுப் பார்த்து அரியநாச்சி கேட்டாள். “எங்க அண்ணன் திருக்கண்ணன் இருக்குதா?”

“யாரு...? கல்யாண மாப்பிள்ளை திருக் கண்ணனா? இந்த வண்டியிலே இல்லையே தாயீ...” - எல்லா வண்டிக்காரர்களும் கைவிரித்துப் போனார்கள்.

ஆப்பனூர் பெரியவர் தவசியாண்டி அமர்ந்து வந்த கூட்டு வண்டிக்குள்ளும் திருக்கண்ணன் இல்லை. "இந்த வண்டியிலே 'ஏறுடா... ஏறுடா...' ன்னு எவ்வளவோ சொல்லியும் ஏறாமல் திருக்கண்ணன் கெலிச்சானே! இளவட்டங்களோடு சேர்ந்து கோவிலாங்குளத்திலேயே தங்கிட்டானோ!" - தவசியாண்டி பதறினார்.

கூட்டு வண்டியின் பின்புறம் கால்களைத் தொங்கவிட்டபடி பீடியை உறிஞ்சி கொண்டு வந்த மாரந்தை பாண்டி, "ரணசிங்கம் வீட்டுக் கல்யாணத்துக்கு வர்ற சனங்களை எல்லாம் லாரி லாரியா வந்து துப்பாக்கி போலீஸ் சுத்தி வளைக்குது! தாலியும் சேலையும் முன்னே போகுது. தாலி கட்டவேண்டிய மாப்பிள்ளையைக் காணோம். எனக்கு என்னமோ இது நல்ல அறிகுறியாகத் தெரியலே!" - புகையை ஊதினார்.

கடைசியாக வெகுதூர இருட்டுக்குள் ஒரு வண்டி வருவது போல் தெரிந்தது. வண்டிதானா? கண் துலங்கவில்லை.

"தாயீ... அரியநாச்சி! உங்க அண்ணன் எப்படியும் பெருநாழிக்கு வந்துருவான். ஆளான குமரி நீ. இந்த நடுக்காட்டு இருட்டுக்குள்ளே நிற்க வேண்டாம். வண்டியிலே ஏறு, போவோம்."

"இல்லைய்யா... நீங்க போங்க, பின்னாலே ஒரு வண்டி வருது. அதிலேயும் பார்த்துட்டு நான் வந்திர்றேன்."

"பொட்டப் பிள்ளைக்கு எம்புட்டு தைரியம் பாரேன்!" - மாரந்தை பாண்டி, கடைசி இழுப்பு இழுத்து பீடியைச் சுண்டி விட்டெறிந்தார்.

ஒரு சமஞ்ச குமரியை இருட்டுக்குள் இறக்கிவிட்டுப் போன தாயார், அழகுமீனாவைத் திட்டிக்கொண்டே கூட்டு வண்டியும் கடந்து போனது.

இதமான காற்று அணைந்து வீசியது. வண்டிப்பாதைக்கு வடக்கே நாய்களின் குரைப்புக் காவலில் அரியமங்கலம், கழுத் தறுகான், கூத்தங்குளம் கிராமங்கள் அயர்ந்து உறங்கிக்கொண்டு இருந்தன. தெற்கே, புதர்க்காட்டு மயில், கத்திக்குரல் முழக்கிக் காற்றைக் கிழித்தது. முழி பெருத்த ஆந்தை, 'கீச்ச்...' என றெக்கை சொடுக்கிக் குறுக்கே பாய்ந்து போனது. நாலாதிசையிலும் நரிகளின் ஊளைச் சத்தம் இருட்டைக் குடைந்தது.

பெருநாழி நோக்கி மேற்கே போன வண்டிகள், ஓடிப்பிடிக்க முடியாத தூரம் போய்விட்டன. வருவது போல் தெரிந்த வண்டியும் நெருங்கி வந்தபாடில்லை. கண்ணுக்கு எதுவும் புலப்படாமல் வகை வகையான காட்டுச் சத்தங்களால் இருள் பிணைந்து கொண்டிருந்தது. அரியநாச்சிக்குப் பத்தடி தூரத்தில் ஒரு நரி, மூக்குத் தூக்கி மோப்பம் பிடித்தது. வண்டிப் பாதை புழுதியைக் குடிக்க வந்த ஆள் நீள கருநாகம், நரியைக் கண்டதும் உச்சந்தலை சிவக்க படம் தூக்கியது. நரி, கொட்டாவி விட்டது. வண்டி வந்துகொண்டிருந்த திசைப் பக்கம் அரியநாச்சி திரும்பினாள். வண்டியைக் காணோம். வண்டிப் பாதையை அடைத்து 'வெள்ளை' தெரிந்தது. கண்களை இடுக்கிப் பார்த்தாள். வேட்டித்துணி வெள்ளை இல்லை. பனி மூட்ட வெள்ளையும் கிடையாது. புகை மண்டி, திரண்டு நகர்ந்து வரும் 'வெள்ளை'. அகல விரியவும் சுருங்கவுமாக அரியநாச்சியை நெருங்கியது 'வெள்ளை'!

எருமைகுளம் ஆலமரத்தடிக்கு வந்து கூடிய வண்டிகளுக்குப் பின்னால் போலீஸ் லாரிகளும் வந்து சேர்ந்தன. லாரிகளின் முன் பகுதியில் அமர்ந்து வந்த சப்-இன்ஸ்பெக்டர்களும் சார்ஜென்ட்டுகளும் இருப்புக்கொள்ளாமல் பேசிக் கொண்டார்கள்.

"கோவிலாங்குளத்தில் இருந்து கிளம்பிப்போன முப்பது வண்டிகளும் பெருநாழியை நெருங்கியிருக்கும்."

"தாலி, சேலையோடு கல்யாண மாப்பிள்ளையும் போயிருப்பான்."

"அந்த வண்டிகளில் கல்யாணக் கோஷ்டியும், இந்த வண்டிகளில் கலகக்காரர்களுமாகப் பிரிந்திருக்கிறார்கள்."

"படிப்பறிவில்லாத இந்தக் கூட்டம், இத்தனை சூழ்ச்சிக்காரர்கள் என்பது தெரியாமல் போயிற்றே!"

"போலீஸ் புத்தி எல்லா சூழ்ச்சிகளையும் தெரிந்து வைத்திருக்க வேண்டும்."

"தவறு செய்துவிட்டோம்."

"என்ன?"

"கமுதியிலேயே லாரிகளைப் பிரித்து, மாற்றுப் பாதையிலும் அனுப்பி இருக்கவேண்டும்."

“இப்போதும் ஒன்றும் கெட்டுப் போய்விடவில்லை.”

“என்ன சொல்கிறீர்கள்?”

“அவர்களுடைய வெட்டரிவாளும் வேல் கம்பும் கிட்டே போனால்தான் வெட்டிக் கொல்லும். நம்முடைய துப்பாக்கி, தூர இருந்தே சுட்டுத் தள்ளும்.”

“எத்தனை பேரைச் சுடுவீர்கள்?”

“எண்ணிக்கையைப் பற்றிய கவலை நமக்கெதற்கு? வடக்கே பாஞ்சாலத்தில் ஜாலியன் வாலாபாக்கில் செத்துச் சரிந்த பிணங்களின் எண்ணிக்கை யாருக்காவது தெரியுமா? இந்தியாவில் விழும் பிணங்களை எண்ணுவதற்கு மட்டும் இங்கிலாந்தின் அனுமதி கிடையாது.”

சப்-இன்ஸ்பெக்டர்களும் சார்ஜென்ட்டுகளும் நிமிர்ந்து உட்கார்ந்தார்கள்.

மாட்டு வண்டிகள் மறுபடியும் லாரிகளை மறித்துப் போட்டன. லாரிகள் நின்றும் இன்ஜின் உறுமல் குறையவில்லை.

“என்ன செய்யலாம்?”

“மறித்து நிற்கும் மாட்டு வண்டிகள் எல்லாம் மரக்கட்டை களாலான தட்டு வண்டிகள். நம்முடைய சக்திமான் லாரிகளின் சக்கரங்கள் ஏறினால் வண்டிகள் எல்லாம் சல்லி... சல்லியாக நொறுங்கிப் போகும்.”

“வண்டிகளை நொறுக்கி விடலாம். வழி மறிப்பவர்களை...?”

“கேள்வி என்ன கேள்வி? சுட்டுத் தள்ளு”

“லாரிக்குள் இருக்கும் போலீஸ்களை எல்லாம் துப்பாக்கி களோடு ஆயத்தமாக இருக்கச் சொல்.” ஏற்கெனவே எல்லா துப்பாக்கிகளுக்குள்ளும் குண்டுகள் ஏறியிருந்தன.

லாரிகளுக்குப் பின்னால் ஒரே ஒரு தட்டு வண்டி. கிடாத்திருக்கை பட்டாணியின் வண்டி. கை மறைவில் நீண்ட குத்தூசி வைத்திருந்த பூச்சி, வண்டியிலிருந்து கீழே குதித்தான். இருட்டோடு முன்னால் நின்ற சக்திமான் லாரியின் கனத்த சக்கரத்தின் அருகில் போய் நின்று, குத்தூசியை இறக்க வசம் பார்த்தான்.

மீண்டும் பாலத்தில் 'டார்ச் லைட்' கீழும் மேலும் ஆடியது. கமுதி இன்ஸ்பெக்டர், கையில் ரிவால்வரோடு கத்தினான்.

"வாய்க்கால் பாலத்தில் தான் ஒளிந்திருக்கிறார்கள்." படியிறங்கி ஓடிவந்தான்.

"ஏய்... போலீஸ் முட்டாள்களே...! சுட்டுத் தள்ளுங்கள்." - வராண்டாவில் நின்ற லாரன்ஸ், கழுத்து நரம்பு விடைக்க அலறினான். ஜெர்மன் மாஸர் பிஸ்டலால் லாரன்ஸின் பின் தலையை குறிவைத்து நின்ற அபூபக்கரை எல்லோரும் மறந்து போனார்கள்.

"எவ்வளவு தைரியம் இருந்தால் கச்சேரி வாசலுக்கே வந்து விளையாட்டுக் காட்டுவார்கள்! சுட்டுப் பொசுக்குங்கள்." - லாரன்ஸுக்கு முன்னால் நின்ற முதுகுளத்தூர் இன்ஸ்பெக்டர் கத்திக்கொண்டே படி இறங்கினான். கமுதி முதலாளி வீட்டு போதையும் கறியும் போன போக்கு தெரியவில்லை!

கீழும் மேலும் ஆடிய பாட்டில் டார்ச் அணைந்து போனது. எல்லாத் துப்பாக்கிகளும் வாய்க்கால் பாலத்தை நோக்கி வெடித்தன. பாலம், கல்பாலம். வெடித்த குண்டுகள், பாலத்தின் மூட்டுப் பொருத்தலில் பூசி இருந்த சுண்ணாம்புக் காரையைப் பெயர்த்தன. பாலத்தை அசைக்க முடியவில்லை. 'பாட்டில் டார்ச்'காரன் கையெறி குண்டுகள் இருந்த கனத்த பையோடு பலத்துக்குக் கீழ்ப்புறம் குன்னி அமர்ந்தான். ரெண்டுகண் பாலம். சிமெண்ட் குழாய்க்குள் நுழைந்து மறுபுறம் வந்து பதுங்கினான். தலைக்கு மேல் பறந்த துப்பாக்கிக் குண்டுகள் பாலத்தைத் தகர்த்துக்கொண்டு இருந்தன. பாலத்திலிருந்து கல்லெறி தூரத்தில், கச்சேரி நுழைவு வாசலில் அடர்த்தியாக நின்று போலீஸுகள் சுட்டுக்கொண்டு இருந்தார்கள். எறிகுண்டை வலது கையில் எடுத்தான். விசையைக் கவ்வி இருந்த கொக்கியைப் பல்லால் கடித்து உருவினான். குத்துக்காலிட்டு பொறுப்பாக அமர்ந்து கொண்டு, போலீஸுகளைக் குறி பார்த்து எறிந்தான். கண்ணார்பட்டியும் கமுதியும் அதிர்ந்தன. செட்டியூரணித் தண்ணீர் குலுங்கி, கரைகளில் அலையடித்தது. மூன்றாவது குண்டுக்குள் போலீஸுகளெல்லாம் சடலங்களாகச் சாய்ந்தனர்.

இரண்டு அடிதூர இடைவெளியில் வெடித்த அபூபக்கரின் ஜெர்மன் மாஸர் பிஸ்டல், இன்ஸ்பெக்டர் லாரன்ஸின்

மூளையைச் சிதறடித்தது. தெற்கே, கவாத்து மைதான இருட்டுக் குள்ளிருந்து கண்காணித்துக்கொண்டு இருந்த ரணசிங்கம், ஃபிரான்ஸ் பிரௌனிங் பிஸ்டலில் இருந்து கிளப்பிய முதல் குண்டு, முதுகுளத்தூர் இன்ஸ்பெக்டரையும் இரண்டாவது குண்டு கமுதி இன்ஸ்பெக்டரையும் விழுத்தாட்டியது.

கனைத்துக்கொண்டு இருந்த குதிரைகள் பூட்டிய 'கோச்' வண்டியில் ஏறி அமர்ந்த சண்முகப்பாண்டி, சாட்டையைச் சொடுக்கக் காத்திருந்தான்.

14. பூச்சி

ஆப்பனூர் மாப்பிள்ளை வீட்டாரை எதிர் பார்த்து பெருநாழி விழித்திருந்தது. முளைக் கொட்டுத் திண்ணையில், துண்டை விரித்துப் படுத்திருந்த வயசாளிகள் உறங்காமலிருக்க, பழங் கதை பேசிக்கொண்டு இருந்தார்கள். கறியையும் சோறையும் வயிறாரத் தின்ற சிறுவர்கள், கிடைத்த திண்ணை, தாழ்வாரங்களில் விழுந்து உறங்கி னார்கள். பெண்கள் எல்லோரும் மாயழகி வீட்டில் கூடியிருந்தார்கள்.

பொண்ணுக் கோலத்தில் மாயழகி இருக்கிற அழகைக் கண்டு குமரிகள், தொட்டுத் தொட்டுப் பார்த்தார்கள்.

"ஏண்டீ... என்னைத் தடவிக்கிட்டே இருக் குறீங்க?"

"ஏன்...? தடவுனா என்ன? ஆப்பனூர் மச்சான் கோவிப்பாராக்கும்?"

சொன்னவளை, மாயழகி கண்கள் சுடப் பார்த்தாள்.

“அடியேய் குமரிகளா...! எருதுகட்டு காளையோட விறைப்பு எல்லாம் கழுத்திலே வடம் விழுகிற வரை தான். நாளைக்குப் பாருங்கடீ நம்ம மாயழகியை. ஒரே ராத்திரியிலே ஆப்பனூர்க் காரன் வசக்கிருவான்!” - அகலக் கண் திறந்து கிழவி சிரித்தாள். கூடியிருந்த குமரிகளுக்கு சிரிப்பு தாங்கலே!

“ஏய்... கிழவி! பெரிய மனுஷிதானா நீ? வயசுக்கு ஏத்த பேச்சு வேணாம்? சீ...!” மாயழகியின் சீறலில் உள் வீட்டு காந்த லைட்டு அணைந்து போனது.

“டேய்... சோக்கு! லைட்டு அமந்து போச்சுடா...” - கிழவிகள் கூப்பாடு போட்டார்கள்.

லைட்டுக்கார சோக்கு முளைக்கொட்டுத் திண்ணையில் படுத்துக் கிடந்தான். கால்வாக்கில் படுத்துக்கிடந்தவனை ஓங்கி ஒரு மிதி மிதித்தார் மலையாண்டி. “டேய்... சோக்கு! கல்யாண வீடு இருட்டா கெடக்கு! எந்திரிச்சுப் போயி லைட்டைப் பொருத்துடா...”

உதறி எழுந்த சோக்கு, திண்ணையிலிருந்து குதித்து இறங் கினான். தெரு இருட்டோடு வந்த ஒரு இளவட்டம், “மாப் பிள்ளை வீட்டு ஆளுக வந்துட்டாங்க. பெரியாளுக எல்லாம் வாங்க!” - கூவினான்.

கிழக்கே மடைக்குழிப் பக்கம் வண்டி மாடுகளின் கழுத்து மணி ஓசை, இருளை நிறைத்து நெருங்கியது.

முன்னத்தி வண்டிக்காரன் சங்கு ஊதி வர, முப்பது வண்டிகளும் கல்யாணப் பந்தலைக் கடந்துபோய் நின்றன. வீட்டுக்குள்ளிருந்த பொம்பளைகள் பந்தலுக்கு ஓடிவந்தார்கள். குமரிகள், தலைவாசல் தாண்டாமல் கதவு, ஜன்னல்களுக்குள் மறைந்து நின்று, மாப்பிள்ளை வீட்டார் வந்திறங்கும் செருக்கை அளந்தார்கள்.

திருக்கண்ணனின் தாயார் அழகுமீனா தாலி, சேலை, பெட்டி அரிசியோடு இறங்கினாள். ரணசிங்கத்தின் மனைவி திருக் கம்மாவும் தங்கச்சாமியின் மனைவி பஞ்சவர்ணமும் ஓடிவந்து, “கும்பிடறேன் சின்னாத்தா...” - அழகுமீனாவின் தோள்களை தொட்டு அணைத்தார்கள்.

“மகராசியா இருங்கம்மா....”

உள்ளூர் இளவட்டங்கள் திருக்கண்ணனைத் தேடினார்கள்.

அழகுமீனாவுக்கு பேச நாக்கு எழவில்லை. நடக்க கால் வரவில்லை. 'தாலி கட்டப்போகிற மகனைக் காணோம். மகனை தேடிவரச் சொல்லி நடுக்காட்டில் இறக்கிவிட்ட மகளையும் காணோம்!' - தலை கிறுகிறுத்தது.

மூன்று கையெறி குண்டுகளில் கமுதி கச்சேரி வேலை முடிந்தது. நுழைவு வாசலில் போலீஸுகள் சிதறிக் கிடந்தார்கள். வராண்டாவில் தலையும் படிகளில் உடலுமாக இன்ஸ்பெக்டர் லாரன்ஸ் சரிந்து கிடந்தான். லாரன்ஸின் கால்மாட்டில் முது குளத்தூர் இன்ஸ்பெக்டர். பத்தடி தள்ளி கமுதி இன்ஸ்பெக்டர் பூமி பார்த்துக் குப்புறக் கிடந்தான்.

'பாட்டில் டார்ச்'காரன் எஞ்சிய கையெறி குண்டுகளைப் பத்திரப்படுத்தினான்.

கவாத்து மைதானத்துக்குத் தெற்கே இருட்டுக்குள்ளிருந்து ரணசிங்கம் வெளியேறி வந்தான். ஒரு குண்டில் முதுகுளத்தூர் இன்ஸ்பெக்டரையும் மறு குண்டில் கமுதி இன்ஸ்பெக்டரையும் காவு கொண்ட ஃபிரான்ஸ் பிரௌனிங் பிஸ்டலை இடையில் செருகியிருந்தான். லாரன்ஸின் மூளையைச் சிதறடித்த ஜெர்மன் மாஸர் பிஸ்டல், அபுபக்கரின் கையில் இன்னும் புகைந்து கொண்டு இருந்தது. மேற்கே கல்வாகை மரத்தடி இருட்டுக்குள் 'கோச்' வண்டிக் குதிரைகள் கனைத்துக்கொண்டு நின்றன. லகானை இழுத்துப் பிடித்து அமர்ந்திருந்தான் சண்முகப்பாண்டி.

குலைந்து கிடந்த பிணங்களில் கால்படாமல் தாண்டித் தாண்டி வந்த 'பாட்டில் டார்ச்' காரன், எறி குண்டுப் பையை கோச் வண்டியில் வைத்தான் ரணசிங்கம் கண் அசைக்க, அபு பக்கரும் 'பாட்டில் டார்ச்'காரனும் பிரேதங்களின் கைநழுவிக் கிடந்த துப்பாக்கிகளையும் ரிவால்வர்களையும் சேகரித்து கோச் வண்டியின் கீழ்த்தளத்தில் அடுக்கினார்கள். கச்சேரிக்குள் நுழைந்து இருப்பில் இருந்த துப்பாக்கிகளையும் பைனட் கத்திகளையும் அள்ளிக்கொண்டு வந்தார்கள்.

ரணசிங்கம் கோச் வண்டியில் ஏறி அமர்ந்தான். அபு பக்கருக்கும் 'பாட்டில் டார்ச்'காரனுக்கும் கை கொடுத்து வண்டியில் ஏற்றி, தன் இரு பக்கமும் அமர வைத்துக் கொண்டான். வண்டியோட்டியாக அமர்ந்தருந்த சண்முகப் பாண்டி கேட்டான்... "அண்ணே... பெருநாழிக்குத்தானே போகணும்?"

"இல்லை. எருமைகுளம் போ."

குதிரைகள் பாய்ச்சலில் கிளம்பின.

கரிசல்புலி வனாந்தரத்தில் இருள் நெறிக்கத் தனித்து நின்ற அரியநாச்சியை அகல விரியவும் சுருங்கவுமாக நெருங்கி வந்தது 'வெள்ளை'. கொட்டாவி விட்ட நரி, அரிய நாச்சியையும் 'வெள்ளை'யையும் மாறிமாறி பார்த்தது. நரியைப் பார்த்து 'சீத்'தடித்த கருநாகமும் 'வெள்ளை'யின் பக்கம் படம் திருப்பியது. அரியநாச்சி, தாவிப் பிடிக்கும் தூரத்தில் நட்டுக் குத்தலாக நின்றாள். ஆப்பனூர் காட்டில் அவள் பார்க்காத நரியா? அவள் பார்க்காத கருநாகமா? 'வெள்ளை'யை மட்டும் இன்று தான் பார்க்கிறாள்.

ஏழெட்டு வருசத்துக்கு முன்னால் ஆப்பனூர் கோவிந்தன், கற்றாழைக் காட்டுக்குள் நாக்குத் தள்ளி செத்துக் கிடந்தார். கோவிந்தன் செத்தது உச்சி ராத்திரிக்கு விடிந்து 'சுள்'ளென வெயிலடிக்க, உழவுக்குப் போன சம்சாரிகள் கண்டு, ஊருக்குள் சொன்னார்கள். அரியநாச்சிக்கு ஒன்பது வயதிருக்கும். திரண்டு ஓடிய ஊரோடு அரியநாச்சியும் கற்றாழைக் காட்டுக்கு ஓடினாள். மல்லாக்க, நுரை தள்ளிக் கிடந்த வாயிலும் கண்ணாம் பட்டை யிலும் கட்டெறும்புகள் மொய்த்துக் கொண்டிருந்தன.

'சோனப்பிரியாங்கோட்டை காளி தான் அடிச்சிருக்கு...' கூட்டம் முணுமுணுத்தது. சோனப்பிரியாங்கோட்டை காளி ஆண்களை அடிக்கும். கூராங்கோட்டை முனி பெண்களைப் பிடிக்கும். காளிக்கும் முனிக்கும் கரிசல்புலிக் காடு எல்லை கடந்த இடம். இது உள்ளூர் கலகத்தில் வெட்டுப்பட்டு, குத்துப்பட்டு செத்த பிசாசுக் கழுதையாக இருக்கும்.

அரியநாச்சி, தாவணியை இறுக்கி இடுப்பில் செருகினாள். "டேய்...! வாடா, வீரமான ஆம்பளையா இருந்தா ஆப்பனூர்க் காரியைத் தொட்டுப் பாருடா...!" ஆங்காரம் கொண்டு கத்தினாள். நரியும் நாகமும் மிரண்டன.

பூச்சி, கை மறைவிலிருந்த குத்தூசியை போலீஸ் லாரிச் சக்கரத்தில் வசம் பார்த்து இறக்கினான். எதிர்பாராமல் வந்து சிக்கிய எதிரியின் அடிவயிற்றில் வாகு பார்த்து சூரிக்கத்தியை இறக்கி, கழுத்தில் இடது கை போட்டு அணைத்து வாய்விட்டுக் கத்தவிடாமல் நெஞ்சை இறுக்கி, அடி ஆழம் காண ஆட்டி

ஆட்டி சூரிக்கத்தியைச் செருகி, மெள்ள உருவுவது போல், லாரிச் சக்கரத்திலிருந்து காற்று வெளியேறும் சத்தம் கேளாமல் குத்தூசியை உருவினான். லாரிகளின் சக்கரங்களைச் சுற்றிச் சுற்றி வந்து குத்தூசியை இறக்கினான். போலீஸ் லாரிகளுக்குப் பின்னால் பூச்சி ஏறிவந்த தட்டு வண்டி மட்டும் நின்றது. மற்ற வண்டிகள் லாரிகளை வழிமறித்து நின்றன. தட்டு வண்டி மாடுகளை அவிழ்த்துக் காட்டு வாக்கில் விரட்டிவிட்ட கிடாத் திருக்கை பட்டாணி, லாரிகளைக் கடந்து முன்னே போனான். தட்டு வண்டி தனியே கிடந்தது. பூச்சி, மூன்றாவது லாரியை நெருங்கினான்.

லாரிகளை விட்டு குதித்து இறங்கிய சப்-இன்ஸ்பெக்டர்கள் பொறுமை இழந்து போனார்கள். பலங்கொண்ட மட்டும் லாரி களை உறுமவிடச் சொன்னார்கள். நான்கு லாரிகளும் பீய்ச்சி அடித்த வெளிச்சத்தில் எண்பது வண்டிகளும் எருமைகுளமும் பளீரிட்டன. ஆலமரத்தடியில் கூடிப் பேசிக்கொண்டிருந்த இள வட்டங்களில் பாதிப்பேர் வடக்கிலும் பாதிப்பேர் தெற்கிலும் பிரிந்து போனார்கள். எல்லோர் கையிலும் ஆயுதங்கள் இருந்தன. நிலைமை கை மீறுவதை உணர்ந்த அதிகாரிகள் சார்ஜென்ட்களை உஷார்படுத்தினார்கள். லாரி போலீஸுகள் கீழே குதித்து உத்தரவுக்கு காத்திருந்தார்கள். மூன்றாவது லாரியின் காற்றை இறக்கிய பூச்சி, முன்னே நின்ற நான்காவது லாரியை நெருங்கினான். குத்தூசியோடு பூச்சியை கண்ட கமுதி சப்-இன்ஸ்பெக்டர் வலது தோளில் சுட்டான். குத்தூசி கை நழுவியது பூச்சி குனிந்து இடது கையால் குத்தூசியை எடுத்தான். இடது கையில் குண்டு பாய்ந்தது. தலையில் பாய்ந்த மூன்றாவது குண்டு, பூச்சியை சாகடித்தது. வெடிச்சத்தம் கேட்டதும் மாடுகள் மருகின. தெற்கிலும் வடக்கிலும் பிரிந்த இளவட்டங் கள் எறிந்த குண்டுகள், பின்னால் நின்ற லாரியைத் தகர்த் தெறிந்தன. பட்டாணி அவிழ்த்துப் போட்டு வந்த தட்டு வண்டி சிதறிப் பறந்தது. இளவட்டங்களை நோக்கி துப்பாக்கிகள் வெடித்தன.

ரணசிங்கம் ஏறி வந்த கோச் வண்டி எருமைகுளத்தை நெருங்கிக் கொண்டிருந்தது.

15. எருமைகுளம் ஆலமரம்

காட்டிக் கொடுக்கும் வெளிச்சத்திலிருந்து தப்பி, எல்லோரும் இருட்டுக்குள் பதுங்கினார்கள். உயிரைப் பணயம் வைக்கிற விளையாட்டுக்கு இருட்டுதான் உகந்தது. பலங்கொண்ட எதிரியை வெளிச்சப்படுகையில் வைத்தே கருவறுக்க வேண்டும்.

நான்காவதாக நின்ற கடைசி லாரியும் தட்டு வண்டியும் கையெறி குண்டில் தகர்ந்து கிடந்தன. அடுத்து நிற்கும் இரண்டு லாரிகளின் சக்கரக் காற்றும் பூச்சியின் குத்தூசிக் குத்தில் வெளியேறி இருந்தது. முன்னே நின்ற லாரியை நெருங்கும் முன், பூச்சி, ரிவால்வர் குண்டடியில் தலை சிதறி செத்துப் போனான்.

வெடிச் சத்தத்தில் பட்சிக் கூச்சல் இருளைக் கலங்கடித்தது. தலைகீழாய் தொங்கிக் கொண்டிருந்த ஆலமரப் பழந்தின்னி வெளவால்களின் றெக்கைச் சடசடப்பில் கண்மாய்க்காடு வெறித்தது. மஞ்சள் மூக்கு நீண்ட செங்கால் நாரைகளும் குருட்டுக் கொக்குகளும் தப்பிக்கும் திசை

தெரியாமல் விழித்தன. வரிசைகட்டி நின்ற வண்டி மாடுகள் மேழிக்கால் திருகி அலறின. புதர்க்காட்டு நரிகளும் முயல்களும் எருமைகுளம் எல்லை தாண்டி ஓட்டமெடுத்தன. அனாதிகால மாக ரத்தம் தெறிக்கும் கலகங்களால் வெட்டுப்பட்டுச் செத்த பிசாசுகளும் பேய்களும் மரங்கள் அடைக்க உட்கார்ந்து ஆனந்தமாக வேடிக்கைப் பார்த்தன.

துப்பாக்கி போலீஸுகள் லாரி வெளிச்சத்தில் சிக்கித் தவித்தார்கள். வேல்கம்புகளும் வெட்டரிவாள்களும் கருவக் காட்டு இருட்டுக்குள் பாதுகாப்பாகப் பதுங்கி இருந்தன. நான்கில் ஒரு லாரி சிதறிப் போனதில் போலீஸுகளுக்குப் பீதி உண்டானது. எதிரிகள் பார்க்க, வெளிச்சத்தில் நிற்பது ஆபத்து. லாரிகளின் விளக்குகளை அணைத்தால், வீச்சரிவாள்கள் தைரியமாக வந்து பாயும். வெளிச்சமும் இடைஞ்சல்; இருட்டும் இடைஞ்சல். சப்-இன்ஸ்பெக்டர்களும் சார்ஜென்ட்களும் குழம்பி நின்றனர்.

முள்ளுக்காடு, செடிக்குச் செடி கோத்து சடை பின்னிக் கிடந்தது. குறி பார்த்து குண்டுகளை எறியவோ, வளரிகளை வீசவோ வாகு கிடைக்கவில்லை. கை ஆயுதங்களால் துப்பாக்கி களை நெருங்க முடியாது. இருப்பில் உள்ள எறிகுண்டுகளை வைத்தே காரியம் பார்க்கவேண்டும்.

இறைச்சிகுளம் பால்ச்சாமி, முள்ளுக்குள் பதுங்கி பதுங்கி கிழக்கே பிரிந்து போனான். பாம்புகள் ஊர்ந்து போன தடத் திலேயே ஊர்ந்து வண்டிப் பாதையோரம் அமர்ந்து கொண்டான். மங்கலான பின் வெளிச்சம். லாரி போலீஸுகள் கையெறி தூரத்திலிருந்து தள்ளி நின்றார்கள். கைக் குண்டுகளை வலுவாய் எறியவேண்டும். இடது முழங்காலை ஊன்றி அமர்ந்தான். அடி வண்டலில் சீப்பு சீப்பாய் பதிந்திருந்த கருவேல முள், கால் மூட்டில் 'வதக்' என ஏறியது. 'ஆவ்ங்...' என வாய்விட்டுக் கத்த முடியவில்லை. சத்தம் கேட்டால் துப்பாக்கி திரும்பும். முழங்கால் முள்ளைப் பிடுங்கினான். வண்டலைக் கிண்டி, முட்கொத்தை எடுத்து கைவாக்கில் வீசினான். மறுபடியும் முழங்கால் பதித்து அமர்ந்து, கையெறி குண்டின் விசையை பல்லால் பிடுங்கித் துப்பினான். போலீஸுகளை குறிபார்த்து எறியச் சுழற்றிய கையை, பின்பக்க முள் செடி கிழித்தது. கை நழுவிய குண்டு, பால்ச்சாமியின் மடியிலேயே விழுந்து வெடித்தது. கோணிப் பையிலிருந்த மற்ற குண்டுகளும்

எருமைகுளம் காடதிர, வெடித்தன. இறைச்சிகுளம் பால்ச்சாமி சதை சதையாகக் கிழிந்துபோனான்.

கமுதி சப்-இன்ஸ்பெக்டர் கத்தினான்.

"சுட்டுத்தள்ளுங்கள். புதர்க்காட்டைச் சல்லடையாக்குங்கள்."

வண்டிப்பாதையின் இரண்டு பக்கங்களையும் துப்பாக்கிக் குண்டுகள் கிழித்தன. இலக்கில்லாமல் சுட்டார்கள். ஆலமரக் கரை இறக்கத்தில் நின்ற மாடுகள் வெருண்டு, ஆளில்லாத தட்டு வண்டிகளை இழுத்துக் கொண்டு காட்டு வாக்கில் ஓடின. முள்ளுக் காடெங்கும் மரண ஓலங்கள்.

பந்தியில் அமர்ந்து சாப்பிடும் மாப்பிள்ளை வீட்டாருக்குச் சோறும் இறங்கலே... கறியும் ருசிக்கலே! ஒரு ஆளு ஒரு இலைக்கறி திங்கலாம். எல்லாம் வெள்ளாட்டங் கிடாய்க் கறி. அப்புட்டு ருசி! ஆனாலும், அள்ளித் திங்கக் கை வரலே! அசை போட வாய் வரலே! என்ன சந்தோசத்திலே கறி திங்க? உச்சி ராத்திரி, தாலிகட்டு நேரம் நெருங்குது. கல்யாண மாப்பிள்ளை திருக் கண்ணனைக் காணோம். பெருநாழி சனம் கேக்குற கேள்விக்கு பதில் சொல்லி முடியலே.

'திருக்கண்ணன் வந்துருவான்... வந்துருவான்'னு எம்புட்டு நேரம் கூட்டத்தைத் தாக்காட்ட முடியும்?

ஓரமாக ஒரு பெஞ்ச் பலகையில் சரிந்துபோய் அமர்ந்த ஆப்பனூர் பெரியவர் தவசியாண்டி, எழுந்திருக்கவே இல்லை. சனமெல்லாம் கெஞ்சியும் சாப்பிடச் சம்மதிக்கவில்லை.

பெட்டி அரிசியை உள் வீட்டுக்குள் கொண்டு போய் இறக்கிய அழகுமீனா, கழுத்து வலிக்க வலது பக்கம் திரும்பினாள். தனியே அமர்ந்திருந்த மாயழகியைக் கண்டதும், "ஆத்தாடி என் வைரக்கட்டி! தங்கச் சிலையே!" ஓடிப்போய் மாயழகியை கட்டிப்பிடித்துக் கொண்டாள். தாரை தரையாகக் கண்ணீர் ஓடியது. மாயழகி அலுங்காமல் உட்கார்ந்திருந்தாள்.

ஓடியாடி பரிமாறிக் கொண்டு திரிந்த தங்கச்சாமிக்கு, தாலிகட்டு நேரம் நெருங்க ரத்தம் சுண்டியது. 'கல்யாணத்துக்கு வரவேண்டிய முக்கால்வாசி சனம் இன்னும் வந்து சேரலே! அண்ணன் ரணசிங்கம் வரலே! கல்யாண மாப்பிள்ளை திருக்கண்ணன் எங்கே இருக்கிறான்னே தெரியலே!' நெஞ்சு குமைந்தது. தவசியாண்டிக்கு ஓரடி தள்ளி பெஞ்ச் பலகையில்

அமர்ந்தான். "முகூர்த்த நேரம் நெருங்குது. என்ன செய்யலாம் சித்தப்பூ...?"

கண்களை இறுக மூடி அமர்ந்திருந்த பெரியவர் தவசியாண்டி, இடது பக்கம் தலை திருப்பி, "கல்யாண மாப்பிள்ளை வரத் தாமதமானாலும்... குறிச்ச நேரம் தப்பாமல் உன் தங்கச்சி கழுத்திலே தாலி ஏறும்." தைரியம் சொன்னார்.

'கல்யாண மாப்பிள்ளையே வராமல் கழுத்திலே தாலி எப்படி ஏறும்?' தங்கச்சாமி குழம்பினான்.

"அடேய்...! வீரமான ஆம்பளையா இருந்தால்... இந்த ஆப்பனூர்க்காரியை தொட்டுப் பாருடா... வாடா...!" நெருங்கி வரும் 'வெள்ளை'ப் பிசாசைப் பார்த்து, தலை மயிரை அள்ளி முடிந்துகொண்டே ஆங்காரமாகக் கத்தினாள் அரியநாச்சி. 'வெள்ளை'ப் பிசாசு நின்று நிதானித்தது. அரியநாச்சி சுற்று முற்றும் பார்த்தாள், கடந்துபோன பெரிய வண்டிகளில் இருந்து உருவி விழுந்த ஊன்று கம்பொன்று காலடியில் கிடந்தது. கம்பைக் கையில் எடுத்தாள்.

நரி, நாலு கால் பாய்ச்சலில் ஓட்டமெடுத்தது. கருநாகம் எக்குப் போட்டு சீறியது. ரெண்டு எட்டு முன்னே போன அரியநாச்சி, ஊன்று கம்பை ஓங்கி, 'வெள்ளை'ப் பிசாசின் தலை தெறிக்க ஒரே போடு!

"ஆத்தாடி...! ஆப்பனூர்க்காரி கொன்னுட்டாளே!"- அலறி, வடக்கே சாய்ந்த 'வெள்ளை'ப் பிசாசின் நடு நெஞ்சில், தலை சிவக்க படம் தூக்கி நின்ற கருநாகம் பல் பதியக் கொத்தியது.

கால் தடுக்கும் புதுப்பாவாடையைத் தூக்கி இடுப்பில் செருகிய அரியநாச்சி, மேற்கே கிளம்பி, பெருநாழிப் பாதையில் கெதியாக ஓடினாள்.

கம்படியும் கருநாகக் கடியும் பட்ட 'குள்ள' சுப்பையா, 'வெள்ளை'ப் பிசாசு வேஷங்கட்ட போர்த்தி வந்த வேட்டித் துணி நனைய ரத்தமும் விஷமும் படர்ந்தன.

நெத்தி பிளக்க குண்டடிபட்டும் எந்த இளவட்டமும் வாய் திறந்து அலறவில்லை. இருப்பிடத்தைக் காட்டி கொடுத்துவிடாமல் சத்தமின்றிச் செத்தார்கள். கிடாரிகுளம் செல்லமுத்து பதறினான். திட்டத்தில் ஓட்டை விழுந்துவிட்டதே! நெஞ்சு

படபடத்தது. கையெறி குண்டுகளோடு கருவேல மரத் தூர்களிடையே பதுங்கி நகர்ந்தான். போலீஸ் துப்பாக்கிகள் முள்ளுக் காட்டுக்குள் குண்டுகளை இறைத்துக்கொண்டு இருந்தன. காற்றுப் போன இரண்டு லாரிகளின் சக்கரங்கள் பாதையோடு அப்பி நின்றன.

வண்டிப் பாதைக்கு வடபுறம் ஊர்ந்துகொண்டு இருந்த புனவாசல் முனியசாமியின் முழங்கைகளுக்குள் 'நெளுக்' என்றது. இமை சுருக்கிப் பார்த்தான். சுருண்டு கிடந்த சினைச் சாரைப் பாம்பு, மெள்ள அவிழ்ந்தது. இரண்டு உள்ளங்கைகளாலும் பாம்பின் அடிகோதி தூக்கி விட்டெறிந்தான்.

தென்புறமிருந்து 'கிடாரிகுளம்' செல்லமுத்து வீசிய கையெறிகுண்டும், வடபுறமிருந்து 'புனவாசல்' முனியசாமி எறிந்த குண்டும் மூன்றாவதாக நின்ற லாரியைப் பிளந்தன. நான்கில் இரண்டு லாரி போலீஸ்கள் பனை உயரம் பறந்து விழுந்து செத்தார்கள். தப்பிய போலீஸ்கள், திரும்பித் திரும்பிச் சுட்டார்கள்.

கமுதி சப்-இன்ஸ்பெக்டர், சார்ஜென்ட்களின் காதுகளில் கிசுகிசுத்தான். உயிரோடிருந்த போலீஸ்களில் முக்கால்வாசிப் பேர் ஓடிப்போய், முன்னே நின்ற லாரியில் ஏறிக்கொண்டார்கள். இரண்டாவது லாரியில் விளக்குகள் அணைந்தன. கமுதி சப்-இன்ஸ்பெக்டர், லாரி டிரைவருக்கு உத்தரவிட்டான்.

"லாரியை கிளப்பு, எதிரே பாதையில் நிற்கும் வண்டி மாடுகளை தரையோடு தேய்த்து நசுக்கு. எக்காரணம் கொண்டும் லாரி நிற்கக் கூடாது. வேகமும் குறையக் கூடாது. போ... போ..."

பூச்சியின் குத்தூசிக் குத்திலிருந்து தப்பிய முதல் லாரி உறுமி கிளம்பியது. சக்திமான் லாரிச் சக்கரங்களில் சிக்கிய தட்டு வண்டிகள் சடசடத்து நொறுங்கின, குடல் தெறிக்க அறைபட்ட மாடுகள் அலறி துடித்தன. ஆலமரம் தாண்டி கரை இறங்கிய லாரி, மேற்கே போகும் பெருநாழிப் பாதையில் வேகமெடுத்தது. லாரியில் இடம் பிடிக்க முடியாத போலீஸ்கள் இருட்டுக்குள் நின்றார்கள். புதர்க்காட்டு வேல் கம்பு, வீச்சரிவாள், வெடி குண்டுகள் வெளியேறி வந்து போலீஸ்களை வளைத்தன.

கிழக்கே இருந்து வந்த கோச் வண்டியிலிருந்து ரணசிங்கம் குதித்து இறங்கினான்.

16. 'கட்டுத்தாலி'

ஆப்பனூர் பெரியவர் தவசியாண்டி, அம்மாசி, மாரந்தை பாண்டி மூவரும் பெஞ்ச் பலகையில் அமர்ந்திருந்தார்கள். காந்தலைட்டு வெளிச்சத்தில் முகம் தெரிய ஆண், பெண் அத்தனை பேரும் சுற்றி நின்றார்கள். உள்வீட்டில், உட்கார்ந்த இடத்தை விட்டு அசையாமல் இருந்தாள் மாயழகி. இடது கை வாக்கில் விரித்த பாயில் சிறுவன் துரைசிங்கம் அயர்ந்து உறங்கிக் கொண்டு இருந்தான். குமரிகள், உள்வீட்டுக்கும் தலை வாசலுக்குமாக நிலைகொள்ளாமல் நடந்து திரிந்தார்கள். அழகுமீனா சேலைத் தலைப்பால் வாய் பொத்தி, வெளியே சப்தம் கேளாமல் அழுதுகொண்டு இருந்தாள்.

வடித்துக் கொட்டியதில் பாதிச் சோறு, ஓலைப்பாயில் குவிந்து கிடந்தது. இரண்டு முடா கிடாய்க்கறிக் குழம்பு, அகப்பை படாமல் ஆடை படர்ந்திருந்தது. வரவேண்டிய சனம் வந்து சேரலே. சாப்பிட்ட சனத்துக்கும் சந்தோசம் இல்லே.

“என்ன செய்யலாம் சித்தப்பூ...?” தங்கச்சாமி, அரை உயிரோடு கேட்டான். எல்லாச் சனமும் தவசியாண்டியின் வாய் பார்த்து நின்றனர். தவசியாண்டி உதடுகளை இறுக்கி மூடி இருந்தார்.

“மச்சான் வாயைத் தெறந்து பேசுங்க. தாலி கட்டு நேரம் நெருங்குது. மாப்பிள்ளைகாரனைக் காணோம். என்ன செய்யலாம்?” மாரந்தை பாண்டி, பீடிப் புகையோடு பேச்சை இழுத்துவிட்டார்.

“உச்சி இருட்டுக்குள்ளே தாலி கட்டணும். மாப்பிள்ளை காரன் வந்து சேரலே. வழியிலே ஏதாவது சின்னத் தடங்கல் இருக்கலாம். முன்னே பின்னே ஆனாலும் வந்துடுவான். அதுக் காகக் காரியம் நிற்க வேணாம். சாதி வழக்கப்படி குறிச்ச நேரத் திலே தாலி கட்டிற வேண்டியது தான்.” தவசியாண்டி நிறுத்தி நிதானித்துப் பேசினார்.

“மாப்பிள்ளை வரலே! யார் தாலி கட்டுறது?” கூட்டம் திகைத்தது.

“மாப்பிள்ளை கூடப் பிறந்த அக்காவோ தங்கச்சியோ தான் கட்டணும்.” மாரந்தை பாண்டியின் வாயில் பீடி புகைந்தது.

தவசியாண்டி தெளிவாகச் சொன்னார்... “திருமணச் சடங்கு கள் எல்லாத்தையும் முழுசா நடத்தி முடிக்கிறதிலே இதுமாதிரி ஏதாவது இடையூறு, தடங்கல் வந்தால், பொண்ணு கழுத்திலே மாப்பிள்ளைகாரன் கூடப் பிறந்தவள் தாலி கட்டுவாள். இதுக்கு ‘கட்டுத்தாலி’ன்னு பேரு.”

“அப்படி முடிகிற கல்யாணம் செல்லுமா?”

ஆப்பனூர் அம்மாசி குறுக்கே பேசினார். “ஏன் செல்லாது?

“நாளைக்கே பெண்ணைப் புருசன் வீட்டுக்குக் கூட்டிட்டுப் போயிறலாம்.”

“ஆனால்...” தவசியாண்டி இழுத்தார். “பின்னாலே, வசதிப் பட்ட ஒரு தேதியிலே உறவு முறையைக் கூட்டி, ‘பழைய குறை முடிக்கும் மணச்சடங்கு’ செய்தாகணும். அந்தச் சடங்கிலே தான் மாப்பிள்ளைகாரன் கையாலே பொண்ணு கழுத்திலே தாலி ஏறும். ஒரு மாசமோ... ஒரு வருசமோ... நாலு வருசமோ... கழிச்சுக் கூட அந்தச் சடங்கு நடத்தலாம். அது, அவரவர் வசதியைப் பொறுத்தது. அப்படி நடத்தலேன்னா இந்தக் ‘கட்டுத்தாலி’ செல்லாது.”

"ஏன் மச்சான், நாலு வருசம்வரை, பொண்ணும் மாப்பிள்ளை யும் முகம் பார்க்காமல் சும்மாவா இருப்பாங்க?" நக்கலாகக் கேட்டார் மாரந்தை பாண்டி.

"தாராளமாகக் குழந்தை, குட்டி பெத்துக்கிறலாம். ஆனா..."

"இன்னும் என்ன மச்சான் ஆனா... ஆவன்னா...?" மாரந்தை பாண்டி தலையை உலுப்பினார்.

"குறை முடிக்கும் மணச்சடங்கு நடத்தலேன்னா... பிறக்கிற பிள்ளைகள், சாதியிலே சேர்த்தி இல்லே."

சனம் ஒண்ணோடு ஒண்ணு பார்த்து புரியாமல் முழித்தது.

"மாப்பிள்ளைகூடப் பிறந்த அக்கா, தங்கச்சி யாரும்மா?"

"திருக்கண்ணன் கூடப்பிறந்தவள் ஒருத்தி தான். அரியநாச்சி."

"அரியநாச்சி எங்கே?"

அழகுமீனா வெடித்து அழுதாள். "மகனைத் தேட விட்டுட்டு வந்தேன். மகளையும் நடுக்காட்டிலே இறக்கி விட்டுட்டு வந்துட் டேனே... பாவி...!" அழகுமீனாவுக்கு தைரியம் சொன்ன திருக் கம்மாவும் பஞ்சவர்ணமும் குலுங்கி அழுதார்கள்.

சனமெல்லாம் அருள் கெட்டுப்போய் நின்றது.

"அழுகாதீங்கம்மா... ஆக வேண்டியதைப் பாருங்க!" ஆறுதல் சொன்ன தவசியாண்டிக்கும் துக்கம் தொண்டையை அடைத்தது.

"மாயழகிக்கு மதினி, கொழுந்தியாள் முறைகாரப் பொண்ணு யாரும்மா?"

"நான் இருக்கேன்லே?" வாயாடி கோட்டையம்மா முந்தினாள்.

"மாயழகி 'வீரன்' கிளை. கோட்டையம்மா 'வேட்டுவன்' கிளை. முறை சரிதான். போங்க... போங்க, பொண்ணைக் கூட்டி வந்து கிழக்கே பார்த்து உட்கார வையுங்க."

-பெஞ்சு பலகையிலிருந்து பெரியவர்கள் எழுந்தார்கள்.

"ஏய், சங்கு ஊத நாவிதன் வந்திருக்கானா?"

"வந்திருக்கேன் சாமியோவ்...!" பந்தல்கால் ஓரத்திலிருந்து கூவினான்.

எதிரே நின்ற தட்டு வண்டிகளையும் பந்தய மாடுகளையும் மோதி நொறுக்கி, தரையோடு அரைத்துக்கொண்டு போன 'சக்திமான்' லாரியின் சக்கரங்கள் முழுக்க ரத்தமும் சாணியும் சொத சொதத்துப் போயிருந்தன. குடல் தெறித்த பந்தய மாடுகள் கருவிழி மேலேற, பாதையோரம் கிடந்து அலறின. ஆலமரக் கரை இறக்கத்திலிருந்து லாரி மேற்கே வேகமெடுத்தது.

"ம்... வேகமாகப் போ..." கமுதி சப்-இன்ஸ்பெக்டர் ஆழ்ந்த யோசனையில் இருந்தான். அவனை ஓரக்கண்ணால் பார்த்த கமுதி சப்-இன்ஸ்பெக்டர், "என்ன யோசனை?" என்றான்.

"நான்கு லாரிகளில் இரண்டு சிதறிப் போய்விட்டன. ஒரு லாரி நடுக்காட்டில் நிற்கிறது. ஒன்றுதான் மிச்சம்."

"ஆமாம், அதற்கென்ன?"

"போலீஸ்களில் பாதிப் பேர் செத்துப் போனார்கள். பிழைத் தவர்களில் சிலர், இந்த லாரியில் இடம் கிடைக்காமல் எதிரி களிடம் சிக்கிக் கொண்டார்கள்."

"ஆம்."

"ரணசிங்கம் பிறந்த ஊரில் இன்னும் பலமாக இருப்பான்."

கமுதி சப்-இன்ஸ்பெக்டரும் யோசித்தான்.

"ஆப்பநாட்டுக்காரன் உயிரை மதிப்பவனாகத் தெரியவில்லை. சாவை சந்தோசமாக எதிர்கொள்கிறான். கருவேலம் புதர் களுக்குள் நாம் கண்மண் தெரியாமல் சுட்டோமே! எத்தனை பேர் செத்திருப்பார்கள்? எத்தனை பேர் காயப்பட்டி ருப்பார்கள்? எவனாவது வாய்விட்டுக் கத்தினானா? கொரில்லா யுத்தப் பயிற்சி பெற்ற பயங்கரவாதிகள் போல் அல்லவா செயல் படுகிறார்கள்...!" பிரமித்தான். "ரணசிங்கத்தை பெருநாழிக்குள் வைத்துப் பிடிப்பது எளிதல்ல."

"என்ன செய்யலாம்?"

"நேரடியாக நாம் பெருநாழிக்குள் நுழையக்கூடாது. பெருநாழி சிறு கிராமம் தான். ஊரை விட்டு வெளியேற இரண்டு அல்லது மூன்று பாதைகள்தான் இருக்கும். அந்தப் பாதைகளில் ஊருக்கு வெளியே காத்திருப்போம். தங்கச்சி கல்யாணம் முடிந்ததும் ரணசிங்கம் வெளியேறினால், ஓரிரு வாலிபர்களோடுதான் வெளியேறுவான். இப்போதைய நெருக் கடியில் ரணசிங்கம், இரவு பெருநாழியில் தங்கமாட்டான்."

“இரவு தங்கிவிட்டால்?”

“கல்யாணம் முடிந்து ஊர் அடங்கட்டும். அதிகாலையில் நாய் உறங்கும் நேரம் ஊருக்குள் நுழைவோம். அதிகபட்ச பலாத் காரத்தைப் பிரயோகித்து உயிரோடு பிடிப்போம். அல்லது சுட்டுக் கொல்வோம்.”

“நல்ல யோசனை தான்.”

உறுமிக்கொண்டு போன லாரிக்கு முன்னே, வெளிச்சத்தில் ஒரு பெண் வேகமாக ஓடிக்கொண்டு இருந்தாள். கமுதி சப்-இன்ஸ்பெக்டர் உற்று பார்த்தான்.

“யாரவள்? நடுக்காட்டு- இருட்டில் தனியே ஓடுகிறாள்?”

“பெரிய வண்டிகளில் போன கல்யாண கோஷ்டியாக இருக்கும்.”

“ஏய்... டிரைவர்! அவளை விடாதே... பிடி.”

வெளிச்சத்திலிருந்து தப்பிக்க, ஓரமாக ஒரு முள்ளுப் புதருக்குள் பதுங்கினாள் அரியநாச்சி.

முள்ளுப் புதருக்கு அருகில் வந்து, குலுங்கி நின்றது சக்திமான் லாரி.

பிரிட்டிஷ் போலீஸ்களை நிலைகுலையச் செய்த திடீர்த் தாக்குதல்களோடும், காயங்களோடும் வீர மரணங்களோடும் கை குலுக்கிய இளவட்டங்கள், கோச் வண்டியிலிருந்து குதித் திறங்கிய ரணசிங்கத்தைப் பார்த்ததும் மேலும் எழுச்சியுற்றனர்.

ரணசிங்கம், சிதறிக் கிடக்கும் லாரிகளையும், செத்துக் கிடக்கும் போலீஸ்களையும் கண்ணளந்தான். அடிமைப்பட்ட மக்களின் கோபம் என்பது எந்தத் திசையிலும் மாறி வீசும் காற்று போன்றது. சிறு நெருப்புப் பொறியையும் ஊழிப் பெருந்தீயாக மாற்றும் வல்லமை கொண்டது என்பதைக் கண்ணாரக் கண்டான்.

சுற்றி வளைக்கப்பட்டிருந்த போலீஸ்கள், துப்பாக்கிகள் தரை பார்த்துக் கவிழ்ந்திருந்தன. வெட்டி பலியிடப் பாய்ந்த இள வட்டங்களை ரணசிங்கம் தடுத்தான். “துப்பாக்கிகளைப் பறித்துக்கொண்டு, இந்த அடிமை நாய்களைக் கமுதி நோக்கி விரட்டிவிடுங்கள். ‘சொந்தச் சகோதரர்களுக்கு எதிராகத்

துப்பாக்கி தூக்கமாட்டோம்' என சத்தியம் செய்துவிட்டு தப்பித்து போகட்டும்."

துப்பாக்கிகள் கை மாறின. போலீஸ்கள் கையெடுத்துக் கும்பிட்டார்கள். "எங்க ஆத்தாகிட்டே குடிச்ச பால் மேலே சத்தியம். உயிரே போனாலும் இனிமேல் வெள்ளைகாரப் பயல் சொல்லைக் கேட்டு துப்பாக்கி தூக்கமாட்டோம். நாங்க வர்றோம்யா..."

இருட்டுக்குள் நடந்தார்கள். கமுதி கிடக்குது வெகுதூரம்.

ஏனாதி ஆனந்தன் குரல் கலங்கச் சொன்னான். "அண்ணேன், போலீஸ் தாறுமாறா சுட்டுச்சு. குண்டடி பட்ட இளவட்டங்கள் முள்ளுக்காட்டுக்குள்ளே கிடக்குறாங்க. உயிர்ச்சேதமும் இருக்கலாம்."

"அவர்கள் எல்லோரையும் உடனே வெளியே கொண்டு வாருங்கள்!"

"அண்ணேன், ஒரு லாரி போலீஸு பெருநாழிக்குப் போகுது. இந்நேரம் கரிசல் புலியைத் தாண்டியிருக்கும். லாரியை மறிக்கணும்." கழுத்தறுக்கான் மாயகிருஷ்ணன் எச்சரித்தான்.

"போலீஸ் பெருநாழிக்கு போகுதா...?" ரணசிங்கம் கோச் வண்டியில் தாவி ஏறினான். "லாரியை நாங்கள் பார்த்துக் கொள்கிறோம். காயம்பட்ட பையன்களை அப்புறப்படுத்தி, ஆறுதல் சொல்லுங்கள். பெருநாழியிலிருந்து வண்டிகளை அனுப்புகிறோம். எல்லோரும் வந்து சேருங்கள்." ஏழெட்டு இள வட்டங்களும் ஏறிக்கொள்ள, சண்முகப்பாண்டி சாட்டையைச் சொடுக்கினான்.

வழி நெடுக தட்டு வண்டிகள் நொறுங்கிக் கிடந்தன. பந்தய மாடுகள் செத்துக் கிடந்தன. காணச்சகிக்காத ரணசிங்கம், கண்களை மூடி மூச்சை இழுத்துவிட்டான். சண்முகப்பாண்டி குதிரைகளை விரட்டினான்.

குண்டடிபட்ட இளவட்டங்களைத் தேடி முள்ளுக்காட்டுக் குள் நுழைந்தவர்களில் ஒருவன் கத்தினான்.

"திருக்கண்ணா...!"

17.ஊற்று நீர் குடித்து...

அரியநாச்சி பதுங்கியிருந்த முள்ளுச் செடிக்கு அருகில் வந்து லாரி நின்றது. கண்களைக் கூச வைத்த வெளிச்சம் படாமல் வலது கையால் முகத்தை மூடினாள்.

லாரி டிரைவர் விளக்கு வெளிச்சத்தை மேலும் பிரகாசப்படுத்தினான். கமுதி சப்-இன்ஸ் பெக்டர், டிரைவரைக் கீழே இறங்கச்சொல்லி, தானும் அந்த வழியாகவே குதித்து இறங்கினான். டிரைவரை முன்னே விட்டு முள்ளுச் செடிக்கு அருகில் வந்தான். இடுப்பை விட்டு ரிவால் வரோடு இறங்கிய பெல்ட்டைத் தூக்கி சரி செய்தான்.

முகம் கவிழ்ந்து, குன்றிப்போய் அமர்ந் திருந்தாள் அரியநாச்சி. திரேகம் படபடத்தது.

“ஏய், டிரைவர்! அவளை வெளியே இழு.”

அரியநாச்சி முகம் தூக்கினாள். பதினாறு, பதினேழு வயது இருக்கும். மணிப்பிடித்து விளைந்த கம்பங்கதிர் போல் இருந்தாள்.

சப்-இன்ஸ்பெக்டரின் இடுங்கிய கண்கள் விரிந்தன. காய்ந்திருந்த உதடுகளைத் துழாவி ஈரப்படுத்திக் கொண்டான். டிரைவர் குனிந்து முள்ளுச் செடிக்குள் கை நுழைத்தான். அரியநாச்சி பின் நகர்ந்தாள். இடுப்பிலிருந்து முதுகோடு முட்கள் குத்தின. டிரைவரின் கை, அரியநாச்சியின் முகத்தை லாவியது. தலையைப் பின்னுக்கு இழுத்தாள். கபாலத்தில் முள் குத்தி முறிந்தது. ஓரக்கண்ணால் வலப்புறம் பார்த்தாள். முயல் நுழைந்து போகும் அளவு வெளி தெரிந்தது. ஆள் நுழைய முடியாது.

“டேய்… பிடித்து இழு அவளை.”

கையில் முள் கிழிக்க நுழைத்து, அரியநாச்சியின் தலை முடியை கோதிப் பிடித்தான் டிரைவர். முன்னால் என்ன நடக்கிறது என்பதை அறியாத போலீஸுகளும் சார்ஜென்ட் களும் லாரியின் பின்பக்கக் கூண்டுக்குள் அடைப்பட்டிருந் தார்கள்.

புதுப்பாவாடையும் தாவணி, சட்டையும் முள் குத்திக் கிழிபட, அரியநாச்சியை வெளியே இழுத்துப் போட்டான் டிரைவர். பாதையில் வந்து விழுந்தவள், ‘சுருக்’ என எழுந்து உட் கார்ந்து, மார்போடு முழங்கால்களை இறுகக் கட்டிக் கொண்டாள்.

“ஏய்… யார் நீ? இந்நேரம் இந்தக் காட்டில் உனக்கு என்ன வேலை?”

அரியநாச்சி கவிழ்ந்தவாக்கில் இறுகிப் போயிருந்தாள். சப்-இன்ஸ்பெக்டர், அரியநாச்சியின் கன்னத்தைத் தொட கை நீட்டினான். ஓங்கி அறைந்தாள்.

சப்-இன்ஸ்பெக்டர் சிரித்தான்… “சந்தேகமில்லை, இது ரணசிங்கத்தின் வளர்ப்புக் குட்டி தான்.”

முள் குத்திக் கிழித்த துணிக் கிழிசல்களின் வழியே அரிய நாச்சியின் சதைப் பரப்பை ரசித்தான்.

“ஏய்… பெருநாழி கல்யாணத்துக்கு வந்தவள்தானே நீ? ரண சிங்கத்துக்குச் சொந்தக்காரி தானே? சொல்லுடி….” அரியநாச்சி யின் முகவாயை ஏந்திப் பிடித்தான். மணிக்கட்டைக் கடித்தாள். வாயில் ஓங்கி அறைந்தான். மேலுதடு கிழிந்து ரத்தம் வழிய, அரியாநச்சி ‘கீசு..கீசு’ என அனலாக மூச்சிரைத்தாள். அகல விரிந்த கண்கள் இமை மூடாமல் தகித்தன.

“என்னடீ பார்க்கிறே?” என்றவன், “ஏய்... டிரைவர்! லாரி விளக்குகளை அணை. இவளுடைய நெஞ்சுக் கனத்தை இருட்டுக்குள் வைத்து சோதித்து விடுகிறேன்” - ரிவால்வர் பெல்ட்டை ஏற்றி, மேலும் இறுக்கியவன் ஓரடி முன்னே வந்தான்.

அரியநாச்சி, உட்கார்ந்தபடியே தலைமயிரை அள்ளி முடிந்தாள். லாரிக்கு திரும்பிய டிரைவர், விளக்குகளை அணைத்தான்.

கோச் வண்டியிலேறி ரணசிங்கம் புறப்பட்டுப் போனதும், இளவட்டங்கள், குண்டடிபட்டவர்களை வெளியேற்ற முள்ளுக் காடுகளுக்குள் நுழைந்தனர். முனகல் வரும் திசைகளில் பிரிந்து பிரிந்து காயம்பட்டவர்களை இருட்டுக்குள் இனங்கண்டார்கள். எதிரிகள் இல்லாததால் சத்தம் போட்டுப் பேசிக்கொண் டார்கள். நடக்க முடிந்தவர்களை கைத்தாங்கலாகக் கூட்டி வந்து ஆலமரத்தடியில் அமர்த்தினார்கள். படுகாயம் பட்டவர் களைத் தோளில் சுமந்து வந்து கிடத்தினார்கள்.

பாதையில் லாரிகள் சிதறிக் கிடந்தன. செத்த போலீஸ்கள் உருக்குலைந்து கிடந்தார்கள்.

முதல் குண்டுச் சத்தத்திலேயே விழித்துக்கொண்ட எருமை குளம் சனங்கள், ஓடிப் பறந்து ஒத்தாசைக்கு வந்தார்கள். காண்டா விளக்குகளை காற்றில் அணையவிடாமல், உள்ளங் கைகளுக்குள் எரிய விட்டார்கள். பெரியவர்கள், பச்சிலை மருந்துகளையும் கட்டுத் துணிகளையும் கொண்டு வந்து காயங் களைப் பழுது பார்த்தார்கள். மண்பாண்டங்களில் தண்ணீ ரோடு வந்த பெண்கள், தொண்டை நனையக் குடிக்க வைத்தார்கள்.

“ஏப்பா... யாராவது போயி குருசாமியைக் கூட்டிட்டு வாங்கய்யா” எருமைகுளம் பெரியவர் ஒருவர், உள்ளூர் ஆட்களை ஏவினார்.

“இந்தா, நானே வந்துட்டேன் சாமியோவ்...” கைவாளியில் தண்ணீரோடு ‘வேகு... வேகு...’ என குருசாமி வந்து கொண்டி ருந்தான். குருசாமி, உள்ளூர் நாவிதன். முரட்டு வைத்தியத்தில் கைதேர்ந்தவன். ஆட்காட்டி விரல் நீள கத்தி வைத்திருப்பான். முதுகுச் சிலந்தி, தொடைச் சிலந்தி, முள் குத்தி வீங்கி சீழ் பிடித்த புண், நாள்பட்ட காயம் எல்லாத்துக்கும் ஒரே வைத்தியம் தான்.

புடம் வைத்து வீங்கிப் பெருத்த புண், சிலந்தி காயத்தில் வைத்து 'விசுக்' என ஒரு சிலுவை போடுவான். நோயாளி அலற அலற, சீழ் சலம், நச்சு நீரெல்லாம் துளி தங்காமல் பிதுக்கி எடுத்துவிடுவான். வலது கைவாக்கில் இருக்கும் வாளித் தண்ணீரை உள்ளங்கையால் சேந்திச் சேந்தி காயத்தில் ஊற்றுவான். நாலு விரல் அகல வெள்ளைத் துணியால் இறுக்கி ஒரு கட்டு. அவ்வளவு தான்.

"எந்திரிங்க சாமியோவ்...! ஈரம் காயவிடாமல் நாலு நாளைக்கு தண்ணி ஊத்தணும்" என்பான்.

முதுகில் ஆயிரம் கண் வைத்து புரையோடிப் போயிருக்கும் ராஜபிளவைக்கும் இதே வைத்தியம் தான். வேறு மருந்து, மாத்திரை, பத்தியம் கிடையாது. நாலாம் நாள், காயம், சுக்காகக் காய்ந்து பட்டுபோகும். உள்ளூர் அய்யாக்கமார்கிட்டே வைத்தியத்துக்குத் தட்சணை வாங்குற வழக்கமில்லே. நெல்லோ... தவசமோ... வருசக் கூலி தான். வெளியூர் ஆளுகள் பிரியப் பட்டுக் கொடுக்கிறதை வாங்கிக்கொள்வான். எதையும் கேட்டு வாங்குற சோலி கிடையாது.

இளவட்டங்களின் தோளிலும் தொடையிலும் ஓரக் கழுத்திலும் பாய்ந்திருந்த தோட்டாக்களை, கைக் கத்தியால் கீறிப் பிதுக்கி எடுத்தான். கத்திக் கீறலுக்கு வலி பொறுக்கமாட்டாமல் எந்த இளவட்டமும் வாய்விட்டு கத்தவில்லை. பல்லை இறுக்கிக் கடித்துக் கொண்டார்கள். கத்தி பெயர்த்தெடுத்த தோட்டாக்கள், காண்டா விளக்கு வெளிச்சத்தில் விரித்திருந்தத் துணியில் வந்து விழுந்தன.

செல்லமுத்து, விஜயராமு, நாகு, பட்டாணி நான்கு பேரும் ஒவ்வொரு தோளாக தட்டிக் கொடுத்து ஆறுதல் சொன்னார்கள். முள்ளுக்காட்டுக்குள் உயிரோடு முனகிக் கொண்டிருப்பவர்களை எளிதில் அணுகித் தூக்கி வர முடிந்தது. இருட்டுக் குள் செத்துக் கிடப்பவர்களைத் தேடி, முள்ளுக்காடெல்லாம் கவிழ்ந்து பார்த்தார்கள். அவரவர் ஊர்களிலிருந்து வண்டியேறி, சிரிப்பும் கேலியுமாக வந்த, மூட்டுப் பெருத்த இளவட்டங்கள் பலர், நெஞ்சிலும் தலையிலும் பட்ட குண்டடிகளில் உயிரற்றுக் கிடந்தார்கள். அடுத்தடுத்த குச்சில்களில் பிறந்து, ஒரே புழுதியில் ஓடித் திரிந்து, ஓர் ஊற்று நீர் குடித்து வளர்ந்த அண்ணனும் தம்பியும் மைத்துனன்மார்களும் துப்பாக்கி வெடியில் நெஞ்சு பிளந்தபோதும், தலை சிதறியபோதும் கத்தாமல் கதறாமல்

செத்துக் கிடந்தார்கள். புதர்களுக்குள் இருந்து தூக்கிவரும் இளவட்டங்களுக்கு துக்கம் நெஞ்சை அடைக்கிறது. எவனும் அழவில்லை. தொண்டைக்கு கீழ் அமுக்கிக் கொண்டார்கள்.

சுமந்து வந்து ஆலமரத்தடியில் கிடத்திய சடலங்களின் எண்ணிக்கை, சன்னம் சன்னமாகக் கூடிக்கொண்டே போனது.

லாரியின் எல்லா விளக்குகளையும் அணைத்து, வசதி பண்ணிக் கொடுத்தான் டிரைவர். அருகில் அமர்ந்திருந்த இன்னொரு சப்-இன்ஸ்பெக்டருக்கு, கமுதி சப்-இன்ஸ்பெக்டரின் செயல் ஒப்ப வில்லை. கண்களை இறுக மூடி, தலையைப் பின்னால் சாய்த்து, உறங்கும் பாவனை செய்தான்.

லாரிக்கு முன் இருட்டில், பாய்ச்சலும் போராட்டமுமாக இருந்தது. அரியநாச்சி அள்ளி முடிந்த கொண்டை, சப்-இன்ஸ்பெக்டரின் இடக்கைப் பிடிக்குள்ளிருந்தது. வலக்கை, அரியநாச்சியின் இடுப்பை வளைத்து நெருக்கியது. காக்கி நெஞ்சில் அடிவிழ அடிவிழ இடுப்புப் பிடி இன்னும் இறுகியது. முகத்தில் விழும் அடி உற்சாகப்படுத்தியது.

முரட்டு உடுப்பைக் கீறி, பல் இறக்க முடியவில்லை. இடுப்புக் கையை புட்டத்துக்கு கீழே இறக்கி, தன் மட்டத்துக்கு மேலே தூக்கி முகத்தோடு முகம் உரசினான். கால் உதறி, தரை தொட துடிதுடித்தவளின் கையை, பெல்ட்டோடு இருந்த ரிவால்வர் தட்டியது. லாரிக்குள் இருந்த சப்-இன்ஸ்பெக்டர் கண் திறக்கவில்லை. டிரைவர் மரத்துப்போய் உட்கார்ந்திருந்தான். லாரி சன்னமாக இரைந்து கொண்டு இருந்தது. பின் கூண்டுக்குள் இருந்த போலீஸுகள், எருமைகுளம் தாக்குதலில் தப்பிப் பிழைத்த அயர்ச்சியில் இருந்தார்கள்.

லாரிக்கு முன்னால் குண்டுச் சத்தம். ரிவால்வர் குண்டு. ஒரு குண்டு வெடித்து, சின்ன இடைவெளியில் ரெண்டு, மூணு, நாலு குண்டுகள். டிரைவருக்கு அருகில் இருந்த சப்-இன்ஸ்பெக்டர் கத்தினான்.

“ஏய்... லைட்டைப் போடு” சொல்லுமுன் விளக்குகளை எரிய விட்டான் டிரைவர். முன்பாதை நிறைந்த வெளிச்சத்தில் கமுதி சப்-இன்ஸ்பெக்டர், புழுதி படிய குப்புறக் கிடந்தான்.

வலக்கை ரிவால்வரோடு அரியநாச்சி, லாரியைக் கடந்து எருமைகுளம் நோக்கி இருட்டுப் பாதையில் ஓடினாள்.

"பிடி... பிடி... அவளை...!"

லாரியிலிருந்து துப்பாக்கிகள் குதித்தன.

கெதியாக ஓடியவளின் கால் ஓயும் தூரத்திற்குள்ளேயே, எதிரே, இருட்டுக்குள் வந்த கோச் வண்டிக் குதிரைகளில் முட்டிக் கீழே விழுந்தாள்.

குதிரைகளை இழுத்துப் பிடிக்க, ரணசிங்கம் ஏறிவந்த 'கோச்' வண்டி நின்றது.

18. திருக்கண்ணன்

"அடேய்... எல்லாரும் ஓடி வாங்கடா... திருக் கண்ணன் செத்துக் கிடக்கிறான்டா...!" முள்ளுக் காட்டுக்குள் இருந்து கூப்பாடு கேட்டது.

ஆலமரத்தடியில் சரிந்து கிடக்கும் இள வட்டங்களின் காதுகளில் அலறல் சத்தம் தெளி வாக விழுந்தது. ஆனாலும், நம்ப முடியவில்லை. "கல்யாண மாப்பிள்ளை திருக்கண்ணன் செத்துக் கிடக்கிறான்டா...! ஓடி வாங்களேண்டா..."

குண்டுக் காயம் பட்டவர்களும் உதறி எழுந்தார்கள்.

"இது யாரு சத்தம்?"

"கரிசல்புலி பாலமுருகன் சத்தம் மாதிரி கேக்குதே!"

"திருக்கண்ணன் , இங்கே இல்லையே! கூட்டு வண்டியிலே ஏறி பெருநாழிக்குப் போயிட் டானே...!"

"இல்லை, கூட்டு வண்டியிலே திருக்கண்ணன் ஏறலே. நான், அவனை இங்கே பார்த்தேன்."

“என்னடா சொல்றீங்க?” செல்லமுத்து பதறினான்.

“ஆத்தாடீ...! ஆத்தாடீ...! நெஞ்சு செதறிக் கிடக்குதே!” தலையில் தலையில் அடித்துக்கொண்டு காடு கிழியக் கத்தினான் பாலமுருகன். திருகண்ணனை ஒற்றை ஆளாகப் புரட்டி, தன் மடியில் கிடத்தத் தடுமாறினான். குரல் வரும் திசை நோக்கி எல்லோரும் ஓடினார்கள். எல்லோர் கண்களும் இருட்டுக்குள் அலைந்தன.

“அடேய், பாலமுருகா...! எங்கே இருக்கிறே...?” திரேகங்களை முள் கிழிக்க, சுரணையற்ற பிசாசுகளாக, புதர்ச்செடிகளை உள்ளங்கைகளால் விலக்கி நுழைந்து போனார்கள்.

நாலு எட்டு தூரத்தில், பாலமுருகன், கை விரித்துக் கதறிக்கொண்டு இருந்தான். “அடேய், செல்லமுத்து... விஜயராமு... இங்கே பாருங்கடா நம்ம திருக்கண்ணனை... தாலி கட்ட வேண்டிய மாப்பிள்ளை வேலிக்குள்ளே பொணமா கிடக்குறான்டா...!”

பாலமுருகனின் மடியில் கிடந்தான் திருக்கண்ணன்... இடப்பக்க மார்பையும் வலது முழங்காலையும் துப்பாக்கிக் குண்டுகள் சிதறடித்திருந்தன.

“திருக்கண்ணா... !” இளவட்டங்கள் தொட்டுத் தடவிக் கதறினார்கள்.

“கல்யாணத் தடை இருக்கு. நீ பெருநாழிக்குப் போயிரு டான்னு மருகி மருகிச் சொன்னேனே... கேக்கலியே திருக் கண்ணா...” குமுறி அழுதான் விஜயராமு.

“ரணசிங்கம் அண்ணனுக்கு என்ன பதில் சொல்லப் போறோம்?” - கைமலர்த்திக் குலுங்கினான். செல்லமுத்து.

“கல்யாண மாப்பிள்ளையைப் பறிகொடுத்து விட்டு நிக்கி றோமே... பெருநாழி சனங்க மூஞ்சியிலே எப்படி முழிக்கிறது?” பட்டாணி, முகம் பொத்தி அழுதான்.

“மாயழகி தலையிலே இந்த விதியா எழுதணும்?”

வெடிச் சத்தத்தில் வெறித்து ஓடிய வண்டி மாடுகளில் ஒன்று, புதர் தாண்டி தெற்கே, இருட்டுக்குள், பளிங்கு குண்டுகளாகக் கண்கள் ஒளி அடிக்க நின்றது. புதர்க்காட்டு இருட்டு, எல்லோ ரையும் அமுக்கியது.

பாய்ச்சலில் வந்த 'கோச்' வண்டியின் வலப்பக்கக் குதிரையின் மூஞ்சியில் 'நச்' என முட்டி கீழே விழுந்தாள் அரியநாச்சி. குதிரைகளை இழுத்துப் பிடித்து நிறுத்தினான் சண்முகப்பாண்டி.

"யார் அந்தப் பொண்ணு?" வண்டியை விட்டு இறங்கினான் ரணசிங்கம்.

"திருக்கண்ணன் தங்கச்சி அரியநாச்சி மாதிரி இருக்கே..." அரியநாச்சியின் முகம் தொடக் கை நீட்டினான். ஆவேசமாக எழுது உட்கார்ந்த அரியநாச்சி, இரண்டு கைகளாலும் ரிவால்வரை வலுவாகப் பிடித்து, ரணசிங்கத்தைக் குறி பார்த்தாள்.

"ஏய், அரியநாச்சி! நான்... உன் மச்சான் ரணசிங்கம்" இடக் கையால் ரிவால்வரைத் தட்டிவிட்டான்.

கண்கள் நிலைகுத்த ரணசிங்கத்தை அடையாளம் கண்ட அரியநாச்சி, ரிவால்வரை ரணசிங்கத்தின் காலடியில் போட்டு விட்டு, "மச்சான், காப்பாத்துங்க மச்சான். ஒரு மிருகம் என்னை மானபங்கப்படுத்த வருது மச்சான்..." புழுதி மண் நனையப் புரண்டாள்.

"யாரும்மா அவன்?"

அரியநாச்சிக்குப் பேச்சு வரவில்லை. தலை திருப்பாமல், பின் பக்கமாகப் பெருநாழிப் பாதையைக் காட்டி, "போலீஸு... போலீஸு மிருகம்!" தொண்டை அடைத்தது. ரணசிங்கம் நிமிர்ந்தான். "டேய், சண்முகப்பாண்டி, வண்டியைக் கிளப்பு."

அரியநாச்சியைக் கைத்தாங்கலாக வண்டியில் ஏற்றினார்கள். எல்லா இளவட்டங்களும் தொற்றிக்கொள்ள கோச் வண்டி கிளம்பியது. அரியமங்கலம் விளக்குப் பாதையில் மின் விளக்கு கள் எரிய, போலீஸ் லாரி நின்றது.

"மெதுவாகப் போ!" ரணசிங்கம், சண்முகப்பாண்டியின் தோளைத் தொட்டான். குதிரை குளம்படிச் சப்தம் கேட்காத தூரத்தில் வண்டி நின்றது. அரியநாச்சிக்குத் துணையாக அபு பக்கரை மட்டும் வண்டியில் அமர்த்தினான்.

கமுதி கச்சேரியில் சேகரித்த துப்பாக்கிகள், கோச் வண்டியின் கீழ்த்தட்டில் அடுக்கப்பட்டிருந்தன. ஆளுக்கொரு துப்பாக்கி யைக் கையில் எடுத்தார்கள். 'பாட்டில் டார்ச்'காரன், பை நிறைய

எறி குண்டுகளைத் தூக்கிக்கொண்டான். எல்லோருக்கும் முன்னே போன ரணசிங்கம், கையிலிருந்த ரிவால்வரை இடுப்பில் செருகினான். கையெறி குண்டுகளில் இரண்டை எடுத்துக் கொண்டான். சண்முகப்பாண்டி கையில் இரண்டு எறிகுண்டு கள். மற்றவர்களின் கையில் துப்பாக்கி.

லாரியின் பின் விளக்கு வெளிச்சத்தில் மெதுவாக முன்னேறி னார்கள். காலில் ஏதோ தட்டுப்பட, ரணசிங்கம் நிதானித்தான். எல்லோரும் நின்றார்கள். காக்கி உடுப்போடு பாதையில் கிடந்த இரண்டு பேரும், கமுதி சப்-இன்ஸ்பெக்டரைச் சுட்டுக் கொன்று விட்டுத் தப்பி ஓடிய அரியநாச்சியைத் துரத்தி வந்த போலீஸு கள். கமுதி இன்ஸ்பெக்டருக்கு நாலு குண்டு போக, ரிவால்வரில் மிச்சமிருந்த இரண்டு குண்டுகளில், ஒரு போலீஸுக்கு ஒரு குண்டு. ரெண்டு போலீஸுகளையும் குறி தவறாமல் சுட்டு விழுத் தாட்டி இருந்தாள் அரியநாச்சி.

பிணங்களைத் தாண்டி முன்னேறினார்கள். லாரிக்குப் பின்னல் போலீஸுகள் யாரையும் காணோம். லாரிக்கு முன் வெளிச்சத்தில் குப்புற விழுந்து, புழுதி குடித்துக் கிடந்த கமுதி சப்-இன்ஸ்பெக்டரைச் சுற்றி எல்லா போலீஸுகளும் நின்றார்கள். ரணசிங்கமும் இளவட்டங்களும் லாரிக்குப் பின்னால் பதுங்கி, பக்கத்துக்கு நான்கு பேராகப் பிரிந்தார்கள். லாரியை ஒட்டி உரசிக்கொண்டே போனார்கள். சார்ஜென்ட் களும் போலீஸுகளும் ஆலோசனையில் இருந்தார்கள்.

“தொடர்ந்து பெருநாழிக்குப் போவதா? கமுதிக்குத் திரும்பிவிடுவதா?”

“உயிர் இழப்புகள் இருந்தாலும் உத்தரவை நிறைவேற்றுவது தான் போலீஸ் தர்மம்.”

“நிலைமைக்கு ஏற்ப சமயோஜிதமான முடிவும் எடுக்க வேண்டும்.”

“குழப்பாதீர்கள். முதலில் சடலங்களை லாரியில் ஏற்றுங்கள். என்ன ஆனாலும் சரி, பெருநாழியை அழித்துவிட்டு திரும்புவோம்.”

பிரேதமாகக் கிடந்த கமுதி சப்-இன்ஸ்பெக்டரைத் தூக்க நான்கு போலீஸுகள் குனிந்தார்கள். மற்றவர்கள் கலையும் முன் ரணசிங்கம், சண்முகப்பாண்டிக்கு சைகை காட்டினான். லாரிக்கு

இடப்புறமிருந்து ரணசிங்கமும் வலப்புறமிருந்து சண்முகப் பாண்டியும் கையெறி குண்டின் விசையைக் கடித்துத் துப்பி, குறிபார்த்து எறிந்தார்கள். அடுத்த ரெண்டு குண்டு.

காக்கிக் கூட்டம், பஞ்சாகப் பறந்தது.

"திருக்கண்ணன் வந்து சேரத் தாமதமாகுது. முகூர்த்த நேரம் முடியும் முன்னே தாலி கட்டணும். பொண்ணைக் கூட்டிட்டு வாங்கம்மா..." பெரியவர் தவசியாண்டியும் மாரந்தை பாண்டியும் பெண்களை விரசினார்கள்.

"ஏப்பா... ஏளவட்டங்கா... அந்த பெஞ்சுப் பலகையைத் தூக்கி, பந்தலுக்கு மேற்கே போட்டு, புது ஜமுக்காளத்தை விரிங்கப்பா." இளவட்டங்கள் ஒரு பயலையும் காணோம். ஊர் எல்லைக்குள் போலீஸ் நுழையாமல் மறிக்கக் காவல் இருந்தனர்.

"அழகுமீனா, ஏம்மா அழகுமீனா..!"

தாழ்வாரக் கல் தூணில் உணர்ச்சியற்று சாய்ந்திருந்த அழகு மீனா, "சொல்லுங்க மாமா" என்றாள்.

"ஆப்பனூரிலிருந்து உன் வீட்டு வேல்கம்பு ஏதும் கொண்டு வந்தியா?"

"வேல் கம்பு வண்டிக்குள்ளே கெடக்குது, ஏன் மாமா?"

"மாப்பிள்ளைக்குப் பதிலாக மாப்பிளை வீட்டு- வேல் கம்போ... கவைக் கம்போ... வளைதடியையோ... ஏதாவது ஒன்னைப் பொண்ணுக்குப் பக்கத்திலே நிறுத்திவச்சு மதினிக்காரி தாலி கட்டணும்."

சேலை முந்தானையால் வாயைப் பொத்தி குமுறி அழுதாள் அழகுமீனா. "சிங்கம் மாதிரி என் மகன் திருக்கண்ணன் இருக்கையிலே வேல்கம்பையும் கவைக் கம்பையுமா வச்சு என் மருமகள் கழுத்திலே தாலி கட்ட?" உச்சந்தலை தடவிப் பெண்கள் அரற்றினார்கள்.

"ஆப்பநாட்டுக்குள்ளே இப்படி ஒரு ஜோடிப் பொருத்தம் பாக்கமுடியுமா? யாரு கண்ணு பட்டுச்சோ... பிள்ளைகளை ஜோடி சேர்த்துப் பார்க்க முடியலையே..." அழகுமீனாவோடு சேர்ந்து பெண்களும் அழுதார்கள்.

தங்கச்சாமி உடம்பிலே உயிர் போய்ப் போய் வருது.

ஆம்பளை எப்படி அழ முடியும்?

"ஏம்மா, கல்யாண வீட்டிலே பொம்பளைக அழுகா தீங்கம்மா. பொண்ணைக் கூட்டிவந்து கிழக்கே பார்த்து உக்கார வையுங்க." பெரியவர் தவசியாண்டிக்கும் துக்கம் நெஞ்சை அடைக்குது. என்ன செய்ய? பீடியும் கையுமாக அலையும் மாரந்தை பாண்டி கலங்காமல் திரிந்தார். "அட விடுங்கம்மா... இதெல்லாம் ஆப்பநாட்டு வழமை தானே?"

"தாலி கட்டப்போற கோட்டையம்மா எங்கே?"

"நான் இங்கேதான் இருக்கேன்" அருகிலேயே நின்றாள்.

மாயழகியை அழைத்து வர பெண்கள் உள் வீட்டுக்குள் நுழைந்தார்கள்.

19.மடைக்குழி காவல்

வெடித்த கையெறி குண்டுகள், போலீஸுகள் யாரையும் தப்பவிடாமல் சுற்றி வளைத்து அழித்திருந்தன. நாலு திக்கும் சதை சிதறிக் கிடந்தது. லாரியின் முன்பக்கக் கண்ணாடியில் ரத்தமும் சதையும் அப்பியிருந்தது. லாரிக்கு வேறு சேதாரம் ஏதும் இல்லை.

உள்ளே அமர்ந்து உறுமவிட்டுக்கொண்டிருந்த டிரைவர் ஒருவன் மட்டுமே உயிரோடு தப்பியவன். இருக்கையிலேயே குத்துக் கல்லாகச் சமைந்து, புத்தி பேதலித்தவன் போல் வாய் பிளந்திருந்தான். எல்லாம் நின்று போக, சுவாசம் மட்டும் ஓடிக்கொண்டிருந்தது. மறைவிலிருந்து விளக்கு வெளிச்சத்துக்குள் நுழைந்த ரணசிங்கம் பலிகளத்தை ஒரு சுற்று பார்த்தான். குண்டு வெடிப்பில் பாதை சேதமாகியிருந்தது. திரும்பி, வெளிச்சம் கண்ணிலடிக்க லாரியை ஏறிட்டுப் பார்த்தான். இளவட்டங்கள் ரணசிங்கத்தின் குறிப்பறிந்து முன்னே வந்தார்கள். எல்லோர் தோள்களிலும் தட்டிக் கொடுத்தான்.

"பிணங்களை அப்புறப்படுத்தி, பாதையை சரி செய்யுங்கள்." கையிலிருந்த துப்பாக்கிகளையும் எறிகுண்டுப் பையையும் ஓரமாக பத்திரப்படுத்தியவர்கள், விறுவிறுவெனக் காரியத்தில் இறங்கினர்.

"சண்முகப்பாண்டி....!" ரணசிங்கம் அழைத்தான். "எருமை குளத்தில் நம் பையன்களுக்குக் கடுமையான சேதாரம் இருக்கும் என நினைக்கிறேன். நீ இந்த லாரியோடு எருமைகுளம் போ. காயமடைந்தவர்களை லாரியில் ஏற்றிக்கொள். நம் தரப்பில் உயிர்ச் சேதமும் இருக்கலாம். இருக்குமானால்... சடலங்களை அங்கே விட்டு வர வேண்டாம். லாரியில் ஏற்றி, எல்லோரையும் பெருநாழிக்குக் கொண்டு வந்து சேர். காயம்பட்ட பிள்ளை களுக்கு தைரியம் சொல்."

"சரிண்ணே..."

இளவட்டங்கள் பிணங்களை அப்புறப்படுத்திப் பாதையை செப்பனிட்டிருந்தார்கள். சண்முகப்பாண்டி, லாரியின் இடப் பக்கக் கதவைத் திறந்து ஏறினான். இன்னும் நினைவு திரும்பாத டிரைவரின் தோளைத் தொட்டு, "ஏய், டிரைவர்...!" என உலுக்கினான். டிரைவர் மிரண்டு பிதற்றினான். அரியநாச்சியின் தலைமுடியைக் கொத்தாகப் பிடித்து, முள் கிழிக்க இழுத்துப் பாதையில் போட்ட கைகள், லாரி ஸ்டீயரிங்கை இறுகப் பற்றி இருந்தன.

"டேய்... என்ன முழிக்கிறே?" சண்முகப்பாண்டியின் இடையில் ரிவால்வர் செருகி இருந்தது. "லாரியைக் கிளப்பு. அதோ... அந்த விலக்குப் பாதையில் விட்டுத் திருப்பி, வந்த வழியே எருமைகுளம் போ."

உத்தரவுகளுக்கெல்லாம் தலையாட்டிய டிரைவர், லாரியை மெள்ளக் கிளப்பினான். அரியமங்கலம் விலக்குப் பாதையில் நுழைந்து லாரி நின்றுகொள்ள, அரியநாச்சியும் அபுபக்கரும் அமர்ந்திருந்த கோச் வண்டிக் குதிரைகள், பாதையில் சிதறிக் கிடந்த சதைத் துண்டுகளை பக்குவமாக தாண்டித் தாண்டி வந்தன.

லாரி திரும்பி எருமைகுளம் நோக்கிக் கிளம்பியது. ரண சிங்கமும் இளவட்டங்களும் ஏறி அமர்ந்ததும், கோச் வண்டியைப் பெருநாழி பாதையில் விரட்டினான் அபுபக்கர்.

மாயழகியை அழைத்துவர வீட்டுக்குள் நுழைந்த பெரிய மனுஷிகளுக்கு கால் சென்றேறவில்லை. வயதுக்குப் பொருத்தம் இல்லாமல் தயங்கிப் பதறினார்கள். ஒருவர் தோளை ஒருவர் இடித்துக்கொண்டு குசுகுசுவென்று பேசிக் கொண்டார்கள். என்ன சொல்லி மாயழகியை மணவறைக்கு அழைப்பது?

மாயழகி கல்யாணம், ஆப்பநாட்டு செல்லக் கல்யாணமாக முடிய வேண்டியது. சமுத்திரமாகப் பொங்கி புறப்பட்டு வந்த சனம், வருகிற வழியிலேயே சல்லி சல்லியாக சிதறிப்போச்சு! உள்ளூர் இளவட்டங்கள் ஒரு பயலையும் கல்யாணப் பந்தல் பக்கம் காணோம். வயசான கிழவன், கிழவிகள், உள்ளூர் குமரிப் பொண்ணுகள் மட்டுமே கூடியிருக்கிற சபையிலே சந்தோசம் கிடையாது. ஆத்தா ஒரு பக்கம் அழுகிறாள். பொண்ணு ஒரு பக்கம் அழுகிறாள். செல்லமகள் மாயழகி ஒரு கவைக் கம்புக்கும் வேல் கம்புக்குமா கழுத்தை நீட்டுவாள்? சாதி வழமையைச் சொல்லியா சமாதானம் பண்ணமுடியும்? என்ன செய்யிறது? ஆப்பநாட்டு மனுசக் கழுதையாகப் பிறந்தாச்சே!

எல்லாக் கிழவிகளும் சேர்ந்து வெள்ளையம்மா கிழவியைப் பிடித்து முன்னே தள்ளினார்கள். வெள்ளையம்மா கிழவி, ஊருக்கே பொதுவானவள். அவளுடைய கைப் பக்குவத்திலே பிரசவம் பார்த்துப் பிறந்தது தான் பெருநாழிலே முக்கால்வாசி சனம். கைராசிக்காரி. பிள்ளை கிடையாது. புருசன், உள்ளூர் எருதுகட்டு காளை குத்தி இறந்து போனார்.

வெள்ளையம்மா, மாயழகிக்கு அப்பத்தா முறை. மின்னலடித்துச் செத்த இருளாயி வயிற்றிலிருந்து மாயழகியைப் பிடுங்கி வெளியே போட்டவள் வெள்ளையம்மாதான். தாயை இழந்து வளர்ந்த மாயழகியைக் கண்டபோதெல்லாம் தலை கோதிவிட்டு, கைகால் உருவிட்டு, அடி மடியில் ஒளித்துக் கொண்டுவந்த பண்டங்களைத் தின்னக் கொடுத்தவள் வெள்ளையம்மா. ஆனாலும்... இப்போது இருக்கிற நிலைமையிலே மாயழகியை நெருங்க அவளும் அச்சப்பட்டாள். இரண்டடி தள்ளி நின்று மாயழகியை உற்றுப் பார்த்தாள். கல்யாணம், தாலிக்கட்டு, பருவக் குதூகலம் என எந்தக் கெந்தலிப்பும் இல்லாமல் அமர்ந்திருந்தாள் மாயழகி. வெள்ளையம்மா கிழவியின் அனுபவத்தில் இப்படி ஓர் அரங்கமான குமரியைப் பார்த்ததில்லை. மிரண்டாலும்... கிழவி, ஒரு செருமல் செருமி, தைரியத்தை வரவழைத்துக்கொண்டு மாயழகிக்கு அணைவாக அமர்ந்தாள். இன்னும் நெருங்கி அமர்ந்து மாயழகியின் தலை

தொடப் போனாள். வெள்ளையம்மாவின் திரேக வாசனை தட்டுப்பட்டதுமே மாயழகி, கிழவியின் மடியில் 'பொசுக்' என முகம் புதைத்து கேவிக் கேவி அழுதாள். கிழவி பதறிப் போனாள்.

"ஆத்தா...மாயழகி...! தாயீ...அம்மா...ஏம்ப்பா அழுகிறே? அழுகக்கூடாது தாயீ. இங்கே பாருடா. மாயழகி!" மடிக்குள் இருந்து மாயழகியின் முகத்தைக் கடிந்து தூக்கினாள்.

"அப்பத்தா...!" கிழவியைக் கட்டிப் பிடித்துக்கொண்டாள்.

"என்னம்மா...?"

"அண்ணன் வந்துருச்சா...?

"ரணசிங்கம் தானே? வந்துட்டான். வந்துக்கிட்டே இருக்கான்." முந்தானையால் மாயழகியின் கண்ணீரைத் துடைத்தாள்.

"முகூர்த்த நேரம் முடியப் போகுதில்லே? எந்திரிடா அம்மா..."

தலையைக் கோதிவிட்டாள். "பெரிய மனுஷிகள் சொல்றதைக் கேளுப்பா. அதுதான் உங்க அண்ணன் ரணசிங்கத்துக்கு மரியாதை. எந்திரி தாயீ..."

வாயாடி கோட்டையம்மா, வாய் இருக்கமாட்டாமல், "திருக்கண்ணனும் வரலே. உனக்கு நான்தான் தாலி கட்டப் போறேன்!" என்றாள். கோட்டையம்மாவின் கன்னத்தில், கிழவி 'சப்' என ஓங்கி அறைந்தாள். "வாப்பட்டிச் சிறுக்கி! வாயைப் பொத்திக்கிட்டு சும்மா இருவேன்டீ..."

ஆலமரத்தடியில் கிடந்த பிரேதங்களிலிருந்து திருக் கண்ணனை தனியே கிடத்தியிருந்தார்கள். காயம்பட்டவர் களுக்கு வலி மறந்துபோச்சு. ஒருத்தனுக்கும் பேச்சு வரலே.

தான் பொறுப்பேற்ற காரியம் பிசகிப் போனதில் செல்ல முத்துவுக்கு உயிர் உக்கியது. இளவட்டங்கள் செத்ததுகூடப் பெரிதில்லை. உயிர்ப்பலி இல்லாமல் எதிரியை ஜெயிக்க முடியாது. ஆனால்... திருக்கண்ணனைப் பறிகொடுத்துட் டோமே! ரணசிங்கம் அண்ணன் முகத்திலே எப்படி முழிக்க?

எருமைகுளம் பெரியவர் கண்ணாயிரம், ஒவ்வொரு இள வட்டத்தின் தலையையும் தொட்டு தைரியம் சொல்லிக் கொண்டிருந்தார்.

"எதிரி வலுவானவன். ரணசிங்கம் எடுத்திருக்கிற காரியம்

பெருங்காரியம்! சேதாரங்கள் இருக்கத்தான் செய்யும். கலங்கக் கூடாது. அடுத்து நடக்கவேண்டியதை யோசிக்கணும்."

எருமைகுளம் சனங்கள் ஓடிப் பறந்து திரிந்தார்கள்.

"ஏய்...! ஊருக்குள்ளே கிடக்கிற எல்லா வண்டி, மாடுகளையும் பூட்டுங்கப்பா."

காயங்களுக்கு மருந்திடவும் கட்டுக் கட்டவுமாக இருந்த குருசாமி, "மேற்கே வெளிச்சம் தெரியுது. லாரி வர்ற மாதிரி இருக்குது சாமியோவ்...! நெற்றியில் உள்ளங்கை குவித்து சொன்னான். எல்லோரும் மேற்கே பார்த்தார்கள். லாரி தான்.

"செல்லமுத்து... என்ன செய்யலாம்?" விஜயராமு எழுந்தான்.

"கோச் வண்டியிலே அண்ணன் போனாரே... அவரிடமிருந்து லாரி எப்படித் தப்பியது?" பட்டாணி, நாகு, பாலமுருகனோடு சேர்ந்து எல்லா இளவட்டங்களும் உதறி எழுந்தார்கள்.

"யாரும் பதற்றப்பட வேண்டாம். லாரி வந்தால் பிணங்களின் மீது ஏறும். ஆலமரத்தடிக்கு வரவிடக் கூடாது. பாதை நெடுக அடுக்கடுக்காகப் பதுங்குவோம். உருப்படிகளைக் கையில் எடுத்துக்கொள்ளுங்கள்." கையெறி குண்டுகளோடும் போலீஸி டமிருந்து பறித்த துப்பாக்கிகளோடும் கிளம்பி அணி அணியாகப் பிரிந்து, பாதை ஓரங்களில் பதுங்கினார்கள்.

பெருநாழி பெரிய கண்மாய் மடைக்குழி தான், கமுதி பாதைக்கு முகத்துவாரம். மாட்டு வண்டி, மோட்டார் வாகனம், பாதசாரிகள் எல்லாத்துக்கும் இதை விட்டால் வேறு வழி கிடை யாது. கல்யாண பந்தியில் உட்கார்ந்து கறியும் சோறும் திங்காத இளவட்டங்களை எல்லாம், காவல்கார வீட்டுத் தொழுவத்தில் கூட்டி வைத்து, வழிவிட்டான் சொல்லி இருந்தான்...

"நம்முடைய ஆட்கள் மாட்டு வண்டிகளில் வருவார்கள். போலீஸுகள் லாரியில் வருவார்கள். லாரிகளை மடைக்குழி தாண்டி ஊர் எல்லைக்குள் நுழையவிடக்கூடாது."

"வெள்ளை அதிகாரிகள் குதிரைச் சாரட்டு, கோச் வண்டி களிலும் வரலாம்."

"லாரி, குதிரைச் சாரட்டு, 'கோச்' வண்டி எது வந்தாலும் குண்டு வீசி அழியுங்கள்."

கண்மாய்க் கரை இறக்கம், மடைக்குழிக்குள் பெருநாழி

இளவட்டங்கள், வழிவிட்டான் தலைமையில் பசியோடு விழித்திருந்தார்கள்.

ரணசிங்கம் ஏறிவரும் கோச் வண்டியை, அபுபக்கர், பெருநாழி நோக்கி விரட்டிக் கொண்டு வந்தான்.

20. ஆற்றாது அழுத கண்ணீர்

எழுந்து நிற்கக்கூட இயலாது படுகாயம் அடைந்திருந்தவர்களும் முக்கித் தக்கி எழுந்தார்கள்.

எருமைகுளம் பெரியவர் காளிமுத்து தடுத்தார். "வேண்டாம்ப்பா. நீங்க போக வேண்டாம். ஒரு லாரி போலீஸைச் சமாளிக்கப் போதுமான இளவட்டங்கள் போயிருக்காங்க. அவங்களையும் மீறி லாரி ஆலமரத்தடிக்கு வந்தால் விதி வசம்."

கையில் உருப்படிகளோடு கிளம்பி ஓடியவர்கள், பாதை நெடுக அடுக்கடுக்காகப் பதுங்கினார்கள். எல்லோருக்கும் முன்னே செல்ல முத்துவும் நான்கு பேரும் பாதையோரக் கிடங்கில் பதுங்கியிருந்தார்கள். மேற்கிலிருந்து வெளிச்சம் பாய்ச்சி திகுதிகுவென லாரி வந்துகொண்டிருந்தது. கல்லெறி தூரத்துக்குள் லாரி வரும் முன்பே செல்லமுத்து மட்டும் வெளியேறி நடுப்பாதைக்கு வந்து நின்று லாரியை மறித்தான்.

ஏற்கெனவே, இளவட்டங்களிடம் சொல்லியிருந்தான், "நான் தனி ஆளாக லாரியை மறிக்கிறேன். திரும்பி வரும் லாரியில் இருப்பது எதிரிகள் என்றால் என்னைச் சுடுவார்கள். சுடட்டும். ஓரடி கூட முன்னேற விடாமல் குண்டுகளை வீசி லாரியை அழியுங்கள். என் உயிரைப் பற்றி கவலையில்லை. எதிரி தப்பக் கூடாது."

குறுக்கே நின்று ஒருவன் மறிப்பதைக் கண்டதும், டிரைவர் திகைத்தான். அருகே அமர்ந்து வரும் சண்முகப்பாண்டியின் உத்தரவுக்காக வேகத்தை குறைத்தான். சண்முகப்பாண்டியின் கண்ணாடி வழியாகக் கூர்ந்து பார்க்க, பாதையை மறித்து நிற்பவன் தன் ஆளெனத் தெரிந்தது.

"ஏய்... லாரியை நிறுத்து. விளக்கைப் போட்டுப் போட்டு அணை." நின்ற லாரியிலிருந்து சண்முகப்பாண்டி குதித்து இறங்கினான். எரியவும் அணையவுமாக இருக்கும் விளக்கு வெளிச்சத்தில் கண்கள் கூச, நடுப்பாதையில் நின்ற செல்லமுத்து, லாரியை நோக்கி குண்டெறிய ஆயத்தமானான். பாதை நெடுகப் பதுங்கியிருந்தவர்கள் முழிப்பாக இருந்தார்கள்.

"ஏய், செல்லமுத்து... அடேய்...! நான் தான் சண்முகப்பாண்டி...." கத்திக்கொண்டே ஓடி வந்தான்.

பெரிய மனுஷிகள் சொல்றதைக் கேக்கணும். அதுதான் உங்க அண்ணன் ரணசிங்கத்துக்கு மரியாதை! வெள்ளையம்மா கிழவி சொன்ன சொல், மாயழகியை எழுப்பி, மணப் பலகையில் கொண்டு வந்து அமர்த்தியது. கிழக்கு முகமாகப் பாதம் பார்த்துக் கவிழ்ந்திருந்தாள். முன்னே விரித்த ஜமுக்காளத்தில் பூ, பழம், தேங்காய், சந்தனம், கருப்பட்டி வட்டு, மஞ்சள் கிழங்கு, வெற்றிலை, பாக்கு எல்லாம் தட்டுத் தட்டாகப் பரப்பியிருந்தன. உடைத்த தேங்காய் மூடிகள் ஒரு தட்டு, பச்சரிசிப் பணி யாரங்கள் ஒரு தட்டு. செம்பு நிறைய ஆட்டுப் பால்.

"வேல்க்கம்பை கொண்டுவந்து பொண்ணுக்கு இடதுபுறம் நிறுத்துங்கம்மா..." பெரியவர் தவசியாண்டி ஏவிக்கொண்டிருந் தார். சனம், சுரத்தில்லாமல் அசைந்தது. அழகுமீனா, திண் ணையை விட்டு எழவில்லை. தங்கச்சாமி கூட்டத்தோடு ஒப்புக்கு நின்றான்.

மாயழகிக்கு இடதுபுறம் வேல்க்கம்பை நிறுத்தினார்கள். அதன் கழுத்தில் பட்டுத் துண்டு முடிந்திருந்தது. தலையில்

உருமாக் கட்டோடு கோட்டையம்மா, வேல்க்கம்பை பிடித்துக்கொண்டு நிமிர்ந்தவாக்கில் நின்றாள். மாயழகி கவிழ்ந்த தலை நிமிராமல் இருந்தாள்.

"ஏம்மா, அழகுமீனா...! எந்திரிச்சு வந்து தேங்கா மூடி, பணியாரத் தட்டுகளை மாத்துங்கம்மா."

அழகுமீனா அசையாமலிருந்தாள். சுற்றி பெண்கள் நின்றார்கள்.

"அடியே, அழகுமீனா..! எந்திரி."

"திருப்பூட்டு நேரம் தப்புமுன்னே சாதி வழமைப்படி தாலியைக் கட்டுவோம்."

"இளவட்டங்களோடு சேர்ந்து திருக்கண்ணன் வந்துருவான் நாளைக் காலையிலே, உன் மகனையும் மருமகளையும் கூட்டிக் கிட்டு ஆப்பனூர் போகப் போறே. இதுக்கு ஏன் மயங்கணும்? எந்திரி எந்திரி..."

"என் மகன் வந்துருவானா?"

"வராமல் எங்கே போகப் போறான்? எந்திரி. நேரமாகுது."

அழகுமீனா மெதுவாக எழுந்தாள்.

வாழவந்தாள்புரம் காலங்கரை, வெல்வை பாலம், சேர்வார் ஊரணி கடந்து வெள்ளை சமாதடியை கோச் வண்டி நெருங்கிக் கொண்டிருந்தது.

அரியநாச்சி, ரணசிங்கத்தின் காலடியில், திரேகம் சுருக்கிப் படுத்து இருந்தாள். அரியமங்கலம் விலக்குப் பாதையை விட்டு கிளம்பியதிலிருந்து, விழி திறவாமல் அயர்ந்து கிடந்தாள். ரணசிங்கம் குனிந்து அரியநாச்சியின் சிகை கோதி விட்டான்.

சின்னப் பெண் இவள், எவ்வளவு பெரிய காரியம் பண்ணி யிருக்கிறாள்! மூன்று மிருகங்களைக் குறி தவறாமல் சுட்டுத் தள்ளியவளா, இப்படி கோழிக் குஞ்சாக குன்றிப் போய்க் கிடப்பது!

முள் குத்திக் கிழித்த உடம்பில் ரத்தம் உறைந்திருந்தது.

அநீதிக்கு எதிராக ஆவேசம் கொள்வதில் ஆப்பநாட்டுப் பெண்கள், ஆண்களுக்குச் சளைத்தவர்கள் அல்ல என நிரூபித்து

இருக்கிறாள். அரியநாச்சி போன்ற மாபெரும் வீராங்கனைகளையும் வீரர்களையும் நம்முடைய பலமிக்க எதிரிகளே உருவாக்குகிறார்கள்!

-மறுபடியும் முடி கோதிவிட்டான்.

கோச் வண்டி, வெள்ளை சமாதடி கடந்து ஏழு பனைகளை நெருங்கியது. வரிசையாக நிற்கும் ஏழு பனை மரங்களிலும், இரண்டாள் மட்ட உயரத்துக்கு ஒரே மாதிரியான ஓட்டை தெரிந்தது. பெருநாழி காட்டில் வேட்டைக்கு வந்த ஸ்ரீராமபிரான், தன் வல்லமையை நிரூபிக்க எய்த அம்பு, ஏழு பனைகளை துளைத்துப் போனதாக சிறு வயதில் கதை கேட்ட ஞாபகம் வந்தது. ரணசிங்கம் உதட்டோரம் சிரித்துக் கொண்டான்...

குதிரைகளின் குளம்படிச் சப்தம், மடைக்குழி இளவட்டங்களை உசுப்பியது. வழிவிட்டான் எச்சரித்தான், "கோச் வண்டி வர்ற மாதிரி தெரியுது வெள்ளைக்கார துரைகள் தான் வர்றான்ங்க. மடைக் குழியை நெருங்கவும் கை வச்சிறணும்." எல்லோரும் குத்துக்காலிட்டு அமர்ந்திருந்தார்கள். ஏழாவது பனை மரம் தாண்டவும், "வண்டியை நிறுத்து!" ரணசிங்கம் வண்டி ஓட்டி வந்த அபுபக்கரின் தோளில் தட்டினான். வண்டி நின்றது.

"எதிரிகளை எதிர்பார்த்து உள்ளூர்ப் பையன்கள், மடைக்குழியில் பதுங்கியிருப்பார்கள். நீ இறங்கிப்போய் கோச் வண்டியில் வருவது நம்முடைய ஆட்கள் தான் என்று தகவல் சொல்."

மாயகிருஷ்ணன் இறங்கி, "சரிண்ணேன்" என்றபடி மடைக்குழி நோக்கி ஓடினான்.

உச்சி ராத்திரி

"எம்மா நேரமாகுது...! அழகுமீனாவும் திருக்கம்மாவும் தேங்காய் மூடி, பணியாரத் தட்டுகளை மாத்துங்கம்மா." பெரியவர் தவசியாண்டி துரிதப்படுத்தினார்.

மணப்பலகையில் கவிழ்ந்த தலை நிமிராமல் அமர்ந்திருந்தாள் மாயழகி. கண்கொண்டு பார்க்கச் சகிக்காத அழகுமீனா, மருமகளைக் கட்டிப்பிடித்து ஒரு பாட்டம் அழுதுதீர்த்தாள். கூடி நின்ற சனத்துக்குத் தாங்கலே! எல்லோருக்கும் தொண்டையை நெரித்தது. ஆண்களின் பக்கம் நின்ற தங்கச்சாமி, தோளில்

கிடந்த துண்டை எடுத்து வாய் பொத்திக் குலுங்கினான். பெரியவர் தவசியாண்டி கனத்துச் செருமி சமாளித்தார்.

"அழகுமீனா... நீ பெரிய பொம்பளை. தைரியமா இருக்கணும்... தட்டுகளை மாத்து." - பாண்டி தூண்டினார்.

மூன்று காந்த லைட்டு வெளிச்சமும் பந்தலுக்குள் இருந்தது. கன்னிப் பெண்கள் அணியும் கருகமணிப் பாசியை, மாயழகியின் கழுத்தில் இருந்து, கம்பராக் கத்தியால் அறுத்தெடுத்தாள் வெள்ளையம்மாக் கிழவி. நாவிதன் சங்கு ஊதினான். பெண்கள் குலவை இட்டார்கள்.

அழகுமீனா குனிந்து தேங்காய் மூடி, பணியாரத்தட்டுகளைத் தூக்கி ரணசிங்கத்தின் பெஞ்சாதி திருக்கம்மாவின் கைகளில் தந்தாள்.

மடைக்குழியிலிருந்து ஊருக்குள் நுழைந்த கோச் வண்டி, பந்தலோரம் வந்து நின்றது. குலவை ஒலியும் சங்கொலியும் கண கணத்துக் கொண்டிருக்க, எல்லோர் பார்வையும் மாயழகியின் மீதிருந்தது. கோச் வண்டியை யாரும் கவனிக்கவில்லை.

"ஏய், கோட்டையம்மா! தாலியைக் கட்டும்மா." மணப்பலகை யின் அருகே நின்ற தவசியாண்டி உரக்கச் சொன்னார். ரண சிங்கம் வண்டியில் அமர்ந்தவாறு வெளிச்சத்தின் மையத்தில் இருந்த தங்கச்சி மாயழகியைப் பார்த்தான். மாயழகிக்கு இடது புறம் வேல்க்கம்பு நின்றது. மாப்பிள்ளை திருக்கண்ணனைக் காணோம். எதுவும் புரியவில்லை. கீழே இறங்கினான்.

கறுப்புப் பட்டு நூலில் கோர்த்த பொன் தாலியை பச்சரிசித் தட்டிலிருந்து எடுத்த கோட்டையம்மா, மாயழகியின் கழுத்தில் கட்டி, மூன்று முடிச்சிட்டாள். நாவிதன் சங்கும் பெண்களின் குலவையும் இடையின்றி ஓங்கி முழங்கின.

கூட்டத்தை விலக்கி ரணசிங்கம் நடந்தான். அரியநாச்சியும் உடன் வந்தாள். சொட்டுச் சொட்டாகக் கண்ணீர் இறங்கக் கவிழ்ந்திருந்த மாயழகியின் இடதுகை அருகே வந்து நின்றான். அண்ணனின் திரேக வாசனை தட்டுப்பட்டதும், நிமிராமல் இடதுபுறம் கண்ணளந்தாள். ரணசிங்கத்தின் பாதம் தெரிந்தது. குலுங்கிக் குலுங்கி அழுதாள். தங்கச்சியின் உச்சி மோந்தான் ரணசிங்கம்.

"அண்ணேன்... அண்ணேன்...!" - சப்தமின்றி வாய்க்குள் அழுதாள். கூட்டம் இறுகியது.

அரியநாச்சி கைமலர்த்தி அழுதாள். திரேகமெல்லம் முள்குத்திக் கிழித்திருந்தது.

“அய்யா... ரணசிங்கம், எங்கேய்யா என் மகனை?” - காலடியில் விழுந்து உருண்டாள் அழகுமீனா.

ஏதுமறியாத ரணசிங்கம், “சித்தப்பூ திருக்கண்ணனை எங்கே?” - பெரியவர் தவசியாண்டியிடம் கேட்டான்.

“என்ன... திருக்கண்ணனை நீயும் பார்க்கலையா?” - தவசி யாண்டி அகலக் கண் விரிக்க, தெருவோரம் வந்து நின்றது போலீஸ் லாரி.

21. இந்துஸ்தான் குடியரசு ராணுவம்

நடுநிசி குளிரிலும் ஜில்லா போலீஸ் தலைமை யகத்தில் அனல் பறந்தது.

விஞ்ச் துரையின் கண்கள் கோபத்தில் கொதித்து முண்டியது. கன்னத்துச் சதை ஆடி யது. எழுந்திருக்கவும் இரண்டு எட்டு நடக்கவும் மறுபடி உட்காரவுமாகப் பிணையலாடிக் கொண்டு இருந்தார்.

பிரிட்டானிய காக்கி உடுப்புக்குள் நுழைந்த நாள் முதல், இதுபோல் ஒருபோதும் நாக்குக் குழறியதில்லை. மூளை குழம்பியதில்லை.

"அவமானம்...!" - ஒற்றை வார்த்தையை மட்டும் ஒழுங்காகப் பேசினார். இரண்டு மூன்று வார்த்தைகளைக் கோர்வையாகப் பேச பொறுமையில்லை.

"பிரிட்டிஷ் ஏகாளிபத்தியத்துக்கு ஆவா மானம்...?" - குழறியது. பூட்ஸ் கால்களோடு 'தங்ங்... தங்ங்...' என்று குதிக்காத குறை தான்.

ராமநாதபுரம் டி.எஸ்.பி. ஸ்காட் மட்டும் விஞ்ச் துரையின் அறைக்குள் நெஞ்சை நிமிர்த்திகொண்டு நின்றிருந்தார். மற்ற இன்ஸ்பெக்டர்கள், சப்-இன்ஸ்பெக்டர்கள், சிப்பந்தி போலீஸ்கள் எல்லாம் துரையின் அறை வாசல் பக்கம் தலைகூடக் காட்டப் பதறி வெளியே கூடியிருந்தார்கள். எல்லோர் முகங்களிலும் அப்பிருந்த ஆத்திரத்தையும் அவமானத்தையும் ஒருவருக்கொருவர் பேசி ஆற்றிக் கொண்டிருந்தார்கள்.

"யார் அந்த ரணசிங்கம்?"

"திருடனா, கொள்ளைக்காரனா, ரவுடியா?"

"இல்லையாம்!"

"பெரிய ஜமீன்தாரா?"

"அதுவுமில்லை! இங்கிலாந்து வேல்ஸ் இளவரசரின் ஆட்சியை எதிர்ப்பவன் எப்படி இந்துஸ்தானத்தில் ஜமீன்தாராக இருக்க முடியும்?"

"பொதுவுடைமைவாதியா?"

"அப்படியும் தெரியவில்லை. ரணசிங்கம் சாமி கும்பிடுகிறான். சனங்களிடமிருந்து அந்நியமாகாமல் இயைந்து, சகல சடங்கு, சாஸ்திரங்களையும் மதிப்பவனாக இருக்கிறான்."

"பின்னே யாரவன்? கப்பலைத் தகர்த்திருக்கிறான்! கச்சேரிகளைச் சிதறடித்திருக்கிறான்! ஆயுதங்களைக் கொள்ளையடித்திருக்கிறான்... அவன் பயங்கரவாதியோ?"

"ஆம்" - இதுவரை வாய் திறவாமல் நின்ற ஓர் ஆங்கிலேய இன்ஸ்பெக்டர் ஆமோதித்தான். "பிரிட்டிஷ் ஏகாதிபத்தியத்திற்கு எதிராக எதையும் செய்யத் துணிந்த பயங்கரவாதி தான்."

எல்லோரும் இன்ஸ்பெக்டரின் பேச்சுக்குக் காது கொடுத்தார்கள்.

"சிட்டகாங் ராணுவ ஆயுதக் கிடங்கை முற்றுகையிட்டுக் கொள்ளையடித்த 'இந்துஸ்தான் குடியரசு ராணுவம்' என்கிற புரட்சி இயக்கத்தைச் சேர்ந்தவன் இந்த ரணசிங்கம். வங்காளத்து சூர்யா சென், சட்டர்ஜி போன்றவர்களின் தலைமையில் 'கொரில்லா' யுத்தப் பயிற்சி எடுத்தவன். வீட்டிலேயே வெடிகுண்டுகளைத் தயாரிக்கக் கற்றுக்கொண்டவன். ப்ரீதிலதா வடேகர், கல்பனா தத் போன்ற வீராங்கனைகளும் அந்தப் புரட்சி இயக்கத்தைச் சேர்ந்தவர்கள் தான்.

-சுற்றி நின்ற எலோரும் அகலக் கண் திறந்தார்கள்.

"இந்துஸ்தான் குடியரசு ராணுவம் இப்போது கலைந்து போனது. அந்தப் புரட்சி இயக்கத்தின் தலைமைத் தளபதி சூர்யாசென்கூட பிடிபட்டுவிட்டான். ஆனால், இந்த ரணசிங்கம் தப்பிவிட்டான்."

எல்லோரும் வாய் பிளந்தார்கள்.

"வீரம் செறிந்த வங்க மண்ணில் பிறந்தவர்களைக் காட்டிலும் இந்த ஆப்பநாட்டுக்காரன் கெட்டிக்காரனா?"

"எதிரியை வெல்ல வீரம் மட்டும் போதாது. யுத்த சூழ்ச்சியும் வேண்டும். அந்த சூழ்ச்சி ஆப்பநாட்டுக்காரனிடம் உண்டு. நல்லதோ கெட்டதோ எதில் ஈடுபட்டாலும் கவனம் சிதறாமல் காரியம் முடிக்கும் வல்லமை இந்த ஆப்பநாட்டுக்காரனுக்கு உண்டு."

"இறந்து போன இத்தனை போலீஸ்களில் எவனுமே ரண சிங்கத்தைப் பார்க்கவில்லையா? பார்த்தவன் சுடவில்லையா?"

"துப்பாக்கிக் குண்டு துளைக்க முடியாத உடம்பா அவனுடைய உடம்பு!"

"ஏய்...! வெளியே என்ன வெட்டிப் பேச்சு?" - துரையின் அறைக்குள்ளிருந்து டி.எஸ்.பி. ஸ்காட் அதட்டினார்.

"குரைக்கிற நாய் தான் கடிக்காதே!" - உறுமிக்கொண்டே அறையை விட்டு வெளியே வந்துவிட்டர் விஞ்ச் துரை.

"வாய் வீரம் பேசும் இந்திய போலீஸ் பன்றிகளே! தனுஷ் கோடி, முதுகுளத்தூர், கமுதி என்று வரிசையாக கொடி நாட்டிக்கொண்டு போகிறான். உங்களில் யாருக்கேனும் உண்மையாக பிரிட்டிஷ் விசிவாசம் இருக்குமானால், இந்நேரம் அவனுடைய குரல்வளையைக் கவ்வி ரத்தம் குடித்திருக்க வேண்டாமா?" - காறித் துப்பினார்.

அறைக்கு வெளியே கூடியிருந்த போலீஸ் பட்டாளம் தலை குனிந்தது.

"பெருநாழி ரணசிங்கத்துக்கு போலீஸ் துப்பாக்கிகள் எல்லாம் காய்ந்த சோளத் தட்டைகள்! கச்சேரிகள், குண்டு விளையாடும் மைதானங்கள்!" - பேச்சை நிறுத்தி, எல்லோரை யும் ஒரு சுற்று பார்த்தார்.

“குண்டு என்றால் கோலிகுண்டு அல்ல. வெடிகுண்டு!” - இடது உள்ளங்கையில் வலது கை முஷ்டி மடக்கிக் குத்திக்கொண்டார்.

“பிரிட்டிஷ் ஏகாதிபத்தியத்துக்குப் பெருத்த அவமானம்!” - நா குழறியது.

டி.எஸ்.பி. ஸ்காட் மௌனமாக நின்றார்.

“மிஸ்டர் ஸ்காட்! நானும் நீங்களும் சேர்ந்து கிழக்கே கல்கத்தா, வடக்கே அமிர்தசரஸ், மத்திய மாகாணத்தில் பல இடங்களில் எத்தனையோ புரட்சிக்காரர்கள், பயங்கரவாதி களை ஒழித்துக் கட்டியிருக்கிறோம். அவர்கள் கூட, ஒரு காரியம் இரண்டு காரியங்களை செய்து முடிப்பதற்குள் பிடிபட்டுப் போவார்கள் அல்லது சுட்டுத் தள்ளப்படுவார்கள். ஆனால், இவன்... இந்த ஆப்பநாட்டு ரணசிங்கம்... நமக்குத் தண்ணீர் காட்டுகிறான்!” - கண்களை இறுக மூடிக்கொண்டார்.

நிசப்தம் நிலவியது. வளாகத்து அரசமர இலைகள் மட்டும் சலசலத்தன. ‘விருட்’டென இமை திறந்த விஞ்ச் துரை, “சிட்டகாங் ஆயுதக் கிடங்கு கொள்ளை பற்றி இப்போது பேசிக் கொண்டிருந்தது யார்? யாரது?” படபடத்தார்.

ஆங்கிலேயே இன்ஸ்பெக்டர், கூட்டத்தை விலக்கி முன்னே வந்து சல்யூட் அடித்தான். மங்கலான வெளிச்சத்தில் விஞ்ச் துரைக்கு இன்ஸ்பெக்டரின் முகம் துலங்கவில்லை. “உன் பெயரென்ன?”

“மார்ட்டின்ஸ்.”

விஞ்ச் துரை குறுக்கும் நெடுக்குமாக நடந்தார். “மிஸ்டர் ஸ்காட்...!”

“எஸ் சார்...” - டி.எஸ்.பி. ஸ்காட் விறைந்தார்.

“கையிருப்பில் உள்ள ஆயுதங்கள், போலீஸ்கள், லாரிகள் எல்லாவற்றையும் எடுத்துக்கொள்ளுங்கள். உடனே கிளம் புங்கள். ஆப்பநாட்டை சல்லடை போட்டு அலசுங்கள். எல்லாப் பலாத்காரத்தையும் பிரயோகப்படுத்துங்கள். எவனாவது ஒரு எதிரி, ரணசிங்கத்துக்கும் இருப்பான். துப்பு சொல்பவன், காசுக் காகக் காட்டிக் கொடுப்பவன் இருப்பான். அவனைக் கைக்குள் வையுங்கள். தேவைப்பட்டால், ரணசிங்கம் தலைக்கு விலை வையுங்கள். அவன் தலைக்கு என்ன விலையும் கொடுக்கலாம்.

சகல உத்திகளையும் கையாளுங்கள். உங்களுக்கு முழு அதிகாரம் அளிக்கிறேன். எனக்கு, ரணசிங்கம் உயிருடனோ பிணமாகவோ வேண்டும்.''

"ஆர்டர் சார்!" - டி.எஸ்.பி. ஸ்காட் சல்யூட் பண்ணினார்.

"மிஸ்டர் ஸ்காட்! உங்கள் திறமை மீது நம்பிக்கை வைத்து, இந்தக் காரியத்தை ஒப்படைக்கிறேன். வெற்றியுடன் திரும்புங்கள்!" - விஞ்ச் துரை, டி.எஸ்.பி. ஸ்காட்டின் கையைக் குலுக்கினார். "இன்ஸ்பெக்டர் மார்ட்டின்ஸ்... நீ மட்டும் என் அறைக்குள் வா!" - அறையை நோக்கி நடந்தார்.

டி.எஸ்.பி. ஸ்காட் தலைமையில் போலீஸ் படை பெருநாழிக்கு கிளம்பியது. இன்ஸ்பெக்டர் மார்ட்டின்ஸ், விஞ்ச் துரையின் அறைக்குள் நுழைந்தான்.

"வா... மார்ட்டின்ஸ். உட்கார்." - தொப்பியைச் சுழற்றியவாறு எதிரே கிடந்த இருக்கையைக் காட்டினார். சுருட்டைப் பற்ற வைத்தார். "ரணசிங்கத்தின் பின்னணி, அவன் பிரிட்டிஷ் ராணுவத்தில் சேர்ந்தது, இந்துஸ்தான் குடியரசு ராணுவத்தில் ஐக்கியமானது, சிட்டகாங் ஆயுதக் கிடங்கு கொள்ளை பற்றியெல்லாம் விரிவாகச் சொல்!"

இன்ஸ்பெக்டர் மார்ட்டின்ஸ், விஞ்ச் துரைக்கு எதிரே சமமாக உட்காரத் தயங்கி நின்றான்.

"ஏய்... மார்ட்டின்ஸ்! உட்கார்!"

அடக்கமாக அமர்ந்த மார்ட்டின்ஸ், "ரணசிங்கம் ராணுவத்தில் சேர்ந்ததிலிருந்து சொல்லவா, துரை அவர்களே?" - பணிவாகக் கேட்டான்.

"ஆமாம்... ஆமாம். டி.எஸ்.பி. ஸ்காட், பெரிய ரணசிங்கத்தை பிடிக்கப் பெருநாழி போகட்டும். சின்ன ரணசிங்கத்தோடு ராணுவத்துக்குப் போ..." - திடீர் உற்சாகத்தோடு சுருட்டுப் புகையை இழுத்து விட்டார்.

இன்ஸ்பெக்டர் மார்ட்டின்ஸ் சின்ன செருமலோடு பின்னோக்கிப் போக ஆரம்பித்தான்.

சென்னைப் பட்டணத்திலிருந்து மத்திய மாகாணத்திலுள்ள ஜபல்பூருக்கு ரணசிங்கத்தை ரயிலேற்றிவிட வந்திருந்த ராணுவ சிப்பாய், ரேணிகுண்டாவைச் சேர்ந்த தெலுங்குக்காரன்.

பரிவோடும் அக்கறையோடும் விசாரித்தான்.

“அம்மா, அப்பா இருக்காங்களா தம்பி?”

“ஆத்தா, அய்யா, தம்பி, தங்கச்சி எல்லாம் இருக்காங்க...”

“நீ ராணுவத்தில் சேருவது அவங்களுக்குத் தெரியுமா?”

“சொல்லாமல் வந்துட்டேன். தெரிந்தால், எங்க ஆத்தா ஒப்பாரி வைக்கும்...”

- ரணசிங்கத்துக்குத் தொண்டையை அடைத்தது.

தெலுங்கு சிப்பாய் உதட்டுக்குள் சிரித்துக்கொண்டான். “ராணுவத்துக்கு ஆள் சேர்க்க, வெள்ளைக்காரன், கிராமம் கிராமமாக லாரியோடு போய் இளவட்டங்களை விரட்டி விரட்டிப் பிடிக்கிறான். நீ படித்த பையன். வலிய வந்து ராணுவத்தில் சேர என்ன காரணம்?”

“துப்பாக்கி மேலேயும் ராணுவ உடுப்பு மேலேயும் எனக்கு ஒரு ஆசை. வந்துட்டேன்.”

சிப்பாய் வாய்விட்டுச் சிரித்தான். “விளையாட்டுப் பிள்ளை யாக இருக்கிறாய்! உன் படிப்புக்கு நீ ராணுவ அதிகாரியாகவே சேர்ந்திருக்கலாம். அவரசப்பட்டு வெறும் சிப்பாயாகப் போகிறாய்!”

ரணசிங்கம் விழித்தான். “ஊரிலே யாரும் படிச்ச ஆளுக இல்லை. சர்க்கார் உத்யோகத்துக்கு போகிற முதல் ஆளு நான் தான்.”

“சரி விடு. ரயில் புறப்படுகிறது. ஏறிக்கொள். இது... ரயில் வாரண்ட். வழிச் செலவுக்கு ரெண்டு ரூபாய் பணம். குளிருக்குப் போர்த்திக்கொள்ள இந்தக் கம்பளியை வைத்துக்கொள். வாராங்கல், நாக்பூர், இடார்சி கடந்து நாலாம் நாள் மதியம் ஜபல்பூரை வண்டி பிடிக்கும். நல்லபடியாகப் போய் வா.”

ரணசிங்கம் ரயிலில் ஏறிக்கொண்டான். ‘சர்ர்க்... சர்ர்க்...’ என ஆட்டிக்கொண்டு நீராவி இன்ஜின் கிளம்பியது.

‘கூவ்...வ்...வ்...’ - ரயில் கத்தியது. ஜன்னலோரம் அமர்ந்திருந்த ரணசிங்கத்துக்கு பெருநாழி காட்டு மயில் சப்தம் ஞாபகத்தில் வந்தது.

டி.எஸ்.பி. ஸ்காட் தலைமையில் பெருநாழிக்குப் புறப்பட்ட போலீஸ் படையோடு ஒரு லாரி நிறைய ஆயுதங்கள் மட்டும் ஏற்றப்பட்டிருந்தன.

கல்யாணப் பந்தலின் முன்வந்து நின்ற லாரியில் இருந்து இளவட்டங்களின் பிணங்கள் இறக்கப்பட்டன.

22. 'டிராம்வே' லத்தி அடி

விஞ்ச் துரையின் வாயில் சுருட்டு புகைந்தது. ரணசிங்கத்தை சென்னப்பட்டணத்தில் இருந்து ஜபல்பூருக்குக் ரயிலேற்றிவிட்ட இன்ஸ்பெக்டர் மார்ட்டின்ஸை உற்றுப் பார்த்தார்

"சொல்... சொல்... ரணசிங்கம் ஜபல்பூருக்குக் கிளம்பிப் போன முன்கதையை முழுவதுமாகச் சொல்!" - புகையை இழுத்து ஊதினார். மார்ட் டின்ஸ் நினைவுகளில் பின்னோக்கிப் போனார்...

ரயில் பெட்டியின் ஜன்னலோரம் அமர்ந் திருந்த ரணசிங்கம், பின் நகர்ந்து போகும் சென்னப்பட்டணத்தை, ஓர் அந்நிய தேசம் போல் பார்த்தான்.

பட்டணத்தின் மையத்தில் ஓடும் 'டிராம்வே' தான் சகலரும் பயணிக்கும் வாகனம். வைதிகர் களும் பட்டு வஸ்திரம் அணிந்த தனவந்தர்களின் குடும்பங்களும் ஜட்கா வண்டிகளில் குலுங்கிக் கொண்டு போனார்கள். கோட்டு சூட்டு, தலையில் தொப்பி அணிந்த ஆங்கிலேயப் பாங்கானவர் களை, கை ரிக்ஷாக்களில் அமர்த்தி, "ஓரம்போ...

நைனா... ஓரம்... ஓரம்...'' - இழுத்துக்கொண்டு ஓடுபவன், தலையில் தொப்பியும், காலில் தேய்ந்து போன சப்பாத்துகளும் அணிந்திருந்தான். ஜனநெருக்கடியற்ற ரஸ்தாக்களில் வண்டுகள் போல் அரிதாக ஊர்ந்து திரிந்த மோட்டார் கார்களில் வெள்ளைக்கார துரைமார்களும் செல்வச் சீமான்களும் பயணித்தனர். பட்டணத்தில் தமிழ், தெலுங்கு, ஆங்கிலம் பேசுபவர்கள் சமவிகிதமாகக் கலந்திருந்தனர். ஒருவரோடு ஒருவர் சிரித்துப் பேசக் காணோம். வெட்டிப் பேச்சுக்கு வேலை கிடையாது.

மதுரைக்காரர்கள் இப்படி இல்லை. சத்தங்களோடு ஜனித்தவர்கள். பேச்சுச் சத்தமும் சிரிப்புச் சத்தமும் கேட்டுக் கொண்டே இருக்கும். கொட்டுச் சத்தம், மேளச் சத்தம், ஒலி பெருக்கிச் சத்தம் போதாமல், அருகில் இருப்பவர்களிடம்கூட உரக்கப் பேசுவார்கள். செத்தாலும் ஒப்பாரி வைத்து அலறுவார்கள். பேசாத போது தின்பார்கள். தின்னாத போது பேசுவார்கள். பேசத் துணை இல்லாமல் தனியே இருப்பவனுக்கு உயிர் பயம் வந்துவிடும். தனக்குத்தானே பேசிக்கொண்டு, உயிரோடு இருப்பதை உறுதி செய்து கொள்வான்.

ரணசிங்கம் மதுரையை ஏனோ வெறுத்தான். வந்திறங்கிய ஒரே நாளில் சென்னப்பட்டணம் பிடித்ததுப்போனது. மனதுக்குப் பிடித்த பட்டணத்தில் ஓர் இரவு தங்கியதோடு சரி. மறுநாளே ரயிலேற்றிவிட்டார்கள். ஜன்னலோரம் அமர்ந்து வேடிக்கைப் பார்க்க சௌகரியமாக இருந்தது.

பெட்டிக்குள் எல்லாம் அந்நிய முகங்கள். தெலுங்கும் ஆங்கிலமுமே புழங்கின. உள்ளே இருந்த ஒன்றிரண்டு தமிழனும் உடைமைகளைப் பாதுகாப்பதிலேயே குறியாக இருந்தான். தெலுங்கர்கள், எல்லோருடனும் வலிய கைகுலுக்கிச் சிரித்தார்கள். பயணிகளை எல்லாம் ஓரக் கண்ணளந்த வெள்ளைக்காரர்கள் விறைப்புக் குறையாமல் சுருட்டு புகைத்துக் கொண்டிருந்தார்கள்.

பெரம்பூர் புகைவண்டி நிலையத்துக்கு வெளியே, 'டிராம்வே' தொழிலாளர்கள் கூடி, ஆர்ப்பாட்டம் செய்து கொண்டிருந்தார்கள். லத்தி போலீஸ் அடித்து விரட்டியது.

அடி பொறுக்கமாட்டாமல், ஆர்ப்பாட்டக்காரர்கள் துடிக்கிறார்கள்.

"போலீஸ் அடக்குமுறை ஒழிக..." - அடி விழுகிறது.

"மஹாத்மா காந்திக்கு ஜே!"

"பாரத மாதாகி ஜே...!" - மண்டை தெறிக்கிறது.

"நேதாஜி சுபாஷ் சந்திர போஸுக்கு ஜே!" - தலையில் ரத்தம் வழிய திரும்பவும் கோஷமிடுகிறார்கள். "ஜெய்ஹிந்த்."

"சிதம்பரம் பிள்ளைக்கு ஜே!" - விரட்டி விரட்டி அடி விழுகிறது.

உத்தரவிடுபவன் வெள்ளைக்காரனாக இருக்கிறான். ஓட ஓட விரட்டி அடிப்பவன் உள்நாட்டுக்காரனாக இருக்கிறான்.

வியப்பு மேலிட ரணசிங்கம் பார்த்து கொண்டிருந்தான். பெருமூச்சு விட்டுப் புகைவண்டி கிளம்பும் நேரம், லத்தி போலீஸ் துப்பாக்கி தூக்கியது. ஜன்னலோரம் உறைந்து போய் உட்கார்ந்திருந்தவனுக்கு ஒண்ணுமே புரியலே. "வெள்ளைக்காரன் அஞ்சு பேரு. உள்ளூர்க்காரன் ஆயிரம் பேரு. அவன் அடிக்க... அடிக்க... இவன் ஏன் வாங்குறான்? லத்தியைப் பிடுங்கித் திருப்பி அடிக்க வேண்டியது தானே? அடிவாங்கச் சொன்னது யாரு? காந்தியா? நேதாஜியா? அடிக்க அடிக்க வாங்குறதுக்குப் பேரு போராட்டமா?" - உதட்டோரச் சிரிப்பில் கோபம் இளகியது. கொந்தளிப்பான பட்டணத்துக் கடைசிக் காட்சி ரணசிங்கத்தை இறுக்கியது.

கல்யாண வீட்டின் முன் வந்து நின்ற லாரியில் இருந்து முதல் ஆளாகக் குதித்திறங்கினான் சண்முகப்பாண்டி. அடுத்தடுத்து பாலமுருகன், செல்லமுத்து, பட்டாணி இறங்கி வந்து லாரியின் பின்பக்கக் கதவைத் திறந்தார்கள் கல்யாண மாப்பிள்ளைக்குப் பதில் வேல்க்கம்பை நிறுத்தி 'கட்டுத்தாலி' கட்டி முடித்ததில் நெஞ்சு கனத்துப் போயிருந்த சனமெல்லாம் லாரியைப் பார்த்தது. தலைகவிழ கண்ணீர் உகுத்துக் கொண்டிருந்த மாயழகியின் முடிகோதி நின்ற ரணசிங்கமும் லாரியின் பக்கம் திரும்பினான். மாயழகி கவிழ்ந்தே இருந்தாள்.

உள்ளூர் இளவட்டங்களும் பெரியவர்களும் லாரியை நோக்கி ஓடினார்கள். பெண்கள் பந்தலை விட்டுக் கடவாமல், இங்கிருந்தே கழுத்து நீட்டி ஆந்தி பார்த்தார்கள்.

லாரியின் பின் கதவைத் திறந்து குதித்திறங்கிய இளவட்டங்கள் பரபரத்தார்கள்.

"ம்... தூக்கு... தூக்கு!"

"மெதுவா... மெதுவா..."

"ஒவ்வொண்ணா இறக்குங்கப்பா."

"ஏய்... முனியசாமி, நீ தலையைப் பிடி."

கீழே நின்ற பெரியவர்களும் உள்ளூர் இளவட்டங்களும் விவரம் புரியாமல் முண்டியடித்தார்கள்.

முதல் பிணம் இறங்கியது. "அடேய்...! என்னடா ஆச்சு?" மாரந்தை பாண்டி கத்தினார்.

இரண்டாவது பிணம் இறங்கியது. இளவட்டங்கள் எதுவும் பேசாமல் பிணங்களை இறக்கிக்கொண்டு இருந்தனர்.

"ஏப்பா இளவட்டங்களா...! பொணமா இறங்குதே... என்னப்பா நடந்துச்சு?" - பெரியவர் தவசியாண்டி வாய்விட்டு அலறினார். பந்தலில் நின்ற பெண்கள் எல்லாம் விழுந்தடித்து ஓடி வந்தார்கள்.

"ஆத்தாடீ... ஆத்தாடீ...! இதென்ன கொடுமை! லாரி நிறையப் பொணமா வந்து இறங்குதே!" - நெஞ்சில் நெஞ்சில் அடித்துக் கெண்டு இடிபட்டார்கள்.

கூட்டத்தை விலக்கி முன்னே வந்தான் ரணசிங்கம். சண்முகப் பாண்டியும் செல்லமுத்துவும் ரணசிங்கத்தின் கைகளைப் பிடித்து முகத்தில் வைத்துக்கொண்டு குலுங்கிக் குலுங்கி அழுதார்கள்.

"என் பிள்ளை எங்கே? என் மகன் திருக்கண்ணனை எங்கே?" - கத்து கத்தென்று கத்தினாள் அழகுமீனா. இறங்குகிற பிணங் களின் பக்கமே திரும்பாமல் காயம்பட்ட இளவட்டங்கள் ஒவ் வொருவனையும் தொட்டுத் தொட்டுக் கேட்டாள். "அடே மகனே திருக்கண்ணா! எங்கேடா இருக்கிறே!" - மாயழகி மட்டும் பந்தலில் பெஞ்ச் பலகையில் தனித்து அமர்ந்திருந்தாள். மாயழகிக்கு 'கட்டுத்தாலி' கட்டிய கோட்டையம்மாள் கூட அருகில் இல்லை. லாரியை மொய்த்து சனம், ஈசலாகத் துடித்தது.

லாரியிலிருந்து எட்டாவது பிணம் இறங்கியபோது, இதுவரை அழுகையை அடக்கி வைத்திருந்த இளவட்டங்கள் எல்லாம், "அண்ணேன்... அண்ணேன்...!" - ரணசிங்கத்தைப் பார்த்து வெடித்து அழுதார்கள். இறங்கும் பிணங்களை,

கண்கள் நிலைகுத்த பார்த்துக் கொண்டிருந்த ரணசிங்கம் எட்டாவது பிணத்தை அடையாளம் கண்டதும், இடது கையால் வாய்பொத்தி, பிதுங்கிய துயரத்தை அமுக்கினான். அருகில் நின்ற சண்முகப்பாண்டியும் செல்லமுத்துவும், "அண்ணேன்... திருக்கண்ணன் போயிட்டான்ண்ணேன்...!" - கதறினார்கள்.

"ஆத்தாடீ... இவன் என் பிள்ளையா? என் மகன் திருக் கண்ணனா!" 'ங்... ணங்' என நெஞ்சில் குத்திய அழகுமீனா, பல்லு கட்டி மயங்கிக் கீழே விழுந்தாள். திருக்கம்மாவும் பஞ்சவர்ணமும் தெருப் புழுதியில் கதறி உருண்டார்கள்.

"அய்யய்யோ...! என் தங்கச்சி தலையிலே இடி விழுந்துருச்சே! மாயழகி தலையிலே மண்ணு விழுந்துருச்சே!" - தங்கச்சாமி குமுறிக் குமுறி அழுதான். பிணங்கள் இறங்கி கொண்டிருந்தன.

பெரியவர் தவசியாண்டி, "மோசம் போச்சே...! மோசம் போச்சே...!" - நெஞ்சு அடைக்கத் தடுமாறினார்.

மாரந்தை பாண்டி, "அடேய்... அழுகாதீங்கப்பா... எம்மா... அழுகாதீங்கம்மா...." - சொல்லிக்கொண்டே குலுங்கிக் குலுங்கி அழுதார்.

"புலிகளும் சிங்கங்களும் பொணமா வந்து இறங்குதே!" - வெள்ளையம்மா கிழவி தரை பரசி ஒப்பாரி வைத்தாள். தலையிலும் நெஞ்சிலும் அடித்துகொண்டு சனம் கூப்பாடு போட்டது. மயங்கி விழுந்து கிடந்த அழகுமீனாவின் முகத்தில் செம்புத் தண்ணீரை 'சுளீர்... சுளீர்...' என அடிக்க... மெள்ளக் கண் விழித்தவள், பரக்கப் பரக்கக் கூட்டத்தைப் பார்த்தாள். 'சீசு... சீசு...'என மூச்சிரைத்தாள். பெண்களின் கைத்தாங்கலில் எழுந்தவள், "என் மகனை எங்கே? என் சிங்கத்தை எங்கே?" - தடுமாறித் தடுமாறி பிணங்களுக்கு அருகில் வந்தாள். ஒவ்வொரு பிணமாக உற்று உற்றுப் பார்த்தாள். திருக்கண்ணன் பிணம் ஓரடி தனித்துக் கிடந்தது. "ஆத்தாடீ....! என் பிள்ளை" நெஞ்சில் விழுந்து கதறினாள். அத்தனை சனமும் அழுதது.

கண்ணீர் தளும்ப, இறுகிப்போய் நின்றிருந்தான் ரணசிங்கம். அரியநாச்சி, பந்தலை நோக்கி ஓடினாள். "மதினி... அண்ணன் செத்துப் போச்சு மதினி!"

பந்தலில் தனியே அமர்ந்திருந்த மாயழகி, மெள்ள எழுந்து, குவிந்து கிடக்கும் பிணங்களைச் சுற்றிக் கூடி நிற்கும் சனங்களைப் பார்த்தாள்.

"தாயீ... மாயழகி...!" - பெண்களெல்லாம் கை விரித்துக் கத்தினார்கள்.

டி.எஸ்.பி. ஸ்காட் ஏறிவரும் ஜீப்பை நடுவே விட்டு முன்னும் பின்னும் லாரிகள் அணிவகுக்க, பெருநாழி நோக்கி ஊர்ந்து வந்துகொண்டிருந்தது போலீஸ் பெரும் படை.

23.சௌத் ஃபோல்டு ஹாஸ்டல்

விஜயவாடா, வாராங்கல், மராட்டிய மாகாணம் சந்த்ரபூர் கடந்து, வடக்கு நோக்கிச் சென்றது புகைவண்டி.

கடைசியாக சென்னை மாகாணத்தில் கேட்டதுதான் தமிழ். காதில் 'தமிழ்' விழுந்து ஐந்து நாட்களாகிவிட்டன. ரணசிங்கம் மதுரைக்கு வடக்கே வண்டி ஏறியது இது தான் முதல் முறை. மதுரைக்கு படிக்க வந்ததால்தான் மோட்டார் வண்டி, ரயில் வண்டிகளையே கண்ணால் காண முடிந்தது.

பெருநாழிக்கும் அருப்புக்கோட்டைக்கும் இடையே இருபத்தைந்து மைல் தூரம் மாட்டு வண்டிப் பயணம். அய்யாதான் வண்டி ஓட்டி வருவார். விடியும் முன் வண்டி கட்டி புறப் பட்டால், உச்சிப் பொழுதுக்கு அருப்புக் கோட்டை வந்து சேரலாம். ரணசிங்கம் மதுரைக் குக் கிளம்ப, நாலு நாளுக்கு முன்பிருந்தே, "என் மகன் பள்ளிக்கூடத்தான்... மதுரை போறான்! என் மகன் பள்ளிக்கூடத்தான்... மதுரை போறான்!" என ஊரெல்லாம் வீடு தவறாமல்ஆத்தா சொல்லி

வரும். பெருநாழியில் ரணசிங்கத்துக்கு பேரு 'பள்ளிக்கூடத்தான்.' சுற்று வட்டாரத்திலேயே வண்டி ஏறி மதுரை போய் படிக்கிற முதல் பையன் ரணசிங்கம் ஆனதால், ஊருக்கே அவன் 'பள்ளிக் கூடத்தான்'.

"இருளாயி... உன் மகன் என்ன படிப்பு படிக்கிறான்?" - ஊரார் கேட்பார்கள்.

"மதுரை வெள்ளைக்காரன் பள்ளிக்கூடத்திலே பெரிய படிப்பு!" - இருளாயி பெருமையோடு வாய்ப்பாறுவாள்.

"அதுதான்... என்ன படிப்பு?"

"அந்த களுதையெல்லாம் எனக்குத் தெரியாது!" - காது தண்டட்டி குலுங்க ஆத்தா இருளாயி அடுத்த வீட்டுக்கு நகர்ந்துவிடுவாள்.

அருப்புக்கோட்டைக்கும் மதுரைக்கும் இடையில் இரண்டு மோட்டார் வண்டிகள். முன்னால் மூக்கு நீண்டிருக்கும். காலையில் ஒரு வண்டி. மதியம் ஒரு வண்டி. மோட்டாரின் பின்புறம் விறகு அடுப்பு. அதை எரித்துக் கொண்டே வர, ஒரு தனி சிப்பந்தி. சிம்னி வழியே கரும்புகை மண்டி வெளியேறும். நிலக்கரி ரயில் எஞ்ஜின் போல், விறகு அடுப்பு மோட்டார் வண்டி மதுரை வந்து சேர பொழுது சாய்ந்துபோகும்.

பணக்கார வீட்டுப் பிள்ளைகள் தான் மதுரைக்கு வண்டி ஏறி வந்து படிக்க முடியும். செல்லையா வீட்டில் பெரிய வசதி கிடையாது. விவசாயம் தான். 'கம்பும் கத்தியும் தூக்குற ஊரிலே... நம்ம மகன் ஒருத்தனாவது பெரிய படிப்பு படிக்கணும்'னு ஆத்தா இருளாயிக்கு ஓர் ஆசை. காடுகரைகளில் வெடிக்கிற பருத்தி, விளைகிற உளுந்து, தவசம், தான்யமெல்லாம் மதுரை பள்ளிக் கூடச் செலவுக்குப் போனது. ஆப்பநாட்டுச் சனங்களுக்கு மதுரை படிப்பே வெளிநாட்டு படிப்புக்கு சமம்.

சீமான் வீட்டுப் பிள்ளைகளுக்கு 'சௌத் ஃபோல்டு ஹாஸ்டல்!' ரணசிங்கத்தையும் அதிலேயே சேர்த்து விட்டார் அய்யா.

"அப்பூ... ரணசிங்கம்! அக்கரையா படிக்கணும்ப்பா..." - மகனைப் பார்க்க வரும்போதெல்லாம் செல்லையா சொல்லிப் போவார். உழவடையே பண்ணாமல் உரம் மக்கிக் கிடக்கும் தரிசு நிலத்தில் உழுது விதைக்கவும் ஒரு பாட்டம் காட்டு மழை

பெய்ய, குதிபோட்டு கிளம்பும் பயிர் போல், அத்தனை மாணவர்களையும் பின்னுக்குத் தள்ளி, படிப்பிலும் விளையாட்டிலும் முந்தி வந்தான் ரணசிங்கம். சக ஆங்கிலோ - இந்திய மாணவர்களுக்கும் சீமான் மக்களுக்கும் பஞ்சநாட்டு ‘ரணசிங்கம்’ என்கிற பெயரே எரிச்சலும் அருவருப்பும் மூட்டியது. மறிப்புகளைப் புறந்தள்ளி, கிடைத்த இடைவெளியில் நுழையும் காற்றுபோல் அசுர வித்தாக முளைத்தான் ரணசிங்கம்.

விடுதி ஆண்டு விழா விருந்துக் கொண்டாட்டத்தில் ரணசிங்கமும் ஓர் ஓரமாக உணவருந்திக் கொண்டிருந்தான். கலப்பில்லாத விஸ்கியை அளவுக்கதிகமாக குடித்திருந்த ஓர் ஆங்கிலோ - இந்திய மாணவன், ரணசிங்கத்தின் தோளைத் தொட்டு தள்ளி, “கறுப்பு வேசி மகனே...! உனக்கெல்லாம் சௌத் ஃபோல்டு ஹாஸ்டல் கேட்கிறதோ...?” என உரக்கக் கத்தினான்.

சுருண்டு கிடந்த நாகத்துக்கு ஊசிக்குத்து விழுந்த கோபம். ஒரே கொத்து. திட்டியவன் முகத்தில் ஓங்கி விழுந்த குத்தில், வாயும் மூக்கும் தெறித்து உடைய, மல்லாக்க விழுந்தான். வெறிகொண்டவனாகப் புரட்டி எடுத்துவிட்டான் ரணசிங்கம். எவனும் நெருங்க முடியவில்லை. சௌத் ஃபோல்டு ஹாஸ்டலில் சீட்டு கிழிந்தது. காத்திருந்தது போல் பள்ளிக்கூடமும் ரணசிங்கத்தை வழி அனுப்பி வைத்தது. ஆத்தாவோட ஆசையில் மண் விழுந்தது.

மதுரை வீதிக்கு வந்த ரணசிங்கத்துக்கு போக்கிடம் இல்லை. ஆத்தா, அய்யா மூஞ்சியில் முழிக்க மனசில்லே. திட்டமில்லாமல் வண்டியேறி சென்னப்பட்டணத்துக்கு வந்தவன், மராட்டிய மாகாணம் சந்த்ரபூரை கடந்து போய்க் கொண்டிருந்தான்.

இரண்டு பக்கமும் வனப்புமிக்க மலைக்காடுகள். மலைகள் என்றால் பெருமலைகள் அல்ல. புகைவண்டி ஜன்னலோரம் அமர்ந்து கைநீட்டி, நீவி விடுகிற உயரத்தில் பசபசத்த மலைகள். பார்க்கப் பார்க்க கண்கள் குளிர்கின்றன. இறங்கி ஓடிப்போய், முகட்டில் இருந்து ‘கடகட’வென உருண்டு புரண்டு வந்து மறுபடியும் ஜன்னலோரம் பயல்கள் எப்படி கட்கத்தில் இடுக்கினான்! இங்கிருந்த பயல்கள என்ன பண்ணிக் கொண்டிருந்தார்கள்? இத்தனை கம்பீரமாக விரிந்து கிடக்கிற பூமி, முழுக்க அடிமைகளை மட்டுமா பிரசவித்தது?!

சென்னப்பட்டணத்தில் கடைசியாகக் கண்ட காட்சி ஐந்து நாட்களாகியும் உறுத்திக்கொண்டே இருந்தது. பெரம்பூரில்

ஆர்ப்பாட்டம் பண்ணிய 'டிராம்வே' தொழிலாளர்கள் ஐந்நூறு பேரை அடித்து விரட்டும் அதிகாரமும் தைரியமும் ஐந்து பேருக்கு எப்படி வந்தது? ஐந்து பேருடைய துப்பாக்கி எத்தனை பேரைச் சுடும்? பத்து பேர் சாகட்டும். மீதமுள்ள நானூத்தி தொண்ணூறு பேர், அந்த ஐந்து வெள்ளைக்காரனை தூக்கிப் போட்டு மிதிக்க வேண்டியது தானே? குரல்வளையை கடித்துத் துப்ப வேண்டியது தானே?

கோபத்துக்கு வடிகால் கிடைக்காமல் அலைக்கழியும் ரணசிங்கத்தின் நெஞ்சோரம், 'ராணுவத்துக்குப் போகிறோம்.' என்கிற சந்தோஷக் கீற்று சுழன்றது. புகைவண்டிக்குப் பின்னால் ஓடும் மராட்டியக் காடுகளை கண்ணை விட்டு மறைக்கும் இருள் படர, நாக்பூரை நெருங்கிக் கொண்டிருந்தான். ஜபல்பூர் போய் இறங்க இன்னும் இரண்டு நாட்களாகும்.

இதையெல்லாம் விஞ்ச் துரையிடம் சொல்லி, ரணசிங்கத்தை ரயிலேற்றி நாக்பூர் வரை கொண்டு வந்து சேர்க்கும் முன், இன்ஸ்பெக்டர் மார்ட்டின்ஸ் களைத்துப் போனான்.

தேநீரை சுவைத்துக்கொண்டே விஞ்ச் துரை, "வெரி இன்ட்ரஸ்டிங்..! சொல்லு... சொல்லு..." என்று ஊக்கப்படுத்தினார்.

"மதினி... அண்ணன் செத்துப்போச்சு மதினி..!" கட்டிப் பிடித்தழுத அரியநாச்சியை இடது கையால் அணைத்தவாறு, மணப்பலகையை விட்டு எழுந்தாள் மாயழகி.

"தாயீ... மாயழகி...! எங்க செல்ல மகளே! உனக்கா இந்த விதி போடணும்!" பிணங்களைச் சுற்றி நின்ற பெண்கள் கைவிரித்துக் கத்தினார்கள்.

நாலு எட்டு நடந்த மாயழகி, பந்தலைக் கடவாமல் நின்றாள். கோட்டையம்மா கட்டிய தாலி, கழுத்தை ஒட்டித் தொங்கியது. திருக்கம்மா, பஞ்சவர்ணத்துடன் சேர்ந்து பெண்களெல்லாம் பந்தலுக்கு ஓடிவந்தார்கள். வெள்ளையம்மா கிழவியும் வாரிச் சுருட்டி தடுமாறி எழுந்து வந்தாள்.

எல்லோருக்கும் நடுவே மாயழகி. வானுயர நாவு துழாவி, கொளுந்து விட்டெரியும் பெருந்தீயினூடே 'ம்மா...ம்மா...' வென துள்ளத் துடிக்கக் கதறும் பசுங்கன்று போல் நிற்கும் மாயழகியை தீண்டப் பதறினார்கள்.

மேட்டுப்புஞ்சை விதைப்புக்குப் போன அப்பனும் ஆத்தாளும் மின்னலடிக்க இடி இறங்கி விறைத்துச் செத்தபோது, மூன்று வயசு குழந்தை மாயழகியைச் சுற்றி இப்படித்தான் சனம் கூடி நின்றது. அப்போது மாயழகி அழவில்லை. கூட்டத்தைப் பார்த்து பரபரக்க முழித்தாள். மணவறைக்கே வராமல் தாலிக்குச் சொந்தமானவன், பிணமாக வந்து கிடக்கிறான். மாயழகி இப்போதும் அழவில்லை. ஏதோ முடிவுக்கு வந்தவளாக... இறுக்கமான இறுக்கம்! ஏறிய நொடியில் இறங்கப் போகிற தாலி, நெஞ்சில் குத்தியது.

வலது தோளில் ரணசிங்கம் பெஞ்சாதியும், இடது தோளில் தங்கச்சாமி பெஞ்சாதியும் விழுந்து அழ, எதிரே வெள்ளையம்மா கிழவி தரையோடு கால் பரப்பி, பஞ்சாக நரைத்த தலையில் கைவைத்து ஒப்பாரி வைத்தாள். நட்டுக் குத்தலாக நிற்கும் தன்னைச் சுற்றி ‘ஹோ... ஹோ...’வென எழும் ஒப்பாரி சத்தங்களுக்குக் காது கொடுக்காத மாயழகி, தெருவோரம் லாரியைச் சுற்றி நிற்கும் ஆண்களுக்கு மத்தியில் அண்ணனை, இங்கிருந்தே கண்களால் அலசினாள். இளவட்டங்களுக்கு நடுவே நின்றான் ரணசிங்கம். தோள்களில் கிடந்த மதினிமார்களின் கைகளை விலக்கி நடந்த மாயழகியை பெண்கள் கூட்டம் வெறித்துப் பார்த்தது. அரியநாச்சி மட்டும் உடன் போனாள்.

“மதினி... அங்கே பொணங்களா கெடக்கு! போகவேணாம்!” - அரியநாச்சியின் வார்த்தைகளை காதில் வாங்கவில்லை. பந்தலை விட்டு வெளியேறி வரும் தங்கச்சியை கண்ட ரணசிங்கம், லாரிக் கூட்டத்தை விட்டு வெளியேறி எதிர்நோக்கி வந்தான். எதிரே ரணசிங்கம் மட்டும் வருவதைக் கண்ட அரியநாச்சி, மாயழகியைத் தொடராமல் நின்றுகொண்டாள்.

பிண லாரிக்கும் மணப் பந்தலுக்கும் நடு வீதியில் ரணசிங்கமும் மாயழகியும் எதிர் எதிரே நின்றார்கள். முதன்முதலாக அண்ணனின் கண்களை நேருக்கு நேர் பார்த்தாள். கலங்கிப் போயிருந்தன.

“என்ன தாயீ...?”

“வேணாம் அண்ணேன்... உங்க கண்ணு கலங்கினால்... ஆப்பநாடு அழிஞ்சு போகும்.”

பெருநாழி நோக்கி அணிவகுத்து வரும் லாரிகளுக்கு நடுவே ஊர்ந்த ஜீப்பில் டி.எஸ்.பி. ஸ்காட் இருந்தார். ஆப்பநாட்டு வரைபடம் மடியில் விரிந்திருந்தது. அருகே அமர்ந்து வந்த ஒரு இன்ஸ்பெக்டர் விவரம் சொல்லிக் கொண்டு வந்தான்.

"சேதுச் சீமையின் மேற்கு எல்லை பெருநாழி. மூன்றாவது மைலில் நெல்லைச் சீமை. வகிர்ந்தது போல் பெருநாழிக்குக் கிழக்கே ஆப்பநாட்டு 'மூர்க்க குணம்'. மேற்கே நெல்லைச் சீமையின் 'காரியார்த்த புத்தி!' ஆப்பநாட்டுக்காரர்களுக்குப் போரிடுவதே தொழிலாக இருந்தது. இப்போதும் இவர்கள் உடன் எடுத்துச் செல்லும் ஆயுதங்கள், இவர்களை மற்றவர் களிடமிருந்து தனித்து அடையாளம் காட்டும். திமிரான செருக் கோடு கூடிய நடத்தையால் தங்களை இனங்காட்டிக் கொள்வர். ஆயுதங்களைக் கையாள்வதில் இவர்களை விஞ்சியவர் அரிது. ரணசிங்கத்தின் கட்டுப்பாட்டில் உள்ள இவர்களை, சிறுசிறு குழுக்களாகப் பிரித்தெடுக்க வேண்டும் துரை அவர்களே!"

"அந்தக் காரியத்தை யார் செய்வது?"

"ரணசிங்கத்துக்கு எதிரி உள்ளூரிலேயே ஒருவன் இருக் கிறான், துரை அவர்களே!"

"பெருநாழியிலா?!"

"ஆமாம், துரை அவர்களே. ரணசிங்கத்துக்கு உறவுக்காரன் தான் அவன். மண்ணாசையும் பெண்ணாசையும் பிடித்தவன். பெயர் உடையப்பன்!"

"ஆப்பநாட்டையே கூட அவனுக்கு எழுதி வைப்போம். ரணசிங்கத்தின் கதை முடிந்தால் சரி!"

டி.எஸ்.பி., ஆப்பநாட்டு வரைபடத்தை கைக்குள் சுருட்டினார்.

உள் வீட்டுக்குள் ஒத்தையில் உறங்கிக் கொண்டிருந்த சிறுவன் துரைசிங்கம் அலறி எழுந்தான்.

"மாயழகீ...!"

24. உடையப்பன்

ஏழாம் நாள் மாலை ஜபல்பூரைப் பிடித்தது ரயில். மதராஸோடு தமிழும் போச்சு, தமிழ் நாட்டு உணவும் போச்சு. ஆறு நாட்களாக ரயில் நின்ற நிலையங்களில் வறட்டு ரொட்டி. காய்ந்த பின்னல் இலைகளில் சப்ஜி. சுட்ட மண் கிண்ணத்தில் தேநீர். எதுவுமே வாய்க்கு விளங்கவில்லை. ரணசிங்கம் குலைப் பட்டினியாக வந்து சேர்ந்தான். வலக்கையில் கம்பளி; இடக்கையில் துணிப்பை. ரயிலை விட்டு இறங்கியவன், முன்னும் பின்னும் பார்த்தான். மதராஸில் ரயிலேற்றி விட்ட தெலுங்கு சிப்பாய் சொல்லியிருந்தான்...

‘ஜபல்பூர் ஜங்சனில் இறங்கு. ரயில் நிலையத்திலேயே சிப்பாய்கள் தென்படுவார்கள். அவர்களில் ‘சிக்னல்ஸ்’ என்று பேட்ஜ் அணிந்திருப்பவர்களை அணுகி, நீ செல்ல வேண்டிய ராணுவப் பயிற்சி முகாமுக்கு வழி கேள். அவர்களே உன்னை சிக்னல்ஸ் யூனிட்டில் கொண்டு போய்ச் சேர்ப்பார்கள்.

பசியால் கண்ணும் காதும் பஞ்சடைந்திருந்தன. ரயில்களின் இரைச்சலும் ஜனங்களின் கூச்சலும் வேற்றுலகம் போல் மிரட்டின. ரணசிங்கம வந்திறங்கிய ரயிலில் இடம் பிடிக்க ஓட்டமும் நடையுமாக இடித்துத் தள்ளிவிட்டுப் போனார்கள். எல்லாம் இந்திக் கூப்பாடு. ஏழு நாள் ரயில் பயணத்தில் நஹி, சலோ, படா, சோட்டா, கானா என நாலைந்து இந்தி வார்த்தைகளைக் கற்றிருந்தான்.

வேறு ஊர்களுக்கு மாற்றலாகிச் செல்லும் சிப்பாய்களை வழியனுப்ப ராணுவ வீரர்கள் நிறையவே வந்திருந்தார்கள். அவர்களில் 'சிக்னல்ஸ் பேட்ஜ் அணிந்தவர்களைத் தேடினான். ஒரு சிப்பாயின் தோள்பட்டையில் 'சிக்னல்ஸ்' தென்பட்டது. வண்டிக்குள் அமர்ந்திருக்கும் சிப்பாயுடன் நடைமேடையில் நின்றவாறு பேசிக்கொண்டிருந்த வீரனுக்கு அருகில் போனான்.

"சார் வணக்கம்!" - என்றான்.

ராணுவ வீரன் மெள்ளத் திரும்பினான். "க்யா...தும் மதராஸி ஹோ?" ரணசிங்கம் விழித்தான். சுதாரித்து ஆங்கிலத்தில் பேசினான். "நான் மதராஸிலிருந்து வருகிறேன். எனக்கு இந்தி மொழி தெரியது. சிக்னல்ஸ் யூனிட்டுக்குப் போகவேண்டும். உதவ முடியுமா?"

சினந்து பார்த்த வடக்கத்திய சிப்பாய், "சாலே மதராஸி...! ஹங்ரேஜ் மே பாச்சித் கர்த்தே ஹோ...! தும் ஹிந்துஸ்தானி, யா... ஹங்ரேஜ்வாலா ஹோ...?" - பொரிந்து தள்ளிவிட்டான்.

கோபப்படுகிறான் என்று தெரிகிறது. என்ன சொல்லித் திட்டினான் என்று புரியவில்லை. ரணசிங்கத்தின் முக வாட்டத்தைக் கண்ட ராணுவ வீரன், அடுத்த கணமே ஆதரவாகத் தோளில் தட்டி, "கோயி பாத் நஹி ஹை. தோடா ருக்கோ..." - சிரித்து சாந்தப்படுத்தினான்.

ரணசிங்கத்துக்கு ஆத்தா நினைவு வந்தது. ஏழு நாள் பயணத்தில் எங்கோ கொண்டுவந்து தள்ளிவிட்டது ரயில். திக்கும் தெரியலே. திசையும் தெரியலே. பாஷையும் புரியலே. உரிமையோடு திட்டினான் என்பது மட்டும் புரிகிறது. புரிந்தால் 'பொசுக்' என கோபம் வந்து தொலைக்கும். புரியாதவரை நல்லது தான்.

ரயில் கிளம்பியது. கையசைத்து வழியனுப்பி வைத்த ராணுவ வீரன் திரும்பி, ரணசிங்கத்தின் தோளில் கையணைத்து, "ஆவ்

போட்டா..." - அழைத்துக்கொண்டு நடந்தான். தோளில் விழுந்த கை, குளிருக்கு இதமாக இருந்தது.

'யூனியன் ஜாக்' கொடி பறந்து கொண்டிருந்த புகைவண்டி நிலையத்துக்கு வெளியே வந்தார்கள். இரண்டு பக்கமும் ஒழுங் கற்று நின்ற ஜட்கா வண்டி, கை ரிக்‌ஷாக்காரர்கள் எல்லோரும் கனத்த பீடி வலித்துக் கொண்டிருந்தார்கள். மழிக்காத முகங்கள். தொளதொளத்த அழுக்கு வஸ்திரங்கள். வேட்டி நீளத் துணியை வரிந்து தலையில் கட்டியிருந்தார்கள். யாரும் நின்றிருக்கவில்லை. அவரவர் வண்டிகளுக்கு அருகில். ஒட்டிய வயிறுகளை உள் மடக்கி, குத்துக்காலிட்டு அமர்ந்திருந்தார்கள். எவரும் பயணி களைக் கூவி அழைக்கவில்லை. அவர்களுக்குள்ளேயே பேசவும் சிரிக்கவுமாகப் புகைத்துக் கொண்டிருந்தார்கள். தலையில் துணிப் பொட்டலங்களை சுமந்து செல்லும் பெண்கள், முரட்டுச் சேலைகளை இழுத்துப் பறித்து சுற்றியிருந்தார்கள். கழுத்து நிறைய பாசிகளும் மணிகளும் தொங்கின. கை நிறையக் கண்ணாடி வளையல்கள். காது மடல் நெடுக செம்பு வளை யங்கள். மூக்கின் வலதுபுறம் ஒரு வளையம் எல்லோரும் முக்காடு இட்டிருந்தார்கள். ஆண் பெண் யாரும் கண்ணுக்குக் குளிர்ச்சியாக இல்லை.

கறும்பச்சை நிற ராணுவ ஜீப்புகளில் நெஞ்சு நிமிர்த்தி அமர்ந்து வரும் வெள்ளையர்கள். தெருவோர பாரத ஏழ்மையை உன்னிப்பாகவும் ஏளனமாகவும் பார்த்துக் கடந்து போனார்கள். சைக்கிளின் முன்புறம் ரணசிங்கத்தை அமர்த்தி, 'மண்ட்லா' சாலையில் மிதித்துக்கொண்டு போனான் ராணுவ வீரன். இருவரும் ஒரு வார்த்தை கூட பேசிக்கொள்ளவில்லை. அவன் இந்தியில் பேசி இவனுக்குப் புரியப் போவதில்லை. பேசி என்ன ஆகப் போகுது?

சாலை நெடுகப் பெரும் பெரும் மரங்கள் பூ உதிர்த்து நின்றன. தெரு நிறைத்து சுகந்தம் வீசியது. வெள்ளை அதிகாரிகளின் பங்களாக்கள், அழகழகான தோட்டங்களுக்குள் இருந்தன. நம்மூர் புளியமரம், வேப்பமரங்களைக் காணோம். கல்லும் மண்ணும்தான் நம் ஊரோடு ஒன்றிப்போயின. மரம், செடி, பூ, வீடுகள், மனிதர்கள், வாகனங்கள் எல்லாமே வேற்றாக இருந்தன. சைக்கிளில் ஏற்றிச் செல்லும் ராணுவ வீரன் யாரோ, எவரோ...! எத்தனை அன்பு! இந்நேரம் தமிழ்ப் பயலாக இருந்திருந்தால் கண்டதும் கை கழுவிவிட்டு காததூரம் போயிருப்பான்.

காதடைக்கும் பசியிலும் ஜபல்பூர் தெருக்களை ரசித்துக் கொண்டு போனான் ரணசிங்கம்.

உள் வீட்டுக்குள் உறங்கிக் கொண்டிருந்த சிறுவன் துரை சிங்கம், "மாயழகி..." என்று அலறி துடித்து எழுந்தான்.

ரணசிங்கத்துடன் தெருவில் நின்ற மாயழகி பதறி, வீடு நோக்கி அகன்றாள். மாயழகிக்கு முன், திருக்கம்மா, "ஆத்தாடீ....! என் பிள்ளை இருட்டுக்குள்ளே கிடந்து அலறுதே!" - வீட்டுக்குள் ஓடினாள். வாரிசுக்கு வந்த ஒரு மகனையும் பார்க்க மறந்து போயி ருந்தான் ரணசிங்கம். முன்னும் பின்னும் ஒப்பாரியும் கூப்பாடும் கேட்டன. தனித்து நின்றவனைப் பெரியவர் தவசியாண்டியும் மாரந்தை பாண்டியும் கோச் வண்டியோரம் அழைத்துப் போனார்கள். குதிரைகள் கால் உதறி நின்றன. ரணசிங்கத்தை அழைத்து வந்தவர்கள் ஒருவர் முகத்தை ஒருவர் பார்த்து மௌனமாக நின்றார்கள்.

"சொல்லுங்க சித்தப்பூ..." - ரணசிங்கமே கேட்டான்.

"அது வேற ஒன்னுமில்லை ரணசிங்கம்..." - தவசியாண்டி இழுத்தார்.

"சொல்லுங்க."

பீடியைப் பற்றவைத்துக் கொண்ட மாரந்தைப் பாண்டி, "மருமகனே..." - புகையை ஊதினார்.

"சொல்லுங்க மாமா, என்ன விசயம்?"

தவசியாண்டியே பேசினார்... " யாரும் எதிர்பாராதது நடந்து போச்சு. புதுப் பொங்கல் பானை, பொங்குறதுக்கு முன்னாடியே கரி பிடிச்சுப்போச்சு!"

"ஒண்ணும் புரியலே சித்தப்பூ."

"நம்ம மாயழகியைத் தான் சொல்றேன். திருக்கண்ணன் பெயராலே 'கட்டுத்தாலி' கட்டி வெச்சுட்டோம். பொண்ணு முகம் பார்க்காமலே பொணமாகிப் போனான் திருக்கண்ணன். இப்போ மாயழகி, திருக்கண்ணனுக்குப் பெஞ்சாதி." - நிறுத்தினார்.

ரணசிங்கம், தவசியாண்டியின் முகத்தையே உற்றுப் பார்த்துக் கொண்டிருந்தான். தவசியாண்டி தயங்கினார்.

“புருசன் செத்தால் பொண்ணுக்குச் செய்யவேண்டிய சடங்கு, சாஸ்திரங்களை செய்து கழிக்கணும்னு ஆப்பனூர் மச்சான் சொல்றார். அப்படித்தானே மச்சான்?” - பாண்டி, தவசியாண்டியைப் பார்த்துக் கேட்டார்.

“ஆமாம் ரணசிங்கம். திருக்கண்ணனை அடக்கம் பண்றதுக்கு முன்னாலே மாயழகியோட தாலியை வாங்கணும்.”

நின்றவாக்கில் உறைந்து போயிருந்த ரணசிங்கம், இங்கிருந்தே மணப்பந்தலைப் பார்த்தான்.

“சிங்கம்... அழுகாதேப்பா. அத்தை எங்கேயும் போகலே. இங்கே தான் இருக்கேன்.” - உறக்கத்தில் அலறி எழுந்த ரணசிங்கத்தின் மகன் துரைசிங்கத்தைத் தோளில் சாய்த்து ஆற்றிக் கொண்டிருந்தாள் மாயழகி. கழுத்தோடு அணைந்திருந்த சிறுவன் துரைசிங்கம், மாயழகியின் கன்னம் தொட்டு, “மாயழகி, உனக்கு கல்யாணம் முடிஞ்சதா?” - அழுகையினூடே கேட்டான்.

“ம்...”

“என்னை விட்டுட்டுப் போயிருவியா?”

“நான் போகலே சிங்கம். உன்னை விட்டுட்டு அத்தை போகலே.” - துரைசிங்கத்தை அணைத்து அழுதாள். ரெண்டு பேரையும் கட்டிப்பிடித்து திருக்கம்மா அழுதாள்.

பெரியவர் தவசியாண்டியின கிழட்டுக் கண்களுக்கும் மாயழகி தெரிய... நெஞ்சு கலைந்து குலுங்கினார்.

“**ர**ணசிங்கமும் உடையப்பனும் எதிரிகளாக எது காரணம்?” டி.எஸ்.பி. ஸ்காட், அருகிலிருந்த இன்ஸ்பெக்டரிடம் கேட்டார்.

“கோயிலில் ‘முதல் மரியாதை’ யாருக்கு என்கிற விவகாரம் தான்.”

“எந்தக் கோயில்?”

“பெருநாழி அய்யனார் கோயில்.”

“எப்போதிருந்து?”

“இரண்டு, முன்று தலைமுறைகளாக ரணசிங்கம் தகப்பனார் செல்லையாவுக்கும் உடையப்பன் தகப்பனார் முத்துசாமிக்கும் நடந்த வழக்கில் செல்லையாவுக்கு சாதகமான தீர்ப்பு. இந்த முதல் மரியாதையில் எல்லாம் ஆர்வமில்லாதவன் ரணசிங்கம்.

இதுபோன்ற சிறு விசயங்களுக்குள் அடங்காதவன் அவன். உடையப்பனே வைத்துக்கொள்ளட்டும் என்று கூடச் சொல்லி விட்டான். ஆனால், உடையப்பன் ஏற்றுக்கொள்ளவில்லை. இப்போதைக்கு ஆப்பநாட்டு சனங்கள் மத்தியில் ரணசிங்கத்துக்கு இருக்கும் மரியாதை தான் உடையப்பனை உறங்கவிடாமல் செய்கிறது.''

“உடையப்பன் நம் திட்டங்களுக்கு உடன்படுவானா?''

“அடுத்தவன் வாழப் பொறுக்காதவன். பெண் பித்தன். ஆதாயம் இருந்தால் யாரையும் காட்டிக் கொடுப்பான். எதையும் செய்வான்.''

“ஆப்பநாடே நேசிக்கும் ரணசிங்கத்தின் கதையை முடிக்குமளவுக்கு உடையப்பன் தைரியசாலியா?''

“கிளைகளை நாம் வெட்டுவோம். வேரை உடையப்பன் வெட்டிச் சாய்ப்பான்.''

டி.எஸ்.பி. ஸ்காட் யோசித்தார்.

“எந்நேரம் நாம் பெருநாழி போவோம்?''

“வெயில் படரத்தான் பெருநாழி போவோம்.''

“விடியவே இன்னும் நான்கு மணி நேரமாகும்'' - ஸ்காட் தனக்குள் பேசிக்கொண்டார். லாரிகளின் அணிவகுப்பு, அருப்புக் கோட்டையை நெருங்கியது.

உடையப்பன் மனைவி பொம்மி, நிறைசூலி. தலைக்கு அணைவாக வைத்திருந்த துணிப்பொட்டலம் நனைய கண்ணீர் ஓடிக்கொண்டிருந்தது. ரணசிங்கம் வீட்டுக்கு நாலாவது வீடு உடையப்பன் வீடு. ஊரே கூடி ரணசிங்கம் வீட்டில் அழுது கொண்டு இருக்க, தன் வீட்டு நடுப்பத்தி விரிப்பில் படுத்திருந்த உடையப்பன் போதையில் உறுமவும் சிரிக்கவும் பிதற்றவுமாக இருந்தான்.

“அடியே... பொம்மி! நம்ம எதிரி குடும்பத்திலே இடி விழுந்துருச்சு. அவனை நம்பிப் போனவனெல்லாம் செத்தான்டீ...!'' - உறுமினான். “அவனும் போயிருவான். அவன் வாரிசெல்லாம் போயிரும்.'' - படுத்தவாறு கைகொட்டிச் சிரித்தான். புருசன் அறியாமல், பொம்மி, அழுதழுது தொண்டையில் நெறி கட்டியது. நிறை வயிற்றை அசைக்க முடியாமல் கிடந்தாள்.

25.சிதை சபதம்

உடையப்பன் குள்ளம். வழுக்கைத் தலை. இள்ளிக் கண்ணு. சப்பட்டை மூக்கு. செம்பட்டை மீசை. ரோமக்கால்கள் அற்ற, மழுமழுத்த, உரசிய மஞ்சள் நிற உடம்பு. இது, ஆப்பநாட்டுத் திரேகமே இல்லை. எந்த வழியாகவோ இங்கு வந்து பிறந்திருக்கிறான்.

துரோகமும் நயவஞ்சமும் சுயநலமும் காட்டிக் கொடுக்கும் புத்தியும் ஆப்பநாட்டுக் குணம் இல்லை. ஆதாயங்களுக்காகத் தீயவற்றோடு சமரசம் செய்து பல்லிளிக்காமல், எதிரியோடு மூஞ்சிக்கு மூஞ்சி முட்டிச் சிதைப்பதுதான் ஆப்ப நாட்டுக் குணம்.

உடையப்பனின் மனைவி பொம்மி. புனவாசல் காரி. ரணசிங்கத்தின் தகப்பனார் செல்லையா, ஆப்பனூர் அழகுமீனா, பொம்மியின் தாயார் மூவரும் உடன்பிறந்தவர்கள். பொம்மியை உடையப்பன் மணம் முடித்ததுகூட ரணசிங்கத்துக்குப் போட்டியாகத்தான். ஓர் உச்சப் பட்ச யோக்கியனுக்கு, ஓர் உச்சபட்ச அயோக்கியன் போட்டி

யாளனாக இருக்க இயலாது. ரணசிங்கம், உடையப்பனைக் கண்டுகொள்ளமாட்டான். உள்ளூர் இளவட்டங்களுக்கு உடையப்பனைக் கண்டாலே ஆகாது. ரணசிங்கம் கண் காட்டினால் போட்டுத் தள்ளிவிடலாம்.

உடையப்பனுக்கு வாழ்க்கைப்பட பொம்மிக்குச் சம்மத மில்லை. கல்யாணமாகி வெகுநாட்களாக தன்னைத் தொட விட வில்லை. அடி, உதை தான். மனுச சேர்த்தி இல்லாதவனின் வாரிசைச் சுமக்க, பொம்மி உடன்படவில்லை. வெள்ளை யம்மாக் கிழவிதான் சத்தம் போட்டாள். "ஊரையே பகைச்சுக் கிட்டு இருக்கிறான் உன் புருசன். நாளை, உன் ஆதரவுக்கு ஒரு பிள்ளை வேணும்டீ..."

"பிறக்கிற பிள்ளை உடையப்பனைப் போல் பிறந்து தொலைத்தால்...?" - பொம்மி பயந்தாள்.

"உன்னை மாதிரியும் பிறக்கலாம்லே? அது, ஒண்ணு போதும், அதோட நிறுத்திக்கோ..."

பொம்மி அரைமனதோடு கருவுற்றாள்.

தாய்மாமன் மகள் மாயழகியின் கல்யாணத்துக்குப் போகவிட வில்லை உடையப்பன். கல்யாணம் கிடக்கட்டும். நாலு வீடு தள்ளி, கல்யாணப் பந்தலில பிணங்கள் சரிந்து கிடக்கின்றன. தாய் கூடப் பிறந்த சின்னத்தா மகன் திருக்கண்ணனும் பிண மாகிப் போனான். கண்ணீரும் கம்பலையுமாக ரத்த சொந்தங்கள் அழுது உருளுது. பாவிப்பயல் இங்கே குடித்துவிட்டுக் கும்மாளம் போடுகிறான்!

பொம்மியால் நிறை வயிறோடு புரண்டு படுக்க முடியலே. வாய்விட்டு அழவும் முடியலே.

படுக்கையிலேயே உருளவும் புரளவுமாக இருந்த உடையப்பன், தட்டுத்தடுமாறி எழுந்தான். கட்டக் கட்ட அவிழ்ந்த விழுந்தது வேட்டி. தாறுமாறாக இறுக்கிக் கட்டினான். ஒருக்களித்துப் படுத்திருந்த பொம்மியின் அருகே வந்து, குனிந்து உற்றுப் பார்த்தான். ஓடும் கண்ணீர் தெரியாமல் மறைத்தாள்.

"சிரிக்கிறியா? சிரி, நல்லா சிரி. மாமன் வீட்டுப் பாசம் மனசுலே பொங்குதாக்கும்! ஆமாமாம்... பொங்கத்தானே செய்யும்! அங்கிட்டு மாமன் மகள் மாயழகி. இங்கிட்டு சின்னத்தா மகன் திருக்கண்ணன். ரெண்டு பேருக்கும் ஜாம்

ஜாம்னு கல்யாணம் முடிஞ்சு போச்சு! சிரிக்கத்தான் செய்ய ணும்" கைகொட்டி பலக்கச் சிரித்தான். ரணசிங்கம் வீட்டுக்குக் கேட்கும் படியான சிரிப்பு!

பொம்மிக்குத் துடைக்கத் துடைக்க கண்ணீர் நில்லாமல் ஓடிக்கொண்டிருந்தது. அசையாமல் ஒரே நிலையில் கிடந்தாள். தலைவாசலுக்கு வந்த உடையப்பன், "டேய், மண்ணுதின்னி...!" வண்டித் தொழுவத்தைப் பார்த்துக் கத்தினான். "டேய்...!"

தொழுவத்தில் படுத்திருந்த வண்டிக்காரன் மண்ணுதின்னி, ரணசிங்கம் வீட்டு அழுகைச் சத்தத்தில் உறங்காமல் கிடந்தான். "என்ன அய்யா?" - வாரிச் சுருட்டி எழுந்து வந்தான்.

"பூட்டுடா வண்டியை!" - உடையப்பன் தடுமாறினான்.

"இந்நேரம் எங்கேய்யா?"

"வாழவந்தாள்புரம் வைப்பாட்டி வீட்டுக்கு!"

"எதிரி வீட்டிலே எழவு விழுந்த சந்தோசத்தை வைப்பாட்டி வீட்டிலே போயிக் கொண்டாடணும். வண்டியைப் பூட்டு."

"அய்யா, விடியவும் போகலாமே...?"

"விடியவும் கமுதி போயி முதலாளியைப் பார்க்கணும். இப்பவே கிளம்பு!"

ஜபல்பூர் தெருக்களில் தென்படுவோர் பாதிக்கு மேல் ராணுவத்தினராக இருந்தனர். ராணுவ உடுப்பையும் வீரர்களின் மிடுக்கையும் பார்க்கப் பார்க்க ரணசிங்கத்துக்கு உற்சாகமாக இருந்தது. வழிநெடுக உதிர்ந்து கிடக்கும் பூக்கள், வீடுகள், பங்களாக்கள் எல்லாம் செங்காவி நிறத்தில் இருந்தன. கறும்பச்சையும் காவி நிறமும் நிறைந்த நகரம். ரணசிங்கத்தை முன்புறம் அமர்த்தி ராணுவ வீரன் மிதித்துப் போன சைக்கிள், ராணுவப் பயிற்சிப் பாசறைக்குள் நுழைந்தது. வாசலில் பாசறைக் காவலர்கள் நிறுத்தி ஆங்கிலத்தில் சோதனையிட்டார்கள். ஒரு வாரமாகத் தமிழைத் தான் காணோம்.

"ஓகே, யூ கோ அண்ட் ரிப்போர்ட் டு தி ஆர்.ஹெச்.எம்."

ரணசிங்கம் ஆஜர் ஆகவேண்டிய பாசறை நிர்வாக அலுவலகத்தை கைகாட்டினார்கள். சைக்கிளில் ஏற்றி வந்த ராணுவ வீரன், "டீக்கே பாய், அந்தர் சலோ!" - கைகுலுக்கி

விட்டு சைக்களில் கிளம்பினான். ராணுவப் பயிற்சி பாசறைத் தலைமை அலுவலகம், நடந்து எட்டும் தூரத்தில் இருந்தது. ரணசிங்கம் நடந்தான்.

பாதையோர இருபுறமும் எல்லாம் ஒழுங்காக இருந்தன. செடிகள், மயிர் வெட்டிய தலைபோல் முளைத்திருந்தது. காற்று. கட்டுக்குள் வீசியது. மரங்கள், உத்தரவுக்கு ஏற்ப அசைந்தன. தரைமண், கடும் பயிற்சிக்குப் பிந்தைய உடல் போல் இறுகிப் போயிருந்தது. வீரர்கள் வரிசையாக நடந்தார்கள். வரிசையாக உட்கார்ந்திருந்தார்கள். வரிசை குலையாமல் ஓடினார்கள். தோள் துப்பாக்கிகள், நேர்கோட்டில் சாய்ந்திருந்தன. தனக்கும் துப்பாக்கி கிடைக்கும் என்கிற நினைப்பில் பசி, தூரப்போனது. ராணுவ சிப்பாய்க்கும் ராணுவ அதிகாரிக்குமான அதிகார வரம்புகள் பற்றி அறிந்திராத ரணசிங்கம், பிரிட்டிஷ் ராணுவமே தன் கட்டுக்குள் இருக்கும் என்கிற கனவில் நிமிர்ந்து நடந்தான்.

சாலையின் இடதுபுறம் ஏழெட்டு படி இறக்கத்தில் ‘ரெஜிமெண்டல் ஹெட் குவார்ட்டர்ஸ்’ அறிவிப்பு பலகை நின்றது. இறங்கிப் போனான்.

மைதான மையத்தில் சுற்றிப் பூந்தொட்டிகளோடு, நின்ற கம்பத்தின் உச்சியில் பாசறைக் கொடி பறந்துகொண்டிருந்தது. அலுவலக வாசலில் பைனட் கத்தி செருகிய துப்பாக்கியுடன் விறைத்து நின்ற ‘சென்ட்ரி’யிடம், மதராஸிலிருந்து கொண்டு வந்த உத்தரவை நீட்டினான். கையில் வாங்கிப் பார்க்காமலே, உள்ளே போய் உட்கார கண்ணசைத்தான் ‘சென்ட்ரி’. எல்லாமே ஊமை நாடகமாக நடந்தது.

ஆள் இல்லாத சுவரோரம் கிடந்த பெஞ்ச் பலகையில் அமர்ந்தான். அலுவலகச் சுவர்களின் செங்காவி நிறம், தகவல் பலகைகள், நாற்காலிகள், மேஜை விரிப்பு அனைத்தும் மிடுக்காக மிரட்டின. ஏழு நாள் அரைப் பட்டினியும் பயண அலுப்பும் கண்ணைச் சுழற்றின. அயர்ந்துவிட்டான். கனவில், ‘சௌத் ஃபோல்டு ஹாஸ்டல்’ தகராறு படமாக ஓடியது. வெளியில் ‘தடால்...புடால்...’ என சப்தம் கேட்டு விழித்தான். வாசலில் நின்ற ‘சென்ட்ரி’ பூட்ஸ் கால்களை ஓங்கித் தரையில் மிதித்து, துப்பாக்கியைத் தூக்கி அடித்து ‘சல்யூட்’ செய்து கொண்டு இருந்தான்.

ரணசிங்கம் வாசலை உற்றுப் பார்த்தான். மிடுக்கான ஓர் அதிகாரி உள்ளே வந்துகொண்டிருந்தார். ரணசிங்கத்தைப் பார்த்ததும்,

“மதராஸா?”- தமிழில் கேட்டுக்கொண்டே நுழைந்தார். ரண சிங்கம் விழித்தான்.

“தம்பி... மதராஸா?”

காதில் விழுந்து ஏழு நாட்களான தமிழ் புரியவில்லை!

“தம்பி... சாப்பிட்டாச்சா?”. - நெருங்கி வந்தவரின் மார்பில் ‘வேலாயுதன் நாயர்’ என பெயர் வில்லை இருந்தது.

“சாப்பிடவில்லை சார்...”

இருக்கையில் அமர்ந்தவர், அழைப்பு மணியை அழுத்தினார். ‘சென்ட்ரி’ உள்ளே வந்தான்.

“இஸ் ஆத்மி கோ... ‘ஏ’ கம்பெனி மெஸ் மே சோட்கர் ஆவ்!” - உத்தரவிட்டவர், ரணசிங்கம் பக்கம் திரும்பி “பெயர் என்ன தம்பி?” என்றார்.

“ரணசிங்கம் சார்!”

“ஆளே சிங்கம் போல் தான் இருக்கிறாய். சரி, இவனுடன் போய் ‘ஏ’ கம்பெனி மெஸ்ஸில சாப்பிட்டுவிட்டு வா!”

ரணசிங்கம் ‘சென்ட்ரி’யுடன் நடந்தான். “முதலில் சாப்பாடு, அப்புறம் தான் துப்பாக்கி தருவாங்க போலிருக்கு!” - குதூகலமாக நடந்தான்.

இன்ஸ்பெக்டர் மார்ட்டின்ஸ் சொல்லச் சொல்ல கேட்டுக் கொண்டிருந்த விஞ்ச் துரைக்கு சிரிப்பு வந்துவிட்டது. “மார்ட் டின்ஸ்... சுவாரஸ்யமான கதை சொல்லியாக இருக்கிறாய் நீ!” - சுருட்டுச் சாம்பலை கிண்ணத்தில் தட்டிவிட்டார்.

விடியலை முன்னறிவித்துப் பறவைகள் கூச்சலிட்டன. திருக் கண்ணனையும் சேர்த்து பதினோரு சடலங்கள். சேர்வார் ஊரணி சுடுகாட்டில் அடுக்கப்பட்டிருந்தன.

பெண்கள் எல்லாம் கல்யாணப் பந்தலில் அழுது புரள, எல்லா ஆண்களும் சுடுகாட்டில் நின்றார்கள்.காயம்பட்டிருந்த இள வட்டங்கள், வழிகின்ற ரத்தத்தை வியர்வையாக நினைத்துத் துடைத்துக் கொண்டார்கள். பதினோரு பேருக்கும் சேர்த்து ஒரே காரியமாக இறுதிச் சடங்குகளை செய்து முடிக்கிற மும்முரத்தில் இருந்தான் வெள்ளையன். கிழக்கே பொழுது புலர்ந்து கொண்டிருந்தது.

வெள்ளையன் அனுபவத்தில், விடியுமுன் சிதைமூட்டிப் பழக்கமில்லை. ஆற அமர சடங்கு, சாஸ்திரங்களை செய்யக் கூடிய சாவுகள் இல்லை இவை. அகோரச் சாவுகள். சார்க்காரை எதிர்த்த சாவுகள். கப்பலும், கச்சேரிகளும் தகர்ந்துபோன கோபத்தில், ஏகாதிபத்திய ராட்சதன் எப்போது வேண்டு மானாலும் குடி அழிக்க வருவான். வருபவன் எதையும் மிச்சம் வைக்க மாட்டான். இருந்த சுவடு தெரியாமல் துடைத்து அழித்துவிட்டுத்தான் திரும்புவான்.

"ஏப்பா... வெள்ளையா...! சீக்கிரம்.. சீக்கிரம்."

வெள்ளையன் துரிதமாக இயங்கினான்.

"பதினோரு பேருக்கு ஒரே தகனம் தானே சாமி?"

"ஆமாம்..."

கைகட்டி இறுகிப் போய் நின்ற ரணசிங்கத்தை பார்க்கப் பார்க்க எல்லா இளவட்டங்களுக்கும் இறுக்கம் கொடுத்தது. கண்ணீர் நின்றுபோய் வெகுநேரம் ஆகிவிட்டது. பதினோரு பேரையும் ஒன்றாக அடுக்கி சிதையை மூடும் முன், எல்லோர் முகங்களையும் ரணசிங்கம் கடைசியாக ஒருமுறை உற்றுப் பார்த்தான்.

"அக்கினி யார் கொடுக்கிறது சாமி?" - வெள்ளையன் கூவினான். எல்லோரும் கைகட்டி உறைந்துபோய் நிற்க, ரணசிங்கம் ஓரடி முன்னே வந்தான். வெள்ளையன் தந்த நெருப்புப் பந்தத்தைக் கையில் வாங்கினான். சிதையின் தலைமாட்டில் இட்டான். பற்றி பரவிய தீ, மெள்ள மெள்ள உயர்ந்து, காற்றில் உலாவி உயரும் தகன நெருப்பின் கதகதப்பு. சுற்றி நின்ற இளவட்டங்களுக்கு ரணசிங்கத்தின் குரலாக சட சடத்தது.

'இதோ... சிதை நெருப்பில் எரியும் பதினோரு வீரர்கள் நழுவ விட்ட ஆயுதங்கள், பல்லாயிரம் புதிய வீரர்களின் கரங்களுக்கு மாறும். சுழன்றடிக்கும் காற்று, இவர்களின் போர்க் குரலை, புதிய போராளிகளின் செவிகளுக்குக் கொண்டுபோய் சேர்க்கும். ஆயுதம் தாங்கிய புரட்சியில் சில பின்னடைவுகளும் மரணங்களும் சம்பவிக்கும். இந்த மரணங்கள், தேச விடுதலைப் போர்க்களங்களில் புதிய கனலாக வீசியடிக்கும். சர்வதேச அரங்கில் வெள்ளைக் கழுகு தலைகுனிய ஒப்பாது. தென்பாரதக் கோடியில் சிதைந்த இங்கிலாந்தின் மானம், நாடாளுமன்றங்

களை உலுக்கும். மிதவாதங்கள், கண்டனக் கண்ணீர் உகுக்கும். பலாத்காரமற்ற அஹிம்சை, வெள்ளை வல்லாதிக்கத்தை வெளி யேற்றாது. அடிமைகளின் காலடிகள், விடுதலையை நோக்கியே பயணிக்கும். வெற்றி அல்லது வீர மரணமே போராளியின் இலக்கு.'

சிதை நெருப்பு மேலே... இன்னும் மேலே லாவியது...

29.ஏறு வெயில்

எதிர்பார்த்துக் காத்திருந்தவர் போல், வாசலுக்கு வந்து உடையப்பனை வரவேற்றார் கமுதி முதலாளி. "வா.. உடையப்பா!" - வீட்டுக்குள் அழைத்துப் போனார்.

உற்சாகமாக நுழைந்த உடையப்பன், "நம்ம சந்தோசத்தைக் கொண்டாட ராத்திரியே வந்திருக்கணும்" என்றான்.

"சந்தோசமா...?" - முதலாளி புரியாமல் முழித்தார். "என்னப்பா சொல்றே?"

"தெரியாதா முதலாளி? அந்த ரணசிங்கம் பயலை நம்பிப் போனவங்க பத்துப் பேருக்கு மேலே செத்தான்ங்க! கல்யாண மாப்பிள்ளையே பிணமாத்தான் வந்தான்!" - துள்ளலோடு சொன்னான். உடையப்பனை உற்றுப் பார்த்த முதலாளி, "அட போப்பா... நீ ஒரு ஆளு! பத்துப் பேராம் பத்துப் பேரு! எழுபது பேரை அவன் கொன்னுட்டான்!"

"என்ன சொல்றீங்க முதலாளி?"

“முதுகுளத்தூர் கச்சேரியைத் தகர்த்து பத்து போலீஸைக் கொன்னது, கமுதி கச்சேரியிலே அதிகாரிகள், போலீஸுகள் இருபது பேருக்கு மேல் செத்தது, ஆயுதங்களைக் கொள்ளை அடிச்சது, எருமைகுளம் ஆலமரத்தடியிலே நாற்பது போலீஸுகளைக் குண்டு வீசி அழிச்சது... இது எதுவுமே உனக்குத் தெரியாதா?”

“என்ன...!” - உடையப்பன் விழிகளை அகல விரித்தான். “எழுபது போலீஸைக் கொன்னுட்டானுங்களா?” - எச்சிலை விழுங்கினான்.

“எனக்குத் தெரியாதே முதலாளி!” - நாடி இறங்கியது.

“ராத்திரியெல்லாம் எந்த வைப்பாட்டி வீட்டிலே நீ விழுந்து கிடந்தாயோ!” என்ற முதலாளி, நேற்றிரவு விருந்துண்ட மேஜை அருகே அமர்ந்தார்.

“இதே இடத்திலே, என்னோடு விருந்து சாப்பிட்டுவிட்டுப் போன கொஞ்ச நேரத்திலே இன்ஸ்பெக்டர் லாரன்ஸையும் முதுகுளத்தூர் இன்ஸ்பெக்டரையும் கொன்னுட்டான்.” - துக்கம் கழுத்தைக் கட்டியது.

“உங்க வீடு ஒண்ணும் சேதமில்லையே முதலாளி?”

“இதுவரை ஒண்ணுமில்லை. இனிமேல் எப்படியோ. உயிர் போய்ப் போய்த் திரும்புது! ரணசிங்கத்தோட அடுத்த குறி கமுதியிலே நான் தான்.”

“அட... ஏன் முதலாளி பயந்து சாகுறீங்க? உங்களுக்கு நான் இருக்கிறேன் காவல்.”

“எவன் காவல் இருந்தாலும், எமன் விடமாட்டான். ரணசிங்கம் தான் நமக்கு எமன்” என்றவர், உடையப்பனை உற்றுப் பார்த்தார். “உடைய்யப்பா நீ எனக்கு காவலாக்கும்?”

“என்ன முதலாளி இப்படிக் கேட்டுட்டீங்க...”

“ஆப்பநாட்டிலே பிறந்தவன் எல்லாம் ரணசிங்கம் ஆக முடியாது. எதிரியா இருந்தாலும் அவன் வீரன்!” - முகத்தைச் சுண்டினார் முதலாளி. உடையப்பனின் அடிவயிறு ‘க்ளுக்’ எனப் பதறியது.

“வியாபாரம் பண்ண வந்த வெள்ளைக்காரனுக்கு ஆற்காடு நவாபு உதவியது மாதிரி, எங்களுக்கு உன்னை மாதிரி ஆளுகள்

தான் உதவணும். ஆனால் நீ, ஆற்காடு நவாபாகவும் இல்லை. ஆப்பநாட்டு ரணசிங்கமாகவும் இல்லை!" - உடையப்பனின் முகத்திலேயே சாடினார்.

"என்ன செய்யணும் முதலாளி. சொல்லுங்க?"

"என்னத்தச் சொல்ல? நாலு வீடு தள்ளி இருக்கிற ரண சிங்கத்தை உன்னாலே ஒண்ணும் பண்ணமுடியலே."

"அவனைப் போட்டுத் தள்ளிறவா?"

"அது அவ்வளவு சுலபமா?"

"படை திரட்டி அவனை ஜெயிக்க முடியாது. வேறு ஒரு வழி இருக்குது."

"என்ன வழி?" - நெருக்கமாகக் கேட்டார்.

"அதை எல்லாம் சொல்லமுடியாது. என் பொறுப்பிலே விட்டுருங்க. ஆனால்..."

"என்ன ஆனால்?"

"கரணம் தப்பினால் மரணம். உயிரைப் பணயம் வைக்கிற எனக்கு என்ன லாபம்?"

"ரணசிங்கம் கதையை முடி. நீ எதைக் கேட்டாலும் தர, சர்க்கார் சம்மதிக்கும். வெள்ளைக்கார துரைமார்களிடம் நான் பேசுறேன்." - திறந்து கிடந்த அறை வாசலில் கணக்குப் பிள்ளை வந்து நின்றார்.

"முதலாளி, ஆட்கள் வந்துட்டாங்க."

"எந்தெந்த ஊரு ஆட்கள்?"

"நெரிஞ்சிப்பட்டி, இலந்தைக்குளம், செங்கோட்டைப்பட்டி ஆட்கள்."

"எல்லாப் பயலுகளும் சம்மதிச்சுட்டானுங்களா?"

"சம்மதிக்காமல் என்ன பண்ணுவானுங்க? ஆனால், ஒரே ஒரு நிபந்தனை போடுறான்ங்க!" - கணக்குப்பிள்ளை இழுத்தார்.

"ஏழைப் பயலுகளுக்கு என்ன நிபந்தனையாம்?"

"ரணசிங்கத்துக்கு தெரியக் கூடாதாம்!"

"பார்த்தாயா உடையப்பா, இங்கேயும் அவன்தான் நமக்கு

இடைஞ்சலா வந்து நிக்கிறான்! நம்மை பிழைக்க விடமாட்டான் போலிருக்கே!"

"பொறுங்க முதலாளி, அவன் கதையை முடிச்சுருவோம்."

விடிந்தாலும் விஞ்ச் துரை, இன்ஸ்பெக்டர் மார்ட்டின்ஸை விடுவதாக இல்லை. மார்ட்டின்ஸ் நூல் பிடித்தாற்போல் சொல்லிக்கொண்டு போனான்.

'சென்ட்ரி'யுடன் 'ஏ' கம்பெனி மெஸ் நோக்கி நடந்த ரணசிங்கம், கண்ணில் படுவதை எல்லாம் வியப்போடும் ஆவலோடும் வேடிக்கைப் பார்த்துக்கொண்டே போனான். எதிர்ப்படும் அதிகாரிகளுக்கு. 'சென்ட்ரி' சல்யூட் அடித்துச் செல்கையில், நிமிர்ந்தவாக்கில கைவீசி உடன் செல்லும் ரணசிங்கத்துக்கு உறுத்தியது.

'யாருக்கெல்லாம் சல்யூட் அடிக்கணும்? எப்படி சல்யூட் அடிக்கணும்? அடிக்கலேன்னா தப்பா நினைப்பாங்களோ? ஒண்ணும் புரியேல!'

'ஏ' கம்பெனி லங்கர் கமாண்டர் எஸ்.எஸ்.ராய் ஒரிஸ்ஸாக்காரர். அரைப் பனை உயரம். வாசலில் தலை தட்ட நின்றார்.

ரணசிங்கத்தை அழைத்துச் சென்ற 'சென்ட்ரி', லங்கர் கமாண்டருக்கு முன்னால் போய் நின்றதும் ஓங்கி ஒரு சல்யூட் அடித்தான். லங்கர் கமாண்டர் ராய். பதிலுக்கு தலையைக்கூட ஆட்டவில்லை. பார்த்தான் ரணசிங்கம், 'நாமும் சல்யூட் அடித்துவிட வேண்டியதுதான்' என முடிவு செய்தவனாக, வலது காலைத் தூக்கி தரையில் ஓங்கி ஒரு மிதி மிதித்து, அடித்தான் ஒரு பெரிய சல்யூட். ரணசிங்கத்தை விட ஒரு அடி உயரமிருந்த ராய், பயபக்தியோடு ஓங்கி ஒரு பதில் சல்யூட் அடித்தார். எதிரே மைதானத்தில் கூடியிருந்த ராணுவ வீரர்கள் வெடித்துச் சிரித்தார்கள். திரும்பி அவர்களைப் பார்த்த ரணசிங்கம். கூச்சப்பட்டுப் போனான். முழு ராணுவ சீருடையில் இல்லாதவர்கள் சல்யூட் அடிக்கக்கூடாது என்பது விதி.

நக்கலாகப் பார்த்து சிரித்த லங்கர் கமாண்டர் ராய், "மதராஸி?" என்றார். பதில் பேசாமல் கூசிப்போய் நின்றான் ரணசிங்கம்.

நுழைவாயிலில் இருந்த ஓர் அறையை கைகாட்டி, "அங்கே போ... அங்கே போ..." - ஒரிஸ்ஸாக்கார ராய், தமிழ் பேசினார்.

அறைக்குள் கட்டிலில் படுத்திருந்த உதவி லங்கர் கமாண்டர் கோவிந்தராஜன், "வேலூரா?" என்றபடி எழுந்தார்.

ரணசிங்கத்துக்குப் புரியவில்லை

"தமிழ் தானே?" என்றார்.

"ஆமாம் சார்."

"எந்த ஊரு? வேலூரா?" - கோவிந்தராஜன் வேலூர்க்காரர். ராணுவத்துக்கு வருகிற தமிழனெல்லாம் வேலூர்க்காரர்களாக இருக்க வேண்டும் என அவருக்கு ஒரு ஆசை.

"இல்லை சார். மதுரை!"

"இதோ... இந்தத் தட்டை எடுத்துக்கோ. உள்ளே போய் சாப்பிடு." - தன் சாப்பாட்டுத் தட்டை கொடுத்தார். தட்டுடன் உள்ளே நுழைந்தான் ரணசிங்கம். இரவு உணவு பெரிய பெரிய ஈய அண்டாக்களில் ஆயத்தமாக இருந்தது. மூன்று அண்டாக் களில் சப்பாத்திகள் அடுக்கப்பட்டிருந்தன. இரண்டு அண்டா நிறைய ஆட்டுக்கறி தகதகத்தது. ஒரு சிறிய அண்டாவில் 'ஹலால் மீட்' மாட்டிறைச்சி, கூடுதலாக தகதகத்தது.

மூன்று அகப்பை கறியில் தட்டு நிறைந்து போனது. சப்பாத்திகளை எடுத்துக் கொண்டான். நீளமான சாப்பாட்டு அறையில் வால் தூக்கிக் குழையும் இரண்டு பூனைகளும் ரணசிங்கமும் தவிர வேறு ஆள் கிடையாது. கறிக்கும் சப்பாத்திக்கும் ஏகச் சேர்மானம். மிலிட்டரி சாப்பாடு மிலிட்டரி சாப்பாடுதான்! சப்பாத்தியும் கறியும் உள்ளே இறங்க இறங்க, ஏழு நாள் சுருங்கி கிடந்த பட்டினிக் குடல், தன்னாலே விரியுது!

டி.எஸ்.பி. ஸ்காட்டின் லாரி அணிவகுப்பு, பொழுது விடிந்தும் அருப்புக்கோட்டையைத் தான் கடந்திருந்தது. கல்லூரணி, ரெட்டியபட்டிக்கு அப்பால் குண்டும் குழியுமான வண்டிப் பாதையில், லாரிகள் புழுதி கிளப்பி ஊர்ந்தன. மண்டபசாலை ஊர் எல்லையில் தென்னந்தோப்பு பெரும் பெரும் மா மரங்களும் தென்னைகளும் அடர்ந்திருந்தன. தோப்பின் மையத்திலிருந்த கிணற்றிலிருந்து கமலை மாடுகள் நீர் இறைத்துக்கொண்டு இருந்தன.

“இங்கிருந்து பெருநாழி எவ்வளவு தூரம்?” - ஸ்காட் கேட்டார்.

“பதிமூன்று மைல், துரை அவர்களே!” - இன்ஸ்பெக்டர் பதிலளித்தான்.

“கமுதி?”

“பத்து மைல் தூரம் கிழக்கே!”

சுளீரென வெயிலடித்தது.

“இந்தத் தோப்பிலேயே ஆட்களை இறக்கிவிட்டு, காலைக் கடன்களை முடிக்கச் செய்யலாமே?”

“உத்தரவு துரை அவர்களே.”

சுடுகாட்டிலிருந்து திரும்பிய ரணசிங்கமும் இளவட்டங்களும் பெரிய கண்மாய்த் தண்ணீரில் முங்கி எழுந்தார்கள். பெரியவர் தவசியாண்டி கடைசி ஆளாகக் குளித்துக் கரையேறினார். பெரியவர்களை வீட்டுக்கு அனுப்பிவிட்டு, ரணசிங்கத்தோடு இளவட்டங்கள், நிறைகுளத்தம்மன் கோயில் ஆலமரம் நோக்கி நடந்தார்கள். ஐந்நூறு பேர் அமரும்படியான ஆலமரத்தடி தரையோடிக் கிடந்த மரம். ரணசிங்கம் அமர்ந்தான். எதிரே எல்லோரும் அமர்ந்தார்கள். கண்மூடி ஆழ்ந்த யோசனையில் இருந்த ரணசிங்கத்தையே எல்லோரும் பார்த்துக்கொண்டு இருந்தார்கள். ரணசிங்கம், எதிரே கூர்த்திருந்த அத்தனை கண்களையும் நேருக்கு நேர் பார்த்துப் பேசினான்.

“நேற்று நடந்த துணிச்சலான தாக்குதல்களால், ஆப்பநாடு தன் பெருமையை நிலைநாட்டிவிட்டது. இந்திய தேச பக்தர்களையும் இளம் சிங்கங்களையும் மிருக வேட்டையாடும் பிரிட்டிஷ் பேயாட்சிக்கு எதிரான பழிவாங்கும் பதிலடியே இந்தத் தாக்குதல்கள். அழிவுக்கும் அவலத்துக்கும் மத்தியில் நம்பிக்கையையும் உத்வேகத்தையும் ஊட்டியிருக்கிறீர்கள். புரட்சி இயக்க வரலாற்றில் இதுவும் ஓர் அத்தியாயம். அவ்வளவே. பலங்கொண்ட எதிரி விழித்திருக்க, நாம் ஓய்வு கொள்ளவியலாது. இது அணையாமல் எரியவேண்டிய தீ. ஆங்கிலேய மிலேச்சர்களின் அக்கிரமங்களைச் சகித்துக் கொண்டிருக்கும் அப்பாவி விவசாயப் பெருங்குடி மக்களை அறியாமையிலிருந்து விழித்தெழச் செய்ய வேண்டிய மகத்தான கடமையை நாம் நினைவுகூரவேண்டும்.”

இளவட்டங்கள் இமை ஆடாமல் கேட்டுக்கொண்டு இருந்தார்கள்.

"மடிந்துபோன நம் பிள்ளைகளின் ஆன்மாவை யாரும் சாகடிக்க முடியாது. அது வேறு உடல்களில் நீசத்தனமான எதிரிகளுக்கு எதிராகப் புகுந்து ஆயுதம் ஏந்தும். துப்பாக்கி முனையில் அடிமைப்பட்ட தேசத்துக்கு பலாத்கார ஆயுதப் புரட்சிதான் சிறந்த வழி. நம்மை அழிக்க பெரிய அளவில் திட்ட மிட்டு வருவான். வழிகளை அடைத்து எதிர்கொண்டு தாக்கு வோம். ஆப்பநாட்டுக்குள் நுழைய ஆங்கிலேயன் அஞ்ச வேண்டும். 'பாதுகாப்பில்லாத பகுதி' என ஆப்பநாட்டை அவன் அறிவிக்க வேண்டும். புதிய புதிய இளைஞர்களை அடை யாளங்கண்டு ஆயுதம் கொடுங்கள். பலமுனை அதிரடித் தாக்குதல்கள் மூலம் எதிரியை நிலைகுலையச் செய்யுங்கள். போதுமான ஆயுதங்கள் நம் கையிருப்பில் உள்ளன. ஆனாலும்... தொடர்ச்சியான ஆயுதச் சேகரிப்பு அவசியம்.. அதற்கு..." - சற்றே நிதானித்தான்.

"வறட்சியும் பட்டினியும் தலைவிரித்தாடும் ஆப்பநாட்டில் அப்பாவி மக்களை ஏமாற்றி சுரண்டிக் கொழுக்கும் கமுதி முதலாளி போன்ற நிலப்பிரபுக்கள், லேவாதேவிக்காரர்கள் மீது ஒரு கண் பதிக்கவேண்டும்."

வெயில் ஏறியது.

27. யுத்த ஆயத்தம்

"அந்நிய ஏவல் படை, அடுத்த பெரும் தாக்குதலுக்குத் திட்டமிடும் மதுரை, ராமநாதபுரத்திலிருந்து உயரதிகாரிகளே தலைமையேற்று வருவார்கள். இந்த மோதலை, நம்முடனான இறுதி யுத்தமாகவே அவர்கள் கருதலாம். இப்போதைக்கு அவர்களின் இலக்கு, பெருநாழி தான். பகலில் நுழையமாட்டார்கள் நாய் உறங்கும் பின்னிரவு தான் போலீஸ் மற்றும் ராணுவத் தாக்குதலுக்கு உகந்த நேரம். பகலில் எங்காவது, பக்கத்திலுள்ள கிராமங்களில் முகாமிடுவார்கள். நம் மண்ணுக்குள் நுழைந்து, நம் மக்களை அழிக்க வரும் ஏகாதிபத்திய வேட்டை மிருகங்களின் தாகத்துக்கு கூட, எந்த கிராமத்திலும் தண்ணீர் தரக்கூடாது. ஆப்பநாட்டு காக்கை, குருவிகளும் இங்கிலாந்து பிணந்தின்னிகளை எதிரிகளாகப் பார்க்க வேண்டும்."

நிறைகுளத்தம்மன் கோயில் ஆலமரத்தூரில் அமர்ந்து ரணசிங்கம் பேசப்பேச... மரம் அடைக்க அமர்ந்திருந்த பட்சிக் கூட்டம். 'கீச்' என்று சப்தமிடாமல் காது கொடுத்தன.

“தாக்குதலுக்கு அவர்கள் ஆயத்தமாகும் முன்பே நாம் நடவடிக்கையில் இறங்கவேண்டும். பெருநாழிக்கு அப்பால் அவர்களை எதிர்கொள்ள வேண்டும். எதிரிகள் நுழைந்துவரும் வழியில் உள்ள எல்லா ஊர் மக்களையும் உஷார்ப்படுத்த வேண்டும். லாரிகள் கடந்துவர இயலாத வகையில், வழித்தடங்களை சீர்குலைக்க வேண்டும். புதிய புதிய இளைஞர்களை அடையாளம் கண்டு அணிசேர்க்க வேண்டும். அவர்கள், துப்பாக்கிகளையும் வெடிகுண்டுகளையும் கையாளப் பழகட்டும். அது ஒன்றும் பெரிய ஆர்ய வித்தை அல்ல. போரிடவே பிறந்த ஆப்பநாட்டு இளைஞனின் கண் பார்க்க, கை செய்யும்!”

- நேற்றிரவு எருமைகுளம் மோதலில் படுகாயம் அடைந்திருந்த இளவட்டங்கள், வலிமறந்து புஜம் சுழித்தார்கள்.

“மூன்று அணிகளாகப் பிரிந்துகொள்ளுங்கள். ஒரு அணி மதுரை, அருப்புக்கோட்டை சாலையைப் பரளச்சி கிராமத்தில் மறிக்கட்டும். மற்றொரு அணி ராமநாதபுரம், கீழக்கரை சாலையை சாயல்குடியில் மறிக்கட்டும். மூன்றாவது அணி...” - ரணசிங்கம் சற்றே நிறுத்த, இளவட்டங்கள் உற்றுக் கேட்டார்கள்.

“கமுதி முதலாளியின் வீடு, கிட்டங்கிகளை முற்றுகை இட்டு, நாய்களுக்கு எலும்புத் துண்டுகளை எறிவது போல். வறுமைப் பட்ட சம்சாரிகளுக்கு முன் சில்லரைக் காசுகளைச் சிதறிவிட்டு, ஆப்பநாட்டில் பாதி நிலங்களை அபகரித்து எழுதி வாங்கியிருக்கும் தஸ்தாவேஜுகளையும் கடன் பத்திரங்களையும் மீட்டெடுத்து உடைமைகளை இழந்தவர்களிடம் ஒப்படையுங்கள். சந்தைச் சூதாடிகளின், லேவாதேவிக்காரர்களின் பெட்டகங்களையும் கஜானாக்களையும் உடைத்தெறியுங்கள். அவற்றிலிருக்கும் பொருளும் செல்வமும் பசித்த வயிறுகளை நிரப்பட்டும்.”

- கண்களை இறுக மூடினான் ரணசிங்கம்.

“தம்பிகளே! எதிரிகளுக்குத் தான் இது இறுதி யுத்தம். நமக்கோ யுத்த ஆயத்தம்!” - ஆலமரம் தலை தட்ட ரணசிங்கம் எழுந்தான். உதறி எழுந்த இளவட்டங்களின் முழங்கால் அளவுக்கே ஆலமர உச்சி இருந்தது.

"ஏய் மார்ட்டின்ஸ்! பெரிய ரணசிங்கம் பற்றிய கதை சொல்லிப்போகிறாய் நீ! அவனை டி.எஸ்.பி. ஸ்காட் பார்த்துக் கொள்வார். 'ஏ' கம்பெனி மெஸ்ஸில் நிறைய சாப்பாத்தி களையும் தட்டு நிறைய கறியையும் தின்று ஏப்பம் விட்ட சின்ன ரணசிங்கத்தை விடாதே. இழுத்து பிடித்துக் கொண்டுவந்து என் முன் நிறுத்து. போ... போ... ஜபல்பூருக்குப் போ." - விஞ்ச் துரைக்கு உற்சாகம் கரைபுரண்டது. தூக்கக் கலக்கத்திலும் சுவாரஸ்யம் குன்றாமல் சொல்ல ஆரம்பித்தான் மார்ட்டின்ஸ்.

'ஏ' கம்பெனி ஸ்குவாடு எண் 33-ல் ஒருவனானான் ரணசிங்கம் ஒரு ஸ்குவாடுக்கு முப்பது பேர், சகல மாகாணத்தவர்களும் கலந்து இருந்தனர். ரணசிங்கம் ஒருவனே தமிழன். ஸ்வகுவாடு கமாண்டர் ராம்சிங், ராஜஸ்தானிய ஜாட் இனத்தவர். ஸ்குவாடுக்குப் போனதும் முதல் வேலையாக அழைத்துப்போய் முடிவெட்ட, வரிசையில் நிறுத்தினார்கள். நெளிவு நெளிவாக பிடறி மறைய வளர்ந்து அழகு தந்த ரணசிங்கத்தின் தலைமுடி, கத்தரி வெட்டுப்பட்டு, பந்து பந்தாக மடியில் விழுந்தது. மொட்டையே போட்டிருக்கலாம். ஒட்ட வெட்டித் தள்ளி விட்டார்கள்.

'முடி போனால் போகிறது. துப்பாக்கி எப்போது தரு வார்கள்? வந்து இரண்டு நாட்களாகியும் ஒரு லத்திக் கம்புகூடக் கிடைக்கவில்லை.' - கவிழ்ந்தவாறு தலையைக் கொடுத்துக் கொண்டு இருந்தான். வெட்டி முடியவும் நிமிர்ந்து, எதிரே இருந்த கண்ணாடியைப் பார்த்தான். முடி இழந்த அவனுடைய மூஞ்சியை அவனுக்கே அடையாளம் தெரியவில்லை.

விஞ்ச் துரை குலுங்கிக் குலுங்கிச் சிரித்தார். கதை சொல்லிக் கொண்டிருந்த மார்ட்டின்ஸுக்கும் சிரிப்பு வந்துவிட்டது.

மாயழகிக்கு ஆறுதலாக வீடு நிறையப் பெண்கள் கூடி யிருந்தனர். சிறுவன் துரைசிங்கம், மாயழகியின் மடியை விட்டு எழாமல் அமர்ந்திருந்தான்.

நாழிகைக்குள், மணமகளாகவும் விதவையாகவும் ஆனவள், உறைந்து போயிருந்தாள். ஏறியதும் இறங்கிய தாலித் துயரம் மாயழகியின் முகத்தில் தெரியக்காணோம்!

"விதி எப்படி விளையாண்டிருக்கு பாரேன்!" கிழவிகளில் ஒருத்தி முகவாய் ஏந்தி வேதனைப்பட்டாள். எல்லா பெண்களும்

ஏக காலத்தில் உச்சுக் கொட்டினார்கள். முந்தானையால் தலை முழுக்க மூடி, சுவரோரம் ஒருக்களித்துப் படுத்திருந்த அழகுமீனா உணர்வற்றுக் கிடந்தாள்.

"இந்தக் கொடுமை எங்காவது உண்டா?" ஒரு கிழவி கண் துடைத்தாள். ஆளாளுக்குப் பேசிக்கொண்டிருந்தார்கள்.

"ஆலமரத்தடியிலே இருக்கிறாளே நிறைகுள வள்ளித் தாயி... அவளுக்குக் கண்ணில்லையா?"

"சாமி என்ன செய்யும்? விதி அவ்வளவு தான்!"

விதியின் பேரில் மாயழகிக்கு நம்பிக்கை கிடையாது. 'விதி என்ன விதி? எதிரிகளோடு நடந்த மோதலில் ஒரு வீர மரணம் அடைந்திருக்கிறான் திருக்கண்ணன். தன் திருமணத்துக்கு வந்த இளவட்டங்களை, எதிரியோடு மோத விட்டுவிட்டு, இவன் மட்டும் கூட்டு வண்டியில் ஏறிவந்து என் கழுத்தில் தாலி கட்டி யிருந்தால் அவன் கோழை. அது, ஆப்பநாட்டுக்கே அவமானம். தன் கல்யாண நாளில் உயிரை ஈந்து பெருமை சேர்த்திருக்கிறான்! இந்த தேசத்தையே திரும்பிப் பார்க்க வைத்த வீரர்களில் ஒருவன் திருக்கண்ணன்! அந்த வீரன் பெயரால் கட்டிய தாலி, அரை க்ஷணம் என் கழுத்தில் இருந்துவிட்டுத் தான் இறங்கியிருக்கிறது. நான் பாக்யசாலி தான்.'

- கண்மூடிப் பெருமூச்சு விட்டாள். கூடியிருந்த பெண்கள் எல்லாம் மாயழகியைப் பற்றி பேசிக்கொண்டிருக்க, மாயழகி யின் மன அலைகளோ ரணசிங்கத்தைச் சுற்றி சுழன்று கொண்டிருந்தது. 'மோதல் மூண்டுவிட்டது. இந்த மண்ணுக்கும் மக்களுக்கும் எப்போதும் எதுவும் நேரலாம். இரண்டு பக்கமும் பலிகளும் துர்மரணங்களும் அடுக்கடுக்காக சம்பவிக்கும். தொடர்ந்து தன்னைச் சுற்றி பின்னப்படும் மரண வலைகளை, அண்ணன் எத்தனை காலம் அறுத்தெறிவார்? அவருடைய தோள் சுமக்கும் பாரத்தை யார் பகிர்ந்து கொள்ளப் போவது?' மனது உழன்றுகொண்டு இருக்கும் போதே, அசரீரி போல் கேட்டது,

"மாயழகி."

மடியில் அமர்ந்திருந்த சிறுவன் துரைசிங்கம் அண்ணாந்து பார்த்து முகம் வருடி, "மாயழகி" என்றான்.

'யார் பாரம் சுமப்பது?' என்கிற கேள்விக்குப் பதிலா? உத்தரவா? வெறும் பிரமையா? குழம்பினாள் மாயழகி.

மண்டபசாலை தென்னந்தோப்புக்குள் நுழைந்த போலீஸ் பட்டாளம், உறக்கச் சடவோடு கண் கசக்கி வெளி பார்த்தது. லாரிகளுக்கு உள்ளேயே உடைமாற்றி இடுப்புக்கு மேல் வெற்று டம்புடன் சாவகாசமாக இறங்கினார்கள். படர்ந்திருந்த தோப்பு மரக்கிளை இடைகளில் ஈட்டியாக ஊடுருவும் ஏறுவெயில் இதம் தந்தது.

கமலையோட்டி, போலீஸ் கூட்டத்தைக் கண்டு பரக்கப்பரக்க முழித்தான். நீர் இறைக்கும் கமலை மாடுகளை எல்லோரும் வியந்து பார்த்தனர். கிணற்றுக்குள் நீர் மொண்டு மேலேறும் வட்ட வடிவ, பெரிய இரும்பு அண்டா. அடிவாயில் பொருத்திய நீண்ட தோல் குழாய். முக்கி, தக்கி இழுக்கும் இறவை மாடுகள். கமலை கயிற்றில் சிறுகுதி குதித்து ஏறி அமர்ந்து 'த்த்தா... த்த்தா...' என மாடுகளை அதட்டிப்போகும் கமலையோட்டி. 'தப... தப...' வென கல் தொட்டியில் கொட்டும் நீர்... எல்லாமே வெள்ளைக் கார அதிகாரிகளுக்கு விநோதமாக இருந்தது.

சனிமூலையில் வாய்க்கால் நீரை வகிர்ந்து விட்டுக் கொண்டிருந்த தோப்புக்காரர், நுழைந்த கூட்டத்தைக் கண்டு பதறி ஓடிவந்தார். அரைஞாண் கயிற்றில் கையகலக் கோவண மும் தலையில் துண்டும் கட்டியிருந்தார். கெண்டைக் காலுக்கு மேல் சேறு அப்பியிருந்தது. மண்வெட்டியைக் கீழே போட்டு விட்டு, தலைப்பாகையை அவிழ்த்துக் கட்கத்தில் இடுக்கி, கண்ணில் படுபவர்களுக்கெல்லாம் கும்பிடு போட்டார். வெள்ளைக்காரர்கள் கேலியாகச் சிரித்தனர்.

"ஒண்ணுமில்லே... ஒண்ணுமில்லே... பதற வேண்டாம்." - இன்ஸ்பெக்டர் கையமர்த்தினான்.

டி.எஸ்.பி. ஸ்காட் இடது கை அசைத்து அழைத்தார். தோப்புக்காரர் உடல் குறுக்கி நின்றார்.

"இது உன் தோப்பா?"

"நான் வேலைக்காரன் எசமான்," - தோப்புக்காரர் பொய் சொன்னார்.

"இந்தத் தண்ணியிலே குளிக்கலாமா?"

"குளிக்கலாம் எசமான்."

"பெருநாழி இங்கிருந்து எவ்வளவு தூரம்?"

"பத்து, பதிமூணு மைல் இருக்கும் எசமான்."

"பெருநாழி ரணசிங்கத்தை உனக்குத் தெரியுமா?"

"தெரியாது எசமான்."

"சரி சரி, போய் வேலையைப் பார்."

கும்புடு போட்டுவிட்டு மெள்ள நகர்ந்த தோப்புக்காரர், சனி மூலைக்குப் போய் நீர் விலகுவது போல் போக்குக் காட்டிவிட்டு ஊரை நோக்கி ஓட்டமெடுத்தார்.

'பெருநாழி ரணசிங்கத்தைப் பிடிக்கவாடா வந்தீங்க...? வெள்ளைக்காரப் பயலுகளா...' - கோவணத்துடன் ஊருக்குள் ஓடினாரார்.

தலைமுடியை ஒட்ட வெட்டக் கொடுத்த ரணசிங்கத்தை அடுத்த காரியமாக ராணுவப் பாசறை மருத்துவக் கூடத்துக்கு அழைத்துப் போனார்கள். வரிசையில் நகர்ந்த ஒவ்வொருவரின் இடது புஜத்திலிலும் ஒரு ஊசியை ஏற்றினார்கள். ஆறு மாதங்களுக்குப் பெண் ஆசையை அற்றுப் போக வைக்கும் ஊசி. ராணுவப் பயிற்சிக் காலம் ஆறு மாதங்கள். கடுமையான பயிற்சிக் காலத்தில் பாலுணர்வைத் தடைசெய்யும் ஏற்பாடு. ஊசி ஏற்றிய இரண்டு நாட்களுக்கு அன்ன ஆகாரம் செல்லாது. கை வீங்கிப்போகும். தொட்டால் உயிர் போகும் வலி. கடுமையான காய்ச்சல். தலைக் கிறுகிறுப்போடு படுத்தே கிடக்க வேண்டியது தான். பொலிகாளைக்குக் காயடிக்கிற காரியம் போல் தான் இது.

மார்ட்டின்ஸ் வார்த்தைகளை உற்றுக் கேட்டுக்கொண்டிருந்த விஞ்ச் துரையின் மேஜைத் தொலைபேசி கிணுகிணுத்தது. எடுத்தார். "ஹலோ... விஞ்ச் ஹியர்" என்றார். எதிர்முனைக் குரல் தொடக்கத்திலேயே எகிறியது. விஞ்ச் துரைக்கு வியர்த்தது.

28.ஆப்பநாட்டு நெருப்பு

கிணுகிணுத்த தொலைபேசியை விஞ்ச் துரை கையில் எடுக்க, எதிர்முனையில், சென்னை மாகாண தலைமை போலீஸ் அதிகாரி, கொதி எண்ணெய்யாகப் பொரிந்தார்.

“ஹேய்... விஞ்ச்! எங்கிருக்கிறாய்? என்ன செய்துகொண்டு இருக்கிறாய்.?”

“மதுரையில் இருக்கிறேன், துரை அவர் களே!”

“ஆற்றுக்கரையில் அமர்ந்து, அழகர் இறங்கு வதை வேடிக்கைப் பார்த்துக்கொண்டு இருக் கிறாயா?”

“இல்லை துரை அவர்ளே!” - தூக்கக் கலக்கம் உதறி, கிடுகிடுத்தார்.

“என்ன இல்லை? புதர்க்காட்டுப் புலியாகப் புறப்பட்ட ஒருவன், குடம் குடமாக வெள்ளை ரத்தம் குடித்துக்கொண்டு அலைகிறான்! உன் பொறுப்பில் உள்ள துப்பாக்கிகள் எல்லாம் சவரக் கத்தியாகிப் போனதா?”

“துரை அவர்களே...” - விஞ்ச் துரையின் குரல் தடுமாறியது. எதிரே அமர்ந்து கதை சொல்லிக் கொண்டிருந்த இன்ஸ்பெக்டர் மார்ட்டின்ஸ், ஏதும் புரியாதவனாக பதறி எழுந்து நின்றான்.

“துரை அவர்களே...”

“ஏய்... பேசாதே. ஓர் அடிமை தேசத்தில்... எவனாவது இத்தனை போலீஸுகளை கொன்றிருக்கிறானா?”

“..........”

“வடக்கே கோரக்பூர் மாவட்டத்தில் சவுரிசவுரா கிராமத்தில் நடந்த சம்பவம் நினைவிருக்கிறதா விஞ்ச்? காந்தியின் பேச்சைக் கேட்டு ஊர்வலம் போன கூட்டத்தை விரட்டி விரட்டி நாம் சுட்டோம். அதற்கு பதிலடியாக போலீஸ் கச்சேரியை பூட்டித் தீவைத்துக் கொளுத்தி அவர்கள் கொன்றது, இருபத்தி இரண்டு போலீஸுகளைத் தான். ஆனால், இங்கே இந்த ரணசிங்கம்...? எழுபது போலீஸுகளின் தொப்பித் தலைகளைக் கிள்ளி, சேது சீமை நெடுக தோரணம் கட்டித் தொங்கவிட்டிருக்கிறான்! மடிந்து போன மனித உயிர்களை விட்டுத்தள்ளு. சர்வதேச அரங்கில் அசைக்க முடியாமல் நங்கூரமிட்டிருந்த பிரிட்டிஷ் சாம்ராஜ்ஜியத்தின் கௌரவத்தை, தனுஷ்கோடி தீவில் தகர்த்தெறிந்து விட்டானே!”

“.........” - விஞ்ச் துரை வாய் திறக்கப் பதறினார்.

“தென்கோடி தீவில் இந்த ஆப்பநாட்டுக்காரன் ஏந்திய நெருப்பு, இந்தியா, இலங்கை மட்டுமல்ல... பிரிட்டிஷ் காலனிய நாடுகளில் எல்லாம் பற்றி மூளப்போகிறது. நீயும் நானும் மூட்டை முடிச்சுகளுடன் கப்பலேறி போய், லண்டன் தெருக் களில் பதுகாப்பாக நடமாட முடியும் என்று கனவு காணாதே. ரணசிங்கத்தை இங்கே உயிரோடு விட்டுப்போனால், லண்டனுக்கே வந்து நம்மைக் கொல்லுவான்.!”

“.......”

“விஞ்ச்...! நான் சொல்வது காதில் விழுகிறதா? இல்லையா?”

“ஐ ஆம் ஆன் தி லைன் சார்.”

“எனக்கு ஒரு தகவல் வேண்டும்.”

“ஆர்டர் சார்!”

“சென்னை மாகாணத்தின் தென்பகுதியில் நமக்கு எதிரான

தீவிரவாதிகள் சிலர், நெல்லை ஜில்லாவில்தானே இயங்கினார்கள்?"

"சென்னை மாகாணத்திலேயே நமக்கு எதிரான தீவிர வாதிகள், பயங்கரவாதிகள் உண்டு என்றால், அது நெல்லை ஜில்லாவில் இயங்கியவர்கள்தான் துரை அவர்களே!"

"யார்... யார்... அவர்கள்?"

"வ.வே.சு. ஐயர், வ.உ.சிதம்பரம் பிள்ளை, சுப்ரமண்ய சிவா, சுப்ரமண்ய பாரதி, வாஞ்சிநாதன்..."

"வாஞ்சிநாதன் தானே கலெக்டர் ஆஷ் துரையை சுட்டுக் கொன்றவன்?"

"ஆமாம் துரை அவர்களே. 1911-ம் ஆண்டு மணியாச்சி ரயில் நிலையத்தில் கலெக்டர் ஆஷ் துரையை சுட்டுக் கொன்றுவிட்டு, தன்னைத் தானே சுட்டுக் கொண்டு செத்துப்போனான். செங்கோட்டையைச் சேர்ந்த 25 வயது இளைஞன் அவன்."

"அவன் என்ன... முரட்டு மலைசாதி வகுப்பைச் சேர்ந்தவனா?"

"இல்லை துரை அவர்களே. வ.வே.சு. ஐயர், சிவா, பாரதி, வாஞ்சிநாதன் எல்லோருமே ஆசாரம் மிக்க பிராமணக் குடும்பங்களைச் சேர்ந்தவர்கள். வ.உ.சி. சைவம்!"

"இயல்பிலும் பூகோளரீதியிலும் வட இந்தியர்கள் தியாக உணர்வு மிகுந்தவர்கள். வீரம் மிக்கவர்கள். சாகத் துணிந்தவர்கள். தென்னிந்தியர்களோ... சமாதானப் பிரியர்கள். வாயாலேயே வடை சுட்டு, நடுவே ஓட்டை போட்டுப் பரிமாறுபவர்கள். சாகப் பயந்தவர்கள் ஆயிற்றே! அவர்களில் இருந்து எப்படி ஒரு வாஞ்சிநாதன் உருவானான்? ஒரு சிதம்பரம் பிள்ளை முளைத்தார்?"

"உடல் பலம் மிக்கவர்களை விட, ஆன்ம பலம் மிக்கவர்களே விவேகத்தோடும் வீரத்தோடும் எதையும் இழக்கத் துணிந்த தியாக உணர்வோடும் காரியம் ஆற்றுகிறார்கள் துரை அவர்களே!"

"இந்த ரணசிங்கம் 'இதில்' எவன்?"

"வடக்கே பஞ்சாபிகளைப் போல், தெற்கே இந்தக் கூட்டம் துரை அவர்களே. அதிலும் ரணசிங்கம், படித்தவன்; ராணுவப் பயிற்சி எடுத்தவன். வடநாட்டுப் புரட்சி இயக்கங்களோடு சேர்ந்து காரியமாற்றியவன். பல மொழிகளில் பேசும் வல்லுனன்.

தெற்கே இவனுக்கு ஆதார்சமாக இருந்தவர்கள், வ.உ.சி-யும் வாஞ்சிநாதனும் தான். சிதம்பரம் பிள்ளையின் இறுதிக் காலம் வரை தூத்துக்குடிக்குப் போய் அவருடைய வழிகாட்டுதலைப் பெற்றவன் துரை அவர்களே!" - கிடைத்த இடைவெளியில் நுழைந்து, விஞ்ச் துரை பேசிக்கொண்டே போக, மாகாண தலைமைக்கு 'சுரீர்' என்றது.

"ஏய்... விஞ்ச்!" - குரலில் சூடு.

"ரணசிங்கத்தை உன்னால் ஒன்றும் செய்ய முடியாது என்கிற முடிவுக்கு வந்து தான், மதுரையிலேயே உட்கார்ந்திருக்கிறாயா?"

"இல்லை துரை அவர்களே."

"என்ன இல்லை? ரணசிங்கத்தைப் பிடிக்க என்ன நடவடிக்கை எடுத்திருக்கிறாய்?"

"அவனைச் சுற்றிவளைக்க மதுரை, ராமநாதபுரம், திருநெல் வேலியிலிருந்து நம்முடைய ஆட்கள் போய்க்கொண்டு இருக் கிறார்கள் துரை அவர்களே. நிலைமையை உன்னிப்பாக கவனித்து, உடனுக்குடன் உத்தரவுகள் பிறப்பித்துக்கொண்டு இருக்கிறேன். ரணசிங்கம் நிச்சயம் பிடிபடுவான். அல்லது பிணமாவான் துரை அவர்களே..."

"எல்லா அதிகாரங்களையும் உனக்கு அளிக்கிறேன். அடுத்த காரியத்தில் அவன் இறங்கும் முன், ரணசிங்கத்தின் கதை முடிய வேண்டும். எச்சரிக்கை!" - தொலைப்பேச்சு ஓய்ந்தது.

பெருமூச்சு விட்ட விஞ்ச் துரை, எதிரே நடுங்கி நின்ற இன்ஸ் பெக்டர் மார்ட்டின்ஸைப் பார்த்துக் கண்ணடித்து, "ஏய்....!" உனக்கு என்ன ஆயிற்று? இதெல்லாம் சர்க்கார் காரியங்களில் சகஜம். நீ உட்கார்..." என்றவர், கைவாக்கில் கிடந்த துண்டை எடுத்து, வியர்வையைத் துடைத்துக் கொண்டார்.

"உடையப்பா... நீ இங்கேயே இரு. ஏழைப்பயலுக வந்திருக் கான்ங்களாம், இதோ... வந்துர்றேன்" என்றபடியே எழுந்த கமுதி முதலாளி, சமையல் அறைப்பக்கம் திரும்பி,

"ஏய், பச்சையப்பா....! உடையப்பனை நல்லபடியா கவனி!" - உத்தரவிட்டவர், தலை வாசலுக்கு நகர்ந்தார்.

உடையப்பனுக்கும் சமையல்கார பச்சையப்பனுக்கும் ஏகப் பொருத்தம். சமையலறைக்கு உள்ளிருந்து உடல் நெளிய வந்த பச்சையப்பன், விருந்து மேஜையருகே வந்தான். வழவழப்பான

விருந்து மேஜையின் விளிம்பை விரல்களால் தடவிக்கொண்டே, சொக்கலாக ஒரு பார்வை பார்த்தான்.

"இளவட்டம் எப்போ வந்துச்சு?"

பச்சையப்பனின் சொக்கும் கண்களை அகலாமல் பார்த்த உடையப்பன்,

"கொஞ்சும் குமரிக்கு இப்போ தான் கண்ணு தெரியுதாக்கும்? நான் வந்த நேரத்துக்குள்ளே நாலு பாட்டில் சாராயம் குடிச்சிருக்கலாம்..." மேஜையை தடவினான்.

"குடிகார மட்டைக்கு... சாராயம், பொண்ணு நினப்பு தானா? ராத்திரி குடிச்சதே இன்னும் நாறுது!"

"அது கிடக்கட்டும் பச்சையம்மா, அவள் என்ன ஆனாள்?"

"எவள்?" பச்சையப்பன் நெருங்கினான்.

"அவள் தான்... கண்ணிலே மையும், காதிலே மாட்டலும் இடுப்பிலே ஒட்டியாணமும் கட்டி, வாய் நிறைய வெத்தலை மெல்லுவாளே... மேட்டுத் தெருக்காரி... அவளைத் தான் கேக்குறேன், சம்மதிச்சாளா... இல்லையா?"

"அவள் இருக்கிற அழகுக்கு... வெள்ளைக்கார துரைமார்கள் தான் வேணுமாம்! உன்னை மாதிரி வெங்கம்பயலுகளை சீந்தக் கூட மாட்டாள்!" உடையப்பனின் முகவாயில் இடித்தான் பச்சையப்பன்.

"ஏ பச்சை... நானா வெங்கம்பயல்? உங்களை மாதிரி சிறுக்கிகளுக்காகவே ரணசிங்கத்தை போட்டுத் தள்ளிட்டு நான் லச்சாதிபதி ஆகுறேன், பார்" பச்சையப்பனை எட்டிப் பிடித்தான் உடையப்பன்.

"ஏய்... உடையப்பா... இங்கே வாப்பா!" தலை வாசலில் இருந்து முதலாளி அழைத்தார்.

"ச்சேய்..."

தோப்பு கிணற்றுக்குள் குறுவை மீன்களும் கெண்டைகளும் இமை மூடாமல் நீந்தித் திரிந்தன. ஓட்டுக்கு வெளியே தலை நீட்டி காலசைக்கும் ஆமை ஒன்றும் தென்பட்டது. பாறை இடுக்குகளில் பதுங்கியிருந்த நீர்ச்சாரை பாம்புகள், மேலிருந்து குனிந்து பார்க்கும் போலீஸுகளைக் கண்டு பதறி விழுந்து, வால்

சுழித்து நெளிந்தன. ஆழமும் அகலமும் ஆன பாறைக் கிணறு, சுவர்ப்பாறையில் பாசி படர்ந்து, மேம்பூச்சாக வெளிர் மஞ்சளும் அடர் பச்சையும் கலந்து பசபசத்தது. கிணற்றுக்குள் பச்சை நிறத்திலிருக்கும் நீர், கமலை மாடுகள் இறைத்து வெளியே கொட்டுகையில், வெண்பளிங்கு நிறத்தில் பெருக்கெடுத்தது. மூலிகை நீர் போல், குளிக்க குளிக்க இதம் தந்தது. நீர் வந்து கொட்டும் பட்டியல் கற்களுக்கு இடையே ஒரு ஆள் தான் நீட்டிப் படுத்துத் தலை கொடுக்கலாம். அருவி சுகமாக இருக்க, ஒவ்வொருவரும் கண் சிவக்க குளித்துவிட்டு எழுந்தார்கள். அத்தனை லாரி போலீஸுகளும் ஒவ்வொருவராக குளித்து எழ வெகுநேரம் ஆகும். கூட்டம் கூட்டமாகப் பிரிந்து, தோப்புக்குள் காலாற நடந்து திரிந்தார்கள். காய்த்து சரியும் மாமரங்களையும் குலை தள்ளி நிற்கும் வாழைகளையும் தென்னை உச்சிகளையும் வேடிக்கைப் பார்த்தார்கள். வெற்றுடம்பில் துண்டு தொங்க தோப்பு தாண்டி, காலைக் கடன் முடிக்க ஒதுங்கினார்கள். பல் துலக்க குச்சி ஒடித்ததில் வேப்ப மர இலைகள் மொட்டை ஆகின.

டி.எஸ்.பி. ஸ்காட்டை சுற்றி நின்ற இன்ஸ்பெக்டர்கள், உடுப்பைக் கழற்றக் கூட உத்தரவுக்காகக் காத்திருந்தார்கள்.

ஸ்காட், பொறுமையானவர். அணைவாகப் பேசி வேலை வாங்குபவர். தந்திரசாலி. விஞ்ச் துரை முழு சுதந்திரம் கொடுத்திருந்தாலும் நிதானமாகவும் கச்சிதமாகவும் காரியத்தை நிறைவேற்ற வேண்டும். ரணசிங்கம் உயிரோடு பிடிபடுபவனாகத் தெரியவில்லை. சுட்டுத்தான் கொல்லவேண்டும். தன்னைச் சுற்றி இன்ஸ்பெக்டர்கள் நிற்க, பொதுப்படையாக ஸ்காட் பேசினார்.

"பகல் பொழுதில் நாம் பெருநாழிக்குள் நுழையக்கூடாது. பரளச்சி கிராமத்தில் முகாம் இடுவோம். நம்மில் ஒரு பிரிவினர் க.விலக்கு பாதையில் பிரிந்து கமுதி போய் முதலாளியை சந்திக்கவேண்டும். உடையப்பனை கமுதிக்கு வரவழைத்துப் பேசவேண்டும்."

"இவ்வளவு காரியங்களும் இன்றைய பொழுதுக்குள் முடிய வாய்ப்பில்லை துரை அவர்களே. அதற்குள் ரணசிங்கம் பெரு நாழியை விட்டு வெளியேறிவிடுவான்."

"மதுரை, ராமநாதபுரம், கமுதி என மூன்று திசைகளில் இருந்தும் நம்முடைய அணிகள் புறப்பட்டிருக்கின்றன. ரண சிங்கம் பெருநாழியை விட்டு எங்கும் வெளியேற முடியாது."

"மேற்கே... நெல்லைச் சீமைக்குள் ஊடுருவ வாய்ப்பு உள்ளது."

"நெல்லை ஜில்லா, விளாத்திகுளம் வழியாகவும் ஓர் அணி புறப்பட்டுள்ளது. நான்கு திசை அணிகளும் பெருநாழியில் இருந்து ஐந்து அல்லது ஆறாவது மைல் தூரத்தில் உள்ள கிராமங்களில் முகாம் இடும். ஒரே நேரத்தில் பெருநாழியை முற்றுகையிட உத்தரவு போய் உள்ளது."

டி.எஸ்.பி. ஸ்காட் பேசிக்கொண்டிருக்க, பெருநாழிப் பாதையில் ஒரு தட்டுவண்டி சிட்டாகப் பறந்து போனது. வண்டிக்காரனை உற்றுக் கவனித்த ஸ்காட், தோப்புச் சனி மூலைப் பக்கம் திரும்பினார். வாய்க்காலில் நீர் விலக்கிக் கொண்டிருந்த கோவணாண்டியைக் காணோம்.

பந்தய மாடுகள் பூட்டிய தட்டு வண்டியை, கோவணத்துடன் ஊருக்குள் ஓடிய தோப்புக்காரர், பெருநாழி நோக்கி விரட்டிக் கொண்டு போனார்.

'பெருநாழி ரணசிங்கத்தைப் பிடிக்கவாடா வந்தீங்க... வெள்ளைக்காரப் பயலுகளா!' பந்தய மாடுகள், கொடுவால் தூக்கி பறந்தன.

29.கருஞ்சேனை

“ஏய்... உடையப்பா...! இங்கே வா!”

சமையல்கார பச்சையப்பனை தொடப் போகிற நேரம் பார்த்து, தலைவாசல் பக்க மிருந்து முதலாளி கூப்பிட்டுத் தொலைத்து விட்டார். உடையப்பனுக்கு ‘சப்’ என்று போனது. நேரம் காலம் தெரியாத ஆளாக இருக்கிறார் இந்த முதலாளி. பச்சையப்பனின் கன்னத்தைத் தடவி, “பச்சையம்மா... சரக்கையும் சாப்பாட் டையும் எடுத்து வை. போனதும் வந்துர்றேன்.” நகர்ந்தான்.

தலைவாசலில் முதலாளி மட்டும் நின்றி ருந்தார்.

“ஆப்பநாட்டுக்காரனுக்குக் குடல் காய்ந் தாலும் குசும்பு குறையலே!”

“என்ன சொல்றான்ங்க முதலாளி?” வேட் டியை மடித்துக் கட்டினான்.

“மானாவாரிக் காடெல்லாம் மழை, தண்ணி இல்லாம தரிசு மண்டிக் கிடக்குது. கையிலே

கிடைக்கிற காசுகளை வாங்கிட்டு, காடு கரைகளை எழுதிக் கொடுக்க வேண்டியதுதானே? கஞ்சிக்கு வழியில்லாத பயலுகள், கல்லையும் மண்ணையூமா காய்ச்சி குடிப்பான்?''

''இந்த ஆப்பநாட்டுப் பயலுகள், கல்லையும் மண்ணையும் கூட தின்னு செமிச்சிருவான்ங்க முதலாளி!''

''என்ன இருந்தாலும் உன் இனத்தானை விட்டுக் கொடுக் மாட்டியே!''

''அட, போங்க முதலாளி. இனத்தானாவது... வனத் தானாவது! எனக்கு வேண்டியதெல்லாம் உங்களை மாதிரி 'பணத்தான்' உறவுதான். அது கெடக்கட்டும். அவன்ங்க என்ன சொல்றான்ங்க?''

''பணம், காசு வேணுமாம். ஆனால் பத்திர ஆபீஸுக்கு வந்து ரேகை வைக்க மாட்டான்ங்களாம்! ரணசிங்கம் பார்த்தால் தலையை சீவிடுவானாம்! நீ வந்து சத்தம் போடு. வா... வா...'' படி இறங்கி, சுற்றுச் சுவரோரமாகப் பின் தோட்டத்துக்குச் செல்லும் பாதையில் முதலாளியைப் பின் தொடர்ந்தான் உடையப்பன்.

''ஆமாம்... எதுக்கும் உதவாத தரிசுக் காடுகளை எல்லாம் வளைச்சு வாங்குறீங்களே! நகைக் கடையிலும் நவதானியக் கடையிலும் வர்ற காசுகளைப் பூமியிலே போடுறீங்களாக்கும்?''

''பின்னே...? மூட்டை கட்டி வீட்டிலேயே வச்சிருந்தால்... ரணசிங்கம் கூட்டம் வந்து லாவிட்டுப் போயிடுவான்ங்க. எதுக்கு வம்பு?'' பேசிக்கொண்டே நடந்தார்.

''இதுவரைக்கும் ஆப்பநாட்டிலே பாதியை வளைச்சிருப்பீங் களா முதலாளி?''

''வந்திருக்கிற நாலு, ஐந்து ஊருக்காரனும் எழுதிக் கொடுத் தால் பாதி தேறும்...''

தோட்டத்துத் தகரக் கொட்டகையில் ஐந்து ஊர் ஆட்களும் கூடியிருந்தார்கள். முதலாளிக்குப் பின்னால் வரும் உடையப் பனைக் கண்டதும், எல்லோருக்கும் 'கெதக்' என்றது. உள்ளுக் குள்ளேயே கறுவிக்கொண்டு உக்கிப்போய் உட்கார்ந்திருந் தார்கள்.

தனக்கு சமதையாக உடையப்பனை அமர்த்திக்கொண்ட முதலாளி, ''அய்யாக்கமாரு என்ன முடிவு எடுத்தீங்க?'' பணி வாகக் கேட்டார். கூட்டத்துக்குள் இருந்த மண்டல மாணிக்கம் பெரியவர் , ''இங்கே பாரு சுப்பையா...'' உரக்க ஆரம்பித்தார்.

முதலாளிக்கு 'சுருக்' என்றது. தன் பெயர் 'சுப்பையா' என்பது தனக்கே மறந்துபோச்சு. இப்போதெல்லாம் 'முதலாளி' தான். இந்தக் கிழட்டுப் பயலுக்குக் கொழுப்பைப் பாரேன்! பழைய பெயரை மறக்காமல் கூப்பிடுறான்! சரி... சரி... முகம் சுழித்தால் காரியம் கெட்டுப்போகும். சொத்து சேர்க்கிறவன் சூடு, சுரணையை மறந்துறணும்.

"சொல்லுங்க அய்யா!" கை கட்டிக் கேட்டார் முதலாளி.

"சுப்பையா! காசு... உன் கையிலே. காடு... எங்க கையிலே. தலை முறை தலைமுறையா கஞ்சி ஊத்தி எங்க வம்சங்களை வளர்த்து விட்ட பூமியை, வறுமை தாங்காமல் விற்கிறோம். அடிமாட்டு விலைக்கு ஆப்பநாட்டையே நீ வளைச்சுட்டே! அது உன் திறமை. அந்தத் திறமை எங்களுக்குக் கிடயாது!"

"சித்தப்பூ...! முதலாளிக்குப் பல வழியிலேயும் வருமானம் வருது, தெரியும்லே?" குறுக்கே பேசிய உடையப்பனுக்கு, பெரியவர், சித்தப்பா முறை.

"சுப்பையாவுக்கு எந்தெந்த வகையிலே வருமானம் வருது என்கிற விவரமெல்லாம் எங்களுக்குத் தெரியும், உடையப்பா!"

"சித்தப்பூ...! வெட்டிப் பேச்சு எதுக்கு? முறையான தஸ்தா வேஜுகள் இருந்தால் கைரேகையை வச்சுட்டுக் காசு வாங் கிட்டுப் போக வேண்டியது தானே?"

முதலாளி ஊடே புகுந்தார். "உடையப்பா... முறையான தஸ்தாவேஜுகள் யார்கிட்டேயும் இல்லே!"

"ப்பூ! இம்புட்டுத்தானா! பத்திரம் இல்லாத நிலம்... இவங் களுக்கு எப்படி பாத்யதையாகும்?"

"டேய்... உடையப்பா! இந்த மண்ணுக்கும் எங்களுக்கும் உள்ள பூர்வீக பாத்யதையை, நீங்க ரெண்டுபேரும் தீர்மானம் பண்ணு நீங்களா? வியாபாரத்துக்கு வந்த வெள்ளைக்காரன் இந்த நாட்டை வளைச்சது மாதிரி, மேற்கே இருந்து பிழைக்க வந்த சுப்பையா, ஆப்பநாட்டை வளைச்சுட்டான். அவனுக்கு நீ கைக்கூலி. அப்படி தானே?"

"சித்தப்பூ... நானும் உங்க இனத்தான் தான். பார்த்துப் பேசுங்க..."

"இனத்தான் தான்டா... ஆனால், தாய்ப்பாலை சந்தையிலே விற்கிற தப்பிலிப் பயல் நீ!"

“சித்தப்பூ...!” கோபப்படுவது போல் பாவனை செய்தான். முதலாளி பதறி எழுந்தார். “அய்யா, மன்னிச்சிருங்க. நான் உங்களை அண்டிப் பிழைக்க வந்தவன். ஏதோ... அய்யாக்கமாரு புண்ணியத்திலே நல்லா இருக்கேன். நீங்க சம்மதப்பட்டால் மட்டும் காடுகளைக் கொடுங்க. மனங்கசந்து தரவேண்டாம்!” கைகூப்பி வேண்டினார்.

“அது தான் சுப்பையா, பத்திர ஆபீஸுக்கு நாங்க வரமாட்டோம். கைரேகையை இங்கேயே வாங்கிக்கோ. தங்கச்சிக் கல்யாணத்துக்கு பெருநாழி போயிருக்கிற ரணசிங்கம், கமுதிக்கு வரும் முன்னே நாங்க எங்க ஊர்களுக்குப் போய்ச் சேரணும்.” பெரியவர் எழுந்தார்.

“அய்யா... அய்யா...! உக்காருங்க!” எல்லோரையும் கை அமர்த்திய முதலாளி, “யோவ்... கணக்குப்பிள்ளை! ரேகையை வாங்கிட்டு, பணத்தைப் பட்டுவாடா பண்ணுய்யா! துரிதப் படுத்தினார்.

கணக்குப்பிள்ளை அடுக்கடுக்காக நீட்டிய பத்திரங்களில் ஆப்பநாட்டு ரேகைகள் புரண்டன.

வியர்வையைத் துடைத்துக்கொண்டே விஞ்ச் துரை கள்ளச் சிரிப்பு சிரித்தார்.

“ஹேய்... மார்ட்டின்ஸ்! இதையெல்லாம் நீ கண்டு கொள்ளாதே. தொலைபேசியில் என்னைக் காய்ச்சி எடுத்த மாகாணத் தலைமை போலீஸ் ஜெனரலை, கவர்னர் ஜெனரல் காய்ச்சுவார். கவர்னர் ஜெனரலுக்கு சூடு போட, பழுக்கக் காய்ச்சிய சுருள் கம்பி, லண்டனிலிருந்து நீளும். என்ன செய்வது? இந்த ரணசிங்கம் பயல் பிடிபடும் வரை, சென்னை மாகாணத்தில் சர்க்கார் அதிகாரி எவனும் தூங்க முடியாது!” துடைக்கத் துடைக்க வியர்த்தது.

“மாகாணத் தலைமைக்கு நான் சொன்ன தகவல்கள் சரி தானே மார்ட்டின்ஸ்? எல்லாம் உன் உபயம்!” கண்ணடித்தார்.

நின்றுகொண்டிருந்த இன்ஸ்பெக்டர் மார்ட்டின்ஸ் உதட்டுக்குள் சிரித்தான். “ஏய்... மார்ட்டின்ஸ்! நிற்கவேண்டிய விதி எனக்கு தான். நீ உட்கார்!” மாவட்டத் தலைமையே ஆடிப்போய் நிற்கிறது. மார்ட்டின்ஸ் எப்படி உட்காருவான்?

“ஏய் ... உட்கார்” என்றபடி விஞ்ச் துரை உட்கார்ந்தார். “ரணசிங்கத்தைப் பிடிக்காமல் ஸ்காட் திரும்பமாட்டார். கவலையை விடு. கதைக்கு வா!”

மார்ட்டின்ஸ் எதிர் நாற்காலியில் அமர்ந்தான்.

"ம் ... சொல்... சொல். ஆண்மையைக் கட்டுப்படுத்தும் ஊசியை ரணசிங்கத்துக்குப் போட்டார்களாக்கும்!"

ரணசிங்கத்துக்கு மட்டுமல்ல. புதிதாக வந்து சேர்ந்த எல்லா ரெக்ரூட் களுக்கும் ஊசி ஏற்றினார்கள். இரண்டு நாட்களாக அடித்துப் போட்டதுபோல் தூக்கம். நேரா நேரத்துக்குச் சாப்பிட மட்டும் எழுப்புவார்கள். மெதுவாக கண் திறந்து, வாய் கொப்பளிக்க வேண்டியது. சப்பாத்தியையும் சப்ஜியையும் தின்ன வேண்டியது. தட்டுகளைக் கழுவி வைத்ததும் விழுந்து தூங்க வேண்டியது.

சிமெண்ட் அட்டை வேய்ந்த 'பேரக்' ஒவ்வொன்றிலும் தொண்ணூறு வீரர்கள் தங்கியிருந்தனர். எல்லோருக்கும் கயிற் றுக் கட்டில், கொசுவலை, மரப்பெட்டி கொடுத்திருந்தார்கள். துப்பாக்கி தான் கிடைத்தபாடில்லை.

'பேரக்' கமாண்டர் ராபர்ட். ஆங்கிலேயன். இந்திய சிப்பாய் களை சேற்றுப் பன்றிகளாகப் பார்ப்பவன். மாலை நேரம் ஒரு குளியல் போடுவான். தன்னுடைய அறையில் தனியே அமர்ந்து குடிக்கத் தொடங்குவான். ரத்தமாக கண் சிவக்க போதை ஏற்றிக் கொள்வான். உச்சி நிறைந்த போதையில் 'பேரக்' உள்ளே நுழைவான். எப்படி அடித்தாலும் உடையாத, ஒடியாத, தெறிக்காத நாணல் பிரம்பைக் கையோடு கொண்டுவருவான். தொண்ணூறு கட்டில்களும் மரப்பெட்டிகளும் கொசுவலை களும் கம்பளிகளும் மக்குகளும் மஸ்டின்களும் நேர்க்கோட்டில் இருக்கவேண்டும். நூல் பிசகினாலும் சம்பந்தப்பட்ட கட்டில் கார சிப்பாயின் தோலை வரிவரியாக உரித்துவுடுவான்.

ரணசிங்கம் போய்ச் சேர்ந்த ஐந்தாம் நாள் தீபாவளி. ஊசி மயக்கம் தெளிந்து ஒருநாள் ஆயிற்று. மறுநாள் தீபாவளி. எல்லா சிப்பாய்களும் சேர்ந்து 'பேரக்'கைக் கழுவி விட்டிருந்தார்கள். உணவுக்கான நேரம்.

கமாண்டர் ராபர்ட் கையில் பிரம்புடன், 'பேரக்'கின் ஒரு வாசல் வழியாக நுழைந்தான். சிவப்பேறி துருத்திக் கொண்டிருந்தன கண்கள். சிமெண்ட் தளத்தில் 'டக்... டக்...' என பூட்ஸ்கால் குதி மிதிபட, நோட்டமிட்டுக்கொண்டே வந்தான். காரைப் பெயர்ந்து குழிந்திருந்த நடைபாதையில், கையளவு நீர் தேங்கியிருந்தது. ரணசிங்கத்தின் கட்டிலை ஒட்டி இருந்தது குழி. தண்ணீரைக் கண்டது தான் தாமதம்.

"ஃபால் இன்!" - பேரக்' அதிரக் கத்தினான் கமாண்டர் ராபர்ட். அடுத்த நொடியில் தொண்ணூறு வீரர்களும் 'பேரக்'கின் முன் மைதானத்தில் மும்மூன்று பேராக அணிவகுத்து நின்றனர். கமாண்டர் ராபர்ட், தன்னுடைய அறைக்குப் போய் ஐந்து, ஆறு பிரம்புகளை அள்ளிக்கொண்டு வந்தான். குலை பதறி நின்ற வீரர்களின் முன் வரிசையில் முதல் ஆளாக, ராபர்ட்டின் முகத்துக்கு நேராக ரணசிங்கம் நின்றான்.

ஆலமரத்துப் பட்சிகள் இன்னும் கலையாமல் கிளைகளில் குவிந்திருந்தன.

"யுத்த தந்திரங்களில் தாக்குதலும் எதிர்த் தாக்குதலும் எவ்வளவு முக்கியமோ... அந்த அளவு, தற்காப்பும் முக்கியம். எதிரியின் நேற்றைய இழப்புகள் கணிசமானவை. பல வியூகங் களில், 'குவிந்த' தாக்குதலுக்கான திட்டங்களோடு நாலா திசை களிலிருந்தும் நம்மை முற்றுகையிடுவான். தொடர்ந்து நம்முடன் போரிடுவதை அவமானமாகக் கருதுபவன், தொடர்ந்து நம்மிடம் தோற்பதை எப்படி சகித்துக்கொள்வான்? அடுத்தும் ஒரு யுத்தத்துக்கு அவன் சம்மதிக்கமாட்டான். 'ஆப்பநாடு இன்றோடு அழிந்தது' என்கிற முன் முடிவான வெற்றிக் களிப்போடு வந்து கொண்டிருக்கிறான். அவனுக்கும் நமக்குமான ஆள் பலத்தையும் ஆயுத பலத்தையும் மட்டுமே அவன் ஒப்பிடுகிறான். அவர்களின் படையோ 'சோற்றுக்காக ஆயுதம் ஏந்தும் கூலிப் பட்டாளம்'. நம்முடைய அணியோ... அடிமைக் கண்ணிகளால் பிணைக்கப் பட்ட பாரத தேசத்தின் 'சுதந்திரத்துக்காக ஆயுதம் ஏந்தும் கொரில்லாப் பட்டாளம்! மரணங்கள்கூட நமக்கு வெற்றியே! ஒவ்வொரு மரணச் செய்தியும் தேசத்தின் விடுதலையை உறுதி செய்யும். உயிரைப் போல் ஆயுதங்களையும் நேசியுங்கள். பெருநாழி மண்ணிலிருந்து நம்முடைய போர்ப் படைக்கு ஒரு புதிய பெயரிடுகிறேன் 'ஆப்பநாட்டு கருஞ்சேனை'.

வெகுகாலமாகக் கர்ப்பம் தரித்திருந்த மண்ணைவிட்டு வெடித்துக் கிளம்புகிறது 'ஆப்பநாட்டு கருஞ்சேனை' வீரத்துக்கும் தியாகத்துக்கும் விளைநிலமான இந்த மண்ணைத் தொட்டு நெற்றித் திலகமிட்டுக் கிளம்பட்டும் ஆப்பநாட்டு கருஞ்சேனை!"

பொங்கிப் பிரவகித்த ரணசிங்கம் உரை முடிக்க, நான்கு திசைகளிலும் சிதறடித்துப் பறந்தன ஆலமரத்துப் பட்சிகள்.

30. கூட்டு முற்றுகைத் தாக்குதல்

கொடிவால் தூக்கி, பெருநாழி பாதையில் சிட்டாகப் பறந்து போன மாட்டு வண்டியை உன்னிப்பாக கவனித்த டி.எஸ்.பி ஸ்காட், தோட்டத்து சனி மூலையைப் பார்த்தார். வாய்க்கால் நீரை விலக்கி விட்டுக் கொண்டிருந்த கோவணாண்டியைக் காணோம். தன்னைச் சுற்றி நின்ற இன்ஸ்பெக்டர்களை உஷார்படுத்தினார்.

"அங்கே பாருங்கள். அந்த வண்டியோட்டி இங்கே நீர் பாய்ச்சிக்கொண்டிருந்த வேலையாள் போல் தெரிகிறானே..." வண்டிக்காரனை எல்லா இன்ஸ்பெக்டர்களும் பார்த்தார்கள். அதே மட்டத்தில் ஒருசேர திரும்பி சனி மூலையைப் பார்த்தார்கள். கோவணாண்டியைக் காணோம்.

"நீர் விலக்கப் போவதுபோல் போக்குக் காட்டிவிட்டு, எங்கே இவ்வளவு வேகமாகப் போகிறான்?"

"பெருநாழி ரணசிங்கத்துக்கு உளவு சொல்லப் போகிறானோ?"

“ரணசிங்கத்தைத் தெரியாது என்றானே?”

“சுத்தப் பொய். இங்குள்ளவர்கள், உயிரே போனாலும் ரண சிங்கத்தைக் காட்டிக்கொடுக்க மாட்டார்கள் துரை அவர்களே.”

ஸ்காட் யோசித்தவாறு கமலை ஓட்டியைப் பார்த்தபடி, “அவனைப் பிடி” என்றார். கிணற்றோரம் குளியலுக்காகக் காத்திருந்த போலீஸுகள் கமலையோட்டியின் பிடரியைப் பிடித்தார்கள்.

“எசமான்...! இருங்க இருங்க...” பதறி, கமலைக் கயிற்றிலிருந்து குதித்தான்.

இரண்டு போலீஸுகாரர்கள், கமலையோட்டியின் கைகளை முறுக்கி, கழுத்தைப் பிடித்துத் தள்ளிக்கொண்டு வந்தார்கள்.

“ஏய்... அங்கே மூலையில் தண்ணீர் விலக்கிக் கொண்டிருந்தவன் இந்தத் தோப்பில் வேலைக்காரனா? முதலாளியா?”

“இது பூர்வீகத் தோப்பு எசமான்!”

“பூர்வீகத் தோப்பு என்றால்... இவன்தானே தோப்புக்காரன்?”

“அவங்க தாத்தாவுக்கு ரெண்டு பெஞ்சாதிகள் எசமான். மூத்த பெஞ்சாதிக்குப் பிள்ளை இல்லை. இவர்... இளைய பெஞ்சாதி மகன். கூடப் பிறந்த அண்ணன், தம்பி நாலு பேரு. இவரு, மூணாவது ஆளு...”

“டேய்... பாமர நாயே! சுற்றிவளைத்து எனக்கே தண்ணிக் காட்டுகிறாயா? சொல். அவன் எங்கே?”

“தெரியலே எசமான்.”

“அது சரி, ரணசிங்கதை உனக்குத் தெரியுமா?”

“தெரியாது எசமான்”

“பெருநாழி தெரியுமா?”

“ஊரை விட்டு எங்கேயும் நான் போனதில்லை எசமான்.”

கண்களை உருட்டினான். பொறுமை இழந்துப்போன டி.எஸ்.பி ஸ்காட்டுக்குக் கோபம் மூக்கு முட்டியது. “இவனை நம்ப முடியாது. இவர்கள் எல்லோரும் சதிகாரர்கள். ரணசிங்கத்தின் கையாட்கள். சர்க்கார் விரோதிகள்.” இரண்டு எட்டு முன்னும் பின்னும் நடந்தவர், “தோப்புக்காரன் யார், வண்டியோட்டி எங்கே போகிறான் என்கிற உண்மையைச் சொல்லும் வரை இவனை விடாதீர்கள். சக்கையாக பிழியுங்கள்”

உத்தரவிட்டவர் இடுப்பிலிருந்த ரிவால்வரை எடுத்து வானத்தை நோக்கி ஒரு முறை சுட்டார். தோப்பு முழுக்கக் காலாற நடந்து திரிந்தவர் களும், பல் துலக்கிக் கொண்டிருந்தவர்களும் காலைக் கடனுக் காகத் தோப்பு தாண்டி ஒதுங்கி இருந்தவர்களும் பதறிப் பார்த் தார்கள்.

கிணற்றோரம் நான்கைந்து போலீஸ்காரர்கள், கமலை யோட்டியை நடுவே விட்டு உதைத்துக் கொண்டிருந்தார்கள்.

இன்ஸ்பெக்டர்களின் வட்டத்தை விட்டு வெளியேறிய ஸ்காட், தோப்பு அதிரக் கத்தினார். "ஹேய்... பாய்ஸ்! ரணசிங்கத் தின் கைக்கூலிகள் அஞ்சி நடுங்க, இந்தத் தோப்பை அழி யுங்கள். மரங்களை எல்லாம் வெட்டிச் சாயுங்கள். நீங்கள் இந்தத் தோப்பை அழிப்பது... விசுவாசிகளின் நெஞ்சிலிருந்து ரண சிங்கத்தை அழிப்பதாக இருக்கவேண்டும்." நான்கு பக்கமும் கேட்கப் பேசினார்.

"நடக்கப் போகும் கூட்டு முற்றுகைத் தாக்குதல் ரண சிங்கத்தையும் பெருநாழியையும் அழித்தொழிப்பதற்கான ஒத்திகையாக அமையட்டும். எல்லாவற்றையும் நிர்மூலமாக் குங்கள்!"

இவ்வளவு கோபக்காரராக டி.எஸ்.பி ஸ்காட்டை பார்த்திராத இன்ஸ்பெக்டர்கள், திசைக்கொருவராக சிதறி ஓடினார்கள். பரவியிருந்த போலீஸுகள், ஆயுத லாரியை நோக்கித் திரண்டனர்.

வீட்டுப் பின் கதவைத் திறந்து வைக்கச் சொல்லியிருந்தார் முதலாளி. பச்சையப்பன் பரிமாற, அறையில் அமர்ந்து விருந் துண்டுகொண்டே பார்த்தாலும், தோட்டத்துத் தகரக் கொட் டகை தெரிந்தது. ஐந்து ஊர் சம்சாரிகளும் குலைபட்டினியாக கூடியிருந்தார்கள். ஊர் பெயர், ஆள் பெயரைக் கூவி அழைக்க ஒரு ஆள். பத்திரங்களில் ரேகை வாங்க ஒருவன். பணப்பட்டு வாடாவுக்கு ஒருத்தன். இவர்கள் எல்லோரையும் கண்காணிக் கும் காரியஸ்தர். விடியுமுன்பே வந்து தகர கொட்டகைக்குள் நுழைந்த சம்சாரிகளுக்கு வயிற்றைக் கிள்ளியது. 'அய்யா... சாமி...' என வாய் வார்த்தையால்தான் பசப்புகிறான் இந்த முதலாளி. ஒரு காபி தண்ணிக்குக்கூட வழியில்லே. சொத்தை எல்லாம் எழுதி வாங்குகிற பயலுக்கு, கொஞ்சம்கூட மனுசத் தன்மை கிடையாது.

தகரக் கொட்டகையில் இருந்து பார்த்தால், முதலாளியும்

உடையப்பனும் விருந்து உண்ணும் மேஜை தெரியாது. ஆனால் வகை வகையான இறைச்சி வாசனை மூக்கைத் துளைத்து வயிற்றைப் பிசைகிறது. அதைவிட பசி அமர்த்த இயலாத பூர்வீக பூமி, கையை விட்டுக் கழிவது மனசைப் பிழியுது.

உடையப்பன் கறியிலேயே கண்ணாக இருந்தான். சரக்கு சிலோன் சாராயம். மழை பெய்து ஓய்ந்தபின் சொட்டும் கூரைத் தண்ணீர் நிறத்துக்கு இருந்தது. கறித் தீனிக்கு ஏற்ற சரக்கு. குடிக்க குடிக்க நின்று நிதானித்துக் கெட்டியாக ஏறுது போதை. நாக்கு சுழற்றிச் சுழற்றிக் கறியை உள்ளே தள்ளுது. உடையப்பனின் கண்ணில் படரும் போதைக்கு, பச்சையப்பன் பெண்ணாகத் தெரிந்தான். ஏறும் போதைக்கு முன் ‘பச்சையப்பா... பச்சை யப்பா’ என்றான். போதை ஏற ஏற ‘பச்சையம்மா...’என்றான். இன்னும் ஏற ‘அடியே பச்சை’ என்றான்.

ஒரு கண்ணாடி தம்ளரில் அரைபாதி ஊற்றி வைத்த சிலோன் சாராயம் அப்படியே இருந்தது. முதலாளி குடிக்கவில்லை. காலையிலேயே சாராயத்தைத் தொட்டால் காரியம் கெட்டுப் போகும். வந்திருக்கிற ஐந்து ஊர்க்காரனும் ரேகை புரட்டினால், ஆப்பநாட்டில் பாதி கைக்கு வந்து சேரும். அது முக்கியமா? அரை தம்ளர் சாராயம் முக்கியமா?

உடையப்பனுக்கு நா குழறும் போதை. “அடியே பச்சை! இது என்ன கறி?” - ஒரு துண்டு கறியை எடுத்துக் கேட்டான்.

“மான் கறி.”

“மான் கறியா! இது... என்ன கறி?”

“இது மயிலு... அது முயலு...”

- வாய் பிளந்தான் உடையப்பன். “ஏன்டீ... பச்சை! எனக்காகவா இவ்வளவும்? கள்ளி...! என் மேல் எம்புட்டு ஆசை...!”

“ஏய் குடிகார மட்டை! இது எல்லாம் நேத்து சமைச்சது. இந்த மானையும் மயிலையும் தின்னுட்டுப் போய் தான், வெள்ளைக் கார துரைமார்கள் விழுந்து செத்தது.”

“கறியைத் தின்னு செத்தாங்களா? கச்சேரி சிதறி செத்தாங் களா?” - பலக்கச் சிரித்தான். முதலாளி சங்கடப்பட்டார். “இங்கே பார் உடையப்பா, நல்லா... குடி, நல்ல... தின்னு. வெட்டிச் சத்தம் போடாதே!”

“முதலாளி... திங்கவும் குடிக்கவுமா பிறந்தேன்? நானும் உங்களை மாதிரி சொத்துக்காரனா ஆகணும். அதுக்கு ஒரு வழி சொல்லுங்க.”

- நிறைந்த போதையில் எழுந்த உடையப்பனின் கையில் மயில் சப்பை இருந்தது.

"நான் சொல்ற காரியத்தை செய்து முடி. பெருநாழிக்கு நீ தான் முதலாளி!"

"என்ன செய்யணும்? சொல்லுங்க..." மேஜையில் இடித்து கொண்டு தடுமாறியவனின் வேட்டி அவிழ்ந்து விழுந்தது. திறந்திருந்த கதவுக்கு முட்டுக்கொடுத்து நின்றவன், தகரக் கொட்டகையில் பசியோடு அமர்ந்திருந்த எல்லோர் கண்களிலும் பட்டான். "ம்... சொல்லுங்க... இப்பவே சொல்லுங்க!"

"சொல்றேன்... சொல்றேன்... ஆனால், இப்போ வேண்டாம். அஞ்சு ஊர் ஆளுகளும் இருக்கிறாங்க. அப்புறம் சொல்றேன். வா... உட்காரு!" கை தாங்கினார். வேட்டி இல்லாமல் நின்ற உடையப்பன், தகரக் கொட்டகை பக்கம் பார்த்தான்.

"விடுங்க முதலாளி... இந்த ஏழைப் பயலுகளுக்கா பயப்படுறீங்க?" - கையிலிருந்த மயில் சப்பையை வீசி எறிந்தான். மண்டலமாணிக்கம் பெரியவரின் மடியிலேயே போய் விழுந்தது.

'**ஆ**ப்பநாட்டு கருஞ்சேனை'யை மூன்று படை அணிகளாகப் பிரித்தான் ரணசிங்கம்.

"என்னோடு பத்து பேர் மட்டும் வாருங்கள். மற்றவர்கள், மூன்று அணிகளாகப் பிரியுங்கள். முதல் அணிக்கு கமுதி முஹம் மது மீரா தலைமை தாங்கட்டும். இரண்டாவது சாயல்குடி வேலுச்சாமி தலைமை ஏற்கட்டும்."

நட்சத்திரங்கள் கோத்த சரமாலை, வானத்திலிருந்து மிதந்து மிதந்து வந்து தங்கள் கழுத்தில் விழுந்த களிப்பில் மிதந்தனர் முஹம்மது மீராவும், வேலுச்சாமியும்.

"மூன்றாவது அணிக்கு..." ரணசிங்கம் நிறுத்தினான். எல்லோரும் காது கொடுத்துக் காத்திருந்தார்கள்.

"பெருநாழி தங்கச்சாமி தலைமை ஏற்று நடத்துவான்."

தங்கச்சாமி ரணசிங்கத்தின் தம்பி. கூட்டத்தில் அவன் இல்லை.

"தங்கச்சாமி வருவான்" என்றான் ரணசிங்கம்.

"முதல் அணி கமுதி பாதையிலும், இரண்டாவது சாயல்குடி பாதையிலும், மூன்றாவது பரளச்சி பாதையிலும் களம் அமைக்க வேண்டும். மூன்று அணிகளிலும் அந்தந்தப் பகுதி இள வட்டங்கள் இணைந்து கொள்ளுங்கள். வழியில் உள்ள

ஊர்களில் எல்லா மக்களையும் அணி சேருங்கள். சகல மக்க ளோடும் கைகோத்துக் களம் இறங்குங்கள். அடிமை தேசத்தில் சாதி, மத பேதம் பார்ப்பது, நமக்கு நாமே சவக்குழி தோண்டு வதற்கு சமம்..." - நிறுத்தினான் ரணசிங்கம்.

"நம் தாய் பூமி நமக்குப் பழக்கப்பட்டது, பாதுகாப்பானது. எதிரிகளுக்குப் பரிச்சயமற்றது. அவர்களுடையதோ... பயிற்சி பெற்ற கூலிப் பட்டாளம். நம்முடையதோ... விடுதலை வேட்கை மிகுந்த வெகுஜன ராணுவம். தடம் தெரிந்த காட்டுப் பகுதிகளில் பதுங்கித் தாக்குதல் தொடுங்கள். ஆங்கிலேயர்களைக் கொல் லுங்கள். ஆயுதங்களைக் கைப்பற்றுங்கள்." - நிறுத்தினான் ரணசிங்கம்.

"தனிநபர் பயங்கரவாதம் என ஜனநாயகவாதிகள் நம்மை சாடுவார்கள். ஒருவேளை, தேச விடுதலை சமீபிக்குமானால்... நம்மைப் போன்ற புரட்சி இயக்கங்கள் பலிகொண்டதும் பலியானதுமே அதற்கு முக்கிய காரணியாக இருக்கும். பலாத் காரமற்ற அஹிம்சையால் பெறப்படுகின்ற சுதந்திர தேசத்தில் சுரண்டல்காரர்கள், வர்த்தக சூதாடிகள், அரசியல் தந்திரசாலி கள் கொழுப்பார்கள். அடிமைத்தனமும் வறுமையும் அப்படியே நிலைத்து நிற்கும்." - நிறுத்தினான். "என்னோடு வரும் பத்துப் பேருடன் நெல்லைச் சீமையின் எல்லையை கவனித்துக் கொள்கிறேன்!" - ரணசிங்கம் பேசிக் கொண்டிருக்க, கண்மாய் கரை இறங்கிய ஒரு தட்டு வண்டி, ஆலமரம் நோக்கி வேகமாக வந்தது.

வண்டியிலிருந்து குதித்து இறங்கிய மண்டபசாலை தோப்புக்காரர் மூச்சிரைத்தார்.

"அப்பு... ரணசிங்கம்.. பெரிய படையோடு வெள்ளைக்காரன் வந்துகிட்டுருக்கான்! உன்னைப் பிடிக்கத் தான் வர்றானாம்! துப்பு சொல்ல கிளம்பி வந்த என்னைப் பார்த்துட்டான்! என் தோப்பை அழிச்சுக்கிட்டிருக்கிறான். தோப்பு போகட்டும்... விடு. நீ தப்பிச்சிருப்பா..." - ரணசிங்கத்தின் கைகளைப் பிடித்துக் கெஞ்சினார் தோப்புக்காரர்.

"நம்முடைய கணக்குத் தப்பவில்லை. எதிரி நம்மை நெருங்கிவிட்டான். எல்லோரும் கிளம்புங்கள். எதிரிக்கு மரண அடி கொடுத்து விட்டுத் திரும்புங்கள்."

அணி பிரிந்த 'ஆப்பநாட்டு கருஞ்சேனை 'திமு... திமு'வென கண்மாய் கரை ஏறியது...

31. தீபாவளி கொண்டாட்டம்

விடிந்தால் தீபாவளி.

'பேரக்' கமாண்டர் ராபர்ட், மைதானத்தில் எல்லோரையும் 'ஃபால் இன்' பண்ணி நிறுத்தி யிருந்தான். அள்ளிக் கொண்டுவந்த பிரம்புகள் வராண்டா மேஜையில் கைவாக்கில் கிடந்தன. தொண்ணூறு வீரர்களும் மும்மூன்று பேராக அணிவகுத்து நின்றார்கள். முன் வரிசையில் முதல் ஆளாக நின்றான் ரணசிங்கம். வந்து நான்கு நாட்களில் ராபர்ட்டைப் பற்றிக் கொஞ்சம் கொஞ்சம் தெரிந்து வைத்திருந்தார்கள். முதல் முதலாகப் பிரம்புகளை அள்ளி வந்திருக்கிறான்.

ஒரு பிரம்போடு புறங்கை கட்டி, கால்களை அகல விரித்து விறைத்து நின்றான். தான் பேசுவது எல்லோருக்கும் கேட்கும்படி நீள் வரிசையின் மையத்துக்கு எதிரே நின்றுகொண்டான். அணி வகுத்திருந்த சிப்பாய்களில் ஆங்கிலம் தெரிந் தவன் ரணசிங்கம் மட்டும் தான். ராபர்ட்டுக்கு ஆங்கிலம்தான் தெரியும். இந்தி தெரியாது. மொழி பெயர்த்துச் சொல்ல, ஸ்குவாடு கமாண்டர் ராம்சிங்கை வைத்துக் கொண்டான்.

“சாப்பிட்டு விட்டீர்களா?” சாந்தமாகவே ஆரம்பித்தான். ராம்சிங் மொழி பெயர்த்தார்.

தொண்ணூறு தலைகளும் ‘இல்லை’ என்பது போல் ஆடின.

“உங்களில் தீபாவளி கொண்டாடுபவர் யாரெல்லாம்?” முக்கால்வாசிக்கு மேல் கை உயர்த்தினார்கள்.

“பேரக்கைக் கழுவி விட்டீர்களா?”

எந்தத் தலையும் ஆடவில்லை.

“கழுவி விட்டீர்களா?” - குரல் உயர்ந்தது.

“ஆம்.” -ஆடின.

இருப்பிட சுத்தம் பற்றி உரையாற்றினான் ராபர்ட். புத்திமதி களும் ஆலோசனைகளும் கலந்த கனிவான பேச்சு. ராபர்ட்டைப் பற்றிக் கேள்விப்பட்டதெல்லாம் பொய்த்துப்போன சந்தோஷத் தில் தொண்ணூறு பேருக்கும் பசித்தது. சிலர் இங்கும் அங்கும் திரும்பிக் கொண்டும் சாவகாசமாக அசைந்து கொண்டு மிருந்தார்கள். சிலர் கொட்டாவி விட்டனர்.

“ஏய்... இந்திய வேசி மக்களே! நான் என்ன கதையா சொல்லிக் கொண்டிருக்கிறேன்?” - ராபர்ட் கத்தினான்.

ராம்சிங் மொழி பெயர்க்கவில்லை.

“பேரக் உள்ளே கிடக்கும் தொண்ணூறு கட்டில்களும் இந்த மைதானத்துக்கு நொடியில் வந்து சேர வேண்டும் ஓடு. ஓடு.” கூட்டத்துக்குள் புகுந்து பிரம்பைச் சுழற்றினான் ராபர்ட். முதல் அடி ரணசிங்கத்துக்கு விழுந்தது. அடுத்தடுத்து, கையில் சிக்கிய வனுக்கெல்லாம் அடி. வெறிநாய் புகுந்த ஆட்டு மந்தையாக தொண்ணூறு பேரும் சிதறி ஓடினார்கள். பேரக் உள்ளே நுழையும் வரை அடி.

ராம்சிங் அசையாமல் நின்று பார்த்தார்.

ராபர்ட் தன் அறைக்கு போனான். நாலு மடக்கு மதுவை இறக்கிக்கொண்டான். வேட்டைக்கு ஏற்ற போதை.

பேரக்கை விட்டு வெளியேறிய தொண்ணூறு கட்டில்களும் மைானத்தில் வரிசை ஒழுங்கற்றுக் கிடந்தன.

“இவையெல்லாம் படுக்கும் கட்டில்களா? இல்லை, பன்றிகள் குதறிப்போட்ட இரையா?” பிரம்போடு புகுந்தான். ஓடவும்

முடியாமல், கட்டில்களை ஒழுங்குபடுத்தவும் முடியாமல் எல்லோரும் அடி வாங்கினார்கள். சுற்றிச்சுற்றி வந்து அடித்த ராபர்ட், "ஃபால் இன்... ஃபால் இன்" என தொண்டை நரம்பு தெறிக்கக் கத்தினான். கையில் இருந்த பிரம்பு தெறித்துச் சிதறிப் போயிருந்தது. தூர வீசினான். அடுத்த பிரம்பை எடுத்தான். வரிசையாகப் போடப்பட்டிருந்த தொண்ணூறு கட்டில்களையும் ஒரு சுற்று பார்த்தான்.

"எல்லோரும் இந்த முதல் கட்டிலுக்குக் கீழே நுழைந்து, உள்ளேயே ஊர்ந்து, அந்தத் தொண்ணூறாவது கட்டில் வழியே வெளியேற வேண்டும். முதலில் வருகிற இரண்டு பேர் தவிர, மற்ற எல்லோரும் மறுபடியும் நுழைய வேண்டும்... கோ... கோ..." கையில் பிரம்போடு வராண்டாவை விட்டு இறங்கினான்.

ஆறடி அகலக் கட்டிலுக்குக் கீழே, மூன்று அல்லது நான்கு பேர் நுழையலாம். ஒரே நேரத்தில் தொண்ணூறு பேரும் நுழைந்து, உள்ளேயே ஊர்ந்து, தொண்ணூறாவது கட்டில் வழி வெளியேறவா? நினைத்தாலே கண்ணைக் கட்டியது. மலைத்து நிற்பவர்களுக்கெல்லம் பிரம்படி. அடி என்றால்... பிரம்போடு சதை போகிற அடி! எல்லோரும் நுழைய முயன்ற முதல் கட்டில் அந்தரத்தில் எவ்வுது!

"ஏய்... ராம்சிங்! நீயும் ஒரு பிரம்பை எடுத்துக்கொண்டு வா." - ராம்சிங்கும் ஒரு பிரம்பை எடுத்தார். ஒருவர் மீது ஒருவர் விழுந்து, முண்டியடித்து, சிறுகச் சிறுக கட்டிலுக்குள் நுழைந்து ஊர்ந்தார்கள். பிந்தி நுழைந்தவனுக்கெல்லாம் அடி. பிரம்பு தெறிக்கிறது. அடிக்கிற அடிக்கு இன்னும் ஐந்தாறு பிரம்புகள் வேண்டும்.

சரளைத் தரை முழங்கையும் முட்டிக்காலும் அரைத்து ரத்தம் ஓடுகிறது. முன்னே ஊர்ந்து போகிறவன் முகத்தில் மிதிக்கிறான். பின்னே ஊர்ந்து வருபவன் காலைப் பிடித்து இழுகிறான். ஆறடிக்குள் தொண்ணூறு பேர் நுழைய, காற்றின்றி மூச்சு அடைக்கிறது.

"ம்மா...! ம்மா...!" - உயிர் பயம் கலந்த அலறல் சப்தம். ஊர்ந்து நெளியும் உடம்புகள் கட்டில்களை தூக்குகின்றன. உயரும் கட்டில்களின் இடைவெளியில் நின்று கொண்டு ராபர்ட் அடிக்கிறான். புட்டக் கறியைப் பிய்த்தெடுக்கிறது பிரம்பு.

இந்தத் தீபாவளிக்கு நல்ல கொண்டாட்டம் தான்.

அணிவகுத்து நின்றபோது முன் வரிசையில் முதல் ஆளாக நின்றவன் ரணசிங்கம். ஆங்கிலம் தெரிந்த ரணசிங்கம், ராபர்ட் சொன்னதை ராம்சிங் மொழிபெயர்க்கும்வரை காத்திராமல் கட்டிலுக்குள் நுழைந்து, தொண்ணூறாவது கட்டில் வழியே முதல் ஆளாக வெளியேறினான். கை, கால்களில் ரத்தம் வழிய எழுந்தவனின் முதுகில் ஓங்கி விழுந்தது பிரம்படி. அடுத்த அடிக்கு உயர்ந்த பிரம்பை இடக்கையால் பிடித்தான். விடவே இல்லை.

ஒருவரையும் அடிக்காத பிரம்போடும் கலங்கிய கண் களோடும் நின்றார் ராம்சிங்

கதை சொல்லும் மார்ட்டின்ஸை, விஞ்ச் துரை விடுவதாக இல்லை.

ராமநாதபுரம் இன்ஸ்பெக்டர் சாண்டர்ஸ் தலைமையில் புறப்பட்ட போலீஸ் பட்டாளம், சிக்கல் கிராமத்தில் வந்திறங் கியது. 303 துப்பாக்கியால் சுட்டால் குண்டு பாயும் தூரத்தில் கடல். தெருவெல்லாம் மணலும் மீன் முள்ளும் பிணைந்து கிடந்தன. கடற்காற்று, நொய் மணலை அள்ளி வீசியது. பனை ஓலை வேய்ந்த கனத்த மண் சுவர் வீடுகள். கொஞ்சம் தெற்கே தள்ளிப் போயிருந்தால் கலப்பில்லா கடற்கரை கிராமமாக இருந்திருக்கும். ராமநாதபுரம், தூத்துக்குடி சாலையில் சிக்கி, ரெண்டுங்கெட்டானாக இருந்தது ஊர்.

அணிவகுத்த போலீஸ் லாரிகளைக் கண்ட சனம் ஒதுங்கி, கிசுகிசுத்தது. நேற்றைய எருமைகுளம் தாக்குதல் செய்தி சிக்கல் பகுதிகளிலும் எட்டியிருந்தது.

‘வெள்ளைக்காரப் பயலைக் கொல்லணும்.’ - ஒதுங்கிய உதடுகள் முணுமுணுத்தன.

‘ரணசிங்கம் ஆட்கள் யாராவது வந்து கூப்பிட்டால் நாமும் போய் நாலு பயலைக் கொல்லலாமே!’ - அடி மனதுக்குள் ஆசைப்பட்டார்கள்.

‘நம்ம ஊர்களைக் குல்லாக்காரனும் சீந்த மாட்டேன்ங் கிறான்! குண்டு வீசுறவனும் சீந்த மாட்டேன்ங்கிறான்! இதோ... லாரியிலே போறானே... வெள்ளைக்காரன் அவனும் சீந்த மாட் டேன்ங்கிறான்! அடிக்கணும், இல்லேன்னா அடி வாங்கணும். ரெண்டு கழுதையும் கிடையாது!’ - குனிந்து நுழையும் உயர

பனை ஓலை டீக்கடைக்குள் நக்கலடித்துக்கொண்டு இருந்தார்கள்.

நில்லாமல் போன லாரிகள் ஊருக்கு மேற்கே, சாயல்குடி பாதையோரம் கிழமேலாக விரிந்து பெருகிக்கிடந்த ஊரணிக் கரையில் நின்றது. சேறு, சகதி தட்டுப்படாத மணற்சாரி பொட்டால் தரை. பாலாகப் பெருகிக் கிடந்தது தண்ணீர். காணாததைக் கண்ட ஆவலாதியோடு போலீஸுகள் குதி போட்டு ஊரணிக்குள் இறங்கினார்கள். உடுப்புகளை கழற்றாத சப்-இன்ஸ்பெக்டர்களோடு ஒரு வேப்ப மரத்தடி பார்த்து ஒதுங்கி, பெருநாழி தாக்குதலுக்குத் திட்டமிட்டான் இன்ஸ்பெக்டர் சாண்டர்ஸ்.

ஒரு பெரும் மோதலுக்கான முன்னெச்சரிக்கை அறிகுறிகள் ஆப்பநாடு முழுக்கத் துலங்கின. நான்கு பகுதிகளாகப் பிரிக்கப்பட்ட கிளர்ச்சி மண்டலங்களுக்குள் கருஞ்சேனை புகுந்தது. ஒவ்வொரு மண்டல அணியிலும் ஐம்பது இளவட்டங்களுக்கு குறையாமல் இருந்தனர். ரணசிங்கத்தோடு பத்துப் பேர் நெல்லைச் சீமைக்கு ஒதுங்கினார்கள்.

அந்தந்த மண்டலங்களின் பிரத்யேக நிலைமைகளைக் கண்காணித்துத் தாக்குதலை திட்டமிடுவதற்கும் வழிகாட்டுவதற்கும் சேனைப் பொறுப்பாளர்களை நியமித்திருந்தான் ரணசிங்கம். முஹம்மது மீரா தலைமையிலான கமுதி மண்டல சேனைக்கு பாலமுருகனும் வேலுச்சாமி தலைமை ஏற்றிருக்கும் சாயல்குடி மண்டல சேனைக்கு வழிவிட்டானும், தங்கச்சாமி தலைமை தாங்கும் பரளச்சி மண்டல அணிக்கு சோலையும் பொறுப்பேற்றார்கள்.

கமுதி பாதையில் உள்ள கரிசல்புலி கிராமத்தில் பிறந்தவன் பாலமுருகன், கமுதி முதுகுளத்தூர்வரை உள்ள அத்தனை ஊர்களையும் சனங்களையும் நன்கறிந்தவன். சாயல்குடிக்கு அருகில் உள்ள கொக்காடி கிராமம், வழிவிட்டானின் சகோதரி வாழ்க்கைப்பட்ட ஊர். சாயல்குடி , கடலாடி, ஒப்பிலான் வாலிநோக்கம் வரை வழிவிட்டான் ஊடுருவ முடியும் பரளச்சி கிராமத்தில் பெண்ணெடுத்தவன் சோலை. தாயார் பிறந்தது பூலாங்கால் கிராமம். சகோதரி வாழ்க்கைப்பட்டது கீழ்குடி கிராமம். அத்தனை ஊர்களையும் அலசிவிடுவான் சோலை.

சாயல்குடி சேனையும் பரளச்சி சேனையும் மாட்டு வண்டியில் கிளம்பின. ஒரு சேனைக்குப் பத்து வண்டிகள். வண்டிக்கு ஐந்து பேர். எருமைகுளத்திலிருந்து கடத்திக் கொண்டுவரப்பட்ட போலீஸ் லாரியில் கமுதி சேனை புறப்பட்டது. கமுதி சேனைக்கு, போலீஸை எதிர்கொள்வதும் முதலாளியின் கஜானாவைத் தகர்ப்பதுமான ரெட்டைப் பொறுப்புகள். ஆயுதங்கள் வண்டி களிலேயே அடுக்கப்பட்டிருந்தன. ரணசிங்கம் தலைமையில் கிளம்பிய பத்துப் பேர் அணி, 'கோச் ' வண்டியேறி நெல்லைச் சீமைக்குள் நுழைந்தது.

பரமக்குடி பட்டாளம், இன்ஸ்பெக்டர் ஜாக்ஸன் தலை மையில் கிளம்பியிருந்தது. இறந்துபோன இன்ஸ்பெக்டர் லாரன்ஸ் தலைசிதறிச் செத்த தகவல் எட்டியதும் குலைந்து போனான். விஞ்ச் துரையிடமும் டி.எஸ்.பி. ஸ்காட்டிடமும் அவனே வலியக் கேட்டான்.

"துரை அவர்களே, ரணசிங்கத்துக்கு சமாதி கட்டும் வாய்ப்பை தயவுசெய்து எனக்குக் கொடுங்கள்."

விஞ்ச் துரை சொன்னார்: "ஆப்பநாட்டுக் கிளர்ச்சி... பரமக் குடி, ராமநாதபுரம் பகுதிகளை உள்ளடக்கிய செம்பொன் நாட்டில் பரவாமல் பார்த்துக்கொள்... அது போதும்."

ஜாக்ஸனுக்கு ஆறவில்லை. ஸ்காட்டிடம் மன்றாடினான். ஸ்காட் சிபாரிசு செய்ததின் பேரில் ரத்தவெறியோடு கிளம்பி விட்டான்.

"அடிமைகளுக்கு எதிராக ஆயுதங்களைப் பிரயோகிப்பவர் களுக்குக் கட்டுப்பாடு எதற்கு? அடி, நொறுக்கு" என்பான். உடுப்புகளுக்கு றெக்கை முளைத்துவிடும்.

ஊர்ந்து வந்த பரமக்குடி பட்டாளம், கீழத்தூவல் கிராமத் துக்குள் நுழைந்தது.

32. 'பேர் வாங்கி திரும்புங்கப்பா...'

"இந்த ஏழைப் பயலுகளுக்கா பயப்படுறீங்க முதலாளி!" - தடுமாறும் போதையில் உடையப்பன் வீசி எறிந்த மயில் சப்பைக் கறி, மண்டல மாணிக்கம் பெரியவரின் மடியிலேயே விழுந்தது. தகரக் கொட்டகையில் ஐந்து ஊர் ஆட்களும் கூடிக் கிடக்க, எல்லோருக்கும் முன் வரிசையில் சம்மணமிட்டு அமர்ந்திருந்த பெரியவரின் மடியில் வந்து விழுந்த கறிச் சப்பையை ரெண்டு, மூணு பேர் மட்டுமே பார்த்தார்கள். காரியஸ்தர் நீட்டிய பத்திரங்களில் ரேகை புரட்டுவதிலும் பணப் பட்டுவாடாவிலும் கண்ணாக இருந்த மற்ற யாரும் கவனிக்கவில்லை.

வெள்ளை வேட்டியைக் கறிச் சேர்மாணம் அசுத்தப்படுத்தி இருந்தது. கறிச் சப்பை பறந்து வந்த திசை நோக்கினார் பெரியவர். முதலாளி வீட்டு பின்வாசல் திறந்திருக்க, அவிழும் வேட்டி யோடு தடுமாறிக் கொண்டிருந்தான் உடையப் பன். நிற்க இயலாத போதை. பதறிப்போன முதலாளியும் பச்சையப்பனும், உடையப்பனை

வலிந்து உள்ளே இழுத்துக் கொண்டிருந்தார்கள்.

பெரியவர், தனக்கு இருபக்கமும் அமர்ந்திருந்தவர்களைப் பார்த்தார். விக்கித்துப்போய் இருந்தார்கள். வலது கைவாக்கில் இருந்த வளரியைக் கையில் எடுத்தார். பின்வாசலைக் குறி பார்த்துச் சுழற்றி விட்டெறிந்தார்.

'வ் வீ... ய்ய்... ய்... ங்ங்...' என காற்றைக் கிழித்துப் போன வளரி, உடையப்பனின் தலைக்கு நேராக நெருங்கியது. அவிழ்ந்த வேட்டியைப் பிடிக்க அவன் குனிந்தான். சுழன்றுபோன வளரி, பச்சையப்பனின் முதுகைப் பிடித்தது.

"யம்மா...! கொன்னுட்டான்ங்களே!" - அலறிச் சாய்ந்த பச்சை யப்பன், முதலாளியின் மேல் விழ, அவர் விருந்து மேஜையின் மீது விழ, கறிச் சட்டிகளும் பாத்திரங்களும் சிதறி உருண்டன.

"பாவிப் பயலுகளா...! நான் என்னடா செஞ்சேன்? என்னைக் கொன்னுட்டீங்களேடா!" - குத்துக்கால் வைத்து உட்கார்ந்த பச்சையப்பன், ஒப்பாரி வைக்கக் கிளம்பிவிட்டான்.

'என்ன நடக்கிறது' என்பதை உணரும் நிலையில் இல்லாத உடையப்பன், கையில் சிக்காத வேட்டியிலேயே குறியாக இருந்தான். விருந்து மேஜையின் மீது விழுந்து கிடந்த முதலாளி உதறி எழுந்தார். மான் குழம்பும், மயில் குழம்பும் வேட்டி, சட்டையில் அப்பி இருந்தது. எழுந்த வேகத்தில் பின்கதவை மூடித் தாழிட்டார்.

"சோனப்பிரியாங்கோட்டை காளித் தாயே! உனக்குக் கண் ணில்லையா? பாவம் ஒரு பக்கம்... பழி ஒரு பக்கமா?" - தரை பரசி ஒப்பாரி வைத்தான் பச்சையப்பன். மாலை மாலையாக கண்ணீர் ஓடியது. தலையில் ஓங்கி ஒரு போடு போட்டார் முதலாளி.

"ஏய்... கழுதை! உள்ள நொம்பலம் போதாதுன்னு... நீ வேறயா? வாயைப் பொத்து!" - மறுபடியும் கை ஓங்கினார்.

உடனே அழுகையை நிறுத்திய பச்சையப்பன், "ஹ்க்கும்! உங்க எல்லாருக்கும் நான் தான் தொக்கு!" - கோணல் வளித்து, முதலாளியின் கெண்டைக்கால் சதையை ஒரு கிள்ளு கிள்ளி னான். முதலாளிக்கு வந்த கோபத்தில், "நேரம், காலம் தெரியா முண்டம்!" - ஓங்கி ஒரு மிதி மிதித்தார்.

"ஆத்தாடீ...! கொல்றான்ங்களே...! கொல்றான்ங்களே...! முதலாளியின் கால்களை லாவிப் பிடித்துக்கொண்டு கத்தி

னான். முதலாளி பதறிப் போனார். 'அடைச்ச கதவுக்கு வெளியே அஞ்சு ஊர்க்காரனும் என்ன செய்யக் காத்திருக்கிறானோ! இந்த பொண்டு சட்டிப் பயல் ஒரு பக்கம் புரியாமல் உயிரை வாங்குறானே!'

தகரக் கொட்டகை பக்கம் 'ஹே... ஹே...' வென சப்தம் கேட்டது. முதலாளி, கையெடுத்துக் கும்பிட்டு பச்சையப்பனிடம் கெஞ்சினார்.

"ஏய்... பச்சையப்பா! அஞ்சு ஊர்க்காரனும் கொதிச்சுப் போய் இருக்கிறான்! விட்டால்... வீட்டை சூறையாடிருவான்ங்க. நான் போய் சமாதானம் பண்ணணும். அய்யா... சாமி, காலை விடுய்யா." - தகரக் கொட்டகைப் பக்கம் பெரும் சப்தம் கேட்டது. உடையப்பன் கைக்கு இன்னும் வேட்டி அகப்படவில்லை.

போலீஸ் பட்டாளத்திடம் இருந்த ஆயுதங்களால் மண்டபசாலை தோப்பு மரங்களை வெட்டிச் சாய்க்க முடியவில்லை. ஆயுத லாரியில் 303 ரைஃபிள்களும், மெஷின் கன்களும், ஹேன்ட் கிரனெட்களும் இருந்தன. பைனட் கத்திகளால் வாழை மரங்களைத் தான் சாய்க்க முடியும். தூர் பெருத்த மாமரங்களை சாய்க்க வேண்டுமே!

டி.எஸ்.பி. ஸ்காட் உத்தரவிட்டிருந்தார். "ஒரு லாரியை எடுத்துப்போய் ஊருக்குள் கிடைக்கும் அரிவாள், கோடாரி களை அள்ளி வாருங்கள்."

மண்டபசாலை ஊருக்குள் புகுந்த லாரி, சாவடிக்கு முன் நின்றது. லத்திக்கம்போடு இறங்கிய போலீஸ்கள் வீடுகளுக்குள் புகுந்து, கையில் சிக்கிய அரிவாள், கோடாரிகளைச் சேகரித் தார்கள். ஒத்துழைக்க மறுத்த சம்சாரிகளுக்கு உதை விழுந்தது. எதிர்க் கேள்வி கேட்ட ஓர் இளவட்டத்தை நடு மந்தையில் விட்டு நாலு போலீஸ்கள் வெளுத்தார்கள். மீண்டும் லாரி தோப்புக் குள் புகுந்தது. எல்லோரும் விரும்பி இறங்கியது, வாழைத் தோப்புக்குள். ஒரு வெட்டுக்கு ஒரு மரம் சாயுது!

இன்ஸ்பெக்டர் ஒருவன் நல்ல யோசனை ஒன்றை சொன்னான்.

"துரை அவர்களே... தோப்பை அழித்து வருவதால் நாம் குளித்து விடலாமே!"

“நல்ல யோசனை, ஆனால், எப்படி குளிப்பது?”

“கமலை இறைத்து தான்.”

எல்லோரும் கமலைக்காரனைப் பார்த்தார்கள். மூஞ்சி உடைந்து குப்புறக் கிடந்தவன் முனகிக் கொண்டிருந்தான்.

“ஏய்... எழுந்திரு.” - கைப்பிரம்பால் அடித்தான் ஒரு இன்ஸ்பெக்டர். பிரம்படி உறைக்கவில்லை. மல்லாக்கப் புரண்டு முனகினான்.

“போலீஸுகளில் யாருக்காவது கமலை ஓட்டத் தெரியுமா, கேள்!”

“இதென்ன பெரிய காரியம்! நானே முயற்சிக்கிறேன் துரை அவர்களே.”

இன்ஸ்பெக்டர்களில் ஒருவன் கமலை மாடுகளுக்கு அருகில் போனான். ஒரு மாடு கொம்பை சுழற்றியது. ஓரடி பின் வாங்கினான். மாட்டுக் கழுத்துக் கயிறுகள் கீழே தொங்கிக் கொண்டிருந்தன. மாடுகளின் கண்ணில் படாமல் பின்பக்கமாக உட்கார்ந்து கை நீட்டினான். வலதுபக்க கமலை மாடு, பின்னங்காலால் ஓங்கி ஒரு எத்து எத்தியது. முகவாய்க் கட்டையில் எத்துப்பட்ட இன்ஸ்பெக்டருக்கு உயிர்போகும் வலி.

“ஏய்... வேண்டாம்... விடு... விடு...” - ஸ்காட் தடுத்தார்.

தோப்புக்கு மேல்புறம் அடி வெட்டுப்பட்ட ஐந்து ஏக்கர் வாழை மரங்கள் காலடி ஈரத்தில் ‘சொத்... சொத்...’ என விழுந்தன. மறுவெட்டுக்குத் தாங்காத சிறுநெல்லி மரங்கள் குடை சாய்ந்தன. வலுவான பெருநெல்லி மரங்களைக் கூடுதலாக ரெண்டு வெட்டு வெட்ட வேண்டியிருந்தது.

போலீஸு பட்டாளம், இப்போது செடி வெட்டிப் பட்டாளமாகி... சீரழித்தது. வெயில் ஏற ஏற... பசியெடுத்த போலீஸுகள் டி.எஸ்.பி. ஸ்காட் கண்ணில் படாமல், கொய்யாக் கனிகளைத் தின்றுகொண்டே பணியாற்றினார்கள். மாமரக் கிளைகளில் ‘சதக்... சதக்...’ என வெட்டரிவாள் இறங்கின. நாலைந்து வெட்டுகளில் முறிந்து சாய்ந்தன. தோப்பு அழிந்தது.

ஸ்காட் மன உளைச்சலில் இருந்தார். உடல் கசகசத்தது.

“குளிக்க வேண்டும்... இப்போதாவது கமலைக்காரனை எழுப்புங்கள்!” என்றார்.

எழுப்பி எழுப்பிப் பார்த்தார்கள். எழக் காணோம். ஸ்காட், கிணற்றோரம் போய் உள்ளே எட்டி பார்த்தார். பசபசத்த நீருக்குள் பாம்பும் ஆமையும் மீன்களூம நீந்தித் திரிந்தன. டி.எஸ்.பி. திரும்பி, இன்ஸ்பெக்டர்களுக்கு உத்தரவிட்டார்.

"கமலைக்காரனை கிணற்றுக்குள் தூக்கிப் போடுங்கள். ஹேண்ட் கிரனெட் குண்டுகளை வீசிக் கிணற்றைத் தகருங்கள்."

அடிபட்டு அரை உயிராக கிடந்த கமலைக்காரனை நாலு போலீஸுகள் கிணற்றுக்குள் போட்டார்கள். வீசிய வேகத்தில் பக்கச் சுவறில் மோதி, தலை சிதறி தண்ணீருக்குள் விழுந்தான். எல்லா போலீஸுகளும் தூரப் போய் பதுங்கிக்கொள்ள, இரண்டு போலீஸுகள் ஹேண்ட் கிரனெட்களை அடுத்தடுத்து வீசினார்கள். குண்டு வெடிப்பில் இடிபட்டுச் சிதறிய கிணற்று நீரில் மீன்களோடும் பாம்புகளோடும் ஆமையோடும் செத்து மிதந்தான் கமலைக்காரன்.

பெருநாழியிலிருந்து கிளம்பிய அணிகளில் முதலாவதாக புறப்பட்டது சாயல்குடி மண்டல கருஞ்சேனை. வேலுச்சாமி தலைமையில் கிளம்பிய பத்து வண்டிகளுக்கு வெகுதூரம் முன்னே, ஒரு தட்டு வண்டியில் போய்க்கொண்டிருந்தான் வழிவிட்டான். வழியில் உள்ள அத்தனை ஊர்களையும் அலசிப் போகவேணடும். வெள்ளாங்குளம், வேப்பங்குளம், கொக்காடி, சனங்களை எச்சரிக்கைப்படுத்த வேண்டும். இளவட்டங்களைத் திரட்ட வேண்டும்.

முதல் ஊராக வழிவிட்டான் நுழைந்தது வெள்ளாங்குளம். கண்மாய் கரையை ஒட்டிப்போன வண்டிப்பாதை, ஊர்ச் சாவடியில் போய் நின்றது. ஒரு பக்கம் ஆடு புலி ஆட்டம்; மறு பக்கம் ரம்மி ஆடிக் கொண்டிருந்தார்கள்.பந்தய மாடுகளின் கயிற்றை இழுத்துப் பிடித்து வண்டியை நிறுத்தியதும், "அடே... நம்ம வழிவிட்டான்! வாப்பூ... வாப்பூ..." - பெரியாட்கள் வரவேற்றார்கள்.

"கும்பிடுறேன் சித்தப்பூ..." - இந்தப் பக்கம் திரும்பி... "கும்பிடுறேன் மாமா..." - அந்தப் பக்கம் திரும்பி... "கும்பிடுறேன் மச்சான்." - திரும்பித் திரும்பி வழிவிட்டான் கும்பிட, "மகராசனா இருப்பா... வா... வா... வந்து உக்காரு!" - திண்ணைத் தூசியை தட்டிவிட்டார்கள்.

“உட்கார நேரமில்லை மாமா. நான் கிளம்பணும்.”

“உண்மை தான். உன்னாலே ஓய்வா உக்கார முடியாது. உன்னாலே மட்டுமில்லே, இனிமேல் ஆப்பநாட்டு இளவட்டம் எவனும் ஓய்வா உக்கார முடியாது; தூங்க முடியாது!” என்ற சர்க்கரை, “ஏப்பா... எல்லா இளவட்டங்களும் கிளம்புங்கப்பா... வண்டியைப் பூட்டுங்க...” - துரிதப்படுத்தினார்.

சாவடி வழியே வந்த முத்து இருளாயி கிழவி, “ஆத்தாடீ....! இது யாரு? எங்க அண்ணன் மகன்லே வந்திருக்கு! வீட்டுக்கு வாங்கப்பூ... ஒரு வாய் கஞ்சிக் குடிச்சிட்டுப் போகலாம்.” - வழிவிட்டானை அழைத்தாள்.

“இல்லே அய்த்தே, இன்னொரு நாளைக்கு வர்றேன்.”

வண்டிகளைக் கிளப்பினார்கள் இளவட்டங்கள். பெரியவர்கள் எல்லாம் எழுந்து நின்றார்கள்.

“ரணசிங்கத்துக்கு ஒரு ஆபத்து வந்தால்... அது ... ஆப்பநாட்டுக்கு வந்த ஆபத்து! எதிரி எவனையும் நெருங்க விடாதீங்க! வெள்ளாங்குளம் இளவட்டங்கள் பேரு வாங்கித் திரும்பணும். கிளம்புங்க”

பூட்டிய வண்டிகள் புழுதி கிளப்பிப் புறப்பட, வேப்பங்குளம் நோக்கி முன்னே போனது, வழிவிட்டானின் தட்டு வண்டி.

33.கீழத்தூவல் விஷ வண்டு

எருமைகுளம் தாக்குதல், ஆப்பநாட்டைக் கிளர்த்தி இருந்தது. எண்பது போலீஸ்களைப் பறிகொடுத்த பட்டாளம் எந்த ஊரிலும் எப்போதும் நுழையலாம். சேது சீமை விழித்திருந்தது. கிழக்கே செம்பொன்நாடும் மேற்கே நெல்லைச் சீமையும் வரிந்து கட்டிக்கொண்டிருந்தன. இன்ஸ்பெக்டர் ஜாக்ஸன் தலைமையில் பரமக்குடியில் இருந்து புறப்பட்ட பட்டாளம் காவனூர், பாம்பூர், புழுதிக்குளம் விலக்குப்பாதை கடந்து கீழத்தூவல் கிராமத்தை நெருங்கியது.

'சுள்'ளென உச்சியைக் காய்ச்சும் வெயிலைத் தலையிறங்க விடாமல் சாலையின் இருமருங்கும் பெரும் பெரும் வேம்புகளும் புளிய மரங்களும் அடர்ந்திருந்தன. ரெண்டு பக்கமும் பருத்தியும் உளுந்தும் மிளகாயும் பச்சைக் காடாக விரிந்திருந்தன. மானாவாரி பஞ்ச நாட்டில் இங்கு மட்டும் இத்தனை பசபசப்பு. கிணற்றுப் பாசனம். தோட்டக் காடுகள்.

லாரியின் முன் பகுதியில் அமர்ந்து வந்த ஜாக்ஸனை, இன்ஜின் சூடு, இன்னும் கொதிப்பேற்றி இருந்தது. இதம் தரும் நிழலைக் கண்டதும், லாரியை விட்டுக் குதிக்காத குறை தான்.

"ஏய்... நிறுத்து... நிறுத்து..." - கத்தினான்.

புளியமரத்து அணைப்பில் ஓரங்கட்டி நின்றது லாரி. பின்னால் வந்த லாரிகளும் மரம் தேடி அணைந்து நின்றன. இருபுறத்துத் தோட்டங்களிலும் அகல வாய் திறந்த கிணறுகள். எல்லாமே துலா கிணறுகள். கிணற்றோரங்களில் மஞ்சணத்தியும் காட்டாமணக்கும் புதர் மண்டிக்கிடந்தன.

ஜாக்ஸன் இறங்கவும், எல்லா லாரி போலீஸ்களும் இறங்கினார்கள். காடுகள் கண்ணுக்குக் குளிர்ச்சியாக இருக்க, சிறுநீர் கழிக்கிற சாக்கில் ஒரு நடை நடந்து கொடுத்தார்கள். சிலர், கிணறுகளை வேடிக்கை பார்த்தார்கள். சாலைக்கு மேற்கே கீழத்தூவல் கிராமம். ஊருக்குள் பிரியும் பாதை முகப்பில் ஒரு ஈ, காக்கா கூடத் தென்படக் காணோம். கண்ணுக்கெட்டிய தூரம், காடு கரைகளில் கூட ஆள் நடமாட்டம் இல்லை. மேய்ச்சலில் மும்முரமாக இருந்த கிடை ஆடுகள், தன் போக்கில் மேய்ந்து திரிந்தன. மேய்ப்பவனைக் காணோம்.

இறங்கியதும் கால் விறைப்பில் நின்ற ஜாக்ஸன், காக்கி கால்சராய்க்குள் இரண்டு கைகளையும் நுழைத்திருந்தான். திரும்பித் திரும்பி நாலு திக்கும் பார்த்தான். ஜாக்ஸனின் விறைப்புக்கும் பார்வைக்கும் போலீஸ் அல்லாதவன் எவனும் சுருளுவான். கண்ணில் பட்டவர்கள் எல்லாம் காக்கி உடுப்பு தரித்திருந்தார்கள். பார்வையால் சுருட்ட, ஒரு பயலும் சிக்கவில்லை. இருந்தாலும் இங்கிலாந்தின் கௌரவத்தை எப்படி விட்டுத் தருவது? அதுவும் உயிர் நண்பன் லாரன்ஸைக் கொன்ற பூமியில்!

"ஏய்... சார்ஜென்ட், இங்கே வா!" - உறுமினான்.

பயணக் களைப்பில் இருந்த சார்ஜென்ட், "சொல்லுங்க துரை அவர்களே!" - பணிவாக நின்றான்.

"இதென்ன ஊர்?" - இமை சுருக்கி எரிச்சலுடன் கேட்டான்.

"கீழத்தூவல் கிராமம், துரை அவர்களே."

"ஏய்... முட்டாள், ஊர்ப் பெயரையா கேட்டேன்?" - முகம் சுழித்தான்.

இன்ஸ்பெக்டரின் சுழிப்புக்கு காரணம் புரியாமல் விழித்தான் சார்ஜென்ட்.

"ஊரைப் பார்த்தால் செழிப்பான ஊராகத் தெரிகிறது. ஆனால், மனித நடமாட்டமே இல்லையே?" என்றவன். "மனித நடமாட்டத்தை விடு. ஒரு காக்கை, குருவி கூடத் தட்டுப்படவில்லையே!" மேலும் கண்களை சுருக்கி, எட்ட மட்டும் பார்த்தான். ஆடுகள் தனியே மேய்ந்துகொண்டிருந்தன. இன்ஸ்பெக்டரின் கேள்விகளுக்குப் பதில் சொல்ல முடியாமல் சார்ஜென்ட் திருகினான்.

"காடு, கழனிகளைப் பார்த்தால் ஒழுக்கமான சம்சாரிகளின் ஊராகத் தெரிகிறது. ஆனால், ஊரைச் சுற்றி அடர்ந்திருக்கும் மௌனம் மிகவும் ஆபத்தானதாகத் தெரிகிறதே!" - விறைப்பு குறையாமல் பேசினான் ஜாக்ஸன். சுற்றிச்சுற்றி விழித்துக் கொண்டிருந்தான் சார்ஜென்ட்.

"ஹே...! என்னடா முழிக்கிறாய்! நீ என்ன செய்வாய் பாவம்! என்னைப் போல் நீயும் ஓர் ஆங்கிலேயன் தானே... உள்ளூர்க்காரன் ஒருவனைக் கூப்பிடு!" - சார்ஜென்ட்டின் தோளில் தட்டிச் சொன்னான் ஜாக்ஸன்.

"ஆறுமுகம்... இங்கே வா."

போலீஸ் ஆறுமுகம், அருகே வந்து ஓங்கி ஒரு சல்யூட் அடித்தான்.

"இந்த ஊரைப் பற்றி உனக்கு எதுவும் விவரம் தெரியுமா?"

"கொஞ்சம் தெரியும், துரை அவர்களே."

"கண்ணுக்கெட்டிய தூரம் ஊர்க்காரன் ஒருவனையும் காணோமே! கீழத்தூவல் கிராமம்... கிரிமினல்கள் நிறைந்த ஊரோ...?"

"இல்லை துரை அவர்களே. ஆங்கிலேய சர்க்கார் பார்வையில் இவர்கள் கிரிமினல்கள். ஆப்பநாட்டு சனங்கள் பார்வையில் இவர்கள் வீரர்கள். எதற்கும் துணிந்தவர்கள்!" - பணிவாகச் சொன்னான் போலீஸ் ஆறுமுகம்.

இன்ஸ்பெக்டர், ஏற இறங்கப் பார்த்தான். "உன் முகவெட்டும் பேச்சும் ஆப்பநாட்டுக்காரன் போல் இருக்கிறதே! நீ எந்த ஊர்?"

"மேலபன்னக்குளம். பக்கத்துக் கிராமம் தான் துரை அவர்களே."

“ரணசிங்கம் உனக்கு உறவுக்காரனா?”

“தூரத்துச் சொந்தம்.”

“ஓஹோ...!” - ஜாக்ஸன், காட்டுவாக்கில் பார்வையைத் திருப்பினான். மேற்கே இருந்த கிணற்று மேட்டிலிருந்து ஒரு போலீஸ் கத்தினான்.

“கிணற்றுக்குள் ஒருவன் பதுங்கி இருக்கிறான்!”

கிழக்கே இருந்தும் ஒரு போலீஸ் கத்தினான். “இந்த கிணற்றுக்குள்ளும் ஒருவன் பதுங்கி இருக்கிறான்!”

சத்தம் வரும் திசையெல்லாம் ஜாக்ஸனும் போலீஸ்களும் வெறித்து வெறித்துப் பார்த்தார்கள்.

பெருநாழியிலிருந்து மண்டல சேனைகளின் புறப்பாடு கொந்தளிப்பான காட்சியாக இருந்தது. முந்தைய இரவு மாயழகியின் கல்யாணத் துயரம், மாப்பிள்ளை திருக்கண்ணனின் சாவு, லாரியில் வந்திறங்கிய பதினோரு பிணங்கள், இளவட்டங்கள் பட்ட படுகாயங்கள் எல்லாம் மறந்து, சேனை அணிகளை வழியனுப்புவதில் மும்முரமாக இருந்தது ஊர். அவரவர் வீட்டு ஆண்மக்களை ஆயத்தப்படுத்தி அனுப்புவதில் தாய்மார்களும் கன்னிப்பெண்களும் ஓடியாடித் திரிந்தார்கள்.

“முரட்டுத்தனமாகப் போய் விழக்கூடாது. உன்னல் பதுங்கலாக் காரியம் பார்க்கணும். இடம், நம்ம இடம். எதிரிக்குத் திக்கும் தெரியாது; திசையும் தெரியாது. நம்ம கைதான் ஓங்கணும். எதிரிகளைச் சிதற விடாமல் அழிக்கணும். எச்சரிக்கையா போயிட்டு வாங்க. நிறைகுளத்தாள் துணை இருப்பாள்!” - பெரியவர்கள் அறிவுரை சொன்னார்கள்.

“நீங்க கிளம்புங்கப்பா. உங்களை மீறி ஊருக்குள்ளே எதிரி வந்தால் எங்க மிளகாய்ப் பொடிக்கும் சாணிப் பாலுக்கும் அவனுங்க பதில் சொல்லட்டும்!” - பெரிய மனுஷிகள் தைரியம் சொல்லி அனுப்பினார்கள்.

கடைசியாகக் கிளம்பியது பரளச்சி மண்டல சேனை. தங்கச்சாமி தலைமையில் அணிவகுத்திருந்தார்கள். கூடியிருந்த பெண்களுக்கு மத்தியில் மாயழகியும் நின்றிருந்தாள். சிறுவன் துரைசிங்கம், மாயழகியின் கைகளில் அணைந்திருந்தான்.

“எல்லாரும் எங்கே போறாங்க மாயழகி?”

"சண்டைக்கு."

"யாருக்கும் யாருக்கும் சண்டை?"

"நமக்கும் வெள்ளைக்காரனுக்கும்."

"எதுக்கு?"

"நம்மை அவன் கொல்ல வர்றான். நம்ம ஆளுகள் அவனைக் கொல்லப் போறாங்க."

"சண்டையைப் பார்க்கணும் போல இருக்குது மாயழகி."

"பார்ப்போம்... பார்ப்போம்!" - துரைசிங்கத்தின் கன்னத்தில் தட்டிக் கொடுத்தாள் மாயழகி.

பச்சையப்பனின் பிடியிலிருந்து விடுபட்ட முதலாளி, திறந்திருந்த ஜன்னல் வழியாகத் தகரக் கொட்டகையைப் பார்த்தார். கொட்டகை குதித்துக் கொண்டிருந்தது. எழுந்து நின்ற எல்லோர் கைகளிலும் கத்தி செருகாத வேல்கம்பு.

படீர் என ஜன்னலைச் சாத்தினார் முதலாளி. உள்வீடு தாண்டி, தலைவாசலை நோக்கிப் பரிதவித்துக் கத்தினார்.

"அடேய்... தடிமாட்டுப் பயலுகளா! எங்கேடா போனீங்க? வீட்டுக் கதவு, ஜன்னலை எல்லாம் பூட்டுங்கடா."

வேலையாட்களும் முதலாளியின் பாதுகாவலர்களும் வீட்டுக்குள்ளேயே தாறுமாறாக ஓடினார்கள். குட்டி அரண்மனை போன்ற வீட்டின் அத்தனை கதவுகளும் ஜன்னல்களும் பூட்டப்பட்டன. வெளியே தலைகாட்டாமல் எல்லோரும் பதுங்கிக் கொண்டார்கள். முதலாளி குலைநடுங்க, வீட்டுக்குள் சுற்றிச்சுற்றி வந்தார். தன்னையும் சொத்துக்களையும் பாதுகாப்பார்கள் என்று நம்பி, காலமெல்லாம் கொட்டி வளர்த்த ஆட்கள் பதறிப் பதுங்கி இருப்பது, சாதுர்யமான காரியமாகப் பட்டது. 'பின்னே? எதிரியோடு மோதிப் பாதுகாப்பவன் முரடன்; முட்டாள். பதுங்கிப் பாதுகாப்பவன் தான் புத்திசாலி. அவனோடு இவன் மோத... ஐந்தாறு கொலை விழ... பிரச்சனை மேலும் பெரிதாகும். தேவையா?'

முதலாளி சொன்னார், "உள்ளேயே பதுங்கி இருங்கள். ஒருவேளை அவர்கள் கதவை நொறுக்கி உள்ளே நுழைந்து, யாரை உதைத்தாலும் வாங்கிக்கொள்ளுங்கள். கஜானாவை உடைத்துக் கொள்ளையிட முயன்றால் மட்டும் விடாதீர்கள். தலை கொடுங்கள். சாகிறவன் குடும்பத்துக்கு நான் பொறுப்பு.

நாலு தலைமுறைக்கு நல்ல பிழைப்பு கிடைக்கும்.” அடியாட்கள், முதலாளியின் சர்க்கரை வார்த்தை கடவாமல் பதுங்கி இருந்தார்கள்.

தகரக் கொட்டகைச் சத்தம் பெரிய அளவில் கேட்டது. சூழலின் கொதிநிலை புரியாத பச்சையப்பன், சமையலறை ஜன்னலை மெள்ளத் திறந்தான். முதலாளியும் ஓடிவந்து, உடல் மறைத்து ஒதுங்கிப் பார்த்தார். கொட்டகைக்கு உள்ளும் வெளியிலும் பணத்தாள்கள் பட்டம் பறப்பது போல் பறந்துகொண்டிருந்தன. இடதுகைப் பெருவிரல் ரேகை புரட்டி, வலதுகையால் வாங்கிய பணங்களை, ஐந்து ஊர் சனங்களும் சூறையிட்டுக் கொண்டிருந்தார்கள். ரேகை புரண்ட தஸ்தாவேஜுகளையும் பிடுங்கி, சுக்கல் சுக்கலாகக் கிழித்து உயரே எறிந்தார்கள். முதலாளியின் வீட்டைச் சுழற்றி அடித்த காற்றில், பணத்தாள்களும் பத்திரக் கிழிசல்களும் சுற்றுச்சுவர் தாண்டாமல் பறந்து மண்டிக் கொண்டிருந்தன.

“**கி**ணற்றுக்குள் ஒருவன் பதுங்கி இருக்கிறான்!” - கிணற்று மேட்டிலிருந்த போலீஸ் கத்தியது தான் தாமதம்... உடல் முழுக்க கோணிச்சாக்கு போர்த்தி கிணற்றுக்குள் பதுங்கிருந்தவன், கையில் வைத்திருந்த நீண்ட குச்சியை கிணற்றுச் சுவர் பொந்துக்குள் நுழைத்துக் கிளறிவிட்டான்.

‘வ் வ் விஸ்... ஸ்... ஸ்...’ ஒன்று, நூறு, ஆயிரம், பத்தாயிரமாகக் கிளம்பின விஷ வண்டுகள். கோணிச் சாக்குகளுக்குள் இருந்தவர்களைக் கொட்டிப் பார்த்து, விஷம் இறக்க முடியாத வண்டுகள், கிணறுகளை அடைத்து வெளிக்கிளம்பின. “இந்தக் கிணற்றுக்குள் ஒருவன் பதுங்கி இருக்கிறான்” என ரெண்டு கைகளையும் உயர்த்திக் கத்திய போலீஸ்களுக்கு முதல் கொட்டு.

“அய்யோ..! அய்யோ...!” - அலறி ஓடினார்கள்.

லாரியை விட்டு இறங்கி, மரத்து நிழற்சுகம் தேடித்திரிந்த போலீஸ்களை எல்லாம், ஆயிரக்கணக்கான விஷ வண்டுகளும் விரட்டி விரட்டிக் கொட்டின. படைபடையாகப் பறந்து விரட்டிய வண்டுக் கடியிலிருந்து தப்பிக்க காட்டுவாக்கில் சிதறி ஓடினார்கள்.

கீழத்தூவல் ஆட்கள், மேற்கே ஊரோரம் கூடிநின்று, உயிருக்கு பயந்து ஓடும் போலீஸ்களைக் கண்டு கைகொட்டிச் சிரித்தார்கள். இன்ஸ்பெக்டர் ஜாக்ஸனும் சார்ஜென்ட்டுகளும் நின்ற திசை பக்கம் விஷ வண்டுக் கூட்டம் திரும்பியது...

34. பசியிலே சாகிறவன்...
படையிலே சாகட்டும்

கமுதி கருஞ்சேனை ஏறிப்போன லாரியை, பொந்தம்புளி கிராமம் வழிமறித்தது. ஆண்களோடு பெண்களும் பாதையை அடைத்து நின்றார்கள். உயர்த்தி இருந்த கைகளில் வாள்கள் பளபளத்தன. வேல் கம்புகளை ஊன்றி நின்றார்கள். பெண்களின் கைகளில் குத்துக் கம்புகளும் உலக்கைகளும் இருந்தன. எல்லோருக்கும் முன்னே, தலையில் உருமா கட்டோடு, வலது கையில் வேல் கம்பு பிடித்து நின்ற சீமைச்சாமியின் மார்பு, பாறையாக விரிந்து கிடந்தது. முழங்கால் தொட்டுத் தொங்கியது இடது கை.

மேற்கே, கரை கறுத்து, இரண்டு ஆள் மட்டத்துக்கு நீர் நிரம்பிய ஊரணி. அதன் வடமேற்காக வளைத்து, நாட்டுக் கருவேல மரங்கள் அடர்ந்த கண்மாய். கிளிப்பச்சை நிற மரக்கிளைகளில் வெள்ளைக் கொக்குகள்.

கிழக்குப் பள்ளிவாசல் ராவுத்தர்கள் தொழுகைக்காக கை, கால், முகம் அலம்பிக் கொண்டிருந்தனர். பாதையில் லாரிச் சத்தம் கேட்டதும், ஈரம் துடைத்துக்கொண்டே ஓடி வந்தார்கள் வேட்டிகளைத் தூக்கிக் கட்டிக் கொண்டு கூட்டத்தில் கலந்தார்கள். ஹஜ்ரத் மட்டும் பள்ளிவாசலில் இருந்தார்.

ஊரணி மேடு ஏறி திரும்பியதும், மறித்து நின்ற கூட்டத்தைக் கண்டு டிரைவர் பதறினார். முன்பகுதியில் அமர்ந்து வந்த பாலமுருகனும் முஹம்மது மீராவும் கை அமர்த்தி லாரியை நிறுத்தச் சொன்னார்கள்.

பொந்தம்புளி, அதிர்ந்து பேசாத ஊர்.

'அவன்', 'இவன்', 'வந்தான்', 'போனான்', 'வா கழுதை', 'போ கழுதை' என ஒருமையில் அலட்சியமாக பேசுகிற ஆப்பநாட்டு வழக்கத்துக்கு மாறாக, 'அண்ணன் இருக்காகளா?', 'தம்பி எப்போ வருவாக?', 'வாங்க தம்பி', 'போங்க தம்பி', 'ஆத்தா... நல்லா இருக்கீகளா தாயீ!' என அன்பையும் மரியாதையையும் குழைத்துப் பேசுகிற ஊர் பொந்தம்புளி. அந்த பொந்தம்புளியா... இப்படிக் கொந்தளித்து நிற்கிறது! பாலமுருகனுக்கு வியப்பாக இருந்தது.

வேல் கம்போடு கூட்டத்தின் முன்னே நின்ற சீமைச்சாமியை நெருங்கிய பாலமுருகன், "கும்பிடுறேன் சித்தப்பூ..." - கைகூப்பி வணங்கினான்.

"ஏய் பாலமுருகா...! மரியாதை கெடக்கட்டும் மரியாதை! இந்த பொந்தம்புளி ஆப்பநாட்டிலே சேர்த்தியா? இல்லையா?" - வேல் கம்பை பாலமுருகனின் முகத்துக்கு நேராக நீட்டினார்.

"ஏன் சித்தப்பூ... இப்படிக் கேக்குறீக?"

"பின்னே என்ன? நேத்து ராத்திரி... பதினோரு பிணங்களும் இந்த வழியாகத் தானே பெருநாழிக்குப் போச்சு?"

"ஆமாம் சித்தப்பூ."

"அதிலே ஒரு பிணமாவது... பொந்தம்புளி பிணம் இருந்ததா?"

"இல்லை."

"ஏன் இல்லை? பொந்தம்புளிக்கும் எருமைகுளத்துக்கும் நாலு மைல் தூரம். ராத்திரி அங்கே கலகம் நடக்குது. அதுல பொந்தம்புளிக்காரன் ஒருத்தன் கூட உயிரைக்

கொடுக்கலேன்னா.... எங்க ஊருக்கு என்ன மரியாதை? பொந்தம்புளிக்காரனை 'பொண்ணப் பயல்'னு நெனச்சீங்களா?" - ஆத்திரத்தில் சீமைச்சாமி குதித்தார்.

சம்சுக்கனி கூட்டத்தை விலக்கி முன்னே வந்தார். "ஏப்பா... மீரா...!"

"சொல்லுங்க அத்தா." - கமுதி முஹம்மது மீராவுக்கு சம்சுக்கனி உறவினர்.

"எங்க ஊருக்கு அடுத்த ஊரிலே பிறந்தவன் ரணசிங்கம். அவன் கை காட்டுகிறபோது... நாங்க கட்டுப்படாத ஆளுக மாதிரில்ல ஆப்பநாடு நினைக்கும்! எங்க ஊரை எவன் மதிப்பான்?"

சீமைச்சாமி மேலும் கோபமானார். "எங்க அப்பன் ஒரு அடிமைப் புத்திக்காரன். எனக்கு 'சீமைச்சாமி'னு பேரு வச்சு... வெள்ளைக்காரனுக்கு மரியாதை பண்ணியிருக்கான்! அந்தப் பாவத்தைக் கழுவணும்னா... நான் நாலு சீமைக்காரனைக் கொல்லணும். அல்லது அவன் கையால் சாகணும்." முகச் சதை ஆடியது.

கூட்டத்துக்குள் இருந்த சீமைச்சாமி, சீமைத்துரை, வெள்ளைச்சாமி, வெள்ளத்துரை போன்ற பெயர்க்காரர்கள் எல்லோருக்கும் உரைத்தது.

"சித்தப்பூ... நேத்து ராத்திரி நடந்த எருமைகுளம் கலவரம் எதிர்பாராமல் நடந்தது. எண்பது பேரைப் பறிகொடுத்த போலீஸ் பட்டாளம், நாலு திசையிலும் பெருநாழியை வளைக்க சுத்தி வருது. இப்போ.. நாங்க வந்ததே... ஊர் ஊருக்கு ஆட்களை சேகரிக்கத்தான்."

"அப்போ... வாங்க கிளம்புவோம்."

"இளவட்டங்கள் மட்டும் வரட்டும் சித்தப்பூ. பெரிய ஆட்களும் பொம்பளைகளும் ஊரிலேயே இருக்கட்டும்."

"அதுவும் சரிதான். ஏம்மா.. பொம்பளைகளா...! எங்களை மீறி போலீஸ் வந்தால் விடாதீங்க. ஏளுக்கொரு போலீஸைக் கொல்லுங்க."

"வண்டிகளைப் பூட்டுங்க. லாரிக்கு பின்னாலே கிளம்புங்கப்பா."

சீமைச்சாமிக்கும் சம்சுக்கனிக்கும் இப்போது தான் ஆறியது.

கதை கேட்டுக் கொண்டிருந்த விஞ்ச் துரைக்குத் தாங்க முடியவில்லை.

"அடிக்கிற பிரம்பை, பிடிக்கிற அளவுக்கு திமிர் பிடித்தவனா இந்த ரணசிங்கம்! சொல்... சொல்... அப்புறம் என்ன ஆயிற்று?"

மார்ட்டின்ஸ் சளைக்காமல் கதை சொல்லிக் கொண்டு போனான்.

தொண்ணூறு கட்டில்களுக்கும் உள்ளே நுழைந்து முதல் ஆளாக வெளியேறிய ரணசிங்கத்தைப் பிரம்பால் அடித்த பேரக் கமாண்டர் ராபர்ட்டுக்கு வியர்த்துக் கொட்டியது. மறு அடி விழாமல் இடது கையால் பிரம்பைப் பிடித்துக் கொண்டான் ரணசிங்கம்.

ராபர்ட் எத்தனை உதறியும் பிரம்பை விடுவிக்க முடியவில்லை.

"டேய்...இந்தியக் குட்டி நாயே விடு பிரம்பை."

ரணசிங்கம் விடுவதாக இல்லை. இடது கைக்குள் பிரம்பு கெட்டியாக பிடிபட்டிருந்தது.

"வந்து நாலு நாள் கூட ஆகாத ரெக்ரூட் நாய் நீ! உனக்கு இவ்வளவு திமிரா?"

என்ன உலுப்பு உலுப்பியும் பிரம்பைப் பிடுங்க முடியவில்லை.

"ஏய் ராம்சிங்! வேடிக்கையா பார்க்கிறாய் நீ!"

ஸ்குவாடு கமாண்டர் ராம்சிங், பதிலேதும் பேசாமல் நின்றார்.

சிப்பாய்கள் தொண்ணூறாவது கட்டில் வழியாக ஒவ்வொருவராக வெளியேறிக் கொண்டிருந்தனர். முழங்கையும் முட்டிக்காலும் அரைபட்டு, ரத்தம் வழிய எழுந்தவர்கள், ரணசிங்கத்துக்கும் ராபர்ட்டுக்கும் நடக்கும் பிரம்பு இழுபறியைக் கண்டு திகைத்தனர். ரத்தம் ஒழுகும் வலி மறந்து போனது. சிப்பாய்களின் முன்னால் அவமானப்படும் ராபர்ட்டின் நரம்புகள் விடைத்தன.

"ஏய்... ராம்சிங்!" கத்தினான். "பிரிட்டிஷ் ராணுவத்தில் அடங்க மறுப்பவனுக்கு என்ன மரியாதை கிடைக்கும் என்பதைக் காட்டு, வா.."

ராம்சிங் கையில் பிரம்போடு நெருங்கினார்.

"ஏய்... விடு... விடு பிரம்பை." கைப் பிரம்பால் ஓங்கி அறைந்தார். அடி, ராபர்ட்டின் மணிக்கட்டு தெறிக்க விழுந்தது.

"ஆவ்...வ்...வ்...!" துடித்துப்போனவன், பிரம்பை விட்டு விட்டான். பிரம்பு, ரணசிங்கத்தின் கைக்கு மாறியது.

தங்கச்சாமி தலைமையில் பத்து வண்டிகளையும் புறப்பட்டு வரச்சொல்லி விட்டு, தட்டுவண்டி ஏறி முந்தினான் சோலை. புளியமரத்துப் பாதைக்கு நேராக பெரிய கண்மாய்க்குள் விழுந்து, வடக்கே பாய்ந்தான். நாலாவது பாய்ச்சலில் வீரமச்சான்பட்டி. தெலுங்கு பேசுகிற ஊர். விழுதூன்றி நின்ற ஆலமரத்தடியிலேயே துரைராஜ் வரவேற்றான்.

"வாப்பா... சோலை. என்ன நீ மட்டும் வர்றே?" பேச்சின் கடைக்கோடியில் தெலுங்கு இழுவை தெரிந்தது.

"தங்கச்சாமி அண்ணன் தலைமையிலே திம்மநாதபுரம், துத்திநத்தம் வழியா பரளச்சிக்கு வண்டிகள் போய்க் கிட்டிருக்கு" என்றவன், "ஆமாம்... எங்கே உங்க இளவட்டங் கள்?" வண்டியை நிறுத்தினான்.

"தனிக்கோடி, கொழும்பான், துரைப்பாண்டியோடு கூடி எல்லாரும் அய்யனார் கோயில்ல நிக்கிறான்ங்க."

"ஆயுதங்களை எல்லாம் எடுத்துக்கிட்டீங்களா?"

"அருவா... கம்புகளெல்லாம் வண்டிகளில் கிடக்குது."

"வா...ஏறு...ஏறு. நேரமாகுது. பம்மனேந்தல் வழியா... வேப்பங்குளம், கள்ளக்காரி, கீழ்குடி, பூலாங்கால் போயி... அந்தந்த ஊர் இளவட்டங்களை சேகரிச்சுப் போகணும்."

துரைராஜ் ஏறிக்கொண்டதும் பந்தய மாடுகளைத் தட்டிவிட்டான் சோலை. அத்தி மரம், நாவல் மரம், மா மரம், கல்வாகை மரங்கள், விண்ணடைத்து நின்ற அய்யனார் கோயிலின் வாசலில் கழுமரம் என எல்லாம் நூற்றாண்டு தடயமாக ரத்தக் களிம்பேறி நின்றன.

கூடிக்கிடந்த இளவட்டங்கள், சோலையின் வண்டியைக் கண்டதும் விசிலடித்து ஆர்ப்பரித்தார்கள். ஒவ்வொரு இளவட்டமும் அரைப்பனை உயரத்துக்கு இருந்தான். காலும்

கையும் உத்திரமாக வளர்ந்து கிடந்தன. ஒவ்வொருத்தனும் நாலு பேரை தூக்கி வீசுகிற தாட்டியன். மானாவாரி காட்டோடு மல்லுக் கட்டுகிற உடம்பு. கூட்டத்தோடு கூட்டமாக போய், எதிரிகளை ஆசை தீர கொல்லுகிற வாய்ப்புக் கிடைத்த சந்தோசத்தில் 'தங்ங்..தங்ங்...' என குதித்தார்கள். விசில் சத்தம் அய்யனார் கோயில் நந்தவனத்தைப் பிளந்தது. வண்டி மாடுகள், போர்ப்புரவிகளாக கால் உதறி நின்றன. வண்டி விரிப்புகளுக்குள் அடங்கி இருந்த மரம் வெட்டி அரிவாள்கள், மனிதர்களை வெட்டப் போகிற குதூகலிப்பில், ஒன்றோடொன்று உரசி கலகலத்தன.

முன்னத்தி வண்டியில் நின்று கொண்டிருந்த சோலை, உருமா கட்டை அவிழ்த்து, எல்லோரும் பார்க்க வெள்ளை வீசினான்.

"ம்... கிளம்புங்கப்பா..."

பம்மனேந்தல் பாதை புழுதி புரண்டது.

பிரசவத்தை மட்டுமல்ல... எத்தனையோ பஞ்சங்களையும் கண்டவள் வெள்ளையம்மா கிழவி. ஆப்பநாட்டையே வாரிச் சுருட்டி வாயில் போட்ட 'கானப்பயறு' பஞ்சத்திலும் குத்துக் கல்லாக இருந்தவள்.

குடிக்க, சொட்டுத் தண்ணீர் கிடையாது. புல், பூண்டற்று கருகிப் போனது ஆப்பநாடு. தீனியற்ற கால்நடைகள் செத்துளச் சாய்ந்தன. ஏர்க்கலப்பையைக் கரையான் அரித்தது. சனமெல்லாம் கிளம்பி, தஞ்சாவூர் காட்டுப்பக்கம் பஞ்சம் பிழைக்கப் போனது. வெயில் முகம் பார்க்காத குமரிகள், முக்காடு போட்டுக்கொண்டு சனத்துக்கு ஊடே நடந்தார்கள். வெறுங்காம்பை சப்பி வாய் ஓய்ந்த குழந்தைகளும், முழங்கால் தெம்பில்லாத கிழடுகளும் வழியிலேயே செத்து மடிந்தனர். எறும்புச் சாரையாக வடக்கு நோக்கி கிளம்பிய ஆப்பநாட்டு சனத்தை, வெள்ளையம்மா, குறுக்கே விழுந்து மறித்தாள்.

"அய்யா... சாமிகளா! பூமியை விட்டுப் போக வேணாம்டா. புத்தரிசியைத் தோண்டித் தின்றாவது உயிரைப் பிடிச்சு நிறுத்துவோம். செத்தாலும், சடலம் ஆப்பநாட்டிலே சாயட்டும். இந்த மண்ணு கொடுத்த உயிர்தானே? எடுத்துட்டுப் போகட்டும். பிறந்த மண்ணைப் பிரிஞ்சு, பிழைக்கப் போறவனுக்கு மரியாதை கிடையாதுப்பா..." கும்பிட்டுக் கெஞ்சினாள்.

அடி வயிறைப் பசி அறுக்க, தன்னைப் புறந்தள்ளி விட்டு சனம் நடந்த பஞ்சத்தை எல்லாம் பார்த்தவள் வெள்ளையம்மா கிழவி.

"இந்த ஊருக்குள்ளே நுழைஞ்சு, ஒரு பிடி மண்ணைக்கூட வெள்ளைக்காரன் கொண்டுபோகக் கூடாது. பசியிலே சாகிறவன்... படையிலே சாகட்டும்." வீடுவீடாக நுழைந்து, ஊரையே உசுப்பேற்றி விட்டாள்.

ஊர்ப் பொது உரலில் மிளகாய்ப் பொடி இடிபட்டது. கிழக்கே தனித்திருந்த கொப்புலி வீட்டில் நாலு பேர், படாங்கு வேட்டுகளைப் பொடித்து சுருட்டினார்கள். உமையணன், குடிசைக்குள் ஒற்றை ஆளாக கவண் வில்களுக்கு முறுக்கேற்றினான். தொத்தாசாரியின் பட்டறை உலையில் இரும்புப் பட்டைகள் ஆயுதங்களாக உருக்குலைந்துக் கொண்டிருந்தன. ஊருக்குள் நுழையும் நாலு திசைப் பாதை முகப்பிலும் சிறுவர்கள் ஓடி ஓடி, எறி கற்களைப் பொறுக்கிக் குவித்துக் கொண்டிருந்தனர்.

வெள்ளையம்மா கிழவியோடு மாயழகியும், அரியநாச்சியும் வீடு வீடாக நுழைந்து வெளியேறினார்கள். சிறுவன் துரைசிங்கத்துக்கு எல்லாமே வேடிக்கையாக இருந்தது.

35. சாயல்குடி பனங்காடு

காட்டுவாக்கில் ஓடினார்கள். கெதியான போலீஸ் ஓட்டம், விஷ வண்டுகளை மேலும் ஆங்காரப்படுத்தியது.

ஒவ்வொரு போலீஸுக்கும் அவர்களுடைய தோல், துளிகூட வெளியே தெரியாதபடி, உச்சந்தலை முதல் உள்ளங்கால்வரை அப்பி, விஷக் கொடுக்குகளை ஊன்றி இறக்கின வண்டுகள். அலறுவதற்குத் திறந்த வாய்களுக்குள் நுழைந்து தொண்டையைக் கவ்வின. மூக்கு துவாரங்களுக்குள் நுழைந்து, கபாலத்தைக் குடைந்தன. கண்ணாம்பட்டை வழியாக விழி திரையில் விஷம் பாய்ச்சின. நக கண்களின் இடையில் கொடுக்குகளைச் செருகின. உயிர் பிரியும் கடைசித் தருணத்தில் ஓடிப் பலனில்லை. ஆங்காங்கே 'சொத் சொத்' எனக் கீழே சாய்ந்தார்கள். விழுந்த இடம் முள்ளோ, செடியோ, வெறும் தரையோ விழுந்ததும் கடகடவென முன்னும் பின்னும் உருண்டு புரண்டார்கள். மேனியைத் தரையோடு தேய்த்தார்கள். என்ன தேய்ப்புத் தேய்த்தாலும்

தோலுக்கு மேலும் ஒரு தோலாக அப்பி இருந்த வண்டுகளில் ஒரு வண்டும் பிரிய காணோம்.

கீழத்தூவலில் வந்திறங்கிய போலீஸ்களில் பாதிப் பேருக்கு மேல் வண்டுகளிடம் சிக்கியிருந்தார்கள். எஞ்சிய போலீஸ்கள், சுதாரித்து ஓடி லாரிகளுக்குள் ஏறிப் பதுங்கினார்கள். கதவு திறந்திருக்கும் நொடிப் பொழுதில், வண்டுகள் உள்ளே நுழையும். பதுங்கிய ஒவ்வொருவனும் கத்தினான். “ஏய்... கதவைப் பூட்டு... கதவைப் பூட்டு.” எங்கே பூட்ட? வண்டுகளிடம் பிடிபடாதவர்கள் உயிர் தப்பிக்க ஒரே வழி லாரியில் பதுங்குவது தான். படை படையாக விரட்டி வருகின்றன விஷ வண்டுகள்.

கால்சராய்க்குள் கைகளை நுழைத்து, கம்பீரம் கலையாத விறைப்பில் நின்ற இன்ஸ்பெக்டர் ஜாக்ஸனை, எச்சரிக்கை செய்யக் கூட எவனும் நினைக்கவில்லை. அவனவன் வண்டுகளை விட வேகமாகப் பறக்கிறான். வண்டுக் கடிபட்டு சாகத் துணிந்தவனா ஜாக்ஸன்? தலைத் தொப்பி ஒரு பக்கம் பறக்க, கால்சராய் அவிழ்ந்து விழாதா குறையாக, எல்லோரையும் இடித்துத் தள்ளி விட்டு, லாரிக்குள் புகுந்து பதுங்கினான்.

திறந்திருந்த பக்கவாட்டு கண்ணாடி ஜன்னல்களையும் பூட்டினார்கள். உள்ளங்கைகளால் முகங்களை மூடிக் கொண்டார்கள். அடுத்து இருப்பவன் யார் எனத் தெரியாத உள் இருட்டு. இன்ஸ்பெக்டராவது சார்ஜென்ட்டாவது, போலீஸாவது! எல்லா உடுப்புகளும் இடிபட்டன. மூச்சு பிரிய வழியில்லாத அடைப்பு.

கைவசம் உள்ள எந்த ஆயுதங்களாலும் எதுவும் செய்ய முடியாத எதிரிகளாக, லாரிகளைச் சுற்றிச் சுற்றி ரீங்காரமிடும் வண்டுக் கூட்டம். இப்படியான எதிரிகளை எந்த நாட்டுப் படையும் எதிர்கொண்டிருக்காது.

முகத்தை மூடிக் கொண்டு, கவிழ்ந்து கிடந்த இன்ஸ்பெக்டர் ஜாக்ஸனுக்கு அவமானமாக இருந்தது. உயிர் நண்பன் லாரன்ஸைக் கொன்றவர்களைப் பூண்டோடு ஒழித்துக் கட்டும் வெறியில், விஞ்ச் துரையிடம் கெஞ்சிக் கூத்தாடி அல்லவா இந்தப்படையை நடத்தும் பொறுப்பை ஏற்றேன்! பரமக்குடியில் இருந்து புறப்பட்ட போது எத்தனை வேகம்! எவ்வளவு ஆக்ரோஷம்! என்ன பெருமிதம்! ஆனால் இங்கே...? ச்சே...! உள்ளங்கை விலக்கி முகம் தூக்க பயமாக இருக்கிறது. வண்டுகள்

வழிவிட்டால், கமுதி முதலாளி வீட்டுக்குப் போய்ச் சேர்ந்துவிடலாம்.'

கோணிச்சாக்கு போர்த்தி இருந்தவர்கள், கிணறுகளை விட்டு வெளியேறினர். சுவர் பொந்துக்குள் நுழைந்து வண்டுகளைக் கிளறிவிட்ட நீண்ட குச்சி கையில் இருந்தது. கண்களுக்காக மட்டும் துளையிட்டிருந்த கோணிச்சாக்கு மூடி நடந்து வருபவர்களைப் பார்த்தால் மனிதர்களாகவே தெரியவில்லை. ஏதோ புதுவகையான மிருகம் போல், கைக் குச்சியைக் காற்றில் வீசிக்கொண்டு உற்சாகமாக நடந்தார்கள். கொடுக்கடிபட்ட போலீஸ்கள், வழியெல்லாம் செத்துக் கிடந்தார்கள்.

ஊரோரம் கூடி வேடிக்கை பார்த்துக் கொண்டிருந்த கீழத்தூவல் சனங்கள், ஒற்றைக் குரலில் கத்தினார்கள்.

"அடேய்... போலீஸ்களா! கீழத்தூவல்காரன் யாருன்னு இப்போ தெரியுதா? ரணசிங்கத்தையா பிடிக்கப் போறீங்க? போங்க. வழிநெடுக உங்களுக்கு வரவேற்பு காத்திருக்கு,"

அடைத்த லாரிகளை நோக்கிக் கைதட்டி சிரித்தார்கள்.

தூத்துக்குடி டி.எஸ்.பி பானர்மேன் தலைமையில் போலீஸ் பட்டாளம் கமலாபுரத்தில் முகாமிட்டது. ஊரார், பட்டாளத்துக்கு அமோக வரவேற்பு கொடுத்தார்கள்.

வைப்பாற்றங்கரையை ஒட்டி மேற்கே கமலாபுரம், கிழக்கே விளாத்திகுளம். பெருநாழி கிளர்ச்சி பற்றிய செய்தி, நெல்லைச் சீமைக்குள் விளாத்திகுளம் வரை பரவியிருந்தது. வைப்பாற்றின் மேல்கரையை எட்டவில்லை. கமலாபுரம் சம்சாரிகள், நெல்லைச் சீமைக்கே உரிய காரிய சாந்தம் மிகுந்தவர்கள். கடுஞ்சொல் பேசாதவர்கள்; கேளாதவர்கள். ஊர் எல்லைக்குள் ஒரு கெட்ட வார்த்தை புழங்கியதில்லை.

"சும்மா... இருமய்யா..." என்பது தான் கடுங்கோபத்திலும் தெறிக்கிற வார்த்தை எந்த நிலையிலும் இயல்பு கலையாத சமரசவாதிகள். லாரி லாரியாக வந்திறங்கிய வெள்ளைக்கார துரைமார்களைக் கண்டதும் ஊரே பூரித்துப் போனது. காடுகரைகளுக்கு யாரும் போகவில்லை. வந்த காரியம் பற்றி துரைமார்களிடம் வினவ ஊரார் பதறினார்கள்.

"துரைமார்களுக்கு ஆயிரம் அலுவல்கள் இருக்கும். அவர்கள் வந்ததே நாம் செய்த பாக்கியம்!"

"அதிகாரிகள் வந்த முகூர்த்தமா ஊருக்கு ஏதாவது நல்லது நடந்தால் சரி."

"என்ன கேட்போம்? கோயில் கட்டுவதா? குளம் வெட்டுவதா?"

"பாடசாலை?"

"அதெல்லாம் அப்புறம் பார்ப்போம். முதலில், துரைமார்களின் மனங்கோணாமல் பணிவிடைகள் நடக்கட்டும்." உத்தரவுக்காக கைகட்டிக் காத்திருந்தார்கள். கமலாபுரம் சம்சாரிகள் அளிக்கும் வரவேற்பும் ஒத்துழைப்பும் பானர்மேனுக்கு வியப்பாக இருந்தது.

ஆப்பநாட்டுக் கிளர்ச்சி, நெல்லைச் சீமைக்குள்ளும் பரவும் அபாயம் உள்ளது. பெருநாழி ரணசிங்கம் கூட்டத்தாரை, நம் எல்லைக்குள் ஊடுருவ விடாமல், சேது நாட்டு எல்லையிலேயே தீர்த்துக் கட்டுங்கள் என திருநெல்வேலி கலெக்டர் துரை பதற்றத்தோடு சொல்லியனுப்பினார். இங்கிருந்து பெருநாழி, பதினைந்து மைல் தூரம் தான். ஒரு கிளர்ச்சியையும் காணோம். ஒரு புரட்சியையும் காணோம்.

தனக்கென உருவான சிறப்புக் கூடாரத்துக்குள் ஓய்வெடுத்தார் பானர்மேன். எல்லோரையும் ஓய்வெடுக்க அனுமதித்திருந்தார். என்னென்ன விதங்களில் பணிவிடை செய்து துரைமார்களின் மனங்கவர்வது என புரியாமல் கமலாபுரம் சம்சாரிகள் முழித்தார்கள்.

பனங்கள்ளு போதை ஒரு வகையான போதை. பனங்காட்டுக்காரன் எவனும் பனங்கள்ளை போதைக்காக குடிக்கிறதில்லை. ஏதோ பசிக்குக் கஞ்சி குடிக்கிற மாதிரி, பால் குடிக்கிற மாதிரித் தான் கள்ளைக் குடிப்பார்கள். எத்தனை முட்டி கள்ளு குடிச்சாலும் ஆளை விழுத்தாட்டாது. என்ன... அடிக்கடி மூத்திரம் பிரியும். தொந்தி வைக்கும். கடுமையான உடல் உழைப்பாளிக்கு அதுவும் கிடையாது. பனைமரம் போல் திரேகம் இறுகும். அதிலும் ஒரு மரத்துக் கள் என்றால் தாய்ப்பாலாக நினைத்துக் குடிக்கிறவன் நிறைய பேர்.

ராமநாதபுரத்துக்கு மாற்றலாகி வந்த புதிதில் இன்ஸ்பெக்டர் சாண்டர்ஸ் மிகவும் சிரமப்பட்டுப் போனான். வெளிநாட்டு பானமே அருந்திப் பழகியவனுக்கு, ராமநாதபுரத்தில் சரக்கு

கிடைப்பதில் தட்டுப்பாடானது. உள்ளூர் சாராயம் ஒவ்வவில்லை. பனங்கள்ளும் பழக்கமில்லை. தனக்கு லாகிரி கிடைக்காத கோபத்தில் தன் ஆளுமைக்கு உட்பட்ட எல்லைக்குள் பிடிபடும் குடிகாரனை எல்லாம் வெளுத்தான். கைவிலங்கு பூட்டி தெருத் தெருவாக இழுத்துப்போய் சிறையில் தள்ளினான். குற்றங்களிலேயே பெரிய குற்றம் குடிப்பது தான் என தீவிர வேட்டையில் இறங்கினான். தனக்குக் கிடைக்காத போதை அடுத்தவனுக்கு ஏன் கிடைக்கணும்?

பட்டணம் காத்தான் பனங்காட்டுக்குள் திருட்டுக் கள்ளு இறக்குகிற தகவல் எட்ட, கையில் ரிவால்வரோடு பனங்காட்டுக்குள் தனி ஆளாக நுழைந்தான்.

பச்சை பனை மட்டைகளில் நுரை பொங்கக் கள்ளை ஊற்றி, சம்மணமிட்டு உட்கார்ந்து வைத்த வாய் எடுக்காமல் உறிஞ்சிக் கொண்டிருந்த திருட்டுக் குடிகாரர்கள், பட்டைகளைத் தூக்கி எறிந்து விட்டுப் பனங்காட்டுக்குள் கெலித்து கெலித்து ஓடித் தப்பினார்கள்.

கால்களால் பனைமரத்தைக் கவ்வி கள் இறக்கிக் கொண்டிருந்தவன், உச்சிப் பனையிலேயே மாட்டிக் கொண்டான். அடி மரத்தோரம் நின்ற சாண்டர்ஸ், பனையேறியைச் சுடுவது போல் பாவனை செய்து, ரிவால்வரால் உச்சியில் சுட்டான். குண்டடிபட்டு மண்முட்டி உடைய, சிதறிய கள்ளு, சாண்டர்ஸின் தலை மேலேயே இறங்கி, வாயைப் பிளந்திருந்தவனின் நாக்கை நனைத்தது. தனி மரத்துக் கள்ளு ருசியில் நாக்கை சப்புக் கொட்டினான்.

ருசியான ருசி! அப்புறமென்ன? பனையேறியை இறங்கச் சொல்லி, அணைவாகப் பேசினான். தினமும் ரெண்ட முட்டி தனி மரத்துக் கள்ளு, சாண்டர்ஸின் இருப்பிடம் போனது.

சிக்கல் ஊரணியில் குளித்துக் கரையேறிய போலீஸ்களைத் துரிதப்படுத்தினான்.

"ஏய்... கிளம்பு, கிளம்பு."

உடனிருந்த சப்-இன்ஸ்பெக்டர்களுக்கு இன்ஸ்பெக்டரின் அவசரத்துக்குக் காரணம் முதலில் புரியவில்லை.அப்புறம்தான் தெரிந்தது... போகிற வழியில்தான் பூப்பாண்டியபுரம் பனங்காடு. அந்தப் பனங்கள்ளு தெற்குச் சீமையில் பெயர்போன கள்ளு.

சாயல்குடிக்கும் பூப்பாண்டியபுரத்துக்கும் ரெண்டு மைல் தூரம். மலட்டாறு, கடல் சேரும் இடம். லாரிகள் பூப்பாண்டியபுரம் வந்து சேர்ந்தது. தனி மரத்துக் கள்ளு இறங்குகிற நேரம்.

இன்ஸ்பெக்டர் சாண்டர்ஸ் சொன்னான்: "குடிக்கிறவன் குடி. பிடிக்காதவன் பசியாறு. நாளை பெருநாழி மோதலுக்கு அவனவன் விருப்பப்படி உடம்பிலே வலு ஏத்திக்கோ. எல்லோரும் உற்சாகமா இருங்க."

ஒற்றை பனைக் கள்ளுக்காகத் தனித்து ஒதுங்கினான் சாண்டர்ஸ்.

கோச் வண்டியேறி நெல்லைச் சீமைக்குள் நுழைந்த ரணசிங்கம், சின்னூர், காடல்குடி வழியாக கம்மாப்பட்டியை வந்தடைந்தான். அபுபக்கர் வண்டி ஓட்ட, பத்து இளவட்டங்களும் உடன் இருந்தார்கள். கம்மாப்பட்டி, விளாத்திகுளத்துக்கு மூன்று மைல் தூரத்தில் உள்ள ஊர். கண்மாய்க் கரையோரம் ஒதுங்கிய கோச் வண்டியின் வருகைக்காக ஒருவன் காத்திருந்தான்.

குதித்து இறங்கிய ரணசிங்கத்தை வணங்கினான்.

"துளசிபட்டி முதலாளி அழகுபாண்டியன் என்னை அனுப்பி வைத்தார். உங்களுக்கு உதவ நம்முடைய ஆட்கள் எல்லாம் துளசிபட்டியில் பதுங்கியிருக்கிறார்கள் என்கிற விவரம் சொல்லி வரச்சொன்னார்."

"தூத்துக்குடி போலீஸ் லாரிகள் வந்துவிட்டதா?"

"அவர்கள் கமலாபுரத்தில் ஓய்வெடுக்கிறார்கள்."

"சரி. நம்முடைய ஆட்களை துளசிபட்டியிலிருந்து கிளம்பி வந்து, விளாத்திகுளம் வைப்பாற்றுக்குள் மேல் கரையை ஒட்டி பதுங்கச் சொல். எதிரிகளை ஆற்றைக் கடக்கவிடக் கூடாது. உடனே கிளம்பு,"

உளவாளி, ரணசிங்கத்தை வணங்கிவிட்டுத் தட்டு வண்டியேறி, துளசிபட்டி நோக்கி காற்றாகப் பறந்தான்.

36. இது எதிரியின் பூமி

உட்கார்ந்து சாப்பிடக்கூட ஒரு மர நிழல் இல்லாமல், மண்டப சாலை தோப்பு அழிந்தது.

வெட்டுப்பட்டுத் தரை மூடிக் கிடந்த மரங்களையும்... குண்டெறிபட்டு இடிந்துபோன கிணற்றையும் டி.எஸ்.பி. ஸ்காட் ஒரு சுற்று பார்த்தார். தனக்குத்தானே ஆச்சர்யப்பட்டுக் கொண்டார். நம் இலக்கு ஒன்று. நடந்தது வேறொன்று. எனக்கா இத்தனை ஆத்திரம் வந்தது...' போலீஸ் கூட்டத்தோடு சேர்த்து, அழிந்துகிடந்த தோப்பை ஒருபார்வை பார்த்தார். உணர்ச்சிவசப்பட்டுத் தோப்பை அழிக்கச் சொல்லிவிட்டோமோ... அடிமனதில் உறுத்தியது. கையசைத்து இன்ஸ்பெக்டர்களை மட்டும் அருகே அழைத்தார். வந்து கூடிய யார் முகத்திலும் உற்சாகமில்லை.

ஸ்காட்டுக்குப் பசி மறந்துபோனது.

"தோப்பை அழித்திருக்கக் கூடாதோ...?" பொதுப்படையாகக் கேட்டார். பதிலேதும்

சொல்லாமல், இன்ஸ்பெக்டர்கள் தலைகவிழ்ந்து நின்றார்கள். 'ஸ்காட் நிதானமானவர். உணர்வு சிதறாமல் காரியம் ஆற்றுபவர். எப்படி நிலைகுலைந்தார்...'

"தவறு நடந்துவிட்டதோ?" வலிந்து கேட்டார். யாரும் வாய்திறக்கக் காணோம்.

"ஏய்... யாராவது பேசித் தொலைங்களேன்!"

பதறி இன்ஸ்பெக்டர்களில் ஒருவன், "ஆமாம் துரை அவர்களே" என்றான். "என்ன ஆமாம்? தோப்பை அழித்தது சரியா தவறா?"

கத்தியவர், "ஸாரி, மறுபடியும் கோபப்படுகிறேன்" தலைகவிழ்ந்து கண்களை மூடினார்.

இன்ஸ்பெக்டர் திறந்த வாயை மூடிக்கொண்டான்.

துளி மௌனத்துக்குப் பின், "சொல், சொல்" என்றார் நிதானமாக.

இன்ஸ்பெக்டர் பேசினான்; "துரை அவர்களே, நமது வழிப்போக்கில் இந்தத் தோப்பை அழித்தது எதிரியை பலவீனப்படுத்தாது; கோபப்படுத்தும். உறங்கிக் கிடப்பவர்களையும் உசுப்பேற்றும்."

"உண்மை தான்... உண்மை தான்." அருகே வந்து இன்ஸ்பெக்டரின் தோளில் தட்டிக்கொடுத்தார் ஸ்காட்.

"இது எதிரியின் பூமி என்பதாலேயே, இங்குள்ள எல்லாரும் ரணசிங்கத்தின் பின்னால் அணி திரள்வார்கள் என்று சொல்ல முடியாது. உழைக்கவும் உண்ணவும் மட்டுமே தெரிந்த அப்பாவிகளும் இருப்பார்கள். ஏன், ரணசிங்கத்துக்கு எதிரிகள் கூட இங்கே இருக்கலாம். கண்மூடித்தனமான அழிமானங்கள் எல்லோரையும் நமக்கு எதிராக அணிதிரளச் செய்து விடும், துரை அவர்களே!"

"யெஸ் யெஸ்..." முன்னும் பின்னும் நடந்து கொண்டே ஆமோதித்தார்.

"நம்மால் பொருட்சேதம் அடைபவர்கள், ஒன்றுகூடி ரணசிங்கத்தின் படை அணியில் சேர்ந்து நம்மோடு மோதுவார்கள். அல்லது உளவாளிகளாக மாறுவார்கள். யுத்தக் களத்தில் உளவாளிகளின் பங்கு மிக முக்கியம், துரை

அவர்களே." கத்திச் சுழற்றலாகச் சொல்லி முடித்தான் இன்ஸ்பெக்டர்.

"யெஸ் யெஸ்..." வேறு வார்த்தைகளே பேசத் தோன்றாத ஸ்காட், "உன் பெயரென்ன?" என்றார்.

"வேல்ஸ்!" பணிவாகச் சொன்னான் இன்ஸ்பெக்டர்

சுற்றி நின்ற அத்தனை உடுப்புகளின் கண்களும் இன்ஸ்பெக்டர் வேல்ஸின் மேலிருந்தன.

"ஓ... வேல்ஸ்! பிரிட்டிஷ் சாம்ராஜ்ய சக்கரவர்த்தியின் பெயர்! பெயருக்குப் பொருத்தமானவன் தான் நீ." அருகே வந்து பிடரியில் தட்டிக் கொடுத்தார்.

"நன்றி துரை அவர்களே!" வெள்ளைப் பணிவோடு சிரம் தாழ்த்தினான்.

வேல்ஸின் பிடரியிலிருந்து கை நீக்கிய டி.எஸ்.பி ஸ்காட், "ராஜ்ய விசுவாசமிக்க நமது படையே வெல்ல வேண்டும். அடிமைப்படுத்தப்பட்ட ஒரு தேசத்தில் புத்திசாலிகள், வீரமிக்கவர்களின் எண்ணிக்கை மிகக் குறைவாகவே இருக்கும். ஆனால், அறிவும் வீரமும் மிக்க ஒருவன் இருந்தாலும், அவனிடம் ஆயிரம் பேரின் பலமிருக்கும். அப்படிப்பட்டவனே இந்த ரணசிங்கம்." - தன் பேச்சை எல்லோரும் கவனிக்கிறார்களா என்று ஒரு சுற்று பார்த்துக் கொண்டார்.

"ரணசிங்கம் தனி ஆள் அல்ல என்பதை சேது நாட்டின் எல்லைக்குள் நுழைந்ததுமே நாம் தெரிந்து கொண்டோம். ஒரு சிறு குழுவோடு மட்டும் இயங்கும் அற்ப கலகக்காரனும் அல்ல. வெள்ளை அரசாங்கத்துக்கு எதிராக வெகுஜனங்களையும் விவசாயிகளையும் அணிதிரட்டிப் பெரும் கிளர்ச்சிக்கு வித்திட்டிருக்கிறான். அந்தக் கிளர்ச்சி ஆப்பநாட்டுக்குள் மட்டும் சீறுகிற காற்றல்ல. அக்கம்பக்கத்துச் சீமைகளையும் அலைக் கழிக்கும் சூறாவளி! இந்தச் சூறாவளியை சுழன்றடிக்க அனுமதித்தால் ஆழிப் பேரலையாக அவதாரமெடுக்கும். அந்த ஆழிப்பேரலை, ஆங்கிலேய அதிகார பீடங்களைத் தலைகுப்புறக் கீழே தள்ளும்!" - நிறுத்தினார். எல்லோரும் கேட்டுக்கொண்டு இருந்தார்கள்.

"ஆழிப் பேரலையை அட்டைப் பெட்டிக்குள் அடைக்க முடியுமா?" - உதடுகளைப் பிதுக்கினார். "ஆனால், அடைத்தே

ஆக வேண்டும்.'' - உறுதிபடச் சொன்னவர், ''வேல்ஸ்...'' என்றார். கையருகிலேயே நின்ற வேல்ஸ், ''ஆணையிடுங்கள், துரை அவர்களே!'' - பணிந்து கேட்டான்.

''இந்தப் படையைப் பெருநாழிக்கு நடத்திச் செல்ல நீதான் பொருத்தமானவன். நம்மில் ஒரு சிறு அணி மட்டும் என்னுடன் கமுதிக்கு வரட்டும். முதலாளியுடன் கலந்து பேசி, உடையப்பனை வசப்படுத்துகிறேன். நீ பெருநாழியை வளைப்பதற்குள் நானும் அங்கு வந்து விடுவேன். பரமக்குடி, ராமநாதபுரம், தூத்துக்குடி படைகளும் வந்துசேரும்.''

''பெருநாழிக்குள் பகலில் நுழையாதே! பரளச்சிக்குப் பக்கத்துக் கிராமம் ஏதாவது ஒன்றில் முகாமிடுங்கள். பின்னிரவுக்கு மேல் போய்ப் பெருநாழியைச் சுற்றி வளையுங்கள். இந்தத் தோப்பை அழித்தது போல் பெருநாழியை முற்றாக அழிக்க வேண்டும்.''

''உத்தரவு, துரை அவர்களே.''

காற்றில் சிக்கிய உமிகளாக பட்டாளம் பிரிந்து பறந்தது.

தங்கச்சாமியைக் கண்டதும் கீழ்குடி பந்தானம் மதினிக்கு காலும் ஓடலே கையும் ஓடலே... திம்மநாதபுரம், துத்திநத்தம் வண்டிகளைக் கிளப்பிக்கொண்டு கீழ்குடிக்கு வந்து சேர்ந்திருந்தான் தங்கச்சாமி!

''ஆத்தாடீ... எங்க அம்மான் மகன்லே வந்திருக்கு!''

களத்து மேட்டில் படுத்துக்கிடந்த வெள்ளாடுகளை மேய்ச்சலுக்குக் கிளப்பிவிட்டுக்கொண்டு இருந்த பந்தானம் மதினிக்கு, ரணசிங்கமும் தங்கச்சாமியும் மாமன் மக்கள். பந்தானம் தாயாரும் ரணசிங்கம் தகப்பனாரும் உடன்பிறந்தவர்கள்.

இரவு. மாயழகியின் கல்யாணத்துக்கு பந்தானம் மதினியும் பெருநாழிக்கு வந்திருந்தது.

''அடியே மீனா... இருளாயி... முனியம்மா... எல்லாரும் ஓடியாங்கடீ. பெருநாழியிலே இருந்து நம்ம பிள்ளகளெல்லாம் வந்திருக்கு!''

ஆடுகளைக் கிளப்புவதை விட்டுவிட்டு, ஊரைப் பார்த்து பந்தானம் மதினி கத்தியது.

பந்தானம் மதினி பாசக்காரப் பொம்பளை. ஒண்ணு, ரெண்டு வயசு குறையா இருந்திருந்தால் ரணசிங்கத்துக்கு வாழ்க்கைப்பட வேண்டிய மாப்பிள்ளைக்காரி. வயசு கூடிப்போச்சு. ஆனாலும் அம்மான் மக்கள் மேலே உசுரு! முன்னத்தி வண்டியில் வந்த தங்கச்சாமி குதித்து இறங்கினான்.

"ஏய்யா கொளுந்தனரே, மாயழகிப் பிள்ளை என்ன செய்யுது?" - கேட்டுக்கொண்டே மதினி அழுதது. "எங்க அம்மான் மகள் மாயழகி, இந்திரலோகத்து அழகி! அப்படிப்பட்ட அழகிக்கு நேத்து ராத்திரி கல்யாணமா நடந்தது?" மூக்கைச் சிந்தி, தொடைச் சீலையில் துடைத்தது. "கழுத்திலே தாலி ஏறினதும் தெரியலே, இறங்கினதும் தெரியலே. பாவிப்பய கடவுளுக்குக் கண்ணு அவிஞ்சுபோச்சு!"

மதினிக்குக் கண்ணீர் ஓடியது.

தங்கச்சி மாயழகியின் துயரத்தை பந்தானம் மதினி சொல்லி அழுத நொடியில், தங்கச்சாமிக்கு தொண்டை நெரிந்தது.

"எங்க அம்மான்... தர்மப் பிரவு மக்களுக்கா இந்த லவி போடணும்! ஒரு கல்யாண பந்தியிலே அத்தனை இளவட்டங்களும் பொணமா வந்து இறங்கின கொடுமையைப் பார்க்கவா நாமெல்லாம் மனுசக் கழுதையா பொறந்தோம்?" - மதினி வைத்த ஒப்பாரியில் கீழ்குடி கிராமமே களத்துமேட்டில் திரண்டுவிட்டது. தங்கச்சாமியின் வண்டிக்குப் பின்னால் வரிசைகட்டி நின்ற எந்த வண்டிக்காரனும் இறங்கவில்லை. வண்டிக்குள் அள்ளிப்போட்டு வந்திருக்கும் ஆயுதங்களைப் பத்திரப் படுத்துவதிலேயே குறியாக இருந்தார்கள்.

"கணேச மச்சான் எங்கே மதினி?"

"யாரு, என் தம்பி கணேசனா? இங்ஙனதானே இருந்தான்..." பந்தானம் மதினி திரும்பி ஊரைப்பார்த்து, "அடே கணேசா, நம்ம அம்மான் மகன் வந்திருக்குடா..." - கூவியது.

"ஏன் கத்துறே? இந்தா வந்துட்டேன்." - தார்ப் பாய்ச்சிக் கட்டிய வேட்டி, தலையில் உறுமா கட்டு, 'கிறீச்' மிதியடி, கையில் வேல் கம்பு, அரிவாள் ஏந்தி வந்த கணேசனைப் பின்தொடர்ந்து, இளவட்டங்கள் வந்து கொண்டிருந்தார்கள்.

"பூட்டுங்கப்பா வண்டிகளை!" வண்டிகளைப் பூட்டிக் கொண்டிருக்கும் போதே வடக்கே கள்ளக்காரி பாதையில் தட்டு

வண்டிகள் வந்து கொண்டிருந்தன. வீரமச்சான்பட்டி, பம்மனேந்தல், கள்ளக்காரி இளவட்டங்களோடு முன்னத்தி வண்டியில் சோலை அமர்ந்து வந்தான்.

"ஏய்யா கொளுந்தனாரே, இளவட்டங்க எல்லாம் எச்சரிக்கையாப் போயிட்டு வாங்கய்யா. அந்தத் தரைக்குடி உமையம்மா துணை இருப்பா!" - பந்தானம் மதினி, குனிந்து களத்து மேட்டு மண் எடுத்து தங்கச்சாமியின் நெற்றியில் பூசிவிட்டது.

ஆறு, ஏழு ஊர் வண்டிகளும் பரளச்சி பாதை நொறுங்கக் கிளம்பின.

பெருநாழியைச் சுற்றி நாலு திக்கும் பட்டாளங்களை ஏவிவிட்ட விஞ்ச் துரை, மதுரைபோலீஸ் தலைமையகத்தில் அமர்ந்து, குதூகலமாகக் கதை கேட்டுக் கொண்டிருந்தார்.

"நல்லவேளை, ரணசிங்கம் கைக்குப் பிரம்பு தான் மாறியது. ஆட்சி அதிகாரங்கள் மாறவில்லையே..." ஒரு சுருட்டைப் பற்ற வைத்தவர், "சொல் சொல்! பிரம்பைப் பிடுங்கிய ரணசிங்கம் என்ன செய்தான்?" மறுபடி காட்சி விரிந்தது.

பிரம்பைப் பிடுங்கிய ரணசிங்கம், 'பேரக்' கமாண்டர் ராபர்ட்டை சுருளச் சுருள இழுத்தான்.

"ஏய்... ராம்சிங்...! காப்பாற்று."

யார் காப்பாற்ற? இந்த ராபர்ட் தானே எல்லா சிப்பாய்களையும் ரத்தம் வழிய வதைத்தவன்? ரணசிங்கம், ராபர்ட்டைப் புரட்டிப் புரட்டி எடுத்தான். ரத்த காயமில்லாமல் ஊமை அடியாக உருட்டினான். ஸ்குவாடு கமாண்டர் ராம்சிங்கும் தொண்ணூறு சிப்பாய்களும் ரணசிங்கத்தின் வெறி தீரும் வரை வேடிக்கை பார்த்தார்கள்.

இவ்வளவு பிரம்படிகளுக்கு இடையே, ரணசிங்கம் ஒரே ஒரு தடவை தான் பேசினான்.

"வெள்ளைக்கார வேசி மகனே! உனக்கு நாங்க அடிமைகளாடா?"

37. யாழ்ப்பாணம் ஓலைச்சுவடி

பொந்தம்புளி கோவிந்தசாமி புலவரை 'கிறுக்கன்' என்றார்கள். 'கள்ளுக்குடிகாரன்' என்றார்கள். 'கஞ்சா குடிகாரன்' என்றார்கள். எல்லாம் உண்மை தான். அவரைப் பற்றி சொல்லாத உண்மைகளும் உண்டு.

கோவிந்தசாமி புலவர் ஒரு ஞானி. தன் ஞான திருஷ்டியால், வருங்காலம் கண்டுணர்ந்து 'வாக்கு' சொன்னவர். சொன்னால் சொன்னது தான். துளி பிசகாது. சொன்ன முதல் வாக்கே ஒருவனை பலி கொண்டது. ஐப்பசி, கார்த்திகை மழைக்காலம். மழையைக் காணும் போதெல்லாம் மறுபிறவி எடுக்கும் ஆப்பநாட்டுச் சனம், உழுகவும் விதைக்கவும் ஈசலாக பறந்தது. பெண்கள், விதை, வித்து சேகரிக்கிற மும்முரத்தில் ஓடியாடித் திரிந்தார்கள். உழவு மாடுகளை விற்கவும் வாங்கவும், ஏர்க்கலப்பைகளை செம்மை பண்ணவுமாக அலைகிற ஆண்களுக்கு உட்கார நேரமில்லை.

பொந்தம்புளி கணேச ஆசாரியின் கை படுகிற ஏர்க்கலப்பைக்கு ஒரு மவுசு! பக்கத்து ஊர் சம்சாரிகள், விடியுமுன்னே பட்டறையில் வந்து உட்கார்ந்து கொள்வார்கள். கிழக்கே ரெண்டாவது மைலில் பூலாப்பத்தி கிராமம். மழுங்கிப் போன ஏர்க்கொழுவை மாற்ற வந்த பூலாப்பத்தி காளிமுத்து, வந்ததில் இருந்து அவசரப்பட்டுக் கொண்டிருந்தான்.

"சீக்கிரம் நான் போகணும்... சீக்கிரம் நான் போகணும்..." - சொன்னதையே சொல்லிக் கொண்டிருந்தான்.

கை வேலைகளில் மும்முரமாக இருந்த கணேச ஆசாரிக்கு எரிச்சல்.

"ஏய் காளிமுத்து! ஆசாரிக்கு என்ன பத்துக் கையா இருக்குது? கொஞ்சம் பொறுமையா இருப்பா." - உடன் ஒத்த சம்சாரிகள் எவ்வளவு சொல்லியும் காளிமுத்து நிறுத்தலே.

"சீக்கிரம் நான் போகணும்... சீக்கிரம் நான் போகணும்."

பட்டறைக்கு எதிரே ஒரு கல் திண்டில் அமர்ந்து, வானத்தையும் பூமியையும் மாறி மாறி பார்த்துக் கொண்ருந்த கோவிந்தசாமி, பூலாப்பத்தி காளிமுத்தை உற்றுப் பார்த்தார்.

"சீக்கிரம் நான் போகணும். சீக்கிரம் நான்..."

"ஆமாம்டா... நீ போயிடுவே! உன் ஊருக்குப் போகிற வழியிலேயே நீ போயிருவே!" என்ற கேவிந்தசாமி, மறுபடியும் வானத்தையும் பூமியையும் மாறி மாறிப் பார்ப்பதில் மும்முரமானார்.

பட்டறையில் கூடி இருந்த சம்சாரிக்களுக்கு 'திகீர்' என்றது. அவர்களில் ஒருவர் சொன்னார். "அட விடுங்கப்பா. கோவிந்தசாமி ஒரு கிறுக்குப் பயல். கஞ்சாவை குடிச்சிட்டு அவன் உளறுறதை பெருசா எடுக்கக் கூடாது."

பூலாப்பத்தி காளிமுத்துக்கு எந்த சமாதானமும் ஒப்பவில்லை. உள்ளுக்குள் பதற்றம் கொடுத்தது. செம்மை பண்ணிய ஏர்க்கொழுவோடு பூலாப்பத்திக்கு நடந்த காளிமுத்து, பொட்டல்காட்டில் நல்ல பாம்பு தீண்டி செத்தான்.

கீழக்கடை முத்துச்சாமி மகன் மாயக்கொத்தனுக்கு பெண் பேசினார்கள். 'சாமியைப் பார்த்து, கல்யாணத்துக்கு நாள் குறித்துவிட்டு வருவோம்' என, மகனை அழைத்துக் கொண்டு கோவிந்தசாமியிடம் வந்தார் முத்துச்சாமி.

தாண்டவ பிள்ளையார் கோயில் ஓட்டுக் கொட்டகையில் சம்மணம் போட்டு அமர்ந்திருந்தார் கோவிந்தசாமி. வலது கைவாக்கில் கள்ளுமுட்டி. இடது கையில் கஞ்சா புகை.

"கும்பிடுறேன் சாமி." - கீழக்கடை முத்துச்சாமி, கொட்டகை கல் தூணோரம் நின்று சேவித்தார்.

மீண்டும் கஞ்சா புகைக்குள் கண்திறந்து பார்த்தார் சாமி.

"சாமி... என் மகனுக்கு பொண்ணு பார்த்திருக்கு. சாமி தான் கல்யாணத்துக்கு நாள் குறிச்சு தரணும்..." - வணங்கி கேட்டார்.

மணமகன் மாயக்கொத்தன், கள்ளுக்கும் கஞ்சாவுக்கும் பதறி, சாமியின் கண்ணில் படாமல் தகப்பனாரின் முதுகுக்குப் பின்னால் மறைந்து நின்றான். சாமியிடம் மறுபடியும் வேண்டினார் முத்துச்சாமி.

"மாப்பிள்ளை எங்கே?" என்றார் சாமி.

"இதோ இருக்கிறான் சாமி" என்றவர் திரும்பி, "சாமி கூப்பிடுறார்... முன்னே வாடா" - விலகி, மகன் மாயக்கொத்தனை சாமிக்குக் காட்டினார். அரைக்கண் சுருக்கிப் பார்த்த கோவிந்தசாமி, "வர்ற புதன்கிழமை... இவனுக்கு கருமாதி நடக்கணுமே! நீ... கல்யாணத்துக்கு நாள் குறிக்க வந்திருக்கே!" - வியந்து கேட்டார்.

கீழக்கடை முத்துச்சாமி, திசை தப்பி வந்ததாக நொந்து, மகனோடு வீடு திரும்பினார். எதிர்வந்த புதன்கிழமை, மணமகன் மாயக்கொத்தன், காலரா பேதி கண்டு செத்தான்.

இந்த கோவிந்தசாமி... ஒரு கவிஞர். கவிஞர் என்றால், தமிழ்க் கவிஞன் எவனும் எட்ட முடியாத இடத்தைத் தொட்டவர். 'ெ' 'ே' - என்கிற கொம்புகளே இல்லாமல், ஆயிரத்து நானூத்தி நாற்பது வெண்பாக்களை எழுதியவர். அந்த ஓலைச் சுவடிகள், இலங்கை யாழ்பாணம் நூலகத்தின் அரிய பொக்கிஷமாக பாதுகாக்கப்படுகிற செய்தியை, எட்டையபுரம் சுப்ரமண்ய பாரதியை திருவனந்தபுரத்தில் சந்தித்த தேசிக விநாயகம் பிள்ளையவர்கள் சொல்ல, மனைவி செல்லம்மாவின் கிராமம் கடையத்தில் இருந்து நான்கு நாட்கள் நடையாக நடந்து பொந்தம்புளி வந்த சுப்பிரமண்ய பாரதி, கோவிந்தசாமி புலவரைக் கண்டு அளவளாவிப் போனதும் உண்டு. தனக்குத்தானே நாளும் நேரமும் குறித்து, மூச்சடக்கி,

பெருநாழியிலேயே சமாதி ஆகிப் போனார் கோவிந்தசாமி புலவர். அவருடைய சிஷ்யப் பிள்ளை தான் பொந்தம்புளி சீமைச்சாமி.

பாலமுருகனுக்கும் முஹம்மது மீராவுக்கும் நடுவே, லாரியின் முன்பகுதியில் அமர்ந்திருந்தார் சீமைச்சாமி. வழியில் உள்ள ஊர்களில் எல்லாம் வாலிபக் கூட்டத்தை சேகரித்துப் போனார்கள். கமுதி அரண்மனை மேடு நெருங்குகிற நேரம். சீமைச்சாமி வாய் திறந்தார்.

"நாளை... ஆப்பநாட்டில் நிறைய உயிர்ச் சேதமாகும்!"

மீராவும் முருகனும் பதறிப் போனார்கள்.

'புலவரைப் போல் சிஷ்யப் பிள்ளையும் 'வாக்கு' சொல்கிறாரோ!'

"யார் பக்கம் உயிர்ச் சேதம்? நம்ம பக்கமா? எதிரி பக்கமா?"

"ம்...?" கண்மூடி யோசித்த சீமைச்சாமி, ரெண்டு பக்கமும் தான்" என்றார்.

சிக்கியவர்களை எல்லாம் கொட்டித் தீர்த்து, இருந்த விஷத்தை எல்லாம் இறக்கிவிட்ட வண்டுகள், ராணியின் உத்தரவு கிடைக்கும் வரை லாரிகளை வட்டமிட்டன. ஈ நுழைய துவாரமில்லாமல், போலீஸ் லாரிகள் அடைப்பட்டிருந்தன. சிறகு ஓய சுற்றி விட்டு, கிணற்றுப் பக்கம் திரும்பிய ராணியை, வண்டுப்படை பின் தொடர்ந்தது. தோட்டக்காடுகளில் விழுந்து செத்த போலீஸ்காரர்கள் உச்சியைப் பிளக்கும் வெயில் உறைக்காமல், குளிர்ந்து போய் கிடந்தார்கள். கீழத்தூவல் சனம், லாரிகளை நெருங்காமல், ஊர் எல்லையோடு நின்று கொண்டது. வண்டுகள் கிணற்றுக்குத் திரும்பி வெகு நேரமாகியும் லாரிக் கதவுகள் திறக்கப்படக் காணோம். ரீங்கார சப்தம் முற்றாக நின்று போக, அச்சத்தில் கதவைத் திறக்க எந்தக் கரமும் நீளவில்லை.

ஆளோடு ஆளாக பதுங்கி அவமானப்பட்ட இன்ஸ்பெக்டர் ஜாக்ஸனுக்கு, கதவைத் திறந்து பார்க்கச் சொல்ல நா எழவில்லை. வேல் கம்பு, அரிவாள்களால் வெட்டப்பட்டுச் செத்திருந்தாலும் கௌரவமாக இருந்திருக்கும். காட்டு வண்டுகளிடம் சிக்கி... கதவை அடைத்து கொண்டு... ச்சேய்!

உத்தரவுக்குக் காத்திராமல், துணிந்த ஒரு போலீஸ், பக்கவாட்டு ஜன்னலை விரல் அகலம் திறந்தான். வெளி, சுத்தமாக இருந்தது.

“வண்டுகள் போயிருச்சு!” - வாய்விட்டு முணுமுணுத்தான். இன்னும் அகலத் திறந்தான். வெளிச்சம் மட்டும் உள்ளே பாய்ந்தது. வண்டுகளைக் காணோம். பின் கதவோரம் பதுங்கி இருந்த ஒரு போலீஸ், மெள்ளத் திறந்தான். பக்கத்தில் நின்ற போலீஸ் முழுதாக திறந்தான். எல்லா லாரிக் கதவுகளும் திறந்தன.

வெளியே குதித்த இன்ஸ்பெக்டர் ஜாக்ஸன், “ஏய்...! யாரும் கீழே இறங்காதே. லாரிகளை உடனே கிளப்புங்க. கமுதி முதலாளி வீட்டுக்குப் போகட்டும். இடையில் எங்கும் நிறுத்த வேண்டாம்.” - உத்தரவிட்டதும் லாரியின் முன் பகுதியில் ஏறிக் கொண்டான்.

அழிபட்ட மண்டபசாலை தோப்பில் இருந்து, போலீஸ் பட்டாளத்தின் ஒரு பகுதி பரளச்சி நோக்கிக் கிளம்பியது. டி.எஸ்.பி ஸ்காட் தலைமையில் ஒரு சிறு அணி, க.விலக்குப் பாதையில் பிரிந்து கமுதிக்குப் பயணப்பட்டது. ஸ்காட் அமர்ந்து போன ஜீப்புக்குப் பின்னால் ஒரு லாரி போலீஸ் மட்டும் தொடர்ந்தது.

“முதலாளி கமுதியில் தான் இருப்பாரா?” இன்ஸ்பெக்டரிடம் ஸ்காட் கேட்டார்.

“ஆமாம் துரை அவர்களே.”

“உடையப்பனை எங்கே தேடிப் பிடிப்பது?”

“கமுதி தலையாரியை பெருநாழிக்கு அனுப்பி, அழைத்து வரச் சொல்லுவோம்.”

“ஏன்...? பெருநாழியிலும் தலையாரி உண்டு தானே?”

“பெருநாழி தலையாரியை நம்ப முடியாது துரை அவர்களே. அவன், ரணசிங்கத்தின் ஆளாக இருக்கலாம்.”

“ஓ...!” - யோசனையில் ஆழ்ந்த ஸ்காட், “நான்கு திசைகளில் இருந்தும் படைகள் வருகின்றன. ரணசிங்கம் தப்பிக்க வாய்ப்பில்லை. ஆனாலும்... உடையப்பன் மூலம் காரியம் முடிந்தால், உயிர்ச்சேதங்கள் இராது.” - தனக்குத் தானே

பேசியவர், “உடையப்பன் எதைக் கேட்டாலும்... எவ்வளவு கேட்டாலும் தருவோம்” - அழுந்தச் சொன்னார்.

“நாம் சதி செய்து ரணசிங்கத்தைக் கொன்றால்... ஆப்பநாடு கடுமையாக கொந்தளிக்கும் துரை அவர்களே.”

“ஓரிரு நாட்கள் கொந்தளிப்பு இருக்கத்தான் செய்யும். தலையைக் கிள்ளி விட்டால்... வாலை ஒட்ட நறுக்கி விடலாம்.”

ஜீப்பும் லாரியும் கிளாமரத்துப்பட்டியைத் தொட்டன.

தகரக் கொட்டகையில் சுழன்றடித்த காற்று, கிழிந்த தஸ்தாவேஜுகளையும் பணத்தாள்களையும் அலைக்கழித்துக் கொண்டிருந்தன.

ஐந்து ஊர் சம்சாரிகளும் கொட்டகை தாண்டி, தோட்டத்தில் இறங்கி, முதலாளியின் வீட்டை வளைத்தார்கள்.

உட்பக்கமாக தாழிடப்பட்டிருந்த கதவுகளுக்கும் ஜன்னல்களுக்கும் முட்டுக் கொடுத்து, முதலாளியின் ஆட்கள் பதுங்கியிருந்தார்கள்.

வீட்டைச் சுற்றும் ஆபத்து பற்றிய எந்த பதைபதைப்பும் இல்லாத பச்சையபப்பன், சிதறிய பாத்திரங்களை ஒழுங்கு பண்ணிக் கொண்டிருந்தான்.

இரும்பு பெட்டி இருக்கும் அறை வாசலில் நின்றிருந்தார் முதலாளி. கதவில் நாலு, ஐந்து பூட்டுகள் தொங்கின. இருபது பேர் சேர்ந்தாலும் அசைக்க முடியாத இரும்புப் பெட்டி. அத்தனை ஐஸ்வர்யங்களும் தஸ்தாவேஜுகளும் அதற்குள் தான் அடக்கம். இங்கொரு கண்ணும் தலைவாசலில் ஒரு கண்ணுமாக முதலாளி நின்றார்.

“அடேய்... சுப்பையா...! கதவை திற...” - மண்டலமாணிக்கம் பெரியவர், தலைவாசலில் கத்தினார்.

“டேய்... மோசக்கார சுப்பையா...!” - தலைவாசல் இடிபடும் சப்தம் கேட்டது.

‘டங்ங்... டங்ங்... டங்... டங்... ங்... ங்...!’

38. துளசிபட்டி பரிசு

அழகு பாண்டியன். ஆறரை அடி உயரம். தும்பைப் பூ நிற வேட்டி, சட்டை. நேயமும் தீரமும் பிணைந்த பார்வை. சுருள் தலைமுடி, காதோரம் இறங்கிய கிருதாவைத் தொடும் வாள் மீசை. ஆல விழுதுகளாகத் திரண்ட கைகள். தரையதிரும் நடை. வீடதிரும் பேச்சு.

கம்மாப்பட்டி போய் திரும்பிய உளவாளி பணிந்து நின்றான்.

"ரணசிங்கம் அண்ணனைக் கம்மாப்பட்டியில் சந்தித்துத் தகவல் சொல்லிட்டேன் முதலாளி."

"ரணசிங்கம் என்ன சொன்னான்?"

"நம்முடைய ஆட்களை வைப்பாற்றங்கரையின் மேல்புறம் வந்து பதுங்கச் சொன்னார்."

"போலீஸ் பட்டாளம் எங்கே இருக்கிறது?"

"கமலாபுரத்தில் முகாமிட்டுள்ளார்கள்."

"ரணசிங்கம் இங்கே வருவதாகச் சொல்ல வில்லையா?"

“இல்லை முதலாளி...” - உளவாளி சொல்லி முடிப்பதற்குள், வீட்டு வாசலில் ‘கோச்’ வண்டி வந்து நின்றது.

“யாரது?”

“ரணசிங்கம் தான் வருகிறார் முதலாளி.”

“அதுதானே பார்த்தேன்! என்னைச் சந்திக்காமல் போய் விடுவானா ரணசிங்கம்?” - உறுமியபடி, வேட்டி தரை புரள வாசலுக்கு வந்தான் அழகுபாண்டியன்.

“வாப்பா புரட்சிக்காரா!” - கோச் வண்டியில் இருந்து குதித்து இறங்கிய ரணசிங்கத்தை ஆரத் தழுவினான்.

“என்ன முதலாளி? எப்படி இருக்கே? கடைசியாக தூத்துக்குடியில் வ.உ.சிதம்பரம் பிள்ளையவர்களின் இறுதிச் சடங்கில் சந்தித்தது.” - ரணசிங்கமும் தழுவினான்.

“ஏய்... ரணசிங்கம்! உனக்குமா நான் முதலாளி!” - ரணசிங்கத்தின் தோளில் தட்டினான் அழகுபாண்டியன்.

“பின்னே? வந்தவர்களை வாசலிலேயே நிற்க வைத்துப் பேசுவது முதலாளி குணம் தானே?”

“மன்னித்துவிடப்பா... உள்ளே வா!” - தோளோடு அணைத்து அழைத்தவன், கோச் வண்டியிலிருந்து இறங்கிய அபுபக்கரையும் இளவட்டங்களையும், “தம்பிகளா... உள்ளே வாங்க...” - அழைத்துப் போனான்.

நடு மாடம், அழகுபாண்டியனைப் போலவே கம்பீரமாக இருந்தது. பதப்படுத்தபட்ட புலித் தலைகளும், காட்டெருமைத் தலைகளும், மான் தலைகளும் சுவரில் பொருத்தப்பட்டிருந்தன. தலைகளைக் குறுக்குவசமாக தாங்கி, வேட்டைத் துப்பாக்கி களும் வாள்களும் பதிந்திருந்தன.

“உட்கார் ரணசிங்கம்!” - தன்னோடு இருத்திக் கொண்ட அழகுபாண்டியன், “எல்லோரும் உட்காருங்கள் தம்பிகளே...” - இருக்கைகளைக் கை காட்டினான்.

புலித்தலைகளையும் மான், காட்டெருமைத் தலைகளையும் பார்த்த ரணசிங்கம், “எங்கே அந்த தலை?” என்றான்.

“எந்தத் தலை?” உட்கார்ந்தவாறு, அழகுபாண்டியனும் தலைகளை ஒரு சுற்றுப் பார்த்து, புரியாமல் கேட்டான்.

"இன்ஸ்பெக்டர் சைமன் தலை."

"ஓ...!" - ரணசிங்கத்தின் இடது தொடையில் ஓங்கி ஒரு தட்டுத் தட்டி, மாடமதிரச் சிரித்த அழகுபாண்டியன், "மிருகங்களோடு வைக்கக் கூடத் தகுதியற்ற அந்த வெள்ளைக்காரன் தலையா? என் தாத்தா தனுஷ்கோடி பாண்டியன், வலது கையால் வெட்டிய தலையை, இடது கையால் கூடத் தொடாமல் நாய்களுக்கு இரையாக வீசி எறிந்து விட்டார்." - கனத்த தோள்கள் குலுங்க சிரித்தான்.

"அப்படி என்ன தான் செய்தான் அந்த சைமன்?"

"எல்லா முதலாளிகளையும் போல் எங்களையும் ஏவல் ஆட்களாக நினைத்தான். 'துளசிப்பட்டிக்குள் நுழைந்தால் உன் தலை இருக்காது' என்றார் என் தாத்தா. நுழைந்தான். தலை தனியாகப் போனது" என்ற அழகுபாண்டியன், "ரணசிங்கம், கொஞ்சம் இரு... இதோ வருகிறேன்." - எழுந்து உள்ளே போனான். எதிரே அமர்ந்திருந்த அபுபக்கரும் இளவட்டங்களும் தலையைத் திருப்பித் திருப்பி நடுமாடத்தின் பொலிவையும் கம்பீரத்தையும் வியந்து ரசித்தார்கள்.

ரணசிங்கத்தின் எண்ண ஓட்டமெல்லாம் பெருநாழியின் பிற மூன்று திசைகளிலும் சஞ்சரித்துக் கொண்டு இருந்தது.

போலீஸ் பிரிகேடுகள் பெருநாழியைச் சுற்றி முகாமிட்டிருக்கும். நம்முடைய கருஞ்சேனைகளும் நெருங்கி இருக்கும். சேனைகளுக்குப் பொறுப்பேற்றிருக்கும் பையன்கள் புத்திசாலிகள். துணிச்சல் மிக்கவர்கள். இன்றிரவு விளாத்திகுளம் ஆற்றுக்குள் வைத்து நாம் அடிக்கிற அடியில் கிடைக்கிற முதல் வெற்றிச் செய்தி, மற்ற கருஞ்சேனைகளுக்கு ஊக்கம் தருவதாக இருக்க வேண்டும்.

உள்ளே போய்த் திரும்பிய அழகுபாண்டியன், இரண்டு கைகளையும் பின்புறமாக கட்டிக் கொண்டு நெருங்கி வந்தான். ரணசிங்கத்தின் முன்னே நின்றுகொண்டு, "ஆப்பநாட்டு மாவீரனே! உனக்கு இந்த நெல்லை ஜில்லாக்காரன் ஒரு பரிசு அளிக்கப்போகிறான். என்ன பரிசு? சொல் பார்க்கலாம்.." கனத்த குரலில் கேட்டான்.

"எனக்குப் பரிசா? நான் என்ன புலவனா? பொற்கிழி வழங்கப் போகிறாயா?"

"புலவனல்ல நீ; புரட்சிக்காரன்! வெள்ளைத் திமிர்த்தனத்துக்கு எதிராக தெற்கத்தி மக்களைத் திரட்டிய புரட்சிக்காரன்! வீரனின் விருப்பம், ஆயுதம் தானே?" புறங்கட்டி இருந்த கைகளை முன்னே நீட்டினான். புத்தம் புதிய பிஸ்டல்கள்.

"இது ஜெர்மன் மாஸர் பிஸ்டல். இது ஃபிரான்ஸ் ப்ரௌனிங் பிஸ்டல். இரண்டுமே உனக்கு மிகவும் பிடித்தமானவை."

ரணசிங்கம் எழுந்தான். இரண்டு கைகளாலும் பிஸ்டல்களை எடுத்தான்.

"நன்றி முதலாளி"

"ஏய், ரணசிங்கம்! உன் வாயால் என்னை முதலாளி என்று சொல்லாதே. என் பாட்டன், பூட்டன் சம்பாதித்தது இந்த முதலாளி பட்டம். அடிமைப்பட்ட தேசத்தில் எவன் முதலாளி? அன்னியனை விரட்டும் வரை எல்லாருமே இங்கு அடிமைகள் தான். நீ சொல், இப்போதே இத்தனை சொத்துகளையும் விட்டுவிட்டு ஆப்பநாடு வந்து, ஒரு ஓலைக் குடிசையில் தங்கிக் கொள்கிறேன். ஆனால், ஒரு கணிசமான பேரை நானும் கொல்ல அனுமதிக்க வேண்டும்."

"அழகுபாண்டியா" ரணசிங்கம் ஆரத் தழுவிக் கொண்டான்.

"அழகுபாண்டியா, உனக்குத் தர என்னிடம் சொத்துகள் தான் இல்லை. எதிரிகள் நிறைய இருக்கிறார்கள் இன்றிரவு வைப்பாற்றுக்குள் நடக்கப்போகும் வேட்டையில் உனக்குப் பாதி எனக்குப் பாதி. போதுமா?"

"ஆப்பநாட்டுக்காரனுக்கு அள்ளிக் கொடுக்கவா தெரியாது?"

உரக்கச் சிரித்த அழகுபாண்டியன், "சரி சரி... வா. பதுங்கி இருக்கும் நம் ஆட்களைப் பார்த்து வருவோம்" என்றான்.

"பார்த்தாயா பார்த்தாயா... திருநெல்வேலிக்காரன் புத்தியைக் காட்டுகிறாயே... எல்லோருக்கும் பசிக்கிறது. முதலில் பசியமர்த்து."

கைதட்டிச் சிரித்த அழகுபாண்டியன், "ஆப்பநாட்டுக் காரனின் அடி பலமாகத் தான் விழுகிறது!" என்றபடி, எல்லோரையும் உள்ளே அழைத்துப்போனான்.

வழிவிட்டானும் வேலுச்சாமியும் நடத்திச் சென்ற

கருஞ்சேனை, சாயல்குடியை நெருங்கிக்கொண்டு இருந்தது. வேலுச்சாமி, முன்கோபி. வழிவிட்டான், ஒன்றுக்கு பத்து தடவை யோசிக்கிற ஆள். திட்டமிடுவதிலும் தீர்த்துக் கட்டுவதிலும் ஒருவரை ஒருவர் விஞ்சியவர்கள்.

வெள்ளாங்குளம், காடமங்குளம், வேப்பங்குளம் இளவட்டங்களைத் திரட்டிக்கொண்டு கொக்காடி கிராமத்துக்குள் நுழைந்தார்கள். நீலமேகம் அடுக்கி வைத்திருந்த வெடிகுண்டுகளைக் கண்டதும் சந்தோஷம் தாங்கலே! வெடிகுண்டுகளைத் தயாரிப்பதில் கைதேர்ந்தவன் கொக்காடி நீலமேகம். ரணசிங்கம் கற்றுத் தந்த நுட்பங்களை அச்சு அசலாக பற்றிக் கொண்டவன். குண்டு செய்யப் பழகியதில் இருந்து, முழுநேரமும் அதுதான் வேலை. அதோடு இன்னொரு வேலையும் பார்ப்பான். சாராயம் காய்ச்சுவது. காய்ச்சுகிற சாராயம் அவன் குடிக்கத் தான். அடுத்தவனுக்குத் தரமாட்டான். சாராய ஊறலுக்கான மூலப் பொருட்கள் எப்போதும் கைவசம் இருக்கும். வேப்பம்பட்டை, வேலம்பட்டை, கருவம்பட்டை, கார்போக அரிசி, ஜாதிக்காய், தான்றிக்காய், கசகசா, கடுக்காய்த் தோல், சுக்கு, வெல்லம், பேரீச்சம்பழம், கொஞ்சமாக நமச்சாரக்கட்டி சேர்த்து ஒரு மண்பானையில் போட்டு, பானை வாயைத் துணிகட்டி மூடுவான். அடுத்தடுத்த தயாரிப்பு வழிமுறைகள் தலையைச் சுற்றும்!

வீட்டுக்குள்ளே வெடிகுண்டு தயாராகும். வெளியே சாராயம் ஊறும். தயாரித்து வைத்த குண்டுகளுக்கு வேலை வந்துவிட்ட சந்தோஷத்தில் இன்றைக்குக் கொஞ்சம் அதிகமா ஊத்திக்கிட்டான். அட்டூழியம் தாங்கலே!

“ஏப்பா... நீலமேகம்! ஒரு செயலுக்குப் போகிற நேரம், குடிச்சுட்டுப் போறது... ரணசிங்கம் மச்சானுக்குப் பிடிக்காது. நீ வரவேண்டாம். இங்கேயே இரு.” - வழிவிட்டான் எவ்வளவோ சொல்லிப் பார்த்தான்.

“நான் வருவேன், நான் வருவேன்...” - கால்கள் பின்ன வண்டிக்குக் குறுக்கே விழுந்து மறித்தான் நீலமேகம்.

“ஏய், நீலமேகம்! சொன்னால் கேளுப்பா.” வேலுச்சாமியும் சொல்லிப் பார்த்தான்.

“நான் வரத்தான் செய்வேன்.” - நீலமேகம், வேலுச்சாமியின் வண்டியிலேயே தொற்றினான். வேலுச்சாமி, நீலமேகத்தின்

கன்னத்தில் ஓங்கி ஓர் அறை அறைந்தான். வண்டிப் பாதைக்கு மேற்கே போய் விழுந்தான் நீலமேகம்.

வண்டிகள், நோம்பக்குளம் தாண்டி கிழக்கே ஓடையில் இறங்கின. முழங்கால் அளவு நீரோட்டம். பெருவெட்டு மணற்சாரி. பந்தய வண்டிகளின் சக்கரங்கள் நறநறவென அரைத்து ஓடை கடந்து கரையேறின.

புல்லந்தை கிராமத்தை முதல் வண்டி தொட, எதிரே வந்த ஒரு வண்டிக்காரன் மறித்தான்.

"அண்ணே! ராமநாதபுரம் போலீஸு பூப்பாண்டியபுரம் பனங்காட்டிலே நிக்குது."

"ரொம்ப நல்லதாப் போச்சு! சாயல்குடிக்குள்ளே நுழைய விடாமலே பூப்பாண்டியபுரத்தை வளைப்போம். பனங்காடும் மலட்டாறும் வாகான இடங்கள். கிழக்கே திருப்புங்கப்பா வண்டிகளை!" - வழிவிட்டானின் பந்தய மாடுகள் முன்னே பாய்ந்தன.

39.'இன்ஷா அல்லாஹ்'

குறட்டை, கூடாரத் துணியைக் கிழிக்காத குறை தான்.

தலை போகிற உத்யோக நெருக்கடியிலும் படுத்த நொடியில் குறட்டை விடுகிற பழக்க முள்ளவர் டி.எஸ்.பி. பானர்மேன். ஆளுவோரை ஆண்டவனாக மதிக்கிற, எந்த வம்பு தும்பும் இல்லாத கமலாபுரத்து செல்லியம்மன் கோயில் நிழற்காற்று, கட்டிலில் சாய்ந்ததும் உறக் காட்டியது. குறட்டை சத்தத்தினூடே கூடாரத் துணி உயரவும் தாழவுமாக இருந்தது. காற்று தவிர, வேறு எந்த சிறு சப்தத்துக்கும் குறட்டை, லேசாகத் தாழும். மெள்ள மறுபடியும் வேகமெடுக்கும். எல்லா போலீஸ்களுக்கும் அடக்க முடியாத சிரிப்பு தான் வருகிறது. துரையின் தூக்கத்துக்குத் தொந்தரவு தராமல், எல்லோரும் அங்கங்கே ஒதுங்கினார்கள். சில போலீஸுகள் ஊருக்குள்ளும் அலைந்து திரிந் தார்கள். வேலையற்ற போலீஸுகள், ஊரணிக் கரை புளியமரத்தடியில் துண்டுகளை விரித்துப் படுத்துக்கொண்டே பல கதை பேசினார்கள்.

தூத்துக்குடியிலிருந்து குளத்தூர், குறுக்குச்சாலை, கூத்தலூரணி, கந்தசாமிபுரம், வீரபாண்டிபுரம், முள்ளூர் காட்டுப்பாதை வழியாக கமலாபுரம் வந்து சேர்ந்த அலுப்பில் சில போலீஸுகள் உறங்கியும் போனார்கள்.

"பெருநாழிக்கு எந்நேரம் கிளம்புறதாம்?"

"ராத்திரி பத்து மணிவாக்கில் கிளம்பணுமாம். உச்சி ராத்திரிக்கு மேல் பெருநாழியை வளைக்கத் திட்டம்."

"கமலாபுரத்துக்காரனுக்கு... ரணசிங்கம்னா யாருன்னே தெரியலையே!"

"ரணசிங்கம்... ஏதோ 'புலி', சிங்கம்'னு நெனச்சு வந்தோம். இங்கே கொண்டு வந்து இப்படி தூங்கப் போட்டுட்டாங்களே!"

"ரணசிங்கம், ஆப்பநாட்டுக்குள்ளேயே ரெண்டு கத்தரிக்காய், நாலு புடலங்காயை வெட்டுறவன் போலிருக்கு! அவனைப் பிடிக்க இத்தனை ஜில்லா போலீஸா?"

வலது கை மடக்கி, நெற்றி மேல் வைத்து, கண்களையும் அரைபாதி முகத்தையும் மூடி மல்லாக்கப் படுத்திருந்த ஒரு போலீஸ், "நேத்து ராத்திரி, எண்பது போலீஸுகளைக் குண்டு வீசி கொன்றவன் அந்த ரணசிங்கம்!" - முகம் அலுங்காமல் சொன்னான்.

அவரவர்க்குத் தெரிந்ததை கதைத்துக் கொண்டிருந்தவர்கள், வாய் பொத்தி செவிமடுத்தார்கள்.

"எத்தனை ஜில்லா போலீஸ் வந்தாலும் எதிர்கொண்டு தாக்க கருஞ்சேனைகளை உருவாக்கி இருக்கிறான்." - கண்களையும் முகத்தையும் திறக்காமல் பேசினான்.

"அவனுக்கு எப்படி ஆயுதங்கள் கிடைத்தன?"

"முதுகுளத்தூர் கச்சேரியைத் தகர்த்தான். கமுதி கச்சேரியைக் கொள்ளையடித்தான். குண்டுத் தயாரிப்பை, ஆப்பநாட்டின் குடிசைத்தொழில் ஆக்கினான். இவை போக, எங்கெங்கு இருந்தோ... நவீன ஆயுதங்கள் வருகின்றன. இன்னொரு செய்தி தெரியுமா? 'ஜிங்கால் பீரங்கியே அவனிடம் உள்ளது!"

ஒவ்வொருவரின் கைநீள இடைவெளிகளில் படுத்துக் கிடந்தவர்கள், வாய் பிளந்தார்கள்.

“ரணசிங்கத்தை எதிர்த்துப் பாய்கிறவன்... சாவான். பதுங்குகிறவன் பிழைத்துக் கொள்வான்.” - பாதி முகத்தை மூடி இருந்த கை விலக்காமலே பேசியவனை எல்லோரும் உற்றுப் பார்த்தார்கள்.

மல்லாக்கப் படுத்திருந்தவன், “யா அல்லாஹ்...” - பேசிய அலுப்பில் கிழக்கே திரும்பிப் படுத்தான்.

‘நம்மில் யார் முசல்மான்?’ - எல்லோர் மனதிலும் ஐயம் உண்டான கணத்தில், ஊருக்குள்ளிருந்து ஒரு பெண்ணின் கூப்பாடு கேட்டது.

“அவுசாரி மகனே! வீட்டுக்குள்ளே ஒத்தையிலே இருக்கிற பொம்பளை கையைப் பிடிச்சா இழுக்கிறே! வெலக்கமாறு பிஞ்சு போகும்!” - உச்சந்தலையில் ஓங்கி ஓங்கி விழுந்த விலக்கு மாறு அடி பொறுக்கமாட்டாமல் தெருவோடு ஓடிவந்த ஒரு போலீஸ்காரனின் முதுகிலும் அடி விழுந்தது.

“மனுசருக்கு தான்... நாங்க மனுசரு! கமலாபுரத்து சனம் மானங்கெட்ட ஜென்மம் இல்லே” முந்தானையை இறுகச் செருகிக்கொண்டு, விரட்டி விரட்டி அடித்தாள். “குடிக்கத் தண்ணி கேட்டு வந்த சாக்கிலே... கையைப் பிடிச்சாடா இழுக்கிறே...!” ஆத்தாடி....! கமலாபுரத்து பொம்பளைக்கு என்ன ஆங்காரம்!

படுத்துக்கிடந்த எல்லா போலீஸுகளும் எழுந்து தெருவுக்கு ஓடினார்கள். கூடாரத்துக்குள் குறட்டைச் சத்தம் நின்று போனது.

“என்ன சத்தம்?” டி.எஸ்.பி பானர்மேன் எழுந்து வெளியே வந்தார்.

காக்கி உடுப்பணிந்து, அரைபாதி முகத்தை மூடி, தனியே படுத்துக் கிடந்தவன், “இன்ஷா அல்லாஹ்...” என்றபடி எழுந்து ஊருக்கு வெளியே, கீழக் கடைசியில் நின்ற ‘கோச்’ வண்டி நோக்கி வேகமாக நடந்தான்.

மண்டபசாலை தோப்பை அழித்து விட்டு, இன்ஸ்பெக்டர் வேல்ஸ் தலைமையில் பிரிந்த போலீஸ்படை, பரளச்சியை நெருங்கியது.

“பரளச்சிக்குள் நுழைய வேண்டாம். பக்கத்தில் உள்ள கிராமம் எது?”

“புல்லாநாயக்கன்பட்டி.”

“அங்கேயே முகாமிடுவோம்.”

லாரிகள், பரளச்சியை ஒதுக்கி, மேற்கே திரும்பின.

“ரணசிங்கத்தைப் பிடிக்கவேண்டிய பொறுப்பு, மேலே இருந்து கரைந்து கரைந்து இப்போது நம் தலையில் வந்து நிற்கிறது.” இன்ஸ்பெக்டர் வேல்ஸ் கடுமையான குரலில் பேசினான். “நம்முடைய நடவடிக்கைகளில் துல்லியமும் கட்டுப்பாடும் மிக அவசியம்.” சக இன்ஸ்பெக்டர்களையும் சார்ஜென்ட்டுகளையும் எச்சரித்தான்.

வேல்ஸ் வார்த்தை கனத்தை எல்லோரும் உணர்ந்தே இருந்தார்கள்.

துளசிபட்டி ஜமீன் வீட்டு சுற்றுக் கோட்டை, முக்கால் பனை உயரம். ஜமீன் செங்கப்படை, கோட்டைநத்தம், மீனாட்சிபுரம் ஆட்களோடு துளசிபட்டி ஆட்களும் கலந்திருந்தார்கள். எல்லோர் முகத்திலும் ஆப்பநாட்டு ஜாடை தெரிந்தது. கனத்த மீசை வைக்காத ஆட்கள் மிகக் குறைவு.

மங்கலான வெளிச்சம் படர்ந்திருக்க, ரணசிங்கமும் அழகுபாண்டியனும் சமதையாக நடந்து வந்தார்கள். இளவட்டங்கள் பின்னால் வந்தார்கள். கோட்டையின் வெளியில் அமர்ந்திருந்த நான்கு ஊர் ஆட்களில் யாரும் எழவில்லை. ஆளுக்கொரு ஆயுதத்தைக் கையில் வைத்திருந்தார்கள். எல்லோர் கண்களும் ரணசிங்கத்தின் மீதிருந்தன.

குதிரைக்கார மணியார் சுப்பையா மட்டும் எழுந்து, “தம்பி...! நீ தான் ரணசிங்கமா! ரொம்ப நாளா... உன்னைப் பார்க்கணும்னு ஆசை!” கும்பிட்டார்.

பதிலுக்கு வணங்கியபடி அருகே சென்ற ரணசிங்கம், “நான் தான்யா ரணசிங்கம்!” பெரியவரின் கைகளை வளைத்துப் பிடித்துக் கொண்டான். ரணசிங்கத்தின் கைகளைத் தன் நெஞ்சோடு அழுத்திக்கொண்ட குதிரைக்கார மணியார் சுப்பையா, “தம்பி... உன்னை மாதிரி ஒரு வீரனைத் தொட்டுப் பார்க்கக் கிடைச்சதே... நான் செய்த புண்ணியம்ய்யா...?

“அய்யா...! நான் உங்க மகன் மாதிரி.”

“இருக்கட்டும்ய்யா... உன்னைப் பெத்த ஆப்பநாட்டுக்கு மட்டுமில்லே... தெற்குச் சீமைக்கே உன்னாலே பெருமை!” தழுதழுத்தார். கூட்டம் உறைந்து போயிருந்தது.

“அதெல்லாம் ஒண்ணுமில்லே. நான் சாதாரண ஆளு தான்!” பேசிக்கொண்டே குதிரை லாயத்தைப் பார்த்தான் ரணசிங்கம்.

“அழகுபாண்டியா..! உன் லாயத்திலிருந்து மூன்று குதிரைகள் எனக்கு வேண்டும்.

“கட்டிக் கிடக்கிற குதிரைகளை எல்லாம் அவிழ்த்துக்கொள். எல்லாம் பந்தயக் குதிரைகள்தான். இவையும் போதாதென்றால்... உனக்கு நானே குதிரை ஆகிறேன்!” சொல்லி நிறுத்தி, எல்லோரையும் ஒரு சுற்றுப் பார்த்த அழகுபாண்டியன், “என்னால்... ஓடத்தான் முடியாது.” கனத்த உடல் குலுங்க வெடித்துச் சிரித்தான்.

ரணசிங்கம், அழகுபாண்டியனை வியந்து பார்த்தான். இந்தப் பகுதியின் ஜமீன் இவன்! கண்ணசைவுக்கு கைகட்டி சேவகம் பண்ண ஆயிரம் பேர் காத்திருக்க, இவன்... எனக்குக் குதிரை ஆகிறானாம்!”

“ஏய்... என்ன பாக்கிறாய்?” - அழகுபாண்டியன் அதட்டினான்.

“அழகுபாண்டியா... நீ உயரமானவன் மட்டுமல்ல. எல்லா நிலைகளிலும் உயர்ந்தவன்!” நடந்துகொண்டே பேசினான். “நம்முடைய கருஞ்சேனைகள் கமுதி, சாயல்குடி, பரளச்சி என மூன்று திசைகளிலும் சென்று கொண்டிருக்கிறார்கள். ஆப்பநாட்டு இளவட்டங்களில் பாதிப்பேர், நம்மிடம் முறையான ‘கொரில்லா’ யுத்தப் பயிற்சி பெற்றவர்கள். பயிற்சி பெறாதவர்கள் கூட, இயல்பிலேயே யுத்த நுணுக்கங்களை அறிந்தே உள்ளனர்.”

“பந்தய மாட்டு வண்டிகள் தான், கருஞ்சேனையின் வாகனங்கள். லாரிகளிலும் ஜீப்புகளிலும் வரும் போலீஸுகளுக்கு நம்முடைய முள்ளுக்காட்டுப் பாதைகள் பெருமளவு ஒத்துழைக்காது. அரச பயங்கரவாதிகள், கருஞ்சேனைகளைக் காட்டிலும் பல மடங்கு பலமானவர்கள். நேரடியான தாக்குதல், ‘கொரில்லா’ யுத்தவாதிகளுக்குப் பின்னடைவையும் தோல்வியையுமே சேர்க்கும். எதிரி வீரியமாக இருக்கும்போது, நாம்

விலகி, பதுங்கவேண்டும். அவன் காத்திருந்து களைப்புற்ற நேரம் பார்த்து. சுற்றி வளைத்துத் தாக்கி அழிக்க வேண்டும். காத்திருத்தலும் பின்வாங்கலும் எதிரியைக் களைப்படையச் செய்யும் யுத்த தந்திரமே!"

அழகுபாண்டியன் எதுவும் பேசாமல் உடன் நடந்தான்.

"கருஞ்சேனைகளுக்குப் பொறுப்பேற்றுச் செல்லும் இளவட்டங்கள் தலைமைப் பண்புமிக்கவர்கள் தான். ஆனாலும், தகவல் பரிமாற்றங்களுக்கு நம்மிடம் தகுந்த ஏற்பாடுகள் இல்லை" என்றவன் திரும்பி, பின்னால் வந்த இளவட்டங்களைப் பார்த்து, "உங்களில் மூன்று பேர், ஆளுக்கொரு குதிரையில் கிளம்புங்கள். மூன்று திசைகளிலும் சேனைக்கு ஒரு ஆள் போய் சேர்ந்து கொள்ளுங்கள். கருஞ்சேனைகளுக்கு இடையிலான தகவல் பரிமாற்றங்களுக்கு நீங்களே பொறுப்பு. தூத்துக்குடி பட்டாலியனின் கணக்கை முடித்து விட்டு, நான் ஆப்ப நாட்டுக்குள் நுழையும் வரை, யுத்தகளத்து நிலவரங்கள், உடனுக் குடன் எனக்குத் தெரியவேண்டும்." - உத்தரவிட்டான்.

"சரிண்ணே!" - இளவட்டங்கள் பணிந்து சொன்னார்கள்.

"ரணசிங்கம்...! நம்முடைய படைக்கு 'கருஞ்சேனை' என பெயரிட்டிருக்கிறாய். இன்றோ... நாளையோ நடக்கப்போகும் தாக்குதல்களை தேசமே திரும்பி பார்க்கப் போகிறது. இந்த அதிரடித் தாக்குதல்களுக்கு ஏதேனும் பெயரிடலாமே!" என்றான் அழகுபாண்டியன்.

"நல்ல யோசனை. சுப்ரமண்ய பாரதியின் பூமிக்காரன் நீ. மூன்று திசைத் தாக்குதல்களுக்கும் நீயே பெயரிடு!"

"ம்...?" - அழகுபாண்டியன் நடந்துகொண்டே யோசித்தான். "ம்...! புயல் பாய்ச்சல், புலிப் பாய்ச்சல், முனிப் பாய்ச்சல். சரிதானா?"

"ஆஹா...! பொருத்தமான பெயர்கள்!" - அழகுபாண்டியனின் தோளில் தட்டினான்.

"ரணசிங்கம்...! எங்கே உன் தேரோட்டியை?"

"யார்? அபுபக்கரா...? உளவு அறிந்து வர, காக்கி உடுப்பணிந்து கமலாபுரம் போயிருக்கிறான்."

40. காடு கடந்தால்... கடல்

ரத்தம் வராத ஊமை அடியாக அடித்திருந்தாலும், 'பேரக்' கமாண்டர் ராபர்ட்டின் வெள்ளைத்தோல் உடம்பு முழுக்க, ஒரு பிரம்படிக்கு ஒரு சிவப்புத் தடம் கிடந்தது.

"காப்பாற்றுங்கள்... காப்பாற்றுங்கள்..." - கத்து கத்தென கத்தியும் யாரும் உதவிக்கு வராதது, ராபர்ட்டுக்கு உயிர் பயம் கொடுத்திருந்தது. வெறி தீர ரணசிங்கம் அடித்து ஓய்ந்த சின்ன இடைவெளியில், எழுந்து கம்பெனி கமாண்டெண்ட் அலுவலகத்துக்கு ஓட்டமாக ஓடினான்.

கை ஓய்ந்த ரணசிங்கம், தெறித்துப் போயிருந்த பிரம்பை தூர வீசினான். தொண்ணூறு சிப்பாய்களும், வழியும் ரத்தத்தைத் துடைக்கக் கூட மறந்து நின்றிருந்தார்கள். ஸ்குவாடு கமாண்டர் ராம்சிங், ரணசிங்கத்துக்கு அருகே வந்தார்.

"அச்சி காம் கியா பாய்!" தோளில் தட்டிக் கொடுத்தார். எல்லோரையும் பார்த்து இந்தியில் பேசினார்.

"யாரும் செய்யத் துணியாத காரியத்தை ரணசிங்கம் செய்திருக்கிறான்! ரணசிங்கம் போன்ற கலகக்காரனை வெள்ளை ராணுவத் தலைமை விட்டு வைக்காது. விளைவு, கடுமையாக இருக்கும். விசாரணை நடக்கும். நம்மைத் தவிர இங்கு வேறு சாட்சிகள் கிடையாது. ரணசிங்கத்தை நாம் காப் பாற்றியாக வேண்டும். 'ராபர்ட்டை ரணசிங்கம் அடிக்கவில்லை' என்கிற ஒற்றை வரி தான் நம் எல்லோரின் சாட்சியமாக பதிவாக வேண்டும்."

அமிழ்ந்த குரலில் பேசிக்கொண்டிருக்கும் போதே, 'பேரக்'கின் மேல்புறம் குதிரைகளின் குளம்படிச் சப்தம் கேட்டது. முன்னே வந்த குதிரையில் ஆரோகணித்து அமர்ந்து வந்தவர் 'கம்பெனி கமாண்டெண்ட்' கர்னல் ஜோஸப். பின்னால் உட்கார்ந்திருந்த ராபர்ட், மயங்கித் துவண்டிருந்தான்.

கர்னலின் குதிரையைத் தொடர்ந்து ஒரு படை அணி வந்தது. குதிரையை இழுத்துப் பிடித்து நிறுத்தினார். இரண்டு வீரர்கள் ராபர்ட்டை கைத்தாங்கலாக கீழே இறக்கினார்கள். கண்மூடி மயங்கிச் சரிந்தான்.

குதிரையை விட்டு இறங்காமலே கர்னல் ஜோஸப் கேட்டார். "யாரவன்?" - படை அணி வீரர்களால் சுற்றி வளைக்கப் பட்டிருந்த சிப்பாய்கள் யாரும் வாய் திறக்கவில்லை.

"யாரடா அவன்... வெள்ளை அதிகாரியின் மேல் கை வைக்கத் துணிந்த வெறிநாய்?"

எல்லோரும் கவிழ்ந்திருந்தார்கள். கர்னல் ஜோஸப்புக்கு சூடு ஏறியது. "வாய் திறக்க மாட்டீர்களா?" - கேட்டுக்கொண்டே குதிரையை விட்டு இறங்கி, இடையில் மாட்டியிருந்த ரிவால்வரை உருவி, "ராணுவத்துக்குள் புரட்சி செய்ய வந்த 'புதிய மங்கள் பாண்டே' இங்கு எவன்?" - சிப்பாய்களை நெருங்கினார். "அந்த உச்சிக் குடுமி பிராமணன் மங்கள் பாண்டே, 1857-ல் ராணுவத்துக்குள் ஒரு புரட்சி பண்ணினான்..." - நடந்து கொண்டே பேசினார். "பசுவின் கொழுப்பையும் பன்றியின் கொழுப்பையும் தடவி, நாங்கள் தந்த துப்பாக்கி குண்டுகளின் முனைகளை, வாய் வைத்து கடித்துத் துப்ப மறுத்தான். இந்துக் களையும் முஸ்லிம்களையும் எங்களுக்கு எதிராக தூண்டி விட்டான்." - திரும்பினார்.

"எண்ணி... எட்டாம் நாள் விசாரணை. பத்தாம் நாள்...

பாரக்பூர் சிப்பாய்களின் கண்முன்னே... துள்ளத் துடிக்க தூக்கில் தொங்க விட்டோம், அந்தப் புரட்சிக்காரனை!" - வலது புறமாகத் திரும்பினார். "அவனோடு மட்டுமா போனது? கலகம் செய்த ஒரு லட்சம் சுதேசி சிப்பாய்களையும் ஒரு லட்சம் சிவிலியன் களையும் காவு கொண்டது எங்கள் வெள்ளைத் துப்பாக்கிகள்!" - சின்ன சிரிப்பு சிரித்தார். "அடக்கத் தெரிந்தவன் தான் ஆள முடியும்."

ராபர்ட்டின் பக்கம் திரும்பினார். மயங்கிக் கிடந்தான். கைவாக்கில் நின்ற ஒரு சிப்பாயின் நெற்றிப் பொட்டில் ரிவால்வரை வைத்தவர், "சொல்... ராபர்ட்டை அடித்தது யார்?" - உறுமினார்.

"தெரியாது."

ரிவால்வர், அடுத்தவன் நெற்றிப் பொட்டுக்கு மாறியது.

"தெரியாது." - சொன்னவனுக்கு அடுத்து நின்றான் ரணசிங்கம்.

"சிறு பொறி தான் பெருந்தீயாகும்!" ஆவேசங்கொண்டு கத்திய கர்னல் ஜோஸப், "சொல் ... ராபர்ட்டை அடித்தது நீயா?" -ரணசிங்கத்தின் நெற்றிப் பொட்டில் ரிவால்வரை வைத்து அழுத்தினார்.

வண்டிகளை கிழக்கே திருப்பிய வழிவிட்டானும் வேலுச் சாமியும், கூராங்கோட்டைக்கு நேராக மலட்டாறுக்குள் இறங்கி, தெற்கே திரும்பி பூப்பாண்டியபுரம் பனங்காட்டை வளைத்தார்கள்.

கமுதி முதலாளி வீட்டுத் தலைவாசல் இடிபட்டுக் கொண்டிருந்தது.

"டேய்... மோசக்கார சுப்பையா...! கதவைத் திற..."

'ட்டங்ங்ங்... டங்ங்ங்... டங்ங்...'

இடிபடும் தலைவாசலின் முகப்புக் காரையைக் கூட பெயர்க்க முடியவில்லை. கருநாக மேனிநிற ரேகை ஓடிய பர்மா தேக்குக் கதவுகள். பர்மிய மலைக்காடுகளில் இருநூறு வருடங்களுக்கு மேல் மரமாக நின்று வைரம் பாய்ந்த தேக்குகள். அடி ஒட்ட அறுத்து, முகடுகளில் இருந்து ஐராவதி நதிப்படுகையில் உருட்டி விட்டு, வங்கக் கடல் வழியே வந்து சேர்ந்த உருப்படிகள். கத்தி

செருகாத, மொட்டை வேல் கம்பு குத்துக்கு இம்மியும் அசையக் காணோம்! பெரும் பெரும் இரும்புக் கம்பி வலைகள், ஜன்னல் களை முட்டித் தகர்க்கவும் விடாமல் தடுத்தன. தம்முடைய ஆக்ரோஷம் தோற்கிற ஒவ்வொரு நொடியிலும், எதிரி பெரு வெற்றி அடைகிறான் என்கிற வதைப்பு, ஐந்து ஊர் சம்சாரி களையும் மேலும் ஆக்ரோஷப்படுத்தியது

"டேய்... சுப்பையா...!"

வீட்டைச் சுற்றி சுற்றி வந்தார்கள். மலைப் பாம்பின் வளைப்பில் சிக்கி, எலும்பு நெரிபடும் ஆட்டுக் குட்டியாக, உள்ளே பதுங்கிக் கிடந்தார்கள் முதலாளியும் தடியாட்களும்.

கீழத்தூவல் வண்டுக் கடியிலிருந்து தப்பிப் பிழைத்துக் கிளம்பிய இன்ஸ்பெக்டர் ஜாக்ஸனின் லாரி அணிவகுப்பு, கமுதி கோட்டைமேடு முனீஸ்வரன் கோயிலை நெருங்கியது.

மண்டபசாலை தோப்பை அழித்த களைப்பில் டி.எஸ்.பி. ஸ்காட் ஏறி வந்த ஜீப்பும் லாரியும் கமுதி செட்டியூரணி கரையில் வந்து கொண்டிருந்தன.

துளசிபட்டி லாயத்திலிருந்து கிளம்பிய குதிரைகள், பெருநாழியை நெருங்கியதும் மூன்று திசைகளில் பிரிந்தன. செல்லமுத்து ஏறி வந்த குதிரை, சாயல்குடி பாதையில் விலகி, 'புயல் பாய்ச்சல்' எடுத்துப் பறந்தது. சண்முகப்பாண்டி தட்டிவிட்ட குதிரை, கமுதி நோக்கி 'புலிப் பாய்ச்சல்' பாய்ந்து போனது. இருளாண்டி விரட்டி வந்த குதிரை, பரளச்சி விலக்குப் பாதையில் 'முனிப் பாய்ச்சல்' போட்டு கண் மறைந்தது.

'**கு**டிக்கிறவன் குடி. குடிக்கப் பிடிக்காதவன் பசியாறு.'

பொழுது இருட்ட பெருநாழிக்கு புறப்படும் முன் எப்படி வேண்டுமானாலும் இருந்து கொள்ள போலீஸுகளை அனுமதித்த இன்ஸ்பெக்டர் சாண்டர்ஸ், முதல் ஆளாக பூப் பாண்டியபுரம் பனங்காட்டுக்குள் நுழைந்தான். கைத்துணைக்கு ஒரு சார்ஜென்ட்டை மட்டும் அழைத்துக் கொண்டான். போலீஸுகள் உள்ளுக்குள் சிரித்துக் கொண்டார்கள்.

'பிடிக்காதவன்.. பசியாறவா? பனங்கள்ளு பிடிக்காத போலீ ஸுமா உண்டு? அதுவும்... பூப்பாண்டியபுரம் பனந்தண்ணி யாச்சே! அடிக்கிற காத்தே ஆளை கிறக்குது! பச்சப் பனை ஓலைப் பட்டை கமகமப்பு, நாக்கையும் தொண்டையையும் பிடிச்சு இழுக்குது! லாரிப் போலீஸுகளில் ஒருத்தனாவது

பக்திமானாக இருக்கணும். அல்லது பத்தியக்காரனாக இருக்கணும். ரெண்டு கழுதையும் கிடையாது. அது மட்டு மில்லே... இன்னைக்கு ராத்திரி, பெருநாழியிலே நடக்கப் போகிற நர வேட்டைக்கு உடம்பிலே வலு ஏத்தணும். எவ்வளவு தான் கறி, மீன் தின்னாலும், பனங்கள்ளுக்கு இருக்கிற விறைப்பு இருக்குதே... அது தனி தான்!"

நாக்கை 'சப்பு' கொட்டிக்கொண்டு, இன்ஸ்பெக்டர் சாண்டர்ஸின் கண்ணில் பட்டும் படாமலும் கூட்டம் கூட்டமாக பனங்காட்டுக்குள் புகுந்தார்கள். பனங்காட்டு மணல், பஞ்சு மிதியாக இருந்தது. ஒவ்வொரு பனையும்ஒரு யானைக்கால் போல் நின்றது. ஆயிரங்கால் யானை. பனங்காட்டுக்குள் நடக்க நடக்க, யானையின் பெரு வயிற்றுக்குள் நுழைந்து மிதக்கிற திகைப்பு... ரோமக் கால்களுக்குள் புகுந்து முறுக்கும் ஓலைச் சலசலப்பு.

கண்ணுக்கு எட்டிய தூரம் பனங்காடு. காடு கடந்தால் கடல்.

'வா... வா...' என கைவிரித்து மயக்கி இழுக்கும் பனை வனப்பேச்சியின் காது தண்டட்டிகளாக, உச்சிப் பனைகளில் தொங்கும் கள்ளு முட்டிகள். இறக்க இறக்க சுரக்கும் பனைகள். புணர்ச்சிக்கு முந்தைய பரபரப்போடு, கள் இறக்கும் பனையேறிகளைத் தேடி அலையும் போலீஸு கண்கள். கொதிமணல் சூடு வெளியேறும் சாய்பொழுது. தனிமரக் கள்ளுக்கு உகந்த நேரம்.

"அய்யா... சேவிக்கிறேன்" - மேலத்திசையில் ஒரு மர உச்சியிலிருந்து சேவிக்கிற குரல்.

"எசமான் கும்பிடுறேன்!" - கீழத்திசையில் ஐம்பது, அறுபது பனைகளுக்கு அப்பால் கும்பிடுகிற குரல்.

"சாமி... வாங்க." - நூறு மரங்கள் தள்ளி, தெற்கே அழைப்புக் குரல். குரல்கள் வந்த திசையெல்லாம், போலீஸுக் கூட்டம், திரும்பி, திரும்பி உச்சிகளைப் பார்த்தது.

போலீஸுகள் எல்லாம் பனங்காட்டுக்குள் இருக்க, லாரிகள், பூப்பாண்டியபுரம் ஊரை ஒட்டிய பாதையில் வரிசை கட்டி நின்றன. ஐந்து லாரிகளில் நடு லாரி, ஆயுத லாரி.

"தனிமரக் கள்ளு இறக்கித் தர்றோம். உக்காருங்க... உக்காருங்க..." - தலைக்கு மேலே, எல்லா பனை உச்சிகளில் இருந்தும் குரல்கள் கேட்டன.

41. திசை காவல்

வீட்டுக்கொரு கிடாய் உரித்து தலைகீழாக தொங்கும் செங்குளம் கிராமத்துக்கு, இள வட்டங்களோடு வந்து சேர்ந்திருந்தார்கள் தங்கச்சாமியும் சோலையும். தெருவெல்லாம் வேப்பங்குலைகளால் காப்புக் கட்டி, உற்சவ களையோடு இருந்தது செங்குளம். ஊருக்குத் தெற்கே உள்ள உடையநாச்சி அம்மன் கோயிலில் இன்று முளைப்பாரித் திருவிழா. வடக்கே, பரளச்சி பாதையில் மந்தை திடல்.

நேற்றிரவு விடிய விடிய 'வள்ளி திருமணம்' நாடகம் நடத்தி குதிபோட்ட கீற்றுக் கொட்டகை களைத்து, முகம் கோணி நின்றது. மேயாத மான்... புள்ளி மேவாத மானைத் தேடி வந்த முருகனுக்கும் வள்ளிக்கும் விடிந்து வெயிலடித்தும் சண்டை ஓய்ந்து சமாதானம் ஆனபாடில்லை! வள்ளி வேஷம் கட்டியவள் சின்ன வயசுக்காரி. முருகன், வயசாளி. சரீரம் தான் கிழடு தட்டிப் போயிருந்தது. சாரீரம் 'கணீர்' என்றிருந்தது. முருகன், முன்னும் பின்னும் மடக்கிப் பார்த்தார்.

வள்ளிமான், கையில் சிக்காமல் கெலித்தது. பாட்டுக்குப் பாட்டு பதிலடி கொடுத்தாளே ஒழிய, தொட விடவில்லை. முருகனுக்கும் வள்ளிக்கும் விவகாரம் முற்றி, ஒரு கட்டத்தில் முருகனை அடிக்க, கால் செருப்பைக் கழற்றி விட்டாள் வள்ளி. முழங்காலைக் கட்டிக்கொண்டு நாடகம் பார்த்த ஊர்சனம் பதறி எழுந்து மேடை ஏறி, இருவரையும் ராசி பண்ணிய பிறகே, முருகனிடம் மாலையை வாங்கினாள் வள்ளி. அதையும் கழுத்தில் வாங்கவில்லை. முகத்தைத் திருப்பிக் கொண்டு கையில் தான் வாங்கினாள்.

இரவெல்லாம் முழித்த களைப்பிலும் சந்தோஷமாக கைதட்டிக் கலைந்தது திடல். நாடகம் ஏற்பாடு செய்த உள்ளூர் ஆர்மோனிய வாத்தியார் பொன்னுச்சாமிக்கு தான் ரெண்டு திட்டு விழுந்தது.

"இந்த பொன்னுச்சாமிக்கு. மதுரையிலே வேறு நாடக செட்டு கிடைக்கலையா?"

"முருகனை... வள்ளி தொட விட மாட்டேங்கிறாள்!" பேசிக்கொண்டே வீடு போய்ச் சேர்ந்தார்கள்.

வெறிச்சோடிக் கிடந்த மந்தைத் திடலில் பந்தய மாட்டு வண்டிகள் வந்து கூடின. முன்னத்தி வண்டியில் வந்திறங்கிய சோலையை அடையாளம் கண்டு கொண்டார் உள்ளூர் பெரியவர் கோபால்சாமி.

"வாப்பா... சோலை. என்ன இத்தனை வண்டிகளோடு வந்துருக்கே!"

"ஒரு காரியமாக பரளச்சி போறோம்."

"அது யாரு...? கீழக்குடி கணேசன் மாதிரி தெரியுது!" என்றவர், "இங்கே பாருடா...! பெருநாழி ரணசிங்கம் தம்பி தங்கச்சாமி வந்திருக்காரு!" ஒவ்வொருவராக அடையாளங்கண்டார் கோபால்சாமி. "ஊரிலே கோயில் திருவிழா. நல்ல நாளும் பொழுதுமா வந்துருக்கீங்க...! வாங்க... எல்லாரும் கை நனைச்சுட்டுப் போகலாம்." - சோலையின் கையைப் பிடித்து இழுத்தார்.

"ஒரு முக்கியமான காரியமாக வந்துருக்கோம். சாப்பிட நேரமில்லை!"

"ஏப்பா... சோலை. நேத்து ராத்திரி எருமைகுளத்துலே ஏதோ... கலகம்னு கேள்விப்பட்டேனே! நெசந்தானா?"

“ஆமாம்.”

“கோயில் காப்புத் தடை இருந்ததனாலே நான் பெருநாழிக்கு வர முடியலே... பெரிய கலகமா?”

“ஆமாம்!” - சோலை சொல்லிக் கொண்டிருக்கும் போதே, பரளச்சி பாதையில் ஒரு கழுதை, நாலுகால் பாய்ச்சலில் வந்தது. கழுதையின் அடிவயிற்றோடு கால்களைப் பின்னி, ஒரு வேட்டியை முறுக்கி, கழுதையின் கழுத்தை வளைத்துப்போட்டு கடிவாளமாக பிடித்துக்கொண்டு விரட்டி வந்தான் பரளச்சி சலவைத் தொழிலாளி மாடசாமி. மந்தைத் திடலில் வண்டிக் கூட்டத்தைக் கண்டதும் கழுதையை இழுத்துப் பிடித்து நிறுத்தினான்.

“என்னப்பா மாடசாமி?” கீழ்க்குடி கணேசன் கேட்டான்.

கழுதையை விட்டு இறங்கிய மாடசாமி, “அய்யாவுகளே...! புல்லாநாயக்கன்பட்டியிலே ஏகப்பட்ட போலீஸ் வந்து இறங்கி இருக்கு! தகவல் சொல்லத் தான் ஓடி வந்தேன்.” கண்ணாம் பட்டையிலும் செம்பட்டைத் தலையிலும் புழுதி படிந்திருந்தது.

தங்கச்சாமி, சோலை, கணேசன் மூவரும் யோசனையில் ஆழ்ந்தார்கள். கோபால்சாமி புரியாமல் முழித்தார். மாட சாமியை நெருங்கி, “ஏப்பா... போலீஸு ஏன் வந்திருக்கு?” அணை வாக கேட்டார்.

“அது தெரியாதா? ஆப்பநாட்டு அய்யாக்கமாரு... நேத்து ராத்திரி ஏகப்பட்ட போலீஸுகளை கொன்னுட்டாங்களாம்! ரணசிங்கம் அய்யாவை வளைக்க போலீஸு பெருநாழி போகுதாம்!”

“திருவிழா மும்முரத்துலே சேதி தெரியாமல் போச்சே! ஏப்பா... சோலை... இப்போ... நாங்க என்ன செய்யணும், சொல்லு?”

“இருட்டவும் தான் பெருநாழிக்கு போலீஸ் போகும். துத்திநத்தம் நேர்பாதை வழியாகத்தான் போவாங்க. போலீஸ் லாரி போக முடியாதபடி, ஊடுகாட்டில் பள்ளம் தோண்டணும். பள்ளம் தெரியாமல் மூடிவிட்டு, இருட்டிலே நம்முடைய ஆட்கள் பதுங்கணும். முன்னால் வருகிற பள்ளத்தில் சிக்கியதும், பின்னால் வருகிற லாரிகளை அசையவிடாமல் வளைத்து கை வைக்கணும்.”

"ஏப்பா... சோலை... செங்குளம் இளவட்டங்களையும் சேர்த்துக்கப்பா..." கோபால்சாமி, ஊரைப் பார்த்து கத்தினார். "இளவட்டங்கள் எல்லாம் கிளம்பி வாங்கடா... டேய்..."

துத்திநத்தம் பாதையை மறிக்க, குறுக்குப் பாதையில் கிளம்பியது கருஞ்சேனை.

கர்னல் ஜோஸப்பின் ரிவால்வர் நெற்றிப் பொட்டில் அழுந்தி இருக்க, "ராபர்ட்டை நான் தான் அடித்தேன்!" - ரணசிங்கம் தமிழில் சொன்னான்.

"நான் தான் ராபர்ட்டை அடித்தேன்!" - மறுபடியும் தமிழில் சொன்னது, சுற்றி நின்ற யாருக்கும் புரியவில்லை.

"ஏய்... மதராஸி! உனக்கு இந்தி தான் தெரியாது. ஆங்கிலமும் தெரியாதா?"

"தெரியும். ஆனால், பேசமாட்டேன்!" - தமிழிலேயே பேசினான். பொறுமையிழந்த கர்னல், ரிவால்வாரை ரணசிங்கத்தின் நெற்றியிலிருந்து விலக்கி, "கூப்பிடு அந்த வேலாயுதன் நாயரை... இவன் பேசுவது. அவனுக்கு தான் புரியும்." உத்தரவிட்டார்.

கையருகிலேயே நின்ற 'ரெஜிமெண்டல் ஹவில்தார் மேஜர்' வேலாயுதன் நாயர், "ராபர்ட்டை நான் அடிக்கவில்லை. அடித்தது யார் என்றும் தெரியாது' என்கிறான் துரை அவர்களே!" - மொழி பெயர்த்தார்.

சிங்கப்புலியாபட்டி, கமுதிக்கு ஒட்டு கிராமம். தெற்கே இருந்து வருபவர்களின் நுழைவுவாயில். முஹம்மது மீரா, பாலமுருகன், சீமைச்சாமி அமர்ந்து வந்த லாரியும் வண்டிகளும் அரண்மனை மேடு கடந்து சிங்கப்புலியாபட்டியை நெருங்கின. குறுக்கு வழியில் குதிரை ஏறி 'புலிப்பாய்ச்சல்' பாய்ந்து வந்து சேர்ந்தான் சண்முகப்பாண்டி. கீழ்க்குடி, கள்ளக்காரி, முஷ்டக்குறிச்சி, முதல்நாடு வழி. நான்கு பேரும் கூடி ஆலோசித்தார்கள்.

"போலீஸ் படை எங்கிருக்கும்?"

"கமுதிக்குள் இருக்கலாம்; கமுதிக்கு வெளியிலும் இருக்கலாம்."

"முதலாளி வீட்டில் இருப்பார்களோ?"

"அத்தனை போலீஸுகளும் முதலாளி வீட்டில் கூடுவதற்கான வாய்ப்பு இல்லை. அதிகாரிகள் மட்டும் கூடிப் பேசலாம்.

“கமுதி ஊருக்குள் வைத்து நாம் தாக்குதல் தொடுக்கக் கூடாது. நமக்கு சாதகமான இடங்கள்... குண்டாறும் கோட்டை மேடும் தான் தாக்கவும் பதுங்கவும் ஏதுவான இடங்கள்.”

“முஹம்மது மீரா தான் கமுதிக்காரர்.” மீராவின் பக்கம் திரும்பிய பாலமுருகன், “என்ன மீரா... கமுதி கோட்டை நமக்குப் பாதுகாப்பான இடம் தானே?” என்றான்.

குறுஞ்சிரிப்பு சிரித்த மீரா, “எங்கள் கமுதி கோட்டைக்கும் குண்டாற்றுக்கும் ஒரு பெரிய வீர வரலாறே உண்டு நண்பர்களே. 203 வருடங்களுக்கு முன்பு பொறியாளர்களால் கட்டப்பட்ட கோட்டை. இதே கோட்டையில் ஆப்பநாட்டுப் படைக்கும் ஆங்கிலேயப் படைகளுக்கும் பெரும்போர் நடந்தது.”

எல்லோரும் காது கொடுத்தனர்.

“பிரிட்டிஷ் ஏகாதிபத்தியத்துக்கு எதிராக, தென்னாட்டு பாளையக்காரர்கள் எல்லோரையும் ஓரணியில் திரட்டினார் சேது மன்னர் ரிபெல் முத்துராமலிங்க சேதுபதி. அரச பிரதானி ஒருவன், ஆங்கிலேயரின் கைக்கூலி ஆனான். மேலூர், கம்பம், தேனி பாளையங்களை கையூட்டாகப் பெற்றுக்கொண்டு, சொந்த வீட்டுக்குள்ளேயே குழி பறித்தான். அண்டை சமஸ்தானத்து துரோகிகளும் ஆங்கிலேயரும் துணை போயினர்.” - நிறுத்தினான் மீரா.

“என்ன ஆயிற்று?”

“பட்சிகள் கூட பறக்காத ஓர் அதிகாலைப் பொழுதில் வெள்ளையனிடம் வீழ்ந்தது ராமநாதபுரம் ராமலிங்க விலாசம்! திருச்சி சிறையில் அடைபட்டார் சேது மன்னர். இருளை வெட்டிச் சிதைக்க வந்த ஒளிக் கீற்றாக வந்தான் சித்திரங்குடி மயிலப்பன் என்கிற மாவீரன். சிறைக் கொட்டடியில் இருந்த சேதுபதியை ரகசியமாக சந்தித்தான். வெள்ளைக் கழுகுகளுக்கு எதிராக ஆப்பநாட்டில் படை திரட்டினான். ஆற்காடு நவாபு படை, அண்டை சமஸ்தானங்களின் துரோகிப் படைகளோடு வெள்ளைப் படையும் திரண்டு வந்தது. நான்கு கூலிப் படைகளோடும் மயிலப்பனின் ஆப்பநாட்டுப் படை பொருதிய இடம் எங்கள் கமுதி கோட்டையும் குண்டாறும்.” - நெஞ்சு விம்ம சொன்னான் மீரா.

“இது ... மயிலப்பனின் வெஞ்சினம் தோற்ற கோட்டை. ஆனால்.... ரணசிங்கத்தின் கருஞ்சேனை வெல்லப் போகிற கோட்டை!”

எல்லோரும் உறைந்து நின்றார்கள். மௌனம் கலைத்தான் சண்முகப்பாண்டி.

"அண்ணன் ரணசிங்கம், மாவீரன் மயிலப்பனை நினைவு படுத்துகிறார் இல்லையா...?"

தலை அசைத்து ஆமோதித்தார்கள்.

"லாரி மட்டும் கமுதிக்குள் நுழைந்து கோட்டைமேடு போகட்டும். பந்தய வண்டிகள் இப்படியே கிழக்கே இறங்கி உலகநடை கிராமத்துக்கு செல்லட்டும். அங்கு கிடாரிகுளம், கருங்குளம், உடையார்கூட்டம் இளவட்டங்கள் காத்து இருக்கிறார்கள். அவர்களோடு கோட்டைமேடு வந்து சேருங்கள். இங்கு, சிங்கப்புலியா பட்டியிலும் கணிசமான பேர் நில்லுங்கள். நானும் மீராவும் முதலாளி வீட்டை நோட்டம் பார்த்து வருகிறோம்!" - குதிரை கிளம்பியது. கருஞ்சேனை, புலிப்பாய்ச்சலில் பிரிந்தது.

பெருநாழி திசைகளெல்லாம் அடைப்பட்டிருந்தன.

அணைய விடாமல் பீடியை சுண்டி இழுத்துக்கொண்டு, சாயல்குடி பாதையில் வேதக் கோயிலருகே, பெண்களும் சிறுவர்களும் கலந்த கூட்டத்தோடு நின்றிருந்தார் மாரந்தை பாண்டி.

சிறு சிறு விதைக் கொட்டான்களில் மிளகாய் பொடியை நிரப்பி, மடைக்குழியில் அமர்ந்து, கமுதி பாதையில் கண் வைத்திருந்தார்கள் வெள்ளையம்மா கிழவியோடு.

பொந்தம்புளி கோவிந்தசாமி புலவர் சமாதிக்கும் தாண்டவ விநாயகர் கோயிலுக்கும் இடையே, பரளச்சி பாதையில், ஆப்பனூர் பெரியவர் தவசியாண்டியும் அரியநாச்சியும் கண் கொத்திப் பாம்பாக காவல் இருந்தார்கள். குவிந்திருந்த கற்களை எடுத்து எறியவும் மிளகாய்ப் பொடி தூவவும் கூட்டம் காத்திருந்தது.

விளாத்திகுளம் பாதைக்கு மாயழகி பொறுப்பேற்றாள். வைரவன் கோயில் ஆலமரத்தடியில் கோட்டையம்மாளோடு கூடி, குமரிகள் கூட்டம் இங்கு தான் நிறைய காத்திருந்தது.

நான்கு திசை காவலிலும் கற்குவியலும் மிளகாய்ப் பொடியும் சாணிப் பாலும் சேகாரமாக இருக்க, வேல் கம்பு, அரிவாள், கோடாரிகளும் கை தோதுக்குக் கிடந்தன.

42. மழைநீர் அல்ல...
மயிலப்பனின் ரத்தம்

"அண்ணே, தூத்துக்குடி போலீஸ் பட்டாலியன், கமலாபுரத்தில் இருந்து இரவு பத்து மணிக்குக் கிளம்பத் திட்டமிட்டிருக்கிறது." கமலாபுரத்தில் உளவு பார்த்துவிட்டு, காக்கி உடையிலேயே துளசிபட்டிக்குத் திரும்பி இருந்தான் அபுபக்கர்.

"டி.எஸ்.பி பானர்மேன், மிகவும் மெத்தனமான அதிகாரியாக இருக்கிறான்.

"எப்படி?" என்றான் ரணசிங்கம்.

"போலீஸ்களை எல்லாம் ஓய்வெடுக்கச் சொல்லிவிட்டு, கூடாரத்துக்குள் குறட்டைவிட்டு உறங்குகிறான். உங்களைச் சந்திக்கப்போகிற அச்சம் துளியும் இல்லை!"

"என்னைச் சந்திக்க, அவன் ஏன் அச்சப்பட வேண்டும்?" - உதட்டோரம் சிரித்துக்கொண்ட ரணசிங்கம், "போலீஸ் வருகை பற்றி, கமலாபுரம் மக்கள் என்ன பேசிக்கொள்கிறார்கள்?"

“போலீஸ் அதிகாரிகளைக் கண்டதும், ஓடி ஆடி உபசரித்த கமலாபுரம் சனங்கள், பொழுது மயங்கக் கொந்தளித்துப் போயிருக்கிறார்கள்.’’

“ஏன்? என்ன ஆயிற்று?’’

“ஒரு வீட்டுக்குள், குடிக்கத் தண்ணீர் கேட்டு நுழைந்த போலீஸ் பொறுக்கி ஒருவன், அந்த வீட்டுப் பெண்ணின் கையைப் பிடித்து இழுத்திருக்கிறான். வெளக்கமாரு பிஞ்சு போச்சு! ஊரே கொந்தளித்து விட்டது!’’

ரணசிங்கம் யோசித்தான். “இரவு பத்து மணிக்குப் புறப்படுவதாக இருந்த அவர்களின் திட்டத்தில் நிச்சயம் மாறுதல் இருக்கும். ஊருக்குள் அவமானப்பட்ட போலீஸுகள் உடனே ஊரைவிட்டு வெளியேற முடிவு செய்வார்கள்’’ என்றவன், “அழகுபாண்டியா, நாம் தாமதிக்கக்கூடாது. நம்முடைய ஆட்களை உடனே கிளப்ப வேண்டும். கமலாபுரத்திலிருந்து எட்டையபுரம் பாதை வழியாக வைப்பாற்றுக்குள் இறங்குகிற இடத்தைச் சுற்றி உடைமரக் காட்டுப் புதர்களில் பதுங்கவேண்டும். போலீஸ் லாரிகளை ஆற்று மணற்பாதையில் இறங்கவிட்டு, பாதி ஆற்றைக் கடக்க விடாமல் எல்லா லாரிகளையும் வளைக்க வேண்டும்.’’ - தன் பின்னால் நின்ற இளவட்டங்கள் பக்கம் திரும்பினான். “ஆட்களை நான்கு பிரிவுகளாகப் பிரித்து ஆற்றுப்படுகையின் நாலாபுறமும் பதுங்கச் செய்யுங்கள். உங்களின் வெடிகுண்டுக்குத் தப்பி ஓடுகிறவர்களை வேல் கம்புகளும் அரிவாள்களும் பார்த்துக் கொள்ளட்டும்.’’ - அபுபக்கரின் பக்கம் திரும்பினான் “கோச் வண்டியை ஆற்றுக்குள் இறக்காதே. சாலையிலேயே மறைவாக நிற்கட்டும்.’’

எல்லோரும், “சரிண்ணே’’ என்றார்கள்.

துளசிபட்டி படை எழுந்து, வைப்பாற்றங்கரை நோக்கி ‘திமுதிமு’வென கிளம்பியது.

கமுதி செட்டியூரணிக் கரை கடந்து, மேற்கிலிருந்து வந்த டி.எஸ்.பி. ஸ்காட்டின் ஜீப்பும் லாரியும் தபால் அலுவலகத்தை நெருங்கின. கோட்டை மேட்டில் ஏறி, குண்டாறுக்குள் இறங்கி, வடக்கிலிருந்து வந்த இன்ஸ்பெக்டர் ஜாக்ஸனின் லாரிகளும் ஜீப்பைத் தொட்டன. தெற்கே, சிங்கப்புலியாபட்டியிலிருந்து குதிரை ஏறி வந்த முஹம்மது மீராவும் சண்முகப் பாண்டியும்

மீனாட்சி திடலருகே திரும்பினார்கள். ஜீப்பையும் லாரிகளையும் எதிரே கண்ட சண்முகப்பாண்டி, திருப்பத்திலேயே குதிரையை நிறுத்தினான். புறங்காலால் அடிவயிற்றில் சின்ன தட்டுத் தட்டி, குதிரையை சிவன்கோயில் சந்துக்குள் திருப்பி, பதுங்கினார்கள். இருவரின் ஓரப்பார்வையில் ஜீப்பும் லாரிகளும் நின்றன. ஜீப்பின் முன்புறம் அமர்ந்திருந்த டி.எஸ்.பி. ஸ்காட்டை அடையாளம் கண்டு கொண்ட இன்ஸ்பெக்டர் ஜாக்ஸன், கையமர்த்தி லாரியை நிறுத்தச் சொன்னான். ஜீப்பும் நின்றது. ஜாக்ஸன் குதித்து இறங்கி, ஜீப்புக்கு அருகே சென்று சல்யூட் அடித்தான்.

"ஹேய்.. ஜாக்ஸன்! இப்போதுதான் வருகிறாயா?"

"ஆமாம் துரை அவர்களே!"

"ரணசிங்கத்தை நான் தான் கொல்லுவேன் என பிடிவாதம் பண்ணி, இந்த வாய்ப்பை பெற்றாயே! அவனை நெருங்கி விட்டாயா?"

பதிலேதும் பேசாமல் நின்றான் ஜாக்ஸன்.

"ரணசிங்கத்தை கொல்லுகிற அல்லது உயிரோடு பிடிக்கிற பாக்கியம். எந்தப் படை அணிக்கு கிடைக்கப் போகிறதோ!"

கவிழ்ந்தபடி நின்ற ஜாக்ஸனை உற்றுக் கவனித்த ஸ்காட், "ஏய் ஜாக்ஸன்! ஏன் வாட்டமாக இருக்கிறாய்?" - ஜீப்பில் அமர்ந்த வாறே கேட்டார்.

"வரும் வழியில் ஒரு பெரிய விபரீதம் நடந்து விட்டது துரை அவர்களே!" - ஜாக்ஸனின் குரல் கலங்கியது.

"அப்படி என்ன பெரிய்ய விபரீதம்?"

"கீழத்தூவல் கிராமத்தில்..."

இரண்டு பக்கமும் லாரிகளின் இரைச்சல். உரக்கப் பேச வேண்டியிருந்தது; உற்றுக் கேட்க வேண்டியிருந்தது.

"ஜாக்ஸன்....! ஜீப்பில் ஏறு. எல்லாவற்றையும் முதலாளியின் வீட்டில் போய் பேசிக்கொள்வோம்."

இன்ஸ்பெக்டர் ஜாக்ஸன் ஜீப்பின் பின்புறம் ஏறிக்கொள்ள, ஜீப் கிளம்பியது. கமுதி தெருக்களில் லாரிகளும் ஊர்ந்தன. தெற்கே திரும்பி மறைய, சிவன்கோயில் சந்துக்குள் பதுங்கி நின்ற குதிரை மெள்ள வெளியேறி, கண்படாத இடைவெளியில் பின் தொடர்ந்தது.

“ஏய்... மார்ட்டின்ஸ்! நிறுத்து... நிறுத்து. ‘பேரக்’ கமாண்டர் ராபர்ட்டை பிரம்பால் அடித்த ரணசிங்கத்துக்கு ஆதரவாக ஸ்குவாடு கமாண்டர் ராம்சிங்கும் தொண்ணூறு சிப்பாய்களும் இருந்தது சரி. முக்கிய பொறுப்பில் உள்ள ரெஜிமெண்டல் ஹவில்தார் மேஜர் வேலாயுதன் நாயருமா துணை போனான்? ராணுவத்துக்குள் ஆபத்தான அறிகுறியாயிற்றே இது!” - விஞ்ச் துரை பரபரத்தார்.

“உண்மை தான் துரை அவர்களே! சுதேசி சிப்பாய்களும் கீழ்மட்ட அதிகாரிகளும் ரணசிங்கத்தைக் காப்பாற்ற முனைந் தனர்.” - மார்ட்டின்ஸ் தொடர்ந்தான்.

“குவாட்டர் கார்டு தனி அறையில் ரணசிங்கத்தை தலை கீழாக தொங்க விட்டிருந்தார்கள். சுற்றி நின்று வலுவான லத்தி கம்புகளால் அடித்தவர்கள் எல்லோரும் ஆங்கிலேய சிப் பாய்கள். பிரிட்டனில் வேலையற்ற, ஊதாரித்தனமாக ஊர் சுற்றிய, சிறுசிறு களவு, கொள்ளைகளில் ஈடுபட்டிருந்த, எந்த வகையிலும் அந்த நாட்டுக்கு உதவாத இளைஞர்களைப் கப்பலேற்றிக் கொண்டுவந்து இந்தோ-பிரிட்டிஷ் ராணுவத்தில் சேர்த்திருந்தார்கள். தென்னிந்திய, கறுத்த உடம்பு முழுக்க, தங்களின் வெள்ளை நிற வெறிதீர அடித்திருந்தார்கள். முதுகு, புட்டச் சதை தெறித்துப் போயிருந்தது. வாயில் எச்சில் ஒழுக, உணர்வற்றுத் தொங்கினான்.

ரெஜிமெண்டல் ஹவில்தார் மேஜர் வேலாயுதன் நாயருக்கு இருப்பு கொள்ளவில்லை. கர்னல் ஜோஸப்பின் அறையில் ஆங்கிலேயே அதிகாரிகளின் ரகசியக் கூட்டம் நடந்து கொண்டி ருந்தது. வேலாயுதன் நாயரை மட்டுமல்ல... ‘இந்திய அதிகாரிகள் யாரும் உள்ளே நுழையக்கூடாது’ என கர்னல் உத்தர விட்டிருந்தது சூடு கிளப்பியது.

‘வெள்ளையன், அவன் புத்தியைக் காட்டுகிறான். நாம், நம் புத்தியைக் காட்டிவிட வேண்டியது தான்’. - அலுவலக ஆர்டர்லியை நாயர் உள்ளே அழைத்தார்.

“ராம்சிங் கோ புலாக்கர் ஆவ்.”

“கௌன்ஸி ராம்சிங் ஸாப்?” - ஆர்டர்லி புரியாமல் கேட்டான்.

“33 ஸ்குவாடு கமாண்டர் ராம்சிங். ஜல்தி ஆவ்.”

ராம்சிங்கை அழைத்து வர, 'ஏ' கம்பெனி நோக்கி வேகமாக நடந்தான் ஆர்டர்லி.

சிங்கப்புலியாபட்டியிலிருந்து பாலமுருகன் முன் நடத்திச் சென்ற கருஞ்சேனையோடு கிடாரிகுளம், உடையார் கூட்டம், கருங்குளம் வண்டிகளும் கலந்து, கோட்டை மேட்டை நெருங்கின. வண்டிகளைக் கண்டதும், கோட்டை முனீஸ்வரர் கோயில் பூசாரி எழுந்து ஓடிவந்து, "ஏப்பு... தம்பிகளா! அஞ்சாறு போலீஸ் லாரிகள் கோட்டைமேடு கடந்து, இப்போ தான் கமுதிக்குப் போகுது!" தகவல் சொன்னார். சின்ன இடைவெளியில், இன்ஸ்பெக்டர் ஜாக்ஸனின் படை முந்தி இருக்கிறது.

அருகே சீமைச்சாமி நிற்க, பாலமுருகன், எல்லா வண்டிகளுக்கும் கேட்கப் பேசினான். "முஹம்மது மீராவும் சண்முகப் பாண்டியும் கமுதிக்குள் நுழைந்திருக்கிறார்கள். தகவல் வரும் வரை காத்திருப்போம். வண்டிகளை எல்லாம் கோட்டைக்குள் நிறுத்துங்கள். மாடுகள் பூட்டிய நிலையிலேயே வண்டிகள் நிற்கட்டும்."

மாவீரன் மயிலப்பன் நின்று போரிட்ட கமுதி கோட்டைக்குள், 140 வருடங்களுக்குப் பின்னால், பெரும் யுத்த ஆயத்தங்களோடு ஆப்பநாட்டு கருஞ்சேனை நுழைந்தது. சிங்கப்புலியாபட்டியில் நிறுத்தி முஹம்மது மீரா சொன்ன செய்தி, பாலமுருகனுக்குள் கனலாக எரிந்தது.

"ஆங்கிலேயப் படை, ஆற்காடு நவாப்பின் படை, அண்டை சமஸ்தானங்களின் துரோகப்படைகளோடு பொருதிய மயிலப்பன் தோற்றுப் போனான். ஆப்பநாட்டு படைக்குப் பெரும் இழப்பு. இறந்தவர்கள் போக, கையில் அகப்பட்டவர்களின் தலைகளை அறுத்து, நீண்ட குத்தீட்டிகளில் செருகினார்கள் எதிரிகள். தேசத்துரோகம் செய்து முடித்த களிப்போடு அவரவர் பகுதிகளுக்குத் திரும்பிய ஈனப்படையினர், அறுபட்ட தலை செருகிய குத்தீட்டிகளை, போகிற வழியில் எதிர்ப்பட்ட ஊர்களில் எல்லாம் நட்டுக்கொண்டே போனார்களாம்! ஆப்பநாட்டுச் சிங்கங்களின் தலைகள் அறுபடத் தெறிந்த ரத்தத்தில் குளித்து நிற்கிறது கோட்டை. ஆண்டுக்கொரு முறை, பெருமழையால் பெருக்கெடுக்கும் குண்டாற்றில் புரண்டு போவது நீரல்ல... மயிலப்பனின் ரத்தம்!"

கோட்டையை ஒரு சுற்று பார்த்த பாலமுருகன், விம்மிப் பெருமூச்செறிந்தான். பொழுதுசாய்கிற நேரம். கோட்டையை அடைத்து நின்றன வண்டிகள். புலிப் பாய்ச்சலுக்குக் காத்திருந்தது கமுதி கருஞ்சேனை.

பரளச்சிக்குத் தெற்கே, இரண்டாவது மைலில், பாதை வெட்டுப்பட்டது சோலையின் மேற்பார்வையில் பாதை பள்ள மாகிக் கொண்டிருந்தது. தங்கச்சாமி, வண்டிகளை ஒழுங்கு பண்ணிக் கொண்டிருந்தான்.

தோண்டுகிற பள்ளத்திலிருந்து வெகுதூரம் தெற்கே, பெருநாழிப்போக்கில் வண்டிகளை நிறுத்தி இருந்தார்கள் பாதையின் இருபுறமும் சீவம்புல் காடு. பகலிலேயே முயல்களும் நரிகளும் ஓடித்திரியும். பாம்புகளும் பெருத்திருக்கும். வண்டல் மேலோடிய கரிசல் பூமி. கால் வைக்கும் இடங்களில் 'மெதுக் மெதுக்' என்றிருக்கும். வாகை மரங்களும் ஒற்றைப் பனைமரங் களும் அங்கங்கே தென்படும். வெட்ட வெட்ட துளிர்க்கும் மஞ்சணத்தி. பிசின் ஒழுகும் நாட்டுக் கருவேல மரங்கள், இரவெல்லாம் காடலைந்து தவித்த கிழட்டு முனிபோல் நிற்கும். எதிரிகளைக் காவுகொள்ள கை 'நமநம' த்துத் திரிந்த இளவட்டங்களுக்கு, நாலாபுறமும் கல்லெறி தூரத்தில் பதுங்கும் பக்குவம் சொல்லிக் கொண்டிருந்தார் கீழ்க்குடி கணேசன். வீரமச்சான்பட்டி துரைராஜ், தெலுங்கிலும் தமிழிலும் ஆளுக்கு ஏற்றவாறு பேசி உஷார் படுத்தினான். பரளச்சியிலிருந்து கழுதைச் சவாரி செய்து உளவு சொல்லி வந்த சலவைத் தொழி லாளி மாடசாமி, வெடிகுண்டுகளுக்கு அருகிலேயே உட்கார்ந் திருந்தான். வெளிச்சம் தேயும் முன் மேய்ந்து வயிறு நிரப்ப அலைந்தது சவாரிக் கழுதை.

திம்மநாதபுரம், துத்திநத்தம் இளவட்டங்கள், ஓர் ஆள் மட்டத்துக்குப் பள்ளம் தோண்டி எறிந்து கொண்டிருந்தார்கள்.

பெருநாழியில் திசை பிரிந்த இருளாண்டியின் குதிரை, நேர்பாதை பிடித்து வந்த சேர்ந்து கொண்டது. இங்கிருந்து இரண்டாவது மைலில், போலீஸ் முகாமிட்டிருக்கும் புல்லா நாயக்கன்பட்டி.

பொழுது இறங்கிக் கொண்டிருந்து. முனிப் பாய்ச்சலுக்கு ஆயத்தமாக இருந்தது பரளச்சி கருஞ்சேனை...

43.பனையேறி

ரணசிங்கம் கணித்தது தப்பவில்லை.

கமலாபுரத்துப் பெண்ணைக் கையைப் பிடித்து இழுத்த போலீஸ்காரன், விளக்குமாறு அடி வாங்கியதை, டி.எஸ்.பி. பானர்மேன் பெருத்த அவமானமாகக் கருதினார். குறட்டையை நிறுத்தி, கூடாரத்தை விட்டு வெளியே வந்தவர், “என்ன நடந்தது?” தூக்கம் கலைந்த கோபத்தோடு கேட்டார்.

முன்னும் பின்னும் ஓடிக்கொண்டும் நடந்து கொண்டும் இருந்த போலீஸ்கள், டி.எஸ்.பி- யின் கேள்வியைக் கவனிக்கவில்லை மேலும் கோபம் மூண்டது. ‘அய்யா.. சாமி... எசமான்...’ என்று ஓடியாடி உபசரித்துத் திரிந்த அப்பாவி ஊர் மக்கள், போலீஸ்களுக்கு எதிராகக் கொந்தளித்து நின்றனர். “போலீஸுகளுக்கு எம்புட்டு மரியாதை கொடுத்தோம்... இப்படிப் பண்ணிட்டாங்களே..”

“பொம்பளை கையைப் பிடிச்சு இழுத்தது தப்புல்லா?”

“கமலாபுரத்துக்காரன் என்ன சும்மா பார்த்துக்கிட்டு நிக்க பேடிப் பயலா?” ஓர் இளவட்டம் சுண்டினான்.

“பொறுங்கப்பா... பொறுங்க. பேசுவோம்.” பெரியவர் ஆற்றினார்.

நீரு என்ன இப்படி சொல்லுதீரு! நம்மளும் உப்புப் போட்டுத் தானே கஞ்சி குடிக்கோம்?”

பெண்கள் எல்லாம் கூடி இருந்தார்கள். ஆண்களுக்குக் குறுக்கே யாரும் பேசவில்லை.

“போலீஸுகிட்டே கொஞ்சம் பதுங்கித்தான் போகணுமப்பா.”

“நீரு சும்மா இருமய்யா. போலீஸுக்கு என்ன ரெண்டு கொம்பா முளைச்சிருக்கு?”

“அதுதான் வெளக்கமாறு பிஞ்சு போச்சில்லா...!”

“நீரு என்ன பேசிதீரு... அவன் ஏன்யா பொம்பளை கையைப் பிடிச்சு இழுத்தான்?” விளக்குமாறால் விளாசிய பெண்ணின் புருசன்காரனுக்கு ஆறவில்லை.

போலீஸுகளில் ஒருவன் கெஞ்சினான். “மன்னிச்சுக்கோங்க.”

கூட்டத்துக்குள் வந்துவிட்ட டி.எஸ்.பி. பானர்மேன், “என்ன நடந்தது?'' என்றார்.

“ஒன்றுமில்லை துரை அவர்களே...” இன்ஸ்பெக்டர் மெழுகினான்.

பெண்ணின் புருசன்காரன், ஆட்களை விலக்கி பானர் மேனுக்கு முன்னால் வந்தான். “ஏமய்யா... நீரு தான் அதிகாரி யாக்கும்'' ஆத்திரத்தில் குழறியது, வெள்ளை அதிகாரி பானர் மேனுக்குப் புரியவில்லை.

“என்னய்யா... முழிக்கீரு?” குமுறினான்.

“அடேய்...! பெரிய அதிகாரிகிட்டே அப்படியெல்லாம் பேசக் கூடாதுப்பா...” பெரியவர் பதறி சைகை செய்தார்.

“யோவ்... ஒம்ம சோலியைப் பாத்துக்கிட்டுப் போருமய்யா. அந்த போலீஸு பிடிச்சு இழுத்தது எம் பொண்டாட்டி கையில்லா...?” பெரியவரைத் தள்ளி விட்டான்.

ஏதோ அசம்பாவிதம் நடந்திருப்பதை உணர்ந்த பானர்மேன். அருகில் நின்ற இன்ஸ்பெக்டரிடம், "மறைக்காதே. உண்மையைச் சொல். இங்கே என்ன நடந்தது?" ஆங்கிலத்தில் கேட்டார்.

"நம்முடைய போலீஸ் ஒருவன், தண்ணீர் குடிக்கிற சாக்கில் வீட்டுக்குள் நுழைந்து, ஒரு பெண்ணின் கையைப் பிடித்து இழுத்திருக்கிறான் துரை அவர்களே."

பானர்மேன் அதிர்ந்து போனார்.

"யாரந்த போலீஸ்?"

கூட்டமாக நின்ற போலீஸுகளுக்கு நடுவே கவிழ்ந்திருந்தான் 'அந்த' போலீஸ். உச்சந்தலை வலி எடுத்தது. விளக்குமாறு அடி கொடுத்தவள், ஊர்ப்பெண்களுக்கு மத்தியில் நின்றாள். கைப் பிடியிலேயே இருந்தது விளக்குமாறு.

"அவனை முன்னே வரச் சொல்!" - டி.எஸ்.பி. உத்தரவிட்டார்.

போலீஸுகளை விலக்கி விலக்கி முன்னே வந்தும் கவிழ்ந் திருந்தான்.

"ஊர்க்காரர்கள் சொல்வது உண்மையா?"

"தண்ணீர் குடிக்கப் போனேன் துரை அவர்களே."

"போய்... என்ன செய்தாய்?"

"தண்ணீர்ச் செம்பை வாங்கும் போது தவறுதலாகக் கைப் பட்டுவிட்டது எஜமான்."

கூட்டத்துக்குள் நின்ற பெண் கத்தினாள். "அடேய்... அயோக் கியப் பயலே! கையைப் பிடிச்சு இழுத்து என்னைப் பலவந்தம் பண்ணலே நீ?" - கை விளக்குமாறை ஓங்கி ஆங்காரமாகக் கத்தினாள்.

போலீஸ்காரன் மறுக்காமல் நின்றான்.

வெள்ளை முகச்சதை நரம்பில் ஓடும் ரத்தம் தெரிய கொதிப் படைந்தார் பானர்மேன். இன்ஸ்பெக்டரை பார்த்து, "கூட்டத்தை விலகச் சொல்."

"ஊரணிக்கரை பார்த்துத் திரும்பி நில்" என்றார் டி.எஸ்.பி.

போலீஸ்காரன் மேற்கே திரும்பி நின்றான்.

"ம்... ஓடு..."

போலீஸ்காரன் புரியாமல் திரும்பிப் பார்த்தான்.

"திரும்பிப் பார்க்காமல் ஓடு." - இடை ரிவால்வரை எடுத்தார்.

போலீஸ்காரன் 'லொங்கு' ஓட்டமாக ஓடக் கிளம்பினான். இருபதடி தூரம் ஓடியிருப்பான். வலது கெண்டைக் காலில் சுட்டார் பானர்மேன். அலறி குப்புற விழுந்தான். ஊர்ச்சனம் விக்கித்து நின்றது. போலீஸ்களின் கண்களும் வாய்களும் பிளந்திருந்தன.

"அவனைத் தூக்கி லாரியில் போடுங்கள். பட்டாலியன் ஊரைவிட்டு உடனே வெளியேறட்டும். நன்கு இருட்டும் வரை, விளாத்திகுளம் வைப்பாற்றங்கரையில் நேரம் போக்கிவிட்டு, பெருநாழி புறப்படட்டும்!" - உத்தரவிட்ட பானர்மேன், மிடுக்கு நடை நடந்து கூடாரத்துக்குள் நுழைந்தார்.

மேஜர் சதாசிவம், உசிலம்பட்டிக்காரர். உடம்பு தான் ராணுவ வாளிப்பு. பேச்சும் அணுகுமுறையும் சர்வகலா சாலை உபாத்யாயர் போல் அணுக்கமானவை. எல்லோர் பேச்சுக்கும் இடம் கொடுத்து உள்வாங்கிய பின், உறுதியிட்டு அவர் முன்வைக்கும் சொல்லை எவரும் மறுதலிக்க இயலாது. எதிரியும் அவரைத் தள்ளி வைக்கமாட்டான். இன்று கர்னல் ஜோஸப் தள்ளி வைத்து விட்டார். இந்திய அதிகாரிகள், சிப்பாய்களின் மீதான வெள்ளைப் பார்வை வெளிச்சத்துக்கு வந்துவிட்டது. இந்த ராணுவப் பயிற்சிப் பாசறையில் மேஜர் சதாசிவம் ஓர் உயர்நிலை அதிகாரி. 'கர்னல் ஜோஸப்பின் அறையில் ஒரு ரகசியக் கூட்டம் நடக்கிறது. அது வெள்ளை அதிகாரிகள் மட்டும் கலந்து ஆலோசிக்கிற கூட்டம். இந்தியர் சதாசிவம் மனசுக்குள் சுனை நீராகக் கோபம் ஊற்றெடுத்தது. 'எனக்கும் கர்னல் ஜோஸப்புக்கும் ஓரே ஒரு படிநிலை தான் பதவி வேறுபாடு. என்னிலும் கீழ்நிலை வெள்ளை அதிகாரிகளை எல்லாம் ஆலோசனைக் கூட்டத்துக்கு அழைத்திருக்கும் கர்னல், வெளிப்படையாகவே வெள்ளை நிறம் காட்டுகிறார். நாமும் நம்முடைய கறுப்பு நிறத்தைக் காட்டிவிட வேண்டியதுதான். ராணுவத்துக்கு வந்து நான்கு நாட்களே ஆன தமிழ்நாட்டான் ரணசிங்கத்தின் மேல் ரஜபுதனத்து ராம்சிங்கும் கேரளத்து வேலாயுதன் நாயரும் அக்கறை கொள்கிறார்கள். இந்த ஒற்றுமைக்கு உருக்கொடுக்க, என்ன விலையும் தருவோம்.'

தன் ஆர்டர்லியை அழைத்தார்.

"தும் சீதே ஜாக்கர், வேலாயுதன் நாயர் அவுர் ராம்சிங் கோ புலாக்கர் ஆவ். ஜல்தி ஆவ்."

கமுதி முதலாளி வீட்டுக் கதவுகளோடும் ஜன்னல்களோடும் முட்டிக்கொண்டு இருந்தார்கள், ஐந்து ஊர் சம்சாரிகளும். பெயர்த்தெடுக்க கையில் ஒரு கடப்பாரை கூடக் கிடையாது.

"டேய்... சுப்பையா! உடையப்பனை வெளியே விடு. இல்லேன்னா உன் வீடு அழிஞ்சு போகும்."

கிண்ணென்று அடைபட்டிருந்த வீட்டைச் சுற்றிக் கத்திக் கொண்டு இருந்தவர்கள், லாரிகளின் இரைச்சல் கேட்டு, சாலைப் பக்கம் திரும்பினார்கள். முன்னே ஜீப்பும் பின்னே லாரிகளும் வந்து வாசலுக்கு எதிரே நின்று இரைந்தன. ஜீப்பிலிருந்து டி.எஸ்.பி. ஸ்காட் இறங்க, இன்ஸ்பெக்டர்களும் இறங்கினார்கள்.

அலங்கோலமான வீட்டையும் வெறிகொண்டு வளைத்து நிற்கும் கூட்டத்தையும் கண்ட முதல் பார்வையிலேயே ஸ்காட்டுக்கு விபரீதம் புரிந்து போனது.

"ஆயுதங்களோடு போலீஸுகளைஇறங்கச் சொல்." - ஸ்காட் கண்ணசைத்தார்.

லாரி போலீஸுகள் ஆயுதங்களோடு குதித்தார்கள்.லாரிக்குப் பின்னே இடைவெளி விட்டு சண்முப்பாண்டியும் முஹம்மது மீராவும் ஏறிவந்த குதிரை மறைவாக நின்றது. மீரா மெள்ளப் பேசினான். "முதலாளியின் வீட்டை வளைத்திருப்பவர்ள் எல்லாம் ஆப்பநாட்டு சம்சாரிகள். நிலங்களை அபகரிக்கும் முதலாளியின் சதுராட்டத்தில் ஏதோ சிக்கல் விழுந்திருக்கிறது. பூட்டிய வீட்டை கோரப்படுத்தி இருக்கிறார்கள். இறங்கி இருக்கும் போலீஸுகளை அவர்கள் எதிர்கொள்வது கடினம்."

"என்ன செய்யலாம் மீரா?"

"நீ உடனே கிளம்பு. கோட்டைமேட்டில் காத்திருக்கும் நம்முடைய கருங்சேனையைக் கிளப்பி இங்கே கொண்டு வா. நீ வரும்வரை, போலீஸின் கவனத்தைத் திசைதிருப்ப நான் முயலுகிறேன்."

சண்முகப்பாண்டி, குதிரையைக் கோட்டைமேட்டுக் குறுக்குப் பாதையில் திருப்பினான்.

"அய்யா, வாங்க! தனிமரக் கள்ளு இறக்கி தர்றோம். உக்காருங்க." - பூப்பாண்டியபுரம் பனங்காட்டுக்குள், ஒவ்வொரு மர உச்சியிலிருந்தும் போலீஸுகளின் தலையில் இறங்கின வரவேற்புக் குரல்கள். எல்லோருக்கும் முந்தி நுழைந்திருந்த

இன்ஸ்பெக்டர் சாண்டர்ஸ், தனியே ஒதுங்கி இருந்தான். மணலிலேயே சம்மணமிட்டு அமர்ந்த ஆவலுக்கு, இதற்குள் நான்கு செம்பு 'ஒரு பனைக் கள்ளு' உள்ளே இறங்கி இருந்தது. கைத்தோதுக்கு உடன் அழைத்து வந்திருந்த சார்ஜென்ட்டும் மூன்று செம்பு கள்ளை உறிஞ்சி இருந்தான். சொக்கலான சொக்கல்! கண் செருகினாலும் காரியத்தில் கண்ணாக இருந்தான் சாண்டர்ஸ்.

"ரணசிங்கத்தைக் கொல்ல இத்தனை போலீஸ் தேவை இல்லை. நானும் என் ரிவால்வரும் போதும். கொக்கு சுடுவது போல் சுட்டுவிடுவேன்." - கண் திருகி, சார்ஜென்ட்டைப் பார்த்தான்.

"உங்களைப் பற்றி நிறைய கேள்விப்பட்டிருக்கிறேன் துரை அவர்களே."

"என்னைப் பற்றியும் என் துப்பாக்கி பற்றியும் கேள்விப் படாமல் எப்படி இருக்க முடியும்? ஏய்... பனையேறி! ரெண்டு பேருக்கும் ஊத்து." பனை ஓலைப் பட்டையை தூக்கினான்.

"இந்தா கொண்டு வர்றேன் சாமி." - மண் முட்டியில் கள் கொண்டு வந்த பனையேறியை இன்ஸ்பெக்டர் சாண்டர்ஸ் பார்த்தான்; உற்றுப் பார்த்தான்.

'இதுவரை கள் ஊற்றிய பனையேறி இவன் இல்லையே... வேறு ஆளாகத் தெரிகிறானே...' - பட்டையை வாயோரம் ஏந்திக் கொண்டே, "நீதான் 'அந்த' பனையேறியா?" சாண்டர்ஸ் கேட்டான்.

"எந்த பனையேறி?" - கள் முட்டியோடு எதிரே நின்றவன் கேட்டான்.

"இதுவரை கள் ஊற்றியவன் நீயா?"

"நான்தான் எசமான்..." - சாயல்குடி வேலுச்சாமிக்குப் பனையேறி வேஷம் பொருந்தியே இருந்தது.

ரணசிங்கத்தைத் தலைகீழாகத் தொங்கவிட்டு சதை பிதுங்க அடித்து, இரவானதும் பூட்டி, துப்பாக்கி ஏந்திய சிபபாய்கள் காவல் காத்த குவார்ட்டர் கார்டு அறை, விடிந்து பார்த்த போதும் பூட்டியிருந்தது. உள்ளே ரணசிங்கம் இல்லை.

44.வங்காளம் நோக்கி...

"**ஏ**ய்... குடிகார மட்டை! வீட்டைச் சுத்தி எமன் நிக்கிறான்! எந்திரி." - குப்புறக் கிடந்த உடையப்பனின் முதுகில், ஓங்கி ஒரு போடு போட்டான் சமையல்கார பச்சையப்பன்.

முகம் தூக்கி புரண்ட உடையப்பன், "எனக்கு எவன்டா எமன்?" - கண் திறக்காமலே பேசினான்.

"உனக்கு எமன்... ஒருத்தன் இல்லே, ஊரே திரண்டு நிக்குது!"

"ஹ் ஹ் ஹா...!" - இடது வாயோரம் சிரித்த உடையப்பன், "நானே ஒரு எமன்! அதுவும்... ரணசிங்கத்தையே கொல்லப்போகிற எமன்!" - பேச்சு ஒழுக, மறுபடியும் குப்புற சாய்ந்தான்.

"அட... நாறப் பயலே!" - பச்சையப்பன் சுற்றிலும் பார்த்தான். ஒரு பானை தண்ணீரை எடுத்து உடையப்பனின் தலையில் இருந்து உடம்பு நெடுக தரதரவென ஊற்றினான்.

தலை உதறி எழுந்து உட்கார்ந்தான் உடையப்பன். "அடியே... பச்சை! ஏண்டா.... தண்ணியை

ஊத்துறே? போதையெல்லாம் போயிருச்சேடீ.....!" - தலையை ரெண்டு உலுப்பு உலுப்பினான்.

"வினைகாரப் பாவி! உன்னாலே... முதலாளி வீடே இடிப்படப் போகுது!"

"எவன் இடிக்கிறது?" - உடையப்பன் எழுந்து வேட்டிய கட்டினான். . "விடு... அவன்ங்களை! நான் ஒரு கை பாக்குறேன்."

"ஏய்.. கிறுக்கு மட்டை! வெளியே போனால் ... உன்னைக் கொல்லாம விடமாட்டாங்க."

சப்தம் கேட்டு, பதறி ஓடி வந்தார் முதலாளி... "உடையப்பா! குடி வெறியிலே வம்பையும் இழுத்து, என் காரியத்தையும் கெடுத்திட்டே! போகுது விடு. இப்போ... போலீஸு வந்துருச்சு! துப்பாக்கி சூடுபட்டு எத்தனை பேர்தான் சாகப் போறான்ங் களோ! நீ கொஞ்சம் சத்தம் போடாமல் இரு." - முதலாளியும் பச்சையப்பனும் ஆளுக்கு ஒரு தோளைப் பிடித்து நாற்காலியில் அமர்த்தினார்கள்.

"இவன்ங்களுக்கெல்லாம் எதுக்கு இத்தனை போலீஸு? நான் ஒருத்தன் போதாதா?" - போதையிலும் தெளிவாகப் பேசினான் உடையப்பன்.

"ஆமாலூ...! நீ சூரப்புலி தான்! தெரியாதாக்கும்?" - பச்சை யப்பன் நீட்டி முழக்கினான்.

"ஏய் ... பச்சையப்பா! ,இந்த இடத்தை விட்டு உடையப்பனை எழுந்திரிக்க விடாதே." - வேட்டியை தூக்கி பிடித்துக்கொண்டு முதலாளி, வீட்டின் மையப் பகுதிக்கு ஓடினார்.

தலைவாசலையும் ஜன்னல்களையும் இடிக்கிற சத்தம் ஓய்ந்திருந்தது.

விளாத்திகுளம் வைப்பாற்றங்கரை நெடுக, உடைமரக் காடுகள். ஆற்றுக்குள் நாணல் புதர்கள் அடர்ந்திருந்தன. நடு ஆற்றின் ஓடுகாலில், பாம்பாக நெளிந்து தென்கிழக்கே நழுவிக் கொண்டிருந்தது முந்தைய மழைநீர். உடைமர அடர் பச்சையும் நாணலின் இளம் பச்சையும் ஊடு மணலின் பொன்னிறமும் இறங்கு பொழுது வெளிச்சத்தில் வைப்பாற்றுக்கு வண்ணக் கலவை. இட்டிருந்தன. பெரும் படையை எதிர் கொள்ளப் போகிற தருணத்திலும் ரணசிங்கம், ஆற்றின் அழகில் ஒரு கணம் மயங்கி நின்றான்.

உடைபட்ட கண்மாய் நீராப் பெருக்கெடுத்துக் கிளம்பிய துளசிபட்டி படையின் முன்னே, ரணசிங்கமும் அழகுபாண்டியனும் ஏறிவரும் குதிரைகள். அபுபக்கர் ஓட்டி வந்த 'கோச்' வண்டியில் ஆட்கள் எவருமில்லை. வெடிகுண்டுகளும் துப்பாக்கிகளும் அடுக்கப்பட்டிருந்தன. பெருநாழியில் இருந்து ரணசிங்கத்துடன் கோச் வண்டியில் ஏறிவந்த பத்து இளவட்டங்களில், குதிரையேறி பிரிந்த மூன்று பேர் போக , மற்ற ஆறு இளவட்டங்களும் துளசிபட்டி படைவீரர்களுக்குள் கலந்து வந்தார்கள்.

கரை நெருங்க நின்ற ரணசிங்கம், குதிரையில் அமர்ந்தவாறே தாக்குதலுக்கான வியூகம் பார்த்தான். கமலாபுரத்து லாரிகள், எட்டயபுரம் பாதையைத் தொட்டு வந்து வைப்பாற்றுக்குள் இறங்கும். நடந்து கடந்தால், கால் ஓய்ந்து போகும் அகலத்துக்கு ஆற்று மணல் பாதை. லாரிகள் வேகமெடுத்துக் கடக்க இயலாது. பெருநாழியை நெருங்குகையில் தான் போலீஸ் படை ஆயுதம் ஏந்தும். அணிவகுத்து வரும் லாரிகளுக்குள் ஒரு லாரி, ஆயுத லாரியாக இருக்கும். ஆட்களைக் கொல்ல வேண்டும்; ஆயுதங்களைக் கைப்பற்ற வேண்டும். வெடிகுண்டுகளைக் கையாளத் தெரிந்தவர்கள், துளசிபட்டி படையில் வெகு சிலரே. அதிரடித் தாக்குதலில் வேல் கம்பு, அரிவாள்களுக்கு வேலை இல்லை. தப்பிப் பிழைத்து ஓடும் எதிரிகளை வேல் கம்பு, அரிவாள்கள் பார்த்துக் கொள்ள வேண்டியது தான். படையை ஆறு அணிகளாகப் பிரிக்க வேண்டும். ஆற்றின் இறங்கு கரை முனையில் இரு பக்கமும் இரண்டு அணிகள் பதுங்க வேண்டும். ஐந்து, ஆறு லாரிகள் இறங்கி மணலுக்குள் ஊர்ந்து செல்லும் தூரத்தில், இரு பக்கமும் இரண்டு அணிகள். பதுங்கி இருக்கும் இரு பக்கப் படை அணிகளையும் முக்கோணப்படுத்தி இரண்டு அணிகள். ஆயுத லாரியை மட்டும் அடையாளம் கண்டு ஒதுக்கிவிட்டு, மற்ற லாரிகளைத் தகர்க்க வேண்டும்.

ரணசிங்கம் உத்தரவிட, துளசிபட்டி படை, ஆறு அணிகளாகப் பிரிந்தது. ஆறு இளவட்டங்களும் அணிகளுக்குப் பொறுப்பேற்றார்கள். கோச் வண்டி குண்டுகளும் துப்பாக்கிகளும் கையேறின. சாலையோரம் நிற்கும் கோச் வண்டியிலேயே அபுபக்கரை இருக்கச் சொன்னான். ரணசிங்கம். வடபக்க மைய அணியோடு அவனும் தென்பக்க மைய அணியோடு அழகுபாண்டியனும் கலந்தார்கள்.

ராணுவப் பயிற்சி பாசறையில் இதுவரை கண்டிராத இறுக்கமும் பதற்றமும் நிலவியது. கை கால்களைப் பிணைத்து, தலைகீழாகத் தொங்க விட்டு, ஆங்கிலேய சிப்பாய்களின் லத்திக் கம்பால் உடம்பு முழுக்க வரிவரியாக உரித்து, குற்றுயிராக்கி ரணசிங்கத்தை இரவு பூட்டி வைத்திருந்த அறை, விடிந்தும் பூட்டியே இருந்தது. ரணசிங்கத்தைக் காணோம்! 'ரண சிங்கத்தை மட்டுமல்ல... ஸ்குவாடு கமாண்டர் ராம்சிங்கையும் நள்ளிரவில் இருந்து காணோம்' என்கிற செய்தி, பாசறைக்குள் வனநெருப்பாக பரவியது.

ஆங்கிலேய அதிகாரிகளின் ஜீப்புகள் அங்கும் இங்கும் ஓடித் திரிந்தன. மேஜர் சதாசிவமும், ஆர்.எச்.எம்.வேலாயுதன் நாயரும் பரபரப்பின்றி தத்தம் கடமைகளில் கண்ணாக இருந்தார்கள்.

கர்னல் ஜோஸப் நேற்று கூட்டியிருந்த ரகசிய ஆலோசனைக் கூட்டத்தில் கேப்டன் கீட்ஸ் எச்சரித்திருந்தார்.

"கர்னல் அவர்களே! என்னுடைய புத்திக்கு எட்டிய வரை, நம்முடைய பயிற்சிப் பாசறையில் ஒரு பெரும் கிளர்ச்சிக்கான ஆயத்தங்கள் தென்படுகின்றன.''

"யார் கிளர்ச்சி பண்ணப் போவது?" - அலட்சியமாகக் கேட்டார் கர்னல்.

"சுதேசி சிப்பாய்களும் இடைநிலை அதிகாரிகளும்!" - அழுந்தச் சொன்னார் கேப்டன்.

"எதை வைத்துச் சொல்கிறாய்?"

"என்னுடைய இரவு நேர ரோந்துப் பணியின்போது, அவர்கள் தனியே கூடிப் பேசுவதை பலமுறை நான் பார்த் திருக்கிறேன்.

"யார்... யார் கூடுகிறார்கள்? எங்கு கூடுகிறார்கள்.?"

"மேஜர் சதாசிவம் தலைமையில், வேலாயுதன் நாயரின் குவார்ட்டர்ஸில் கூடுகிறார்கள். எல்லோரையும் ஒருங்கிணைக் கிற பணியை ஸ்குவாடு கமாண்டர் ராம்சிங் செய்கிறான்.''

கர்னல் ஜோஸப் ஆழ்ந்து யோசித்தார்.

"பற்றிக் கொள்ள, சிறு பொறி தான் அவர்களுக்குத் தேவைப் பட்டது. அந்தப் பொறியாக ரணசிங்கம் வாய்த்திருக்கிறான்.''

“என்ன செய்யலாம் கீட்ஸ்?” - கர்னல் கேட்டார்.

“எல்லோருக்குமான பாடமாக ரணசிங்கம் தண்டிக்கப்பட வேண்டும்.”

“ஒட்டுமொத்தப் பாசறையையும் கூட்டி வைத்து, எல்லோர் முன்னிலையிலும் ரணசிங்கத்தை சுட்டுத் தள்ள வேண்டியது தான்.”

“மன்னிக்க வேண்டும் கர்னல் அவர்களே. சுட்டுக் கொல்வது... சுதேசிகளிடையே பெரும் கோபத்தை உண்டு பண்ணும்.”

“பண்ணட்டும். ஆயுதப் பிரயோகம் செய்து அடக்குவோம்.” குரலை உயர்த்தி, “டியர் கேப்டன்! இது... சுதேசிகளின் ராணுவம் அல்ல. பிரிட்டிஷ் ராணுவம்” என்றார் கர்னல்.

“ராணுவம்... நம்முடைய ராணுவம் என்றாலும், எண்ணிக் கையில் இந்தியர்களே அதிகம் என்பதை மறக்கக்கூடாது. இன்னொரு சிப்பாய் கலகத்துக்கு வித்திட்டு விடக்கூடாது.”

“என்ன செய்யலாம் என்கிறாய்?”

“ரணசிங்கத்தை மட்டும் கோர்ட் மார்ஷியல் பண்ணி, தண்டித்து, ராணுவத்தை விட்டு வெளியேற்ற வேண்டியது தான்.”

கேப்டன் கீட்ஸ் சொன்னதே முடிவாகி, ரணசிங்கத்தை அடித்தார்கள். விடிந்து பார்த்தால் ஆளைக் காணோம்.

“சதாசிவமும் வேலாயுதன் நாயரும் தான் ரணசிங்கம் தப்பிக்க ஏற்பாடு செய்த சதிகாரர்கள்... வரச்சொல் அவர்களை.” - உத்தரவு பறந்தது

ஜபல்பூர் ஜங்ஷனை விட்டு நள்ளிரவு கிளம்பிய ரயிலில் ஏறி ராம்சிங்கும் ரணசிங்கமும் வங்காளம் நோக்கி போய்க் கொண்டிருந்தார்கள்.

ஆயுதம் தாங்கிய போலீஸுகளால் சுற்றி வளைக்கப்பட்டதும், மண்டல மாணிக்கம் பெரியவர் மலைத்துப் போனார். கதவு, ஜன்னல்களை இடித்துக் கொண்டிருந்த அத்தனை பேரும் அப்படி அப்படியே நின்றார்கள். கூட்டத்தைக் கண்டதுமே டி.எஸ்.பி ஸ்காட் ஒரு முடிவுக்கு வந்தார். ‘இது ஆப்பநாட்டுக் கூட்டம். பிரிட்டிஷ் விசுவாசியான முதலாளியின் வீட்டைக் கொள்ளையிட ரணசிங்கம் ஏவி விட்டிருக்கிறான்.”

“ஃபயர்! சுட்டுத் தள்ளுங்கள்.” - உத்தரவிட்ட ஸ்காட்டின் ரிவால்வர் குண்டு, மண்டல மாணிக்கம் பெரியவரின் நெஞ்சைப் புறங்கண்டது. வீட்டைச் சுற்றி நின்றவர்களைக் குறிபார்த்து துப்பாக்கிகள் வெடித்தன. வெடித்த குண்டுகள் எல்லாம் குறி தவறாமல் பாய்ந்தன. தலைவாசல்புறம் நின்ற அத்தனை சம்சாரி களும் சாய்ந்தனர். மற்ற புறங்களில் நின்றவர்கள் சிதறி, பின்புறம் ஓடினார்கள். ஆயுதப் போலீஸ் விரட்டிப் போனது.

எட்ட நின்று பார்த்துக் கொண்டிருந்த முஹம்மது மீராவுக்கு பொறி கலங்கியது. ‘சிறிதும் அவகாசமின்றி சுட்டுத் தள்ளி விட்டார்களே!’ உயிரைப் பணயம் வைத்து ஒரு முடிவெடுத் தான். பாதையை அடைத்து நின்ற ஆயுதந்தாங்கிகளை விலக்கி விலக்கி முன்னேறினான்.

டி.எஸ்.பி. ஸ்காட்டின் முன்னால் நின்றான் மீரா.

“வணக்கம் துரை அவர்களே...”

ரிவால்வரோடு ஏறிட்ட ஸ்காட், “யார் நீ?” என்றார்.

“முதலாளியின் மகன் ராமசாமி.”

“சொல்.”

“ரணசிங்கத்தின் ஆட்கள் இவர்கள் இல்லை துரை அவர் களே. இது... வெறும் கூலித் தகராறு. உங்ளோடு மோத, ரண சிங்கத்தின் படை, கோட்டைமேட்டில் காத்திருக்கிறது. சிறிது நேரம் தாமதித்தாலும், கமுதியை அழித்து விடுவார்கள் துரைஅவர்களே!” - பணிந்து சொன்னான் மீரா.

“ஏய்... ஜாக்ஸன்! சுட்டுத் தள்ளியது போக, மிச்சங்களை விட்டுத் தள்ளுங்கள். லாரிகளைக் கோட்டைமேடு நோக்கி உடனே கிளப்பு.”

45. புயல் பாய்ச்சல்

குண்டு பிளந்த நெஞ்சோடு, முதலாளி வீட்டுத் தலைவாசல் படிகளில் சரிந்து மல்லாக்கக் கிடந்தார் மண்டலமாணிக்கம் பெரியவர். கரும்பாறையாக விரிந்திருந்த மார்பிலிருந்து 'குபுக்... குபுக்' என ரத்தம் கொப்பளித்து வெளியேறி, உயிர் பிரிந்து கொண்டிருந்தது. கருவிழி மேலேற, கனத்த மீசைக்கு இடையே வாய் முணுமுணுத்தது.

"அடேய்.. மோசக்கார சுப்பையா...!"

செத்தவர்கள் சிதறிக் கிடந்தார்கள். மல்லாந்தும் ஒருக்களித்தும், குப்புறவும் வீட்டைச் சுற்றிப் பிணங்கள்! வெள்ளை துரைமார்களின் விருந்து உபசாரத்துக்காக தோட்டத்தில் மேய்ந்து திரியும் வருசநாட்டு மான்கள் மருண்டு போய் நின்றன. துப்பாக்கி வெடிச் சத்தத்தில் புள்ளி மேனி நடு நடுங்கி, சுவர் தாண்டித் தப்பிக்க முடியாமல், அங்கும் இங்கும் ஓடித் திரிந்ததில், தோட்டத்து இளஞ்செடிகள் ஒடிந்து நாசமாயின. மான்கள் உழப்பிய தோட்டத்துப் பாத்திகளில் சம்சாரிகளின் சடலங்கள் சூடு தணியாமல் கிடந்தன.

துப்பாக்கிச் சூட்டை நிறுத்தச் சொல்லி டி.எஸ்.பி ஸ்காட் போட்ட உத்தரவுக்குப் பின்னால் தப்பிப் பிழைத்தவர்கள், சுற்றுச் சுவர் தாண்டிக் குதித்து கண் மறைந்து போயினர்.

இன்ஸ்பெக்டர் ஜாக்ஸன் கிளப்பிய லாரிகளின் இரைச்சல், பூட்டிய வீட்டுக்குள்ளும் கேட்டது. முதல் லாரியின் முன்பகுதி யில் அமர்ந்திருந்த ஜாக்ஸனின் ஆத்திரம் ஓரளவுக்கு தான் அடங்கி இருந்தது. உயிர் நண்பன் லாரன்ஸைக் கொன்றவர்கள், கீழத்தூவலில் விஷவண்டுகளைக் கிளறிவிட்டு போலீஸுகளை சாகடித்தவர்கள் இந்த ஆப்பநாட்டுக்காரர்கள். அவர்களில் சிலரை ஓரளவு மட்டுமே ஆசைதீர சுட்டுக் கொன்றிருந்தான். இன்னும் இருக்கிறது பேராசை. எல்லோரையும் கொல்ல வேண்டும். கட்டாயம்... அந்த ரணசிங்கத்தைக் கொல்ல வேண்டும். வாய், மூக்கு, முகமெல்லாம் வழிந்தது வெறி! கதவு, ஜன்னல்கள் இடிபடும் சத்தம் நின்று போனது . துப்பாக்கி வெடிச்சத்தம் நின்று போனது. லாரிகள் கிளம்பும் இரைச்சல் கேட்டது. பூட்டிய கதவு, ஜன்னல்களின் உட்பக்கமாகக் காதை வைத்து உற்றுக் கேட்டார் முதலாளி. வீட்டைச் சுற்றும் மயான அமைதி, காதை தடவிக் கொடுத்தது.

“எல்லோரும் செத்தான்ங்க!” உரக்க முணுமுணுத்தார்.

வீட்டுக்குள் பதுங்கி இருந்த கையாள் ஒருவனை அழைத்தார்.

“டேய்... கதவைத் திற!” மெள்ளப் பேசினார்.

முதலாளியின் பாதுகாப்புப் பிரிவில் இருக்கும் ஒருவன், உயிரை வெறுத்து, தலைவாசலை நோக்கி, பொத்திப் பொத்தி நடந்தான். கனத்த தாழ்ப்பாளைத் திறக்கச் சிரமப்படுகிற சாக்கில் தாமதித்தான்.

“பயப்படாமல் திற!” முதலாளி தூர நின்று ஊக்கம் கொடுத்தார்.

உயிர், மேலும் கீழும் ஏறி இறங்க... துணிந்து, தாழ்ப்பாளைத் திறந்துவிட்டான். தலை வாசலுக்கு வெளியே தலைகொடுத்துப் பார்த்தார் முதலாளி. வீட்டைச் சுற்றி எமனாக நின்றவர்கள். பிணமாகக் கிடந்தார்கள். முழு ஆளாகக் கதவுக்கு வெளியே வந்து ஒரு சுற்றுப் பார்த்தார்.

“ஏய்... உடையப்பா... இங்கே வாயேன்!” குதியாளம் போட்டுக் கத்தினார்.

“குடிகார மழுக்கு! முதலாளி உன்னைத் தான் கூப்பிடுறாரு...” உள்ளங்கை ரெண்டையும் ஒரு தட்டுத் தட்டி, உடையப்பனின் குமட்டில் இடித்துச் சொன்னான் பச்சையப்பன்.

கால் போதையில் இருந்த உடையப்பன், “முதலாளி ஏன் இந்த கத்து கத்துறாரு?” வேட்டி தரை புரள தலைவாசலுக்கு வந்தான்.

“ஏய்... உடையப்பா! இங்கே... பாரேன்! அதோ... அங்கே பாரேன்!” முதலாளி வயசுக்குப் பொருத்தமில்லாமல் குதித்தார். தலைவாசல் படிகளில் சரிந்து கிடந்தார் மண்டலமாணிக்கம் பெரியவர்.

“செத்துட்டான்ங்களா!” வாய் பிளந்த உடையப்பன், வேட்டியை இறுக்கிக் கட்டினான்.

“என்னை எதிர்த்தவன்ங்க எல்லாம் செத்தான்ங்க...” நெற்றியில் பூசியிருந்த திருநீற்றுப் பூச்சு, வியர்வையில் கரைந்திருந்தது. வேட்டியை மடித்துக் கட்டியவர், “இந்த ஏழைப் பய இருக்கிறானே...” மண்டலமாணிக்கம் பெரியவரின் நெஞ்சில் வலது காலால் ஓங்கி ஒரு மிதி மிதித்து, “என்னை... “அடேய்... மோசக்கார சுப்பையா...! அடேய்... மோசக்கார சுப்பையா” னு கத்துறான்!” ஓங்கி ஓங்கி மிதி விழுந்தது. “மறைஞ்சு போன என் பழைய பெயரை... எனக்கு ஞாபகப்படுத்துறானாம்!” நாக்கைத் துருத்திக் கொண்டு மறுபடியும் மிதி விழுந்தது.

“இவ்வளவு பேரையும் யார் முதலாளி கொன்னது?” சிலோன் சாராயம் வாய் நாறக் கேட்டான் உடையப்பன்.

“நம்ம போலீஸ் தான்! வெள்ளைக்கார துரைகளுக்கு விருந்து ஆக்கிப் போட்டேனே? அது வீண் போகலே! சரியான நேரத்தில் வந்து காப்பாத்திட்டாங்க! என் பணப் பெட்டியும் பத்திரங்களும் தப்பிச்சிருச்சு!”

“இவங்களைத் தான் எனக்கு எமன்னு சொன்னானா பச்சையப்பன்!” வேட்டியை மடித்துக்கட்டி, மண்டலமாணிக்கம் பெரியவரின் நெஞ்சியில் உடையப்பனும் ஓங்கி ஒரு மிதி மிதித்தான்.

ஆப்பநாட்டு மழை, அது ஒரு தினுசான மழை!

மண்ணுக்கும் மழைக்குமான உறவை ‘காதல்’ என்பார்கள். ஏங்கித் தவித்து, காய்ந்து, விரிய விடாமல் அடிக்கடி வந்து,

கண்டுபோகும் காதலனைப் போல், மழை பொழியும் பூமிகளும் உண்டு. மேனி குளிர, காதலன் வந்து கண்டு போனதும் கர்ப்பம் தரிக்கும். மண் மறையப் பயிர் விளையும். பூ பூக்கும். ஓடைகளாக... ஆறுகளாகப் பெருக்கெடுக்கும். மண்ணுக்கு மழை கொடுக்க, மழைக்கு மண் கொடுக்கும் லீலைகளால் ஜீவிதம் தித்திக்கும். இவையெல்லாம் எங்கோ...எங்கெங்கோ!

ஆப்பநாட்டில்...? ம்... ஹூம்! இந்த மண்ணை... பெண்ணாகக் கருதுவதில்லை மழை. எதிரியாகப் பார்க்கிறது. பார்ப்பது மில்லை. எதிரியாக பாவிக்கிறது! ஆப்பநாட்டை ஏன் பிடிக்க வில்லை மழைக்கு? அழகில்லையா? குணம் பத்தாதா? வறண்ட மேனியா? வறள வைத்தது யார்? மழை தானே? பெய்ய வேண்டியது தானே? பெய்த பின் பார்க்கட்டும் பொலிவை. இந்த பூமிப் பந்தே... மழையின் காதலி! வறண்ட ஆப்பநாட்டை எங்கே சீந்த? காதலியாகக்கூட வேண்டாம். எதிரியாக ஏன் பார்க்க வேண்டும்? எதிரி என்றாலும் சாமான்ய எதிரி அல்ல. மூஞ்சி, முகத்தை எல்லாம் பிய்த்தெறிகிற எதிரி! காலம் எல்லாம் காக்கப் போட்டு, காயப் போட்டு என்றாவது ஒரு நாள், எதிர்பாராமல் வருவதைப் பார்க்க வேண்டுமே! எக்காளம் முழங்க, பூமியைக் குத்து குத்தென்னு ஊசியாக குத்தி, கொட்டு கொட்டென்று தேனீயாகக் கொட்டி, வாய், வயிறு, கண்மாய், குளம் எல்லாவற்றையும் உடைத்தெறிந்து விட்டுப் போய்விடும். வாழ்விக்கிற மழையாக இல்லாமல் வஞ்சிக்கிற மழை தான் பெய்கிறது! இதை எப்படி காதல் என்பது? பகை தானே? அது என்னமோ... தெரியலே! ஆப்பநாட்டுக்கும் ஆகாயத்துக்கும் பொருத்தம் இல்லே. ஆனாலும் மண்ணோடு மல்லுக்கட்டி சாகுது சனம்! மழை நினைக்கிறது பகையாக; மண் நினைக்கிறது உறவாக.

பெருநாழி மீது படையெடுத்து வந்து விட்டது மழை. லாரிப் படையெடுப்பை எதிர்நோக்கி நான்கு திசைகளிலும் சனம் காத்திருக்க... மாரி படையெடுத்து வந்தது. தீராத பகையாளியை அடிக்கிற அடி. கொட்டு கொட்டென்று கொட்டித் தீர்த்து விட்டது. விதைக் கொட்டான்களில் இருந்த மிளகாய் பொடியை மட்டும் பத்திரப்படுத்தினார்கள். 'என்ன அடி வேண்டுமானாலும் அடி. எத்தனை வெட்டு வேண்டுமானாலும் வெட்டு!' என ஆண்களும் பெண்களும் சிறுவர்களும் முகத் தையும் முதுகையும் திருப்பித் திருப்பிக் கொடுத்தார்கள்.

இன்று அதிகாலை, சுடலையில் கிடத்தி எரியூட்டி வெந்து போன பதினோரு இளவட்டங்களின் சாம்பல் குவியலைக் குழைத்து, கரைத்துக் கிழக்கு நோக்கி ஆப்பநாட்டு மண் முழுக்க விதைத்துக் கொண்டு போனது மழை நீர்.

ஓங்கி அலையடித்தால் பூப்பாண்டியபுரம் பனங்காட்டுக்குள் நுழைந்து விடுகிற தூரத்தில் வங்காள விரிகுடா. இன்று விரிகுடாவின் ஆங்காரம் ஒரு பனை உயரம்! முக்கித் தக்கி மொத்த ஆழி நீரும் கரையேறுகிற பிராயத்தனம். நடக்கப் போகும் ஏதோ ஓர் அகோர ஆட்டத்துக்கான ஆடுகளத்தின் திரைச்சீலையாக அலைந்தது கடல். சங்கமிக்கும் மலட்டாறு நீர், அலை அழுத்தத்தில் பின்னேறியது.

தலைக்கு மேல் ஒவ்வொரு பனை உச்சியில் இருந்தும் குரல்கள் கேட்க, அண்ணாந்து பார்த்தார்கள் எல்லா போலீஸுகளும். பனைகளில் இருந்தவர்கள் யாரும் பனையேறிகளாகத் தெரியவில்லை. படை வீரர்களாகத் தெரிந்தார்கள். பாளை சீவும் அரிவாள்கள் இருக்க வேண்டிய கைகளில் தலைசீவும் கொடுக் கரிவாள்கள். ஒரு வாய் கள்ளு கூட குடிக்காத போலீஸுகள் விதிர்த்துப் போனார்கள். ஆயுதங்களை லாரிகளில் வைத்து விட்டு, கள்ளு குடிக்க, கைவீசிக்கொண்டு நுழைந்தவர்கள் எல்லோரும் நிராயுதபாணிகள். பூப்பாண்டியபுரம் ஊரோரம் நின்ற லாரிகள் இரைந்தன. எல்லோரும் இங்கிருக்க... லாரிகள் எப்படி இரையும்? யார் இயக்குவது? லாரி திசைப்பக்கம் திரும்பினார்கள். கருஞ்சேனையின் சிறு படை அணி, குண்டு வெடித்தால் கொல்லுகிற தூரத்தில் ஏந்திய துப்பாக்கிகளோடு எதிரே நின்றார்கள். போலீஸுகளைக் குறிபார்க்கும் துப்பாக்கிகள் எல்லாம் போலீஸ் துப்பாக்கிகள்.

துப்பாக்கிகளும் உச்சிப் பனைகளும் வழிவிட்டான் உத்தரவுக்காக காத்து இருந்தன. வழிவிட்டான், லாரி அருகில் நின்றான்.

சிக்கிக்கொண்ட போலீஸு கண்கள், இன்ஸ்பெக்டர் சாண்டர்ஸை தேடின. பனையேறி வேடமிட்டிருந்த சாயல்குடி வேலுச்சாமியிடம் சிக்கி இருந்தான் சாண்டர்ஸ். "அந்த பனையேறி நான் தான் எசமான்!" - வேலுச்சாமி சொன்னதை சாண்டர்ஸ் நம்பவில்லை.

“ஏய்... உண்மையைச் சொல். யார் நீ?” - கையிலிருந்து பனை ஓலைப் பட்டையை தூர வீசிவிட்டு, எழ எத்தனித்தான். வேலுச்சாமி வேஷம் கலைத்தான்.

கிழக்கே வங்காள விரிகுடா கோபம் கொண்டுவிட்டது. கீழைத்தீவுப் பக்கமிருந்து திரண்டு வந்தது கோபம். அடி ஆழத்தில் திரட்டி வைத்திருந்த கோபம். எருமைகுளத்தில் இள வட்டங்களைச் சாகக் கொடுத்த கோபம். காலம் காலமாக உயிர்பலி கொடுத்த கோபம். கண் முன்னே தாயும் தமக்கையும் கற்பிழந்த கோபம். முதுகுளத்தூர் கச்சேரியில் கிடாத்திருக்கை இளவட்டங்கள் செத்து விழுந்த கோபம். உதிரம் சிந்திய மண்ணில் உரிமைகளை இழந்த கோபம். மண்டபசாலை தோப்பு அழிந்த கோபம். வளமாக்கிய பூமியில் வாழ்வாதாரங்கள் சிதைந்த கோபம். எல்லாம் சேர்ந்து புயலாகக் கிளம்பியது.

பனை மரங்களையே ஆட்டுகிறது புயல். என்ன ஆட்டு ஆட்டினாலும் உச்சிப்பனை ஆட்களின் கண்கள், இரை யிலேயே குறியாக இருந்தன. வழிவிட்டான், துப்பாக்கி தூக்கி, வானத்தை நோக்கி ஒரு முறை சுட்டு உத்தரவு தந்தான். எழ எத்தனித்த இன்ஸ்பெக்டர் சாண்டர்ஸின் தலையில், கையி லிருந்த கள்ளு முட்டியால் ஒரு போடு போட்டுத் தொடங்கி வைத்த வேலுச்சாமியின் இடையில் செருகி இருந்த கொடுக் கரிவாளுக்கு சாண்டர்ஸின் உயிர் கிடைத்தது.

புயல் வேகமெடுத்தது. ‘புயல் பாய்ச்சல்’ தொடங்கியது.

46.கல்கத்தா முகர்ஜி

'எதிரியாக இந்தாலும் ரணசிங்கம் வீரனாக இருக்கிறான்!வீரர்களின் கதைகளே, வரலாற்றுப் பாடங்களாக உள்ளன..." கதை சொல்லிக் கொண்டு இருந்த இன்ஸ்பெக்டர் மார்ட்டின் ஸின் முகம் பார்க்காமல் பேசிய விஞ்ச் துரை. "அது என்னமோ தெரியவில்லை மார்ட்டின்ஸ்... நீ கதை சொல்லச் சொல்ல, என் மனதுக்குள் பிரியமான ஓர் இடத்தைப் பிடித்து வருகிறான் ரணசிங்கம். இவனைப் போன்ற வீரர்களை வாழ வைத்துப் பார்க்கவேண்டும். என்ன செய்து தொலைக்க? இவன் இந்தியனாகப் பிறந்துவிட் டானே! விட்டு வைத்தால், வெள்ளை ஏகாதி பத்திய அச்சையே முறித்து விடுவான் போலிருக் கிறதே!" - மௌனமானார்.

மார்ட்டின்ஸூம் ஆமோதித்து மெள்ளத் தலையசைத்தான். டி.எஸ்.பி. ஸ்காட் தலைமை யில் போலீஸ் படையை அனுப்பியதிலிருந்து தொடர்ச்சியாகக் கதை சொல்வதற்கும் கேட்ப தற்குமான அலுப்பு சிறிதும் இல்லாமல் இரு வரும் உறைந்து போயிருந்தார்கள்.

"ம்... சொல். ரணசிங்கத்தைக் காவலில் இருந்து மீட்டு... ரயிலேற்றி, வங்காளம் நோக்கி அழைத்துப் போகிறானாக்கும் ராம்சிங்?"

கதை தொடர வாய் திறந்தான் மார்ட்டின்ஸ்.

"மார்ட்டின்ஸ், கொஞ்சம் பொறு. ரணசிங்கத்தை அடித்து, குற்றுயிராக்கி அடைத்திருந்த குவார்ட்டர் கார்டு அறை, விடிந்தும் பூட்டியே கிடக்கிறது. துப்பாக்கி ஏந்திய சிப்பாய்கள் காவல் இருந்தார்கள். இருந்தும், எப்படித் தப்பினான் ரணசிங்கம்?"

"துப்பாக்கியோடு இரவு காவலிருந்த இரண்டு சிப்பாய்களில் ஒருவன் குஜராத்தி; மற்றொருவன் பஞ்சாபி. ரணசிங்கத்தை அடித்ததும் அடைத்ததும், வெள்ளையர்கள். இரவு காவலிருந்தவர்கள், இந்தியர்கள். தமிழ்நாட்டு ரணசிங்கத்தை காப்பாற்ற, கேரளத்து வேலாயுதன் நாயர், ராஜஸ்தானத்து ராம்சிங், குஜராத், பாஞ்சாலத்தை சேர்ந்த சிப்பாய்கள் எல்லாம் ஒன்று சேர்ந்திருக்கிறார்கள். இவர்கள் எல்லோருக்கும் மூளையாகச் செயல்பட்டது, உசிலம்பட்டி மேஜர் சதாசிவம்."

"அந்த முட்டாள் கர்னல் ஜோஸப்பும் கேப்டன் கீட்ஸும் இவற்றையெல்லாம் மோப்பம் பிடிக்கவில்லையா?"

"மன்னிக்க வேண்டும் துரை அவர்களே... நம் பிரிட்டிஷ் அதிகாரிகள், பகலில் பணியில் இருக்கிறார்கள். இரவில் தண்ணியில் மிதக்கிறார்கள். இங்கிலாந்தில் குடும்பங்களை விட்டு இங்கே வந்திருப்பவர்கள், இரவானால் கேளிக்கைகளில் திளைப்பதையே விரும்புகிறார்கள். உலகையே ஒரு குடையின் கீழ் ஆளுகின்ற மமதையும் ஆணவமும் நம்மவர்களிடையே குடிகொண்டிருக்கிறது துரை அவர்களே."

"உண்மைதான். மமதையாலும் ஆணவத்தாலும் உருவாகும் மெத்தனத்தால், பல இடங்களில் புரட்சிக்காரர்களின் கை ஓங்கி விடுகிறது. சரி... சரி, கதைக்கு வா."

"ஜபல்பூர் ஜங்ஷனில் நள்ளிரவு ரயிலேறிய ராம்சிங்கும் ரணசிங்கமும் பிலாஸ்பூர், ரூர்கேலா, ஜாம்ஷெட்பூர் வழியாக, ஏழாம் நாள் கல்கத்தா வந்து சேர்ந்தார்கள். ஏழு நாட்களில் இருவரும் பேசிக்கொண்டது மிகவும் சொற்பம். உடம்புத் தோலெங்கும் உரிபட்டிருந்த ரணசிங்கம், ரயில் பயணத்தின் போது படுத்தே இருந்தான். வடநாட்டு சீதோஷ்ண நிலையும்

வாட்டி எடுத்தது. பகலில் எரிக்கிறது; இரவில் கடுங்குளிர். ராம் சிங்கின் மடியில் தலை வைத்துப் படுத்திருப்பதில் ரணசிங்கத்துக்கு வலி மறந்துபோனது. தலை கோதிக்கொடுத்த ராம்சிங்குக்கு ரணசிங்கத்தைப் பார்க்கப் பார்க்க நெஞ்சு கனத்தது.

அவன் யாரோ... இவன் யாரோ. ஐந்து நாட்களே அறிமுகம். அதிலும் பேசிக்கொண்டது கிடையாது. இவன் ஆப்பநாட்டான். அவன் ரஜபுத்தனத்தான். இருவருக்குள்ளும் தகப்பன்-பிள்ளைக்கான பந்தம் எப்படி வந்தது? இந்த முடிச்சை எது இட்டது? அடிமை தேசத்தவரின் விடுதலை வேட்கையா? பாரத கண்டத்தின் தென்கோடியில் பிறந்த ஒரு பிள்ளையை, எங்கோ கீழ்க்கோடிக்கு அழைத்துப் போகிறார் ராம்சிங். 'எங்கே? ஏன்? எதற்கு?' கேள்வியே இல்லாமல் கிளம்பிவிட்டான். எங்கு கொண்டு போனலும் சரி என்று நம்பி, மடியில் படுத்துவிட்டான். நம்பியவனிடம் உயிரை ஒப்படைப்பது தானே ஆப்பநாட்டு புத்தி... ராம்சிங்குக்கு நெஞ்சு கனத்துக்கொண்டே வந்தது. இரவுக் குளிருக்கு, தான் போர்த்தாமல் தன்னுடைய கம்பளியை ரணசிங்கத்துக்கு போர்த்திவிட்டார்.

ஏழாம் நாள் கல்கத்தா ஜங்ஷனில் இறங்கியவர்களை முகர்ஜி வரவேற்றார். முகர்ஜியும் ராம்சிங்கும் கண்ணசைவிலேயே பேசிக்கொண்டார்கள். ஜட்கா வண்டியேறி நகருக்குள் பிரவேசித்தார்கள். பிரதான ரஸ்தாக்களைத் தவிர்த்து இடைச் சந்துகளுக்குள்ளேயே ஜட்கா ஓடியது. பிரிட்டிஷாரின் நேரடி கெடுபிடிகளில் கல்கத்தா சிக்கியிருப்பது, வீதி நடமாட்டங்களிலேயே தெரிந்தது.

எதிர்ப்படுபவர்களுக்கு முகம் காட்டாமலே முகர்ஜி வந்தார்.

வங்காளிகளின் முகங்கள், வட்டமான முகங்கள். குவிந்த உதடு. நீட்டிய புருவம். அறிவு ஜொலிக்கும் கண்களில், எதையே பறிகொடுத்த சோகமும் அழுத்தமான கோபமும் மிதந்தன. பாரத தேவிக்கு அடிமை விலங்கிட்ட கிழக்கிந்திய கும்பினியார், முதன் முதலில் சப்பணமிட்டு அமர்ந்து , தங்களுக்கு ஏற்ற தலைநகரம் ஆக்கிக் கொண்டது கல்கத்தாவைத் தான். அதுதான் தேச விடுதலைப் போருக்கு திசை காட்டிய பூமி. கலையும் இலக்கியமும் போல் வீரமும் தியாகமும் கொழிக்கிற பூமி. இடிந்து தலையில் விழுந்துவிடும் போல பயமுறுத்தும் பழைய, உயரமான குடியிருப்புகள் நிறைந்த குறுகலான, ஓடிசலான வீதியில் நுழைந்த ஜட்கா, சுவர்ப்பாசி படிந்த ஒரு வீட்டின் வாசலில் நின்றது.

முகர்ஜி இறங்கினார். ராம்சிங்கும் இறங்கினார். ரணசிங்கத்தை இறக்கினார்கள். கைத்தாங்கலாக உள்ளே அழைத்துப் போனார்கள். இருட்டுக்குள் வீடு இருந்தது.

புல்லாநாயக்கன்பட்டியில் முகாமிட்டிருந்த போலீஸ் படை, இன்ஸ்பெக்டர் வேல்ஸின் கண்காணிப்பிலேயே இருந்தது. மண்டபசாலையில் தோப்பை அழித்த போலீஸுகள், இங்கு அடங்கியே இருந்தனர். பட்டியில் அடைபட்ட ஆடுகள் போல் முகாமுக்கு உள்ளேயே சிதறாமல் இருந்தார்கள். ஆயுதங்களைப் பழுது பார்க்கும் பணியில் சிரத்தையாக நேரம் போனது. துப்பாக்கிகளின் மேல்புறத்தையும் மினுமினுக்க வைத்தனர். குண்டு திணிக்காத துப்பாக்கித் துளை வழியே, காற்றுவெளி யைக் குறிபார்த்தார்கள். 'கார்பன் மெஷின்கன்' களையும் 'லைட் மெஷின் கன்' களையும் கூடுதலான அக்கறையுடன் கவனித்தார் கள். ஐம்பது அடி தூரத்தில் இருக்கும் எதிரியை கார்பன் மெஷின் கன் கை வைக்கும். மைல் தூர இலக்கையும் லைட் மெஷின் கன் அழிக்கும். முகாமிட்டிருக்கும் போலீஸுகளைக் கண்டதும் பரளச்சி கிராமத்துக்குள் உண்டான சலசலப்பு, புல்லாநாயக்கன்பட்டியில் இல்லை. ஆதரவும் இல்லாமல் எதிர்ப்பும் இல்லாமல் தூர நின்று வேடிக்கை பார்த்துச் சென் றார்கள். இது, இன்ஸ்பெக்டர் வேல்ஸுக்கு சௌகரியமாக இருந்தது. போலீஸுகளின் கவனம் சிதறாமல் இருப்பதாக உணர்ந்தான். இருட்டிய பின் புறப்பட நேரம் பார்த்துக் காத்திருந் தான்.

போலீஸ் லாரிகளைக் கண்ட பரளச்சி சனம், தெருக்கோடி யிலும் வீட்டு முற்றங்களிலும் கூடிக்கூடிப் பேசினார்கள்.

"நம்ம பிள்ளை ரணசிங்கத்தைப் பிடிக்கத் தான் போலீஸு பெருநாழி போகுது. பெருநாழியிலிருந்து நமக்கு ஒரு தகவலும் இல்லை. சேதி சொல்லிப் போன மாடசாமியும் திரும்பலே. என்ன செய்யலாம்?"

"தாமதிக்க நேரமில்லே. எல்லோரும் கிளம்பிப் பெருநாழி போக வேண்டியது தான். பூட்டுங்கப்பா வண்டிகளை..." பேசிக் கலையும் முன்னே, கிழக்கே இருந்து குளம்படிச் சத்தம் கேட்டது. செங்குளத்துக்குச் சேதி சொல்லிப் போன சலவைத் தொழி லாளி மாடசாமி ஏறிவந்த கழுதை, தெருக்கோடி திரும்பியது. தலையாரி திக்குவிஜயன் வீட்டு முற்றத்தில் கழுதையை

நிறுத்தினான் மாடசாமி. தலையாரி திக்குவிஜயன், பெருநாழி சோலைக்கு மைத்துனன் முறை. எல்லோரும் மாடசாமியைச் சுற்றினார்கள்.

"மாடசாமி... போன காரியம் என்னாச்சு? யாரையும் பார்த்தியா?" திக்குவிஜயன் கேட்டார்.

"பெருநாழி அய்யாக்கமாரு வந்துட்டாங்க"

"வந்துட்டாங்களா! எங்கே இருக்காங்க? அவங்களை நீ எங்கே பார்த்தே?"

"செங்குளத்திலேயே பார்த்து போலீஸ் வந்திருக்கிற விவரங் களைச் சொல்லிட்டேன்."

"இப்போ... எங்கே அவங்க?"

"பெருநாழி போகிற பாதையிலே பள்ளம் தோண்டிக் காத்திருக்காங்க. போலீஸு புல்லாநாயக்கன்பட்டியில் இருந்து கிளம்பவும் நம்ம பரளச்சி ஆட்கள் பின்தொடரணும். கலகத் திலே தப்பிச்சுப் பின் வாங்குகிற போலீஸுகளை மறிச்சுக் கை வைக்கணும். வண்டி நிறைய வெடிகுண்டுகளோடு சோலை அய்யா பின்னலே வர்றாரு."

பரளச்சி ஆயுதங்கள் தலை சிலுப்பி விழித்தன.

பூப்பாண்டியபுரம் பனங்காட்டுக்குள் பெரும் புயலடித்தது. இன்ஸ்பெக்டர் சாண்டர்ஸ் கெஞ்சினான்.

"ஏய்... என்னை விட் டுவிடு..." - தடுமாறி பின் நகர்ந்தான்.

"எங்க சனம் இப்படித்தானேடா கெஞ்சியிருக்கும். நீங்க விட்டீங்களாடா?"

சாண்டர்ஸின் தலை சீவிய வேலுச்சாமியின் கொடுக் கரிவாள் ஓட்டமெடுத்த சார்ஜென்ட்டையும் வெட்டித் தள்ளியது. புயல் அலைக்கழித்த பனைமரங்களின் உச்சியிலிருந்து, அவரவர் கண் வைத்திருந்த போலீஸுகளின் மேலே 'தங்ங்... தங்ங்' என்று குதித்தார்கள். தலையில் குதித்தார்கள். தோளில் குதித்தார்கள். நேருக்கு நேர், நெஞ்சு முட்ட, எதிரே குதித்தார்கள். குதித்த எல்லோர் கையிலும் கொடுக்கரிவாள்கள்.

குதித்தவர்களைக் காட்டிலும் போலீஸுகளின் எண்ணிக்கை கூடுதலாக இருந்தது. எஞ்சியவர்கள் வடக்கே திரும்பி, பத்தடி

நகர... எதிரே அவர்களின் துப்பாக்கிகளே அவர்களைக் குறி பார்த்து நின்றன.

பூப்பாண்டியபுரம் ஊரோரம் நின்ற லாரிகளில், ஆயுத லாரியை மட்டும் கிளப்பிக் கொண்டு பெருநாழி போகச் சொல்லி உத்தரவிட்ட வழிவிட்டானும், குதிரையேறி வந்த செல்லமுத்துவும் அங்கிருந்தே பனங்காட்டைக் கண்காணித் தார்கள்.

ஒவ்வொரு போலீஸின் எதிரிலும் ஒரு கரும்புயல் மையம் கொண்டு நின்றது. 'தப்பி ஓடினால்.. தெற்கே மட்டும் ஓடலாம். தெற்கேயும் கடல். பனை உயர அலை!'

புயல், யாரையும் அசையவிடவில்லை. வெட்டிச் சிரித்தன கொடுக்கரிவாள்கள். சுழற்றிச் சுழற்றி அடித்தது புயல். திருப்பித் திருப்பி வெட்டினார்கள். கடுங்கோபம் உச்சிக் கொம்பேறி விளையாடியது. சிந்திய ரத்தத்தை பனைமணல் தடம் தெரி யாமல் உறிஞ்சியது. அரிவாள்களின் எண்ணிக்கைக்கும் அதிக மிருந்த போலீஸார் வடக்கே பூப்பாண்டியபுரம் நோக்கி ஓட, எதிரே வெடித்த துப்பாக்கிகள், குறி தவறாமல் விழுத்தாட்டின.

புயல் வேகம் தணிந்த பனங்காட்டுக்குள் நுழைந்தான் வழி விட்டான். 'புயல் பாய்ச்சல்' தந்த முதல் வெற்றிச் செய்தியுடன் ரணசிங்கத்தைக் காண, செல்லமுத்து ஏறி வந்த குதிரை, விளாத்திகுளம் வைப்பாற்றங்கரை நோக்கிக் காற்றாக மிதந்து போனது.

47.பொம்மி

“ரணசிங்கம், தன் படை அணிக்கு ‘கருஞ்சேனை’ என்று பெயர் இட்டிருக்கிறா னாம்! சீனத்து செஞ்சேனை என்கிற நினைப்பு போலும்! கோட்டைமேட்டில் கூடி இருப்பவர் களுக்குள் ரணசிங்கம் நிச்சயம் இருக்கமாட்டான். எங்கோ பதுங்கி இருந்துகொண்டு, கருஞ் சேனையை ஏவியிருக்கிறான். அவனை வளைக்க, நான் வேறு ஒரு வழி பண்ணுகிறேன். ஜாக்ஸன்... போலீஸ் பட்டாலியனோடு, நீ கோட்டை மேட்டுக்குப் போ, ஒருவனையும் உயிரோடு விடாதே. ஈவு இரக்கமற்ற தாக்குதலே இவர்களை ஒழிக்கும் ஒரே வழி. செத்து விழும் பிணங்களால், குண்டாற்றின் குறுக்கே புதிய அணை ஒன்றைக் கட்டிவிட்டுத் திரும்பு!” லாரிகளோடு இன்ஸ் பெக்டர் ஜாக்ஸனை அனுப்பி வைத்த டி.எஸ்.பி ஸ்காட், முதலாளியின் வீட்டுக்கே ஜீப்பை திருப்பினார்.

“பிரபு... மகாபிரபு!” - தலைக்கு மேல் இரண்டு கைகளையும் தூக்கி வணங்கியவாறு ஓடிவந்தார் முதலாளி.

பிணங்களைத் தாண்டி தலைவாசலை கடந்த ஸ்காட், "இந்த சவக் குப்பைகளை அப்புறப்படுத்தச் சொல்லுங்கள்!" - மூக்கைப் பிடித்தார்.

"உத்தரவு எஜமான்..." - அரை உடம்பாகக் குறுகிச் சொன்ன முதலாளி, கையாட்களின் பக்கம் திரும்பி, "டேய்... வீட்டைச் சுத்திக் கிடக்கிற உருப்படிகளை அள்ளிக் கொண்டு போய் குண் டாத்துக்குள் கொட்டி, தீ வச்சுக் கொளுத்துங்கடா!" என்றார்.

மைய மண்டபத்தின் இருக்கையில் அமர்ந்து தலைத் தொப்பியைக் சுழற்றிய ஸ்காட், "உடையப்பன் யார்? உடனே அவனைப் பார்க்கவேண்டுமே..." என்றார்.

"அதோ... அவன் தான் உடையப்பன் எஜமான்!" - தலை வாசல் பக்கம் கைகாட்டிய முதலாளி, "ஏய் உடையப்பா! உன்னை துரை பார்க்கணுமாம்! வா... வா...!" இரண்டு கைகளை யும் அலைத்தார். ஸ்காட் கண்களாலேயே அழைத்தார். உடையப்பன், இடுப்பு வேட்டியை இறுக்கிக் கட்டினான். கீழ்வேட்டி தரைபுரள, ஒழுக்கமாக நடந்து வந்து துரைக்கு ஒரு கும்பிடுபோட்டான்.

கால்மேல் கால்போட்டு அமர்ந்திருந்த டி.எஸ்.பி., "வா... உடையப்பா... உட்கார்!" - குலுக்கக் கை நீட்டினார்.

பதறிப்போனான் உடையப்பன். "இருக்கட்டும்... எஜமான்!" முதலாளி நிற்க, உடையப்பன் கை கால்களை ஒடுக்கி உட் கார்ந்தான்.

"உடையப்பா! ஒரு பெரிய காரியம் உன்னால் ஆக வேண்டும். நான் கமுதிக்கு வந்ததே உன்னைப் பார்க்கத் தான்!"

உடையப்பனுக்குப் புல்லரித்தது. ஓரந்திரும்பி முதலாளியை ஒரு பார்வை பார்த்துக்கொண்டான். "சீமைத்துரை வந்திருக் கீங்க! என்ன உத்தரவு கொடுத்தாலும் செய்து முடிக்கிறேன் எஜமான்."

"ரணசிங்கமும் நீயும் உறவுக்காரர்களா?"

"ஆமாம் எஜமான். அவன் கட்ட வேண்டிய பொண்ணைத் தான் நான் கட்டியிருக்கிறேன்."

"இருவருக்குள்ளும் உறவு எப்படி?"

"ஊருக்குள்ளே என் மரியாதையைக் கெடுத்தவன் ரணசிங்கம்.

‘ஒரே ஒருத்தனை நீ கொன்னுக்கோ. உனக்கு தண்டனை இல்லை’னு நீங்க சொன்னீங்கன்னா, நான் அவனைத் தான் கொல்லுவேன்.!”

“ரணசிங்கத்தைக் கொல்லுவது அத்தனை சுலபமா?”

“உறவாடிக் கொல்லணும், நம்ப வச்சுக் கழுத்தறுக்கணும்!”

இடையில் புகுந்து, “ஏழை கேட்கிறேன் என்று எஜமான் கோபப்படக் கூடாது!” - முதலாளி முழங்கையைச் சொறிந்தார்.

“இவ்வளவு போலீஸுகளிடம் இருந்து ரணசிங்கம் தப்பி விடுவானா எஜமான்?”

“நிச்சயம் தப்ப முடியாது. ஒருவேளை போலீஸ் தாக்குதலில் ரணசிங்கம் தப்பினால் மாற்று ஏற்பாடு ஒன்று வேண்டும் அல்லவா?”

“அதுவும் சரிதான். உடையப்பனை நல்ல முறையில் நாம் கவனித்தால் காரியத்தைக் கச்சிதமாக செய்து முடிப்பான் எஜமான்!”

“உடையப்பா! உனது திட்டத்தை நீயே வகுத்துக்கொள். ரணசிங்கம் உயிரோடு இருக்கக் கூடாது. கை மாறாக என்ன வேண்டும்? கேள்.”

“ஹி... ஹி...!”

“தயங்காமல் கேள். ஆப்பநாட்டில் பாதி வேண்டுமா?”

ஓரக்கண்ணால் முதலாளியைப் பார்த்த உடையப்பன், “அவ்வளவெல்லாம் வேண்டாம் எஜமான். பெருநாழியைச் சுத்தி பதினெட்டு பட்டிகளை மட்டும் எனக்குப் பட்டயம் பண்ணிக் கொடுத்து விடுங்கள். ரணசிங்கத்தின் தலையைக் கொண்டுவந்து உங்கள் காலடியில் வைக்கிறேன் எஜமான்!” கை கொட்டிச் சிரித்த ஸ்காட், “ப்பூ! ரணசிங்கத்தின் தலைக்கு இதுதானா விலை! நான் ஒப்புக்கொள்கிறேன். முதலாளி சாட்சி. பேச்சு பிறழமாட்டான் வெள்ளைக்காரன்!” - குலுக்கக் கை நீட்டினார் டி.எஸ்.பி. ஸ்காட். உடையப்பன் கை குலுக்கினான்.

கல்கத்தா, ‘பாலிகஞ்ச்’ பகுதியில் இருந்த வீட்டின் முன் முகர்ஜி, ராம்சிங், ரணசிங்கம் மூவரையும் இறக்கிவிட்டதும், அதே சந்துக்குள் ஓடி மறைந்தது ஜட்கா வண்டி. கதவு அடை

பட்டிருந்தது. முகர்ஜி குனிந்து சாவி துவாரத்தில் இடது காதைப் பொருத்திக் காத்திருந்தார்.

வீட்டுக்கு உள்ளிருந்து சாவி துவாரம் வழியே மெதுவாக, "பீச்சே!" என்ற ஒற்றை வார்த்தை மட்டும் கேட்டது.

குனிந்திருந்த முகர்ஜி, சாவி துவாரத்தில் வாய் குவித்து, "நீச்சே!" என்றார். ரகசிய சமிக்ஞைகள் உறுதிப்பட்டதும் கதவு திறந்தது.

"அந்தர் ஆவ்... முகர்ஜி பையா!" உள்ளிருந்து வரவேற்றான் காங்குலி.

"அந்தர் ஜல்தி ஆவ்!" ராம்சிங்கையும் ரணசிங்கத்தையும் துரிதப்படுத்தினார் முகர்ஜி.

மூவரும் உள்ளே நுழைய... கதவு மூடியது. இருளும் மௌன மும் ஆழ்ந்திருந்தன. முகட்டு மூலை ஒரு ஓடு உடைந்திருக்க, மெல்லிய வெளிச்சச் கீறல் இறங்கிக்கொண்டிருந்தது. நடுபகுதி போல் இருந்ததைக் கடந்து, ஒரு கதவைத் திறந்தான் காங்குலி. வெடிமருந்து நெடியடித்தது. முகம் தெரியும் வெளிச்சத்தில் நான்கு பேர் அமர்ந்திருந்தார்கள்.

"நமஸ்தே... பாயியோ(ங்)..." - உள்ளிருந்தவர்களை வணங்கிக் கொண்டே முகர்ஜி நுழைந்தார்.

"ஆயியே பாயி ஸாப்!" - நால்வரும் வரவேற்றார்கள்.

"யே ராம்சிங். யே ரண்சிங்..." இருவரையும் அறிமுகப்படுத்திய முகர்ஜி, "இவர்கள் பிஸ்வாஸ், சௌத்ரி, கோஷ், பட்டாச் சார்யா..." - நான்கு பேரையும் அறிமுகம் செய்தார். ராம்சிங்கும் ரணசிங்கமும் வணங்கினார்கள். நான்கு பேரும் ரணசிங்கத் தையே கூர்ந்து கவனித்தார்கள்.

"ஏ... மதராஸி?" - பிஸ்வாஸ் கேட்டார்.

"ஹா(ங்) ஜி!" என்றார் முகர்ஜி.

"முகர்ஜி பையா...! நம்முடைய புரட்சிக் குழுக்களில் புதிய ஆட்களைச் சேர்ப்பதற்கான நிபந்தனைகளை நீங்கள் நன்கறி வீர்கள்!"! - வெட்டுக் கத்தி போல் பேசினார் பிஸ்வாஸ். "சிட்ட காங் ராணுவ ஆயுதக் கிடங்கைக் கைப்பற்ற நாள் குறித்தாக விட்டது.

"தெரியும். 19.4.1930."

“முற்றுகைக்கு இன்னும் இருபது நாட்களே அவகாசம் உள்ளன. அதற்கான ஆயத்தங்கள் கல்கத்தாவிலும் சிட்டகாங் நகரத்திலும் முழுமூச்சில் நடந்து வருகின்றன. முற்றுகைக்கு இரண்டு நாட்கள் முன்னதாகவே நாம் சிட்டகாங் போய் சேர வேண்டும். கல்கத்தா துறைமுகத்துக்கும் சிட்டகாங் துறைமுகத் துக்கும் கடல் மார்க்கமாக மூன்று நாட்கள் படகுப் பயணம் பிடிக்கும். இடைப்பட்ட குறுகியநாட்களில் நம்முடைய இந்துஸ் தான் குடியரசு ராணுவத்தின் கடுமையான கட்டுப்பாடுகள் நிறைந்த பயிற்சிகளை, இவர்களால் நிறைவேற்ற இயலுமா முகர்ஜி?”

“ராம்சிங் ஏற்கெனவே பிரிட்டிஷ் ராணுவத்தில் பயிற்சி பெற்றவர். ரணசிங்கம் புதியவன் என்றாலும் ‘புடம் போட்ட வீரன்’ என மேஜர் சதாசிவம் குறிப்பு அனுப்பி உள்ளார்.”

“ஆளைப் பார்த்தாலும் பசியெடுத்த புலிக்குட்டி போல் தான் இருக்கிறான்!” - பட்டாச்சார்யா கவனித்துச் சொன்னார்.

“சந்தேகமில்லை. இவன் புலிக்குட்டிதான்!” - சௌத்ரியும் கோஷும் உறுதி செய்தார்கள்.

“சரி. இருவரையும் பசியாற்றுங்கள். சிறிய ஓய்வுக்குப் பின், மீர்ஸாபூரில் உள்ள நம்முடைய பயிற்சிப் பாசறைக்கு அழைத்துச் செல்லுங்கள். யார் கண்ணிலும் பட்டுவிடக்கூடாது. பிரிட்டிஷ் ராணுவத்தினரின் நடமாட்டம் அதிகமுள்ள ஆக் லேண்ட் சதுக்கத்தையும் டல்ஹௌசி சதுக்கத்தையும் கடக்கும் போது மிகுந்த எச்சரிக்கை தேவை!”- பிஸ்வாஸ் இறுதி முடிவு எடுத்தார்.

காய்ந்த ரொட்டித் துண்டுகளும் சூடான தேநீரும் உண வாயின.

வண்டிக்காரன் மண்ணுதின்னி, கமுதியில் இருந்து திரும்பி வந்து சொன்ன விவரம், உடையப்பனின் பெஞ்சாதி பொம்மியை வீட்டுக்குள் நிம்மதியாக இருக்க விடவில்லை.

கொட்டிக் கொண்டிருக்கும் மழைநீர் தெரு நிறைத்து ஓட, தாழ்வாரத்தில் அமர்ந்திருந்த மண்ணுதின்னி தோள் துண்டை எடுத்து வாயை இறுகப் பொத்தி இருந்தான்.

“தாயீ... நான் ஒரு ஏழைப் பயல் தான். அய்யாவுக்கு வண்டி

ஓட்டுற கூலிக்காரன் தான். பெரிய வீட்டு விவகாரத்தைப் பேசக் கூடாது. ஆனாலும், மனசு கேட்கலே தாயீ...”

“சும்மா சொல்லுப்பா...” - தலைவாசல் நிலையில் உடம்பு சார்த்தி, கால் நீட்டி அமர்ந்திருந்தாள் ‘நிறை சூலி’ பொம்மி.

“எதைச் சொல்ல தாயீ? நம்ம அய்யாவுக்கு இப்படி எல்லாம் புத்தி போகக்கூடாது. மகாலெட்சுமி மாதிரி நீங்க வீட்டிலே இருக்கீங்க! அவரு ஊர் ஊராப் போயி தப்பிலித்தனம் பண்றாரு. குடியும் கூத்தியாளுமா அலையிறாரு! ‘ரணசிங்கத்தைக் கொல்லணும்’, ‘ரணசிங்கத்தை கொல்லணும்’னு. போற இடமெல்லாம் புலம்புறாரு. தாயீ... ரணசிங்கம் அய்யா மாதிரி ஒரு பிறவியை ஆப்பநாட்டிலே பார்க்க முடியுமா தாயீ...?” - கண்ணீர் விட்டான் மண்ணுதின்னி.

“இப்போ அவர் எங்கே?”

“கமுதியிலே ஒரு மோசடிக்கார முதலாளி இருக்கிறான். அவன் வீட்டிலே இறக்கிவிட்டுட்டு நான் வந்துட்டேன். இங்கே வந்தால் பெருநாழிக்குள்ளே ஒரு சனம் இல்லே!”

“ஏன்... என்னாச்சு?”

“ரணசிங்கம் அய்யாவைப் பிடிக்க போலீஸு வருதாம்! இளவட்டங்கள் கிளம்பி நாலு திக்கும் போயிருக்காங்க. பொம்பளைகள், பிள்ளைகள் எல்லாம், ஊர் எல்லையில் காவல் இருக்குதுக. மகனைப் பறிகொடுத்த உங்க சின்னத்தா ஆப்பனூர் அழகு மீனா ஆத்தா மட்டும் வீட்டிலே படுத்திருக்காங்க. ஊரே தீயிலே நிக்குது!

மழை ஊற்றிக் கொண்டிருந்தது.

கையூன்றி எழுந்தாள் பொம்மி. படி இறங்கினாள். காற்றும் மழையும் அலைக்கழித்தன.

“தாயீ... இந்த மழையிலே எங்கே போறீங்க?” பதறி எழுந்தான் மண்ணுதின்னி.

பதிலேதும் பேசாமல், நிறைவயிறு அடி குளிர, மழையில் நனைந்து கொண்டே தெருவில் இறங்கி நடந்தாள் பொம்மி. மண்ணுதின்னி பின் தொடர்ந்தான்.

அடுத்த தெருவில் ரணசிங்கம் வீடு. தாழ்வாரத்தில் ஒருக்களித்தப் படுத்திருந்தாள் அழகுமீனா. கண்டதும் பெருங்

குரலெடுத்துக் கத்தினாள் பொம்மி. "ஆத்தா... ஆத்தா..."

முகத்துணி விலக்கிப் பார்த்த அழகுமீனா, "யாரு பொம்மி யாடீ...?'' திடுக்கிட்டு எழுந்தாள். மழையோடு தடுமாறி வந்த பொம்மி, அழகுமீனாவின் மடியில் முகம் புதைத்துக் கதறினாள்.

"என் கொடி வழிப் பிறப்பெல்லாம், ரத்தத்திலே குளிச்சு நிக்குதே... ஆத்தா... சாதி சனத்ததோட நான் சேர முடியலயே! நான் என்ன பாவம் செஞ்சேன்?" அடி வயிறு வலிக்க கத்தினாள் பொம்மி.

48.கமுதி கோட்டை

விளாத்திகுளம் வைப்பாற்றில், நான்காம் பிறை வெளிச்சம் சந்தனமாக இறங்கிக் கொண்டு இருந்தது. உடைமரக் காடுகளும் நாணல் புதர் களும் தாய் மடிபோல் வீரர்களை அடைகாத் தன. சீமண்டியது தீண்டக் காத்திருக்கும் கருநாக மென லாரிகள் இறங்கும் பாதையில் கண் வைத் திருந்தார்கள். குமரெட்டையாபுரம் தட்டைக் காட்டுத் திருவிழாவுக்குக் கூட்டாளியோடு சேர்ந்து போகிற குதியாட்டம் இளவட்டங் களுக்கு! வயோதிகர்களுக்கும் வாலிப முறிக் கேற்றும் கை கனத்த ஆயுதங்கள். திரியில் தீ வைத்துவிட்டு, வெடி வெடிக்கும் சத்தத்துக்காகக் காதுகளைத் திறந்து வைத்திருக்கும் தீபாவளிச் சிறுவர்களாகப் படை அணிகள். இருட்டு, புதர், போர், காயம், சாவு, காவு... எல்லாமே நினைக்க நினைக்க இனித்தன!

ரணசிங்கமும் அழகுபாண்டியனும் கலந்திருக் கும் வடக்கு தெற்கு மைய அணிகளின் வீரர்கள் கூடுதல் உற்சாகத்தில் இருந்தார்கள்.

‘எந்தக் கட்டுக்குள்ளும் சிக்காமல் சுழித்துப் போகும் சூறாவளி, ரணசிங்கம்! லண்டன் மாநகரத்து நாவுகளும் உச்சரிக்கும் ‘சேது நாட்டுப் பெயர்.’ அடிமைத்தனமும் தெரியாமல், விடுதலையும் தெரியாமல் வெந்ததைத் தின்று விதிவழியே போன தெற்கத்தி ஜீவன்களுக்கு வெள்ளையனைக் கண்டாலே வெகுண்டெழக் கற்றுத் தந்தவன். பிரிட்டிஷ் போலீஸின் பிடரியைப் பிடித்து உலுக்குபவன்... நம் தோளோடு தோள் உரச இதோ புதருக்குள்! எத்தனையோ களம் கண்ட ரண சிங்கமே நேரடியாகப் பங்கேற்கும் யுத்தகளத்தில் அவனோடு நாமும்! ஆஹா...! வாய்க்குமா இதுபோல் ஒரு தருணம்! வெற்றியோ... வீர மரணமோ... எதுவானாலும் விரைந்து வரட்டுமே.’ வைப்பாற்றில் உற்சாகம் கரை புரண்டது!

எல்லோர் பார்வையும் மேற்கிலேயே இருந்தது. உப்பங்காற்று சிலுசிலுப் பூட்டியது. நெய்மணல், புரள அழைத்தது. நேரம் காலம் தெரியாத நாணல்கள் ஆட்கொல்லி ஆயுதங்களோடு உரசி உறவாடின.

பூப்பாண்டியபுரம் பனங்காட்டுப் ‘புயல் பாய்ச்சல்’ தந்த வெற்றிச் செய்தியோடு குதிரை ஏறிவந்த செல்லமுத்து, குறுக்குப் பாதையில் ஆற்றைக் கடந்து துளசிப்பட்டிக்கே போய்விட்டான். திட்டமிட்டதற்கு முன்பே படை கிளம்பிவிட்ட தகவல் கேட்டு, வைப்பாற்று மேல்கரை பாதையில் வந்தவனை கோச் வண்டியோடு மறைந்திருந்த அபுபக்கர் மறித்தான்.

“செல்லமுத்து, என்னவாயிற்று?”

“துளி பிசகாமல் காரியம் முடிந்தது. புயல் பாய்ச்சலுக்கு ஒருவன் கூடத் தப்பவில்லை. அண்ணன் எங்கே இருக்கிறார் அபுபக்கர்?”

“எல்லோரும் ஆற்றுக்குள் பதுங்கி இருக்கிறார்கள். அண்ணனும் அதோ அந்தப் புதருக்குள் இருக்கிறார். உன் குதிரை இங்கேயே நிற்கட்டும்... நீ இறங்கி நடந்து போ...”

ஆற்றுக்குள் இறங்கி நடந்தான் செல்லமுத்து. முதலில் எதிர்ப்பட்டது அழகுபாண்டியன் கலந்திருந்த மைய அணி. பின்பக்கமாக இருட்டுக்குள் ஆள் அரவாட்டம் தட்டுப்பட்டதும் எல்லா ஆயுதங்களும் ‘விருட்’டெனத் திரும்பின.

“ஏய் நம்மாள் தான்...” - முன் எச்சரிக்கையாகச் சத்தம் கொடுத்தான் செல்லமுத்து. நெருங்கினான். அழகுபாண்டியனே எதிர் கொண்டான்.

“யாரு...? செல்லமுத்துவா?”

“ஆமாண்ணே... ரணசிங்கம் அண்ணேன் எங்கே இருக்கிறார்?”

“அதோ, பாதைக்கு வடக்கே...”

மணலில் கால் புதைய நடந்தான். குறுக்கிட்ட பாதையைக் கடந்து புதரை நெருங்கினான்.

தூர வரும்போதே கண்டுகொண்ட ரணசிங்கம், “வா, செல்லமுத்து.... சாயல்குடி காரியம் முடிந்ததா?” - திரும்பாமலே, அரைப் பார்வையில் கேட்டான்.

“வழிவிட்டானும் வேலுச்சாமியும் கச்சிதமாகத் திட்ட மிட்டிருந்தார்கள். தாக்குதல் பூப்பாண்டியபுரம் பனங்காட்டுக் குள் நடந்தது. எதிரி எவனும் உயிரோடு மிஞ்ச வில்லை. ஒரு லாரி நிறைய ஆயுதங்கள் பிடிபட்டிருக்கின்றன.”

“கருஞ்சேனை திரும்பி விட்டதா?” - ரணசிங்கத்தின் பேச்சு இங்கிருக்க, பார்வை மேற்கே இருந்தது.

“திரும்பிக் கொண்டிருக்கிறார்கள்.”

“ஆயுத லாரி?”

“பெருநாழிக்கு வந்து கொண்டிருக்கிறது.”

“சாயல்குடி கருஞ்சேனையை இரண்டாகப் பிரி. ஒரு பாதி கமுதி சேனையுடனும், மறுபாதி பரளச்சி சேனையுடனும் சேர்ந்து கொள்ளட்டும். பிடிபட்ட ஆயுதங்களையும் பிரித்து இரண்டு பகுதிகளுக்கும் அனுப்பு. உடனே கிளம்பு!” பார்வை மேற்கிலேயே இருந்தது.

“சரிண்ணே!” செல்லமுத்து கிளம்பினான்.

கமுதி செட்டியூரணிக்கும் சிவன் கோயிலுக்கும் இடைப் பாதையில் ஊர்ந்து செல்லும் லாரிகள், தன் வெறிகொண்ட வேகத்துக்கு ஈடு கொடுக்காதது, இன்ஸ்பெக்டர் ஜாக்ஸனை வதைத்தது.

“ம்...போ, வேகமாகப் போ,” பரபரத்தான். ‘கோட்டை மேட்டில் கூடியிருக்கும் ஆப்பநாட்டுக் கூட்டத்தை அப்படியே ரெண்டு கைகளாலும் சிந்தாமல் சிதறாமல் வாரிச்சுருட்டி

வாயில் போட்டு மென்று அரைக்கவேண்டும்' வாய் நமநமத்தது. உள்ளங்கை ஊறியது.

கல்கத்தா நகரத்துக்கு வெளியே எந்த திசையில் இருக்கிறது இந்தக் காடு? என ரணசிங்கத்தால் யூகிக்க முடியவில்லை. வெயிலை வைத்து திசை கணித்தால் பச்சை ஓடிக் கிடக்கும் மலைகள் மேற்கேயும், காடு கிழக்கேயும் இருப்பதாகக் கொள்ளலாம். ஏற்றி வந்த ஜட்கா வண்டி, வெகு தூரத்திலேயே இறக்கிவிட்டுத் திரும்பியது. மிதிபட்டு உருவான ஒற்றையடித் தடம், விலங்குகள் அலையும் அடர்காட்டுக்கு உள்ளே நீண்டது.

முன்னே காங்குலி நடக்க, முகர்ஜி, ராம்சிங், ரணசிங்கம் பின் தொடர்ந்தார்கள். மிளார் ஆடுகளும் காட்டெருமைகளும் வெறித்து ஓடின. நின்று முறைக்கும் கொடிய விலங்குகள் எதுவும் தென்படக் காணோம். ரத்தம் உறிஞ்சும் அட்டைகள் ஊர்ந்து திரிந்தன. மண்டை கனத்த வெள்ளை எறும்புகளும் குழலாக நீண்டு நெளியும் செம்பாம்புகளும் சுயராஜ்ஜியமாக அலைந்தன. உயிரை சர்க்கரையாகக் கருதும் மனுசப்பயல் எவனும் நுழைய நீதியில்லாத காடு புகை திரளும் முக்கால் மலை உயரத்தில் வனவாசிகள் இருக்கக் கூடும்.

நான்கு பேரும் மௌனமாக நடந்தார்கள். அடி வாரத்தை நெருங்குகையில் மனுச நாத்தம் அடித்தது. காங்குலி நின்று திரும்பினான்.

"முகர்ஜி பையா...! ஆப் லோக் இதர் ருக்கியே. ஆகே மத் பட்னா."

"டீக்கே பையா!" முகர்ஜியும் ராம்சிங், ரணசிங்கமும் அந்த இடத்திலேயே நின்றார்கள்.

'பாலிகஞ்ச்' ரகசிய வீட்டில் இருந்து பிஸ்வாஸ் கொடுத்தனுப்பி இருந்த முத்திரைத் தாளுடன் காங்குலி மட்டும் நடந்தான். நடக்க நடக்கக் காடு மறைத்தது.

கமுதி முதலாளி வீட்டில் இருந்து முஹம்மது மீரா திருப்பி விட்ட சண்முகப்பாண்டியின் குதிரை, குண்டாறுக்குக் குறுக்கே பாய்ந்து கோட்டைமேட்டுக்கு வந்து சேர்ந்திருந்தது. பாலமுருகனுக்கு அருகிலேயே சீமைச்சாமி நின்றார்.

"முதலாளி வீட்டைச் சுற்றி கலகம் பண்ணும் பக்கத்து ஊர் சம்சாரிகளை போலீஸ் வளைத்திருக்கிறது. இந்நேரத்துக்குள்

எதுவும் நடந்திருக்கலாம். கருஞ்சேனை கமுதிக்குள் உடனே செல்ல வேண்டும்!" சண்முகப்பாண்டி அவசரப்பட்டான். பால முருகன் யோசித்தான். "கோட்டை மேடும் குண்டாறும் தான் நமது தாக்குதலுக்கு உகந்த இடம்."

"அங்கே... ஐந்து ஊர் சம்சாரிகளும் அழிந்து போவார்களே!"

"உணர்ச்சிவசப்பட்டு அவர்கள் கலகம் பண்ணி இருக்கக் கூடாது. திட்டமிடாத மோதலில் தோல்வி தான் மிஞ்சும். ஒரு சாம்ராஜ்ஜியத்தின் ஆயுதப் பிரிவையே எதிர்த்து நாம் போரிடுகிறோம் என்பதை மறந்துவிடக் கூடாது."

பாலமுருகன் பேசிக் கொண்டிருக்கும் போதே, சீமைச்சாமி கை அமர்த்தினார். "ஏய்... பொறுங்கப்பா... பொறுங்க. அதோ... மேற்கே பாருங்க. வெளிச்சம் தெரியுது!" கை காட்டினார். வரிசையாக நாலு, ஐந்து லாரிகள் வெளிச்சம் பாய்ச்சி, குண் டாற்றைக் கடந்து கொண்டிருந்தன.

"போலீஸ் லாரிகள் இங்கு தான் வருது."

"கருஞ்சேனை ஆயத்தமாக இருக்கிறதா?"

"பெரும்படை, கோட்டையைச் சுற்றியும், சிறு அணி, குண் டாற்றுக்குள்ளும் பதுங்கி இருக்கிறார்கள். எதிரிகளைக் கோட் டைக்குள் வர விடாமல் குண்டாற்றுக்குள் இறக்க வேண்டும். ஆற்றுக்குள் அவர்கள் இறங்கும் வரை நமது தாக்குதலைத் தீவிரப் படுத்தக்கூடாது!"

சீமைச்சாமி, கையிலிருந்த சங்கு எடுத்து சன்னமாக ஊதினார். கோட்டையில் மோதிய சங்கொலி, குண்டாற்றுக்குள் திரும் பியது. வானத்துப் பிறை, மேற்கே இருந்து உற்றுப் பார்த்துக் கொண்டிருந்தது.

சீமைச்சாமி, ஆற்றுக்குள் இறங்கினார். பாலமுருகன், கோட் டைக்குள் நுழைந்தான். சண்முகப்பாண்டியன் குதிரை, போலீஸ் லாரிகளை எதிர்கொண்டு போனது. 'புலிப் பாய்ச்சல்' தொடங்க, உத்தரவுக்கு காத்திருந்தது கருஞ்சேனை.

முகர்ஜிக்கும் ராம்சிங்குக்கும் நடுவே நின்ற ரணசிங்கம், துள்ளிக்குதித்துப் போகும் மிளார் ஆடுகளின் மேனி வருட ஆசை கொண்டான். மலங்காட்டு கொடிகளை ஒடித்து நொறுக்கி, தலை திருகிப் பார்க்கும் காட்டெருமைகளின் வட்டக் கொம்புகளை அடைய ஏங்கினான். தலை பெருத்த வெள்ளை

எறும்புகளின் முதுகில் ஏறி ஆரோகணித்து அமர்ந்து, காடு முழுக்க வலம்வர தவித்தான். செம்பாம்புகளைத் தூக்கிக் கழுத்தில் போட்டுக்கொண்டால், நம்ம ஊர் சிவபெருமான் போல் இருக்குமே என்கிற கனவில் மிதந்தான். 'ஆஹா...! இந்த வண்ணத்துப் பூச்சி போல் தனக்கும் சிறகிருந்தால்...' என நினைத்த சுகத்தில் மெய்மறந்தான். முகர்ஜி, ரணசிங்கத்தையே வேடிக்கை பார்த்துக் கொண்டிருந்தார்.

'என்ன பயல் இவன்! எங்கோ பிறந்தவன்... எவர் பெற்ற பிள்ளையோ... முன்பின் முகம் தெரியாத, மொழி அறியாத நம்மை நம்பி, ஆயிரம் மைல் நடந்து அடர்ந்த காட்டுக்குள்ளும் வந்து, துளியும் அஞ்சாமல், ஊர்வனவற்றையும் பறப்பனவற்றையும் மெய்மறந்து ரசித்து நிற்கிறானே! இவன் உடம்பில் ஓடும் ரத்தத்தின் ஊற்றுக் கண் எது? அதன் கிளை, ஜகம் முழுக்க எங்கெங்கே இருக்குமோ!' ரணசிங்கத்தை பார்க்கப் பார்க்க வியப்பு மேலிட்டது!

அடுத்து நின்ற ராம்சிங்கின் குதிங்காலை, ஓர் அட்டை கவ்வியது. ஓங்கி உதறிவிட்டார்.

"என்ன ராம்சிங்? அட்டையா?" முகர்ஜி கேட்டார்.

"இல்லை. ரத்தம் குடிக்கும் வெள்ளைக்காரன்!" ராம்சிங் சிரித்தார்.

காங்குலி போன தடத்தில் வேறொருவன் வந்தான். இந்துஸ்தான் குடியரசு ராணுவ உடை தரித்திருந்தான். முகர்ஜிக்கு முன்னால் வந்து நின்றவன், வலது கை முஷ்டியை உயர்த்தி, "புரட்சி வணக்கம்!" என்றான். முகர்ஜியும் ராம்சிங்கும் முஷ்டி உயர்த்தி, "புரட்சி வணக்கம்!" என்றார்கள். காடலையும் கனவில் மிதந்த ரணசிங்கம், முழித்தான்.

ராணுவ உடையில் இருந்தவன், "ரணசிங் கௌன் ஹை?" தலைத் தொப்பியை சரி செய்து கொண்டே கேட்டான்.

முகர்ஜியும் ராம்சிங்கும் ஒருசேர, "ஏ ஹை ரணசிங்!" நடுவில் நின்ற ரணசிங்கத்தை கை காட்டினார்கள்.

முகர்ஜியை கடந்து, ரணசிங்கத்துக்கு முன்னே வந்து நின்ற தொப்பிக்காரன், இடையில் செருகி இருந்த கொடுவாளை உறுவினான்.

49. புலி பாய்ச்சல்

பனங்காட்டில் தாகம் தீர்த்துத் திரும்பிக் கொண்டிருந்தது கருஞ்சேனை. கொண்டுவரும் போர்க்களத்துச் சேதி அறிய வழியெல்லாம் காத்துக் கிடந்தன ஊர்கள். தெருக்காட்டுப் புழுதி கிளப்பி, சாயல்குடிக்குள் நுழைந்த ஆப்ப நாட்டு இளவட்டங்கள் எல்லோர் முகத்திலும் ரணசிங்கத்தைக் கண்டது சனம். பாதையின் இரு மருங்கும் கூடி நின்ற பெண்களும் பிள்ளைகளும் கையசைத்துக் கத்தினார்கள்.

பாய்ச்சலில் வந்த வண்டிகள் சனங்களைக் கண்டதும் லொங்கு ஓட்டத்தில் கடந்தன.

முன்னத்தி வண்டியில் வழிவிட்டானும் சாயல் குடி வேலுச்சாமியும் அமர்ந்து வந்தனர். உள்ளூர் வேலுச்சாமி ரெண்டு பக்கமும் கையசைத்து வந்தான். ஒவ்வொரு வீட்டு வாசலிலும் மண் முடாக்களில் நீர் மோரும் பானக்கரமும் கலக்கி வைத்திருந்தார்கள். பனங்கருப்பட்டி, சுக்கு, கொஞ்சம் புளி கலந்து கடைந்த பானக்கரம், சூடு தணிக்கும். உரம் ஏற்றும்.

“ஆப்பநாட்டு மானங் காப்பாத்துன எங்க அய்யாக்களா...! குடிங்க,” ஈயச் சட்டிகளில் மொண்டு மொண்டு கொடுத்தார்கள்.

“இந்தாங்கப்பூ... மோரு. இந்தாங்கப்பூ... பானக்கரம். குடிங்க.”

ரோமம் அடர்ந்த மார்பும் அடிவயிறும் நனைய, வழி நெடுக குடித்துக்கொண்டே போனார்கள்.

சாயல்குடி எல்லை கடந்தால் புல்லந்தை, நோம்பக்குளம், குருவாடி, கொக்காடி. வழிமறித்து நின்ற கொக்காடி சனங்களை விலக்கி முன்னே வந்த வெடிகுண்டு நீலமேகம், “அடேய்...! வண்டிகளை நிறுத்துங்கடா. என்னை ஏண்டா அடிச்சீங்க?” இன்னும் இறங்காத போதையில் தனி ஆளாக வழிமறித்தான்.

வாகை சூடி வரும் வண்டிக்கார இளவட்டங்களை எதிர் நோக்கிக் கொண்டாடக் காத்து நின்ற சனம், வெடிகுண்டு நீல மேகத்தை ஒரு அடி, மறு அடியில் தூக்கி தூரப் போட்டது. வண்டி கடகடப்பில் நீலமேகம் அலறியது யார் காதிலும் விழவில்லை.

கொக்காடி கடந்து வேப்பங்குளம், வெள்ளாங்குளம். “பேரு வாங்கித் திரும்புங்கப்பா!” என வெள்ளாங்குளம் சர்க்கரை சொல்லி அனுப்பியதை நிறைவேற்றித் திரும்பி இருந்தார்கள் இளவட்டங்கள். முத்து இருளாயி கிழவியோடு கூடி பொம்பளைகள் குலவையிட, வெள்ளாங்குளம் காடு கணகணத்தது.

வண்டிகளுக்கு முன்பே பெருநாழிக்கு வந்து சேர்ந்திருந்தது ஆயுத லாரி. விளாத்திகுளம் வைப்பாற்றிலிருந்து குதிரை ஏறி வந்திருந்த செல்லமுத்துவும் அருகில் நின்றான். பந்தய மாடுகளின் கயிற்றை இழுத்துப் பிடித்து நிறுத்தி வழிவிட்டானும் வேலுச்சாமியும் குதித்து இறங்கினார்கள்.

“ஏய்... செல்லமுத்து! என்ன இங்கே நிற்கிறே? விளாத்திகுளம் போகலையா?”

“விளாத்திகுளம் போய் அண்ணனைப் பார்த்துட்டுத் திரும்பிட்டேன்.”

“அண்ணன் என்ன சொன்னார்?”

“இந்தக் கருஞ்சேனையை இரண்டாகப் பிரிக்கணும். ஒரு பிரிவு பரளச்சிக்கும் மறுபிரிவு கமுதிக்கும் போகட்டும். லாரியில் உள்ள ஆயுதங்களைப் பிரிச்சு ரெண்டு பகுதிக்கும் கொண்டு போகணும்!” செல்லமுத்து பொரிந்தான்.

பந்தய வண்டிகளும் ஆயுதங்களும் சரி பாதியாகப் பிரிந்தன. லாரியுடன் வழிவிட்டான் அணி பரளச்சி நோக்கியும், செல்ல முத்துவின் குதிரையுடன் வேலுச்சாமி அணி கமுதி நோக்கியும் கிளம்பின.

புல்லாநாயக்கன்பட்டி போலீஸு கூட்டத்திலேயே, கையில் 'ரிஸ்ட் வாட்ச்' கட்டி இருந்தவன் இன்ஸ்பெக்டர் வேல்ஸ் மட்டும் தான். பட்டாலியனை பெருநாழி நோக்கிக் கிளப்ப வேல்ஸ் குறித்திருந்த நேரம் நெருங்கி விட்டது. இன்ஸ் பெக்டருக்கு அருகிலேயே நின்றிருந்தார்கள் சார்ஜென்ட்கள்.

"புறப்படலாமா?"

"புறப்படலாம் துரை அவர்களே."

"போலீஸுகள் அனைவரையும் இங்கேயே ஆயுதம் தரிக்கச் செய்யுங்கள். எல்.எம்.ஜி. மற்றும் சி.எம்.ஜி. கன்களை எல்லா லாரிகளிலும் பொருத்துங்கள். நான்கு திசைகளிலும் குறி பார்த்தபடியே வரட்டும். லாரிகள் மெதுவாகவே செல்லட்டும்."

"உத்தரவு துரை அவர்களே."

சார்ஜென்ட்டுகளில் ஒருவன் எல்லோருக்கும் கேட்கும்படி விசில் ஊதினான். லாரிகள் வட்டமிட்டு நிற்க, நடு வெளியில் போலீஸுகள் திரண்டார்கள்.

"ஆயுதங்கள் அவரவர் கைகளிலேயே இருக்கட்டும். வெற்றிகரமாகத் தாக்குதலை முடித்துவிட்டுத் திரும்பும் வரை விழிப்புடன் இருக்க வேண்டும்."

முழு உடுப்பணிந்து ஆயத்தமாக இருந்த போலீஸுகள், உத்தரவுக்கேற்ப லாரி ஏறினார்கள். மூக்கு நீண்ட நீர் யானை களின் ஊர்வலம் போல் புல்லாநாயக்கன்பட்டியை விட்டு போலீஸ் லாரிகள் ஊர்ந்தன.

இந்துஸ்தான் குடியரசு ராணுவ வீரன் உருவிய உடைவாள், ரணசிங்கத்தின் நெஞ்சுக்கு நேராக நீண்டது. ஊர்வனவற்றையும் பறப்பனவற்றையும் சந்தோசமாக வேடிக்கை பார்த்தது போல், கொடுவாளையும் கண்கள் அகல பார்த்தான். உயிரைக் கொடுக்க ஒப்புக்கொண்டு வந்தவனை உடைவாள் எப்படிக் கொல்லும்? ஆப்பநாட்டு வாளுக்கே அந்தப் பழக்கம் இல்லை. வங்கத்து வாளுக்குச் சொல்லியா தரவேண்டும்? வீரர்களை விளைவிக்கிற பூமி! தியாகத்தில் திளைக்கிற மண்! நம்பியவனைக்

கொல்லாது. கைப் பிடிக்குள் வந்துவிட்ட வண்ணத்துப் பூச்சியைப் பார்த்துக் குதூகலிக்கிற குழந்தை போல், வாளைக் கண்டு முறுவல் பூத்தான் ரணசிங்கம்.

முன்னும் பின்னும் நின்ற முகர்ஜியும் ராம்சிங்கும் நீளும் வாளைக் கண்டு பதறினார்கள். மறுகணம், ரணசிங்கத்தின் மலரும் கண் கண்டு, 'எவனடா... இவன்!' என வியந்து, 'இவன் போல், உயிர்ப்பசி அற்ற ஒரு பிறவியும் உண்டோ!' என வியந்து, 'பாரத பூமியில் இவ்வகை வீரமும் விளையுமோ!' எனும் பெரு மிதத்தில் சுவாசம் மறந்து போனார்கள்.

நீண்ட கொடுவாள், இமைக்கும் நேரத்தில் ரணசிங்கத்தின் இடது நெஞ்சை கீறி ரத்தம் கண்டது. சொட்டும் ரத்தத்தை இரண்டு விரல்களால் வழித்த தொப்பிக்காரன், "வீரனே... வருக!" ரணசிங்கத்தின் நெற்றியில் திலகமிட்டான்.

'புரட்சிக் குழுவுக்கு புது வரவான தன் நெஞ்சையும் தொப்பிக் காரன் கீறுவான்!' என எதிர்நோக்கி நெஞ்சு நிமிர்த்தி நின்றார் ராம்சிங். கீறவில்லை.

"மேரே பீச்சே ஆயியே!" தன்னைப் பின் தொடரச் சொன்ன தொப்பிக்காரன், அடிவார மறைவிடம் நோக்கி நடந்தான்.

நெஞ்சைக் கீறக் கொடுத்து, ரத்தத் திலகம் வாங்கிய ரணசிங்கத்தை நடுவே விட்டு, முகர்ஜியும் ராம்சிங்கும் அடிவார பாசறை நோக்கி நடந்தார்கள். நெருங்கியதும் கண்ணில் பட்டது, நாற்பது அடி நீள வேலிமுள் கூண்டு. ஒரு புறம் நுழைந்து மறுபுறம் வெளியேறும் வகையிலானது. நிமிர்ந்த வாக்கில் நடந்து கடக்க இயலாது. உட்கார்ந்த நிலையில் நகர்ந்தாலும் கம்பிமுள், தலையைக் கிழிக்கும்.

காட்டுப் பச்சை நிறத்தில் சீருடை தரித்திருந்த சில வீரர்களும் இரண்டு வீராங்கனைகளும் முட்கம்பிக் கூண்டுக்குள் ஒவ் வொருவராக நுழைந்துகொண்டு இருந்தார்கள். எல்லோர் கையிலும் துப்பாக்கி, இளம் பிராயத்து வீராங்கனைகள் இருவரும் வீரர்களுக்கு இணையான துடிப்போடு நுழைந்து வெளியேறிக் கொண்டிருந்தார்கள்.

வீராங்கனைகளில் ஒருவர் ப்ரீத்திலதா வடேகர். மற்றவர், கல்பனா தத். சிட்டாகங் நகரத்தில் பிறந்த இருவரும், கல்கத்தா பெதூனே கல்லூரியில் பயின்று பட்டம் பெற்ற யுவதிகள். புரட்சிக்காரர்களால் 'மாஸ்டர் தா' என அன்போடு அழைக்கப்

படும் தளபதி சூர்யா சென் தலைமையிலான 'இந்துஸ்தான் குடியரசு ராணுவ'த்தின் புரட்சி நெருப்பில் புடம் போடப் பட்டவர்கள். ஆனந்த குப்தா, கணேஷ் கோஷ், பணீந்தர நந்தி, அனில்பந்து தாஸ் போன்ற இளம் வீரர்களும் பயிற்சிக் களத்தில் இருந்தார்கள். பயிற்சியினூடே எவர் கவனமும் சிதறாமல் ஒருமைப் பட்டிருந்தது.

உடலமைப்பில் வங்காளிகள் சராசரி உயரம் கொண்டவர் களே. எதிரே பத்து அடி உர நெடுஞ்சுவர். தன்னை விட இரண்டு மடங்கு உயரச் சுவரைத் தாண்டவேண்டும். குறிப்பிட்ட தூரத் தில் புரட்சி வீரர்கள் ஒருவர் பின் ஒருவராக வெறுங்கையோடு நிற்கிறார்கள். பயிற்சியாளர் ரண்தீர்தாஸ் குப்தா சுவர் அருகில் நிற்கிறார்.

"ரெடி.... கோ..." உத்தரவிடுகிறார்.

வரிசையின் முதல் வீரன் வேகமாக ஓடி வருகிறான். வந்த வேகத்தில், தன் இடுப்பளவு உயரத்துக்கு வலது பூட்ஸ் காலால் சுவரை மிதித்துத் தாவி, சுவர் உச்சி விளிம்பை இரண்டு கைகளாலும் பற்றிக்கொண்டு தொங்குகிறான். பிடியை வலுவாக்கி, தொங்கும் முழு உடம்பையும் சுவரோடு அப்பியவாறு தூக்கி, வலது காலால் உச்சியைக் கவ்வுகிறான். பத்தடி உயரச் சுவர், பாதி உயரக்காரனுக்குக் குதிரை ஆகிறது!

பார்க்கப் பார்க்க ரணசிங்கத்துக்கு உற்சாகம் புரண்டது. கல்பனா தத்தும் ப்ரீத்திலதா வடேகரும் கூட சுவர்ச் சவாரி செய்து சிரித்தார்கள்!

கமுதி கோட்டையின் வட்ட வடிவ அரணில் ஆயுதம் தாங்கிய கருஞ்சேனை பதுங்கி இருந்தது. நுழைவு வாயிலின் உள்ளேயும் வெளியேயும் இருட்டோடு கலந்து காத்திருந்தார் கள். பாலமுருகன், எல்.எம்.ஜி. கன்னோடு கோட்டை உச்சியில் நின்றான். சீமைச்சாமி முன் நிற்கும் அரிவாள், வேல் கம்பு படை, ஆற்றுக்குள் இறங்கியது. லாரிகளை எதிர்கொண்டு போன சண்முகப்பாண்டி, விளக்கு வெளிச்சத்தில் தன்னைக் காணும் தூரத்தில் குதிரையை இழுத்துப் பிடித்தான்.

குதிரையைக் கண்டு கொண்ட ஜாக்ஸன், லாரியை நிறுத்த சொன்னான். நின்ற லாரி, வெளிச்சம் பாய்ச்சியது.

"ஏய்...! அந்தக் குதிரைக்காரனை விடாதே!" ஜாக்ஸன்

கத்தினான். இடுப்பில் செருகி இருந்த ரிவால்வரை எடுத்த சண்முகப்பாண்டி, லாரியை நோக்கி ஒரு முறை சுட்டான். சுட்டதும் குதிரையை தெற்கே திருப்பி ஆற்றுக்குள் இறக்கி விரட்டினான். குண்டுச் சத்தம் கேட்டதும் ஆற்றுக்குள் பதுங்கி இருந்த சீமைச்சாமி கூட்டம், பலத்த கூச்சலிட்டது. லாரியை விட்டு ஜாக்ஸன் இறங்கினான். பட்டாலியனும் இறங்கியது.

"ஆற்றுக்குள் தான் பதுங்கி இருக்கிறார்கள். நமது ஆட்கள் யாரும் உள்ளே இறங்க வேண்டாம். இங்கிருந்தே கண்மண் தெரியாமல் சுடுங்கள். முதலில் அந்தக் குதிரைக்காரனைச் சுட்டுத் தள்ளுங்கள்!"

குண்டாற்றின் தென்கோடியிலிருந்து பெருங்கூச்சல் கேட்டது.

'ஹே... ஹேய்... ஹேய்...'

போலீஸ் துப்பாக்கிகள் கண் திறந்தன.

பாலமுருகன் உச்சிக் கோட்டையிலிருந்து புலிப் பாய்ச்சலுக்கு வசம் பார்த்தான்.

50.குண்டாறு

பெருநாழியில் இரண்டாகப் பிரிந்தது கருஞ்சேனை. கமுதி நோக்கிக் கிளம்பிய பந்தய மாடுகள், வாயில் நுரை தள்ள நாலுகால் பாய்ச்சலில் விரைந்தன. முன்னத்தி வண்டியை வேலுச்சாமியே ஓட்டிப் போனான். புதுக்கோட்டை, செங்கப்படை கடந்து அடுத்து, ரெண்டாவது பாய்ச்சலில் கமுதிக்குள் நுழைந்தது.

பாதை நெடுக இருந்த ஓலைக் குடிசைகளுக்குள் மண்ணெண்ணெய் விளக்குகள் நாக்கு துருத்தி எரிந்து கொண்டிருந்தன. பெண்களும் குழந்தைகளும் குடிசைகளுக்குள் இருந்தார்கள். தெரு நிரப்பிக் கிடந்த இருட்டுக்குள் ஆண்கள் கூட்டம் கூட்டமாக நின்று பேசிக் கொண்டிருந்தார்கள். ஒவ்வொரு பேச்சுக்கும் ஒரு முறை வலம், இடமாகப் பார்த்துக் கொண்டார்கள்.

“முதலாளி வீட்டைச் சுத்தி பிணம் கிடக்குதாம்!”

“எப்படிச் செத்தாங்களாம்?”

“போலீஸ் சுட்டு!”

"ஏன்?"

"வெள்ளைக்காரன் சுடுறதுக்குக் காரணமா வேணும்?"

"இதோடு மட்டுமா போச்சு? கோட்டைமேட்டிலே கூடிட்டாங்களாம் ரணசிங்கம் ஆட்கள். போலீஸும் போகுது. என்ன நடக்குமோ!"

"என்ன நடக்கும்? குண்டாறு நிறைய பொணம் மிதக்கும்?"

"எவன் எக்கேடு கெட்டால் நமக்கென்ன? ரெண்டு வியாபாரத்தைப் பார்த்தோமா... நாலு காசு சம்பாதிச் சோமா'ன்னு நாமெல்லாம் நின்னுக்கிறணும்."

"அதிகாரம் எவன் கையிலே இருந்தாலும் சரி. அவனோடு அனுசரிச்சுப் போயிறணும். அதுதான் நமக்கு உகந்த வழி. நம்ம இளவட்டங்களுக்கு எல்லாம் சொல்லி வைங்க."

பேசிக் கொண்டிருக்கும்போதே தெற்கே இருந்து சேனை வண்டிகள் இருளை முறித்து வந்தன. ஆயுதங்களை நழுவ விடாமல் கவ்விப் பிடித்துக் கொண்டே நாற்பது வண்டிகளும் கடந்தன. தெருக்களில் நுழைந்து சிவன்கோயில் முக்கு திரும்புகையில், குண்டாற்று வெடிச் சத்தம் கேட்டது.

"ஆஹா... பொருத்திட்டாங்க போலிருக்கே!" வாய்விட்டுப் பதறிய வேலுச்சாமி, பின்னத்தி வண்டிகளைப் பார்த்து, "டேய், விரட்டு... விரட்டு!" கத்திக் கொண்டே தன் வண்டி மாடுகளை விரட்டினான்.

ப்ரீத்திலதா வடேகருக்கும் கல்பனா தத்துக்கும் ரண சிங்கத்தை ரொம்பவும் பிடித்துப்போனது. பாசறை வீரர்களிலேயே இளம் வயதினன் ரணசிங்கம். கூடாரத்துப் பேச்சு மொழி தெரியாததாலேயே, எல்லோருக்கும் குழந்தை ஆகிப் போனான்.

வீரர், வீராங்கனைகள் அனைவரும் வங்காள மொழி பேசினார்கள். ராணுவ உத்தரவுகள் எல்லாம் இந்திச் சொற்கள். ப்ரீத்திலதாவும் கல்பனாவும் ரணசிங்கத்தின் ஒவ்வொரு அசை வையும் ரசித்தார்கள். தகிக்கும் விடுதலைக் கனலை நெஞ்சில் ஏந்திய வீராங்கனைகள் காட்டும் கனிவும் பரிவும் ரணசிங்கத்தை புத்துருவாக்கியது. ஆண், பெண் பேதமின்றி அவர்கள் இயல் பாகப் பழகியது, இந்தத் தமிழ்ப் பயலுக்குக் கூச்சம் தந்தது. நாளாக ஆகப் பண்பட்டான். தோழமை வளர்ந்தது. கல்பனா தத்,

ஆப்பநாட்டு இளைஞனுக்கு சர்வதேசிய அடக்குமுறைகளை யும், எதிர்த்துக் கொந்தளிக்கும் மக்களின் வீராவேசங்களையும் சித்திரப்படுத்தினார். ப்ரீத்திலதா, ஆயுதம் தாங்கிய புரட்சியை ஒருங்கிணைக்கிற அர்ப்பணிப்பையும் ஈடுபாட்டையும் தெளிவுப் படுத்தினார்.

ரத்தத்திலேயே கலந்திருக்கும் வீரமும் வீராங்கனைகளின் அரசியல் நெறிப்படுத்தலும் சேர்ந்து ரணசிங்கத்தைப் புடம் போட்டன. பயிற்சிக் களத்தில், நாணை விட்டு ஏகிய அம்பெனப் பாய்ந்தான். துப்பாக்கி சுடுதலில் அவன் துல்லியம், பயிற்சி யாளர் ரண்தீர்தாஸ் குப்தாவை பிரமிக்க வைத்தது. அனைத்து வகையான துப்பாக்கிகளையும் கையாளப் பயின்றான். வெடி குண்டு செய்முறை, குண்டு எறிதல், குதிரை ஏற்றம், தாக்குதல், பதுங்குதல், தற்காப்பு யுத்தம், வேலைப் பரிவினை, தலைமைப் பண்பு என சகலத்திலும் தேர்ந்தான்.

பயிற்சிப் பாசறைக்கு வந்து இருபது நாட்களில் இந்தி புரிய ஆரம்பித்திருந்தது. இந்தி மிக எளிமையான மொழி. ரண சிங்கத்தின் நுணுக்கமான கவனிப்பும் அக்கறையும் புரிதலை உரு வாக்கியிருந்தது. இடையில் ஒரு நாள், மேஜர் சதாசிவம் ரகசிய மாக வந்து போயிருந்தார். அவனை ஆரத்தழுவி ஆசீர்வதித்தார். அவரோடு தமிழில் பேசக் கிடைத்த நேரம், ஆத்தாவைக் கண்ட சந்தோசத்தைத் தந்தது.

நாளை சிட்டகாங் தாக்குதலுக்குக் கிளம்ப வேண்டும். மூன்று நாட்கள் படகுப் பயணம். இன்று பயிற்சி நிறைவு நாள். ஒரு பெரிய மரத்தின் உச்சியில் அமர்ந்திருந்தான் ரணசிங்கம். கீழே இரண்டடி அகல வட்டத்துக்குள் குதிக்க வேண்டும். குதித்து நிற்க வேண்டும். ரண்தீர்தாஸ் குப்தாவின் உத்தரவுக்காக குத்திட்டு காத்திருந்தான்.

புல்லாநாயக்கன்பட்டியில் இருந்து போலீஸ் லாரிகள் முன்னே ஊர்ந்து போக, பரளச்சி தலையாரி திக்கு விஜயன் தலைமையில் வண்டிகள் வெகுதூரம் பின்னே வந்தன. தலையாரி ஓட்டிவந்த வண்டியில் இருந்தான் சலவைத் தொழிலாளி மாடசாமி.

“ஏஞ்சாமி... சர்க்கார் சம்பளம் வாங்குற தலையாரி நீங்க! வெள்ளைக்காரனை எதிர்த்து இப்படிக் கிளம்பிட்டீங்களே, வேலை பேயிறாதா?”

"அடேய், மாடசாமி! உயிரே போனாலும் பரவாயில்லே'னு போய்க்கிட்டு இருக்கேன்... வேலை என்ன பெரிய்ய கலெக்கடரு வேலை! கழுதை... போகுது."

"எனக்கென்னமோ நிலவரம் கடுமையாத் தான் தெரியுது சாமி."

"என்ன?"

"பெருநாழியைச் சுத்தி நாலு திக்கும் சேதாரம் நிறைய ஆகும் போலிருக்கு. இப்படி ஒரு சண்டையை ஆப்பநாடு இதுவரை பார்த்திருக்காது."

"நாலு திக்கும் சுத்தி வந்தவன் மாதிரி பேசுறே..."

"பெருநாழி அய்யாக்கமாரு பேசுறது, கோப்புக் கட்டுறதைப் பார்த்தால் அப்படித்தான் தோணுது."

"ஆப்பநாட்டிலே பிறந்தவன் உயிரை சக்கரையாகக் கருத முடியாது. என்ன வந்தாலும் சரி... பின் வாங்குற சோலி கிடையாது."

முன்னத்தி வண்டியிலே போய்க் கொண்டிருந்த சோலை, "ஏய்... தலையாரி! பேசாமல் வாங்கப்பா" அதட்டினான்.

வெகுதூரம் முன்னே லாரிகள் போன திசையில் பெரும் சத்தம் கேட்டது. சோலை, வண்டி மாடுகளை இழுத்துப் பிடித்து நிறுத்தினான்.

குண்டாற்றுக்குள் துப்பாக்கி குண்டுகள் கோர்வையாக இறங்கின. தெற்கே பதுங்கிக் கூச்சலிட்ட சீமைச்சாமி கூட்டம், பதுங்கிப் பதுங்கி மேற்கே பிரிந்தது. ஜாக்ஸனின் படை, ஆற்றுக்குள் இறங்காமல், லாரிப் பாதையில் நின்றுகொண்டே குண்டுகளை இறக்கின. இருட்டுக்குள் இலக்கில்லாமல் சுட்டன. இதுவரை சுட்டத்தில், ஒரே ஒரு அலறல் சத்தமும் குதிரைக் கனைப்புச் சத்தமும் கேட்டது.

ஜாக்ஸன் கை உயர்த்தி, சுடுவதை நிறுத்தச் சொன்னான். குண்டுச் சத்தம் நின்றுபோன பேரமைதியில் எங்கிருந்தாவது, ஏதாவது அசைகிற அறிகுறி தென்படுகிறதா என நோட்ட மிட்டான். காற்றுகூட அசையக் காணோம். நான்காம் பிறை வெளிச்சத்தில் ஆற்றுப்புதர் அசைவுகள் துல்லியமாகத் தெரிய வில்லை. ஜாக்ஸனின் அடிமனதுக்குள் சிறு கலக்கம்.

தூண்டில் மிதவையில் கண் வைத்திருப்பவன் போல், கோட்டை உச்சியில் அமர்ந்து, சரியான தருணத்துக்காகக் காத்திருந்தான் பாலமுருகன்.

மேற்கே பதுங்கிப் போன சீமைச்சாமி கூட்டம் கத்தியது.

'ஹே... ஹே... ஹேய்...'

"ஃபயர்!" மேற்கே திரும்பிக் கத்தினான் ஜாக்ஸன்.

திசை அடைத்துப் பறந்தன குண்டுகள். சத்தம் நின்று போனது. ஜாக்ஸனால் நிதானிக்க முடியவில்லை. கிழக்கே நிமிர்ந்து நின்றது கோட்டை. கோட்டைக்குள்ளும் பதுங்கி இருப்பார்கள் என யூகித்தான்.

"ஜிங்கால் பீரங்கிகளால் கோட்டையைத் தகர்த்தெறியுங்கள். பீரங்கிப் படையைத் தவிர, மற்ற வீரர்கள் சுற்றிலும் கண் வைத்திருங்கள்!"

பீரங்கிகள் கோட்டையைக் குறி பார்த்துத் திரும்பின.

"ரெடி... ஸ்டார்ட்! உத்தரவிட்டதும் குண்டுகள் தீ கக்கிப் பறந்தன.

ஸ்காட் போன்ற உயர் அதிகாரிகளுடன் சமதையாக அமர்ந்து குடிப்பது, உடையப்பனுக்கு ஜென்ம சாபல்யமாகத் தெரிந்தது. டி.எஸ்.பி ஸ்காட் கொண்டு வந்திருந்த ஸ்காட்ச் விஸ்கியை அவரே தன் கைப்பட ஊற்றிக் கொடுக்க, உடையப் பன் வாங்கிக் குடிக்க... அடடா... ஆப்பநாட்டான் எவனுக்குக் கிடைக்கும் இந்த பாக்கியம்!

முதல் சுற்று விஸ்கியை ஒரே மடக்கில் முடித்தான். முகம் சுழித்த ஸ்காட், "உடையப்பன்...மதுவை மெதுவாக உறிஞ்ச வேண்டும். மதுவை மட்டுமல்ல... எல்லா இன்பங்களையும் ஆர அமரத் துய்க்கவேண்டும்!" சின்னதாக உறிஞ்சினார்.

முதலாளி மெது மெதுவாக உறிஞ்சினார். ஆளுக்கேத்த வேஷம் போட்டார். உயிர்பிழைத்த சந்தோசத்தில், சமையல்கார பச்சையப்பன், நெளிப்பு நடை நடந்து பரிமாறித் திரிந்தான் ஒவ்வொரு நெளிப்புக்கும் ஸ்காட்டைப் பார்த்துக் கொண்டான். 'பாவிப்பய கண்ணு நம்ம மேலே படவே மாட்டேங்குது!' தவித்தான்.

என்னதான் சொன்னாலும் உடையப்பனுக்கு உறிஞ்சத் தெரியவில்லை. இரண்டாவது சுற்று மதுக் குவளையை உதட்டோரம் வைத்துப் பவ்யமாக உறிஞ்சினான். ‘ம்ஹூம் ! ஸ்காட்ச் விஸ்கி இருக்கிற வாசத்துக்கு இப்படியெல்லாம் உறிஞ்சினால் கட்டுப்படி ஆகாது. இதுக்குப் பேரா... குடி? மடக்கென உள்ளே தள்ளி விட்டான்.

ஸ்காட் சத்தம் போட்டு சிரித்தார். “உடையப்பா... உன் விருப்பம் போலவே குடி. ஆனால் நீ நினைக்கிற மாதிரி உடனடியாக போதை ஏறாது. மெதுவாக ஏறும். ஏறிய போதை சாமான்யமாக இறங்காது. ஒரு வகையில் எங்கள் வெள்ளையர் களின் குணமும் அது தான். அந்நிய தேசங்களுக்குள் நுழைய ஆயிரம் முறை யோசிப்போம். முடிவெடுத்து நுழைந்து விட் டால்... அப்புறம் வெளியேற்ற முடியாது!” அர்த்தபுஷ்டியோடு பேசினார்.

உடையப்பனுக்கு இது எதுவும் ஏறவில்லை. போதை மட்டும் ‘கிர்ர்...’ என ஏறிக் கொண்டிருந்தது.

வேலுச்சாமி விரட்டிக் கொண்டு வந்த வண்டிகள் குண் டாற்றுக்குள் இறங்குகையில், கமுதி கோட்டையை, பீரங்கிகள் தகர்த்துக் கொண்டிருந்தன. குண்டுச் சத்தமும் மனுச அலறலும் இடைவிடாது கேட்டன...

51. முனி பாய்ச்சல்

மாயழகியும் குமரிகளும் கூடி காவல் நின்ற வைரவன் கோயில் பொட்டல், சுற்றுப்பட்டி பேய்களுக்கும் பிசாசுகளுக்கும் உறைவிடம். அடிவாரச் சிறுபாறையை விலக்கி வேர் பாய்ச்சி நிற்கும் ஆலமரம், பொட்டலை மூடிக் கவிழ்த்திருக்கும். பழந்தின்னி வௌவால்கள், கிளை நிறைத்துத் தொங்கும். பகல் நேரப் பழந்தின்னிகள், இரவானால் பிணந்தின்னும் பேய் பிசாசுகளாக உருக்கொள்ளும் என்று நம்பிக்கை. அந்த நம்பிக்கை அதோடு முடிவதில்லை...

அத்தனையும் இரைதேடி மேல்காடு முழுக்க வியாபிக்கும், கீழ்காட்டுப் பிணங்களை உண்பதில்லை. கீழ்காடு என்பது ஆப்பநாடு. மேல்காடு, நெல்லைச் சீமை. கீழ்காட்டு மரணங்களில் இயற்கை மரணம் சொற்பம். வெட்டுப்பட்டும் குத்துப்பட்டுமே விழுகின்றன பிணங்கள். கொலையான சடலங்களைப் பேய்களும் பிசாசுகளும் தீண்டுவதில்லை. சுற்றி நின்று கும்மி கொட்டி ஆடும். பாடும். செத்தவனைப் பேயாக்கி,

ஆலமரக்கிளைகளுக்கு அழைத்துச் செல்லும். எட்டு நாட்கள் துக்கம் அனுஷ்டிக்கும். எந்தப் பேயும் இரையெடுக்காது. ஆப்பநாட்டுப் பேய்கள் ஆலமரத்துக்கு வந்தும் ஆயுதம் தேடும். இறந்த பின்னும் படை திரட்டும். இப்படியெல்லாம் ஒரு பேச்சு அங்கே உண்டு.

குமரிக்கூட்டம் காத்துக் கிடந்தது. பேயாவது... பிசாசாவது! ஒருத்தியும் பயப்படக் காணோம். பேய்களைக் கூப்பிட்டு வரிசையில் நிறுத்தி, பெயர் கேட்கிற கூட்டம் இது!

போலீஸுகளை எதிர்நோக்கி காத்துச் சலித்துப் போனாள் குமரவடிவு. "என்ன... இன்னும் ஒரு பயலையும் காணோம்...?

வந்தாய்ங்கன்னா பத்துப் பேரைப் போட்டு தள்ளிட்டு வீடு போயிச்சேரலாம்.

"அதுதானே!'' - இன்னொருத்தியும் சலித்து கன்னத்தில் கை வைத்தாள்..

"வருவான்ங்களா?"

"நாலு திசைக்கும் இளவட்டங்கள் போயிருக்காங்க. அவங் களை மீறி, போலீஸு பெருநாழிக்கு வர முடியாது. நாமெல்லாம் வெட்டியா காத்துக் கிடந்துட்டு, வீடு போயிச் சேர வேண்டியது தான்!"

"இடிச்சுவச்ச மிளகாய்ப் பொடியெல்லாம் வீணாப் போயிருமேடீ...!"

"ம்...? நித்தம் கொஞ்சம் பொடியை அள்ளி முகத்திலே பூசிக்கோ. கறுப்பாத் தானே இருக்கற? மிளகாய்ப் பொடியைப் பூசினால் ரெண்டு நாள்லே செவந்து போயிருவே!"

எல்லோரும் சிரித்தார்கள்.

மாயழகி பேச்சில் ஒட்டாமல் நின்றாள். சிறுவன் துரைசிங்கம், மாயழகியை விட்டுப் பிரியாமல் விழித்திருந்தான்.

"ஏப்பூ... சிங்கம்! சின்னப் பயல் நீ எதுக்கு முழிச்சுக்கிட்டு இருக்கிற? வீட்டுக்குப் போயிப் படு..." - சொன்னவளை அடிக்கக் கை ஓங்கினான் துரைசிங்கம்.

"நான் சண்டையைப் பாக்கணும்."

"சண்டை என்ன கழைக்கூத்தாடி காட்டுற வித்தைனு

நினைச்சியா, வேடிக்கை பார்க்கிறதுக்கு? உங்க அப்பு ரணசிங்கம் மச்சான் தான் சண்டை சண்டைனு அலையிறாருன்னா, நீ அவருக்கு மேலே இருப்பே போலிருக்கே!''

துரைசிங்கத்தைத் தன்னோடு அணைத்துக் கொண்டாள் மாயழகி.

கோட்டைமேட்டு அலறல் கமுதிக்குள் கேட்டது.

'ஆஹா.... குறி தப்புதே!' - பால முருகன் பதறினான். போலீஸு களை ஆற்றுக்குள் இறக்கப் போட்ட திட்டம் தவறிவிட்டது. வெடிகுண்டு வீசிக் கொல்லுகிற தூரத்தில் போலீஸுகள் இல்லை. பீரங்கிகளும் நவீன ரக எந்திரத் துப்பாக்கிகளும் கோட்டையைத் தகர்த்துக் கொண்டிருந்தன. இருட்டில் நிற்கும் போலீஸுகளின் இருப்பிடம் புலப்படவில்லை. பீரங்கிகள் கக்கும் குண்டுகளின். தீ கீறல்கள், புலம் காட்டின. இங்கிருந்து தாக்க எல்.எம்.ஜி. கன்களால் தான் இயலும். சேனைகளின் இருப்பில் ஒன்றிரண்டு கன்கள் தான் உள்ளன. ஆற்றுக்குள் போன சண்முகப்பாண்டியைக் காணோம். கமுதிக்குள் நுழைந்த மீரா திரும்பவில்லை. வேல் கம்பு, வெட்டரிவாள்களோடு ஆற்றுக்குள் பதுங்கிய சீமைச்சாமி கூட்டம் என்னவாயிற்றோ? சேனைக்குப் பெரும் சேதம் ஆகிக் கொண்டிருக்கிறது. செத்து விழுகிறார்கள்! பாலமுருகன் வசமிருந்த எல்.எம்.ஜி. கன், திசையறிந்து திரும்பி குண்டுகளை இறக்கியது.

"உச்சியில் இருந்து ஒருவன் சுடுகிறான். முதலில் அவனைத் தீர்த்துக் கட்டுங்கள்!'' - ஜாக்ஸன் உத்தரவிட்டான்.

கோட்டை உச்சியில் இருந்து குண்டுச் சத்தம் நின்றுபோனது.

கல்கத்தா வங்கக் கடலும் நமது ஊர் விரிகுடா போல் படகு களை அலைக்கழித்தது. மூன்று படகுகளில் நாற்பது புரட்சிக் காரர்கள். ப்ரீத்திலதா வடேகரும் கல்பனா தத்தும் அமர்ந்திருந்த படகில் ரணசிங்கம் இருந்தான். ரணசிங்கத்துக்கு வலதுபுறம் கல்பனாவும் இடதுபுறம் லதாவும் அமர்ந்து வந்தார்கள்.

கடல் பயணம் ரணசிங்கத்துக்கு இதுவரை வாய்த்தது இல்லை. கடலை முதன்முறையாக இப்போது தான் பார்க் கிறான். பெருநாழிக்குப் பத்தாவது மைலில் மூக்கையூர் கடல் இருந்தும் பார்த்ததில்லை. மூன்று பகல், மூன்று இரவு படகுப்

பய்ணம். கடலுக்குள்ளேயே இருக்கிறான். விழித்திருக்கும் நேரமெல்லாம் கடலோடு லயித்துக் கிடக்கிறான். கரையற்ற கடல் எங்கு முடிகிறது? கடலும் வானமும் கடைசியில் தொட்டுக் கை குலுக்குகின்றனவா? அடித்து மிரட்டும் கரை அலைகள், கடலுக்குள் புதைந்திருக்கும் பொக்கிஷங்களுக்குக் காவலா? கடலின் ஆழம் எவ்வளவு? பெருநாழி கண்மாய் போல் கடலும் ஒரு நாள் வற்றி, வறண்டு போனால் ஆழம் தெரியுமே! அடி மடியில் ஒளித்து வைத்திருக்கும் அத்தனையும் தெரிந்து போகும். வற்றுமா?

"ஏய்... ரண்சிங்! கனவில் மிதக்கிறாயா?" - அவனது இடது தோளில் தட்டினார் ப்ரீத்திலதா.

"ம்...?" - திரும்பினான். - மறுபடியும் கடல் பரப்பில் கண்ணலைந் தான்.

கல்பனா தத் பலமாகச் சிரித்தார்.

"என்ன கல்பனா, ஏன் சிரிக்கிறாய்?" - லதா கேட்டார்.

"ரணசிங்கத்தைப் பார்த்தால் சிரிப்புதான் வருகிறது." - மறுபடியும் கல்பனா சிரித்தார். "இவனை என்னவென்பது? கலகக்காரன் என்பதா? கவிஞன் என்பதா? குழந்தை என்பதா? வண்ணத்துப் பூச்சியின் சிறகு நோகாமல் ஸ்பரிசிக்கும் இவன் வாளெடுத்தால் ஜகம் ரெண்டாகப் பிளக்கிறது! அன்புக்கும் தோழமைக்கும் முன் அடிமை போல் குழையும் இவன், ஆதிக்கப் புயல் முன்னே அசையாத மலையாக நிற்கிறான்!"

"ஏய்... ஏய்... கல்பனா! ரணசிங்கத்தோடு சேர்ந்து நீயும் கனவில் மிதக்கிறாயா?" - கல்பனா தத்தின் தோளை உலுக்கிவிட்டார் லதா.

"அடியேய் கல்பனா! போகிற போக்கைப் பார்த்தால்... புரட்சி முடிந்ததும் ரணசிங்கத்தைக் கட்டிக் கொள்வாய் போலிருக் கிறதே..." - கண்ணடித்தார்.

"ச்சீய்.. கழுதை!"

தன்னை நடுவில் அமர்த்தி, ஏதேதோ பேசிவரும் வீராங் கனைகளில் யார் பக்கமும் திரும்பாமல், "ஆமாம்.. எல்லையற்ற கடலைக் கண்கொட்டாமல் பார்த்துக்கொண்டே இருக்கும் ஒருவன், கடலைப் போல் பெரிய ஆள் ஆகி விடுவானோ...?" - கண்கள் ஒளிவீசக் கேட்டான் ரணசிங்கம்.

"பைத்தியம்... பைத்தியம்." - லதாவும் கல்பனாவும் ரண சிங்கத்தின் ரெண்டு பக்கத் தோள்களில் அடித்தார்கள்.

எதிரே, சிட்டகாங் துறைமுகம் புலரியின் வெளிச்சத்தில் விலகும் இருளில் மசமசத்துத் தெரிந்தது.

பள்ளம் தோண்டிக் காத்திருந்தது கருஞ்சேனை. பரளச்சியை விட்டுக் கிளம்பி, நேர்பாதையில் திரும்பிய லாரிகளின் வெளிச்சத்தைக் கண்டதுமே சூடேறியது. பெருநாழியில் பிரிந்த கருஞ் சேனைப் பிரிவும், வழிவிட்டான் தலைமையில் வந்து சேர்ந்திருந்தது. பூப்பாண்டியபுரம் லாரி ஆயுதங்கள், பதுங்கி இருந்தவர்களின் கைகளுக்குப் பரிமாறப்பட்டன. தோண்டிய பள்ளத்திலிருந்து கணிசமான இடைவெளியில் மூன்று பக்கமும் வளைத்திருந்தார்கள். தங்கச்சாமி, வழிவிட்டான், கீழ்குடி கணேசன், பட்டாணி ஆகியோரும் கலந்திருந்தார்கள்.

பள்ளம், பதினைந்தடி நீள - அகலம் பத்தடி. ஆழம். பருத்தி மாரு படல்களால் பள்ளத்தின் விளிம்புகளை இணைத்துச் சார்த்தி சாக்கு விரித்து, மேலே மண்தூவி இருந்தார்கள். பார்த்தால் பள்ளம் தெரியாது. யானை விழும் குழி.

வழிவிட்டான் வந்து சேர்ந்ததுமே தாக்குதல் ஏற்பாடுகளை ஒரு சுற்று பார்த்தான். தங்கச்சாமியுடன் கலந்து ஆலோசித்தான்.

"முன்னே வரும் லாரி பள்ளத்தில் விழுந்ததும் அவர்கள் நிலை தடுமாறுவார்கள். ஆனால், அடுத்து வரும் படை, அந்த நொடியிலேயே தாக்குதல் நடத்தும். அந்த நொடிப்பொழுது அவர்கள் வசம் போனால், வெற்றி அவர்களுக்கு. நாம் வசப்படுத்தினால் நமது கை ஓங்கும். வெற்றி, தோல்வியைத் தீர்மானிக்கப் போவது அந்த 'நொடி'தான். விழிப்பாக இருக்க வேண்டும்."

இரை உண்ணப்போகிற ஆவலில் இளவட்டங்கள் காத்திருந்தார்கள். மேற்கே, காட்டு முத்துச் செல்லையாபுரம் பக்கம் தலை விரித்து நிற்கும் உடைமர முனிகள், ஒவ்வொன்றாகக் கிளம்பி வந்தன. திசை நிறைத்து வந்த கருமுனிகளுக்குப் பெரும் பசி!

லாரிகள் உருண்டு வந்தன. 'முனிப் பாய்ச்சல்' தொடங்கும் தருணம்.

ஜாக்ஸன், உற்சாகத்தில் திளைத்தான். கமுதி கோட்டை தகர்ந்து கொண்டிருந்தது. தன் பக்கம் சிறு சேதமின்றி, எதிர்த் தாக்குதலுமின்றி கோட்டை நோக்கி சீறிக் கொண்டிருந்தன குண்டுகள்.

வெடிகுண்டுகளும் வெட்டரிவாள்களும் எட்ட முடியாத தூரத்தைத் தாக்குதலுக்குத் தேர்வு செய்தது சாதகமானது. கோட்டைப் பக்கத்து அலறல் ஒவ்வொன்றும இன்ஸ்பெக்டர் ஜாக்ஸனைக் கிளர்த்தியது. கவனமெல்லாம் கோட்டைப் பக்கமே இருந்தது. மற்ற திசைகள் மறந்து போயின. குண்டாற்றுக்குள் இறங்கிய வேலுச்சாமியின் வண்டி வரிசை, ஜாக்ஸனின் படையை நெருங்காமல் தூரத்திலேயே நின்றது. வேலுச்சாமி எல்லோரையும் இறங்கச் சொன்னான்.

"வண்டிகளை இங்கேயே விட்டுவிடுங்கள். ஆயுதங்களைக் கையில் எடுங்கள். வேல் கம்பு, வெட்டரிவாள்களுக்கு வேலை இல்லை. பூப்பாண்டியபுரத்தில் கைப்பற்றிய ஆயுதங்கள் போதுமான அளவு உள்ளன. எறிகுண்டுகள், எல்.எம்.ஜி. கன்கள், துப்பாக்கிகளை எடுத்துக்கொள்ளுங்கள். எதிரியின் கவனம் கோட்டைப் பக்கமே உள்ளது. முன்னே நகர மாட்டான். அக்கம் பக்கமும் இறங்க மாட்டான். சுற்றி வளைத்துச் சோலியை முடிக்க வேண்டும். கிளம்புங்கள்."

எல்.எம்.ஜி. கன்னோடு முன்னே கிளம்பினான் சாயல்குடி வேலுச்சாமி.

52. சிட்டகாங்

கோட்டை உச்சியிலிருந்து, உள் பக்கமாக இறங்கினான் பாலமுருகன். பீரங்கிகளும் எந்திரத் துப்பாக்கிகளும் கக்கிக் கொண்டிருந்த குண்டுச் சத்தங்களையும் மீறி மரண ஓலங்கள் கேட்டன. 'எத்தனை பேர் செத்து விழுந்தார்களோ... மிஞ்சியவர்கள் என்ன ஆனார்களோ... புலிப் பாய்ச்சல் பிசகுமா? ஆப்பநாட்டு ஆயுதம் தோற்குமா? தலைமை ஏற்று வந்து கருஞ்சேனையைக் காவு கொடுத்துவிட்டோமே!! அண்ணன் ரணசிங்கத்தின் வீரத்துக்குக் கமுதி தோல்வி ஒரு கரும்புள்ளியாகிப் போனதே...! அவர் முன் நிற்க அருகதை அற்றுப் போனேனே! இறுதிச் சுற்றில் பத்துப் பேரையாவது கொன்றுவிட்டு, நாமும் செத்து ஒழிய வேண்டியது தான்!"

கனத்த எல்.எம்.ஜி. துப்பாக்கியைத் தூக்கிக் கொண்டு கோட்டையின் நுழைவு வாயிலுக்கு ஓடிவந்தான். உள் கோட்டைக்குள் ஒருவரும் இல்லை. வெளியேறி, சுவரோரம் பதுங்கி நகர்ந்தான். காலில் ஏதோ இடறியது. செத்து விழுந்த பிணம்தானோ... பதறிக் குனிந்தான். காய்ந்து

போன பூவரசு மரத்தூர் கிடந்தது. தாண்டி, கோட்டை முனீஸ்வரர் கோயில் அத்திமர நிழலுக்குள் ஒதுங்கினான். பாலமுருகனுக்கு முன்பே பதுங்கி இருந்தது ஒரு கூட்டம். அது ஒரு பெருங்கூட்டம். கூட்டத்துக்கு முன்னே, பொந்தம்புளி சீமைச்சாமி நின்றார்.

"ஆ...வ்...!"

"ஐயோ... சுடுறானே!"

"ஆத்தா... காலு போச்சே!"

"ஐயையோ... கையி போச்சே!"

பதுங்கி உட்கார்ந்து கொண்டு, குண்டுச் சத்தங்களையும் மீறி மரண ஓலங்களை எழுப்பினார்கள். பொருத்தமான இடை வெளிகளில் விட்டுவிட்டுக் கத்தினார்கள்.

ஓரமாகக் குத்துக்கால் வைத்துப் பதுங்கிருந்த முஹம்மது மீரா, எல்லோரையும் இயக்கிக் கொண்டு இருந்தான்.

ஜாக்ஸனின் போலீஸ் குண்டுகள், கமுதிக் கோட்டையை வளைத்து வளைத்துச் சுட்டுக் கொண்டிருந்தன. குண்டுகளின் குறியில் கருஞ்சேனை யாரும் இல்லை.

எல்லோருக்கும் கேட்கும்படியாக முஹம்மது மீரா பேசினான்.

"சீமைச்சாமியுடன் சேர்ந்து இருபது பேர் இங்கேயே இருங்கள். ஆள் மாற்றி ஆள், அலறிக்கொண்டே இருங்கள். மற்ற வீரர்கள் எல்லோரும் குண்டாற்றுக்குள் இறங்கி, ஓரக்கரை எருக்கலம் புதர் வழியே முன்னேறி, போலீஸுகளைப் பின்புற மாக வளைக்க வேண்டும். கோட்டையை நோக்கி சுட்டுக் கொண்டிருக்கும் போலீஸின் கவனம் இப்படியே இருக்கட்டும்."

ஓரக்கரை எருக்கலம் புதருக்குள் இறங்கியது கருஞ்சேனை.

அது 1930-ம் வருடம், ஏப்ரல் மாத,. 18-ம் தேதி. விடி பொழுதுக்கு முந்தைய மையிருட்டில், புரட்சிப் படகுகள் கரை ஒதுங்கின. சிட்டகாங் துறைமுகத்துக்குள் நுழையவில்லை. தெற்கே சில மைல் கடப்பில், ஆளரவமற்ற கடற்கரையில் இறங் கினார்கள். ஜலாலாபாத் மலைத் தொடரின் இறக்கத்தில் அமைந்திருந்தது, சிட்டகாங் நகரம். மேற்கே கடல், கிழக்கே

அடர்ந்த காடுகளுடன் ஓடிக்கிடக்கும் மலைத்தொடர். துறைமுக நகரின் இயற்கை அமைப்பே, புரட்சிக் குழுக்களை செழிக்க வளர்க்கும் நாற்றாங்கால்.

கல்கத்தா புரட்சிக் குழு, படகுகளை விட்டு இறங்கி, காலாற நாலு எட்ட நடந்து திரிகையில், டாக்கா நகர புரட்சிக் குழுக்களின் படகுகளும் கரை ஒதுங்கின. பிரசன்ன தாலுக்தார், பக்கீர் சென், சுகேந்து தஸ்தகீர், லால்மோகன் சென், தாரகேஸ்வர் தஸ்தகீர், லோக்நாத் பால் போன்ற புரட்சிக்காரர்கள் நாற்பது பேர் இறங்கினர். இரண்டு குழுவினரும் ஒருவருக்கொருவர் அறிமுகமாகிக் கை குலுக்கினர். டாக்கா புரட்சிக் குழுக்களின் அத்தனை கண்களும் ரணசிங்கத்தையே கூர்ந்து பார்த்தன.

"யார் இந்தக் கரும் புலிக்குட்டி?"

"இவன் பெயர் ரணசிங்கம். நம்முடைய புரட்சிப் படையில் புதிதாக இணைந்தவன். தமிழ்நாட்டுக்காரன். தென்னாட்டின் ஒரே பிரதிநிதி. தென்பாதி பாரதத்தின் மொத்த வீரத்துக்கு அடையாளச் சின்னம் இந்தப் புலிக்குட்டி!" - ரணசிங்கத்தை அறிமுகப்படுத்தினார் ரண்தீர்தாஸ் குப்தா.

டாக்கா புரட்சிவாதிகள், ரணசிங்கத்தோடு கை குலுக்க முண்டியடித்தனர். ரணசிங்கத்தின் கரத்துடன் பிணைந்த ஒவ்வொரு கரமும் ஒரு தியாக வரலாற்றைத் தன் ரேகைகளில் புதைத்து வைத்திருந்தது. தேசத்தின் நரம்புகளாக ஓடிக்கிடக்கும் வற்றாத ஜீவநதிகளையும் வானுயர்ந்த மலை அடுக்குகளையும் அலை சீறும் கடல்களையும் ஸ்பரிசிக்கிற உணர்வு ரணசிங்கத்துக்கு.

கல்கத்தா புரட்சிக் குழுவினருக்குப் பெருமிதமாக இருந்தது. ப்ரீத்திலதா வடேகருக்கும் கல்பனா தத்துக்கும் இமையோரம் இளகியது. பெருக்கெடுக்கும் உணர்ச்சிகளுக்கு அணை போட்டார் ரண்தீர்தாஸ் குப்தா, "வெயில் ஏறும் முன், பாசறைக்குள் நுழைய வேண்டும். ஐந்து மைல் தூரம் மலைக் காடுக்களுக்குள் நடந்து பயணிக்க வேண்டும். புறப்படுங்கள்."

பரளச்சி பாதைப் பள்ளத்தை நெருங்கிக் கொண்டிருந்த முன் லாரியில் அமர்ந்து வந்தான் இன்ஸ்பெக்டர் வேல்ஸ். பின்னால் ஐந்து லாரிகள் அணிவகுத்து வந்தன. லாரிகளுக்குப் பின்னால் வெகுதூரத்தில் சோலை, வண்டிகளை முன்நடத்தி வந்தான்.

இன்ஸ்பெக்டர் வேல்ஸ் விழிப்பானவன். எல்லோரையும் விழிப்புடன் இருக்கச் சொல்லியிருந்தான். பாதை குறுகலான மண் பாதை. நுழைந்து போகும் லாரிகள் ஆட்டம் கொடுத்தன. பெருநாழி கிடக்கிறது, இன்னும் ஐந்து மைல் தூரம்.

லாரி ஆட்டுகிற ஆட்டத்தில், புறப்பட்ட இரண்டாவது மைலிலேயே கண் களைத்தது. இமை ஆடாமல் விழித்து வர, இரும்பால் செய்த உடம்பா என்ன? மூச்சு திணறிக்கொண்டு ஊர்ந்தன லாரிகள். இரையைக் கவ்வப் போகும் நட்டுவாக் கலிகளாக, பள்ளத்தை வளைத்துக் காத்திருந்தது கருஞ்சேனை.

பின்னால் வந்த சோலை, வண்டிகளைப் பதமாக ஓட்டி வந்தான்.

தலையாரி திக்கு விஜயனுக்கு வாய் ஒடுங்கவில்லை.

"ஏப்பா... மாடசாமி. நீ எத்தனை போலீஸை கொல்லுவே?"

-சலவைத் தொழிலாளி மாடசாமியும் எகனைக்கு மொகனை பேசுகிறவன் தான்.

"ஏஞ்சாமி... 'எத்தனை கும்பா கஞ்சி குடிப்பே? எத்தனை செம்பு கள்ளு குடிப்போ?'னு கேளுங்க. சொல்றேன். அதை விட்டுட்டு... 'எத்தனை போலீஸை கொல்லுவே?'னு கேக்குறீ களே! நான் என்ன சொல்றது?"

"சும்மா ஒரு பேச்சுக்குத் தான் கேட்டேன்."

"நல்லா கேட்டீக போங்க! பேசுறதுக்கு இதுவா நேரம்? உங்களுக்கு எவன் தலையாரி வேலை கொடுத்தான்?"

"அடேய்.. கோட்டிப் பயலே! ஊர்த் தலையாரிக்குப் பேச்சு தான் கை முதலு!" - சத்தம் போட்டுப் பேசினார்.

முன்னே போன சோலை, வண்டியை நிறுத்தி, இறங்கி வந்தான்.

"ஏய்... தலையாரி! வாயைப் பொத்திக்கிட்டு வா. இல்லே... இப்பிடியே எறங்கி பரளச்சியைப் பார்த்து ஓடிரு." - சாட்டைக் கம்பை ஓங்கினான்.

"மாப்பிள்ளே... மாப்பிள்ளே... தெரியாமப் பேசிட்டேன் மாப்பிள்ளே. இனிமே பேசலே. இங்கே பாருங்க." வாயைப் பொத்திக்கொண்டார் தலையாரி. மாடசாமிக்கு சிரிப்பை அடக்க முடியலே!

சோலை, திரும்பி தன்னுடைய வண்டிக்கு நடந்தான். தாவி ஏறி வண்டியில் அமர்ந்து, பந்தயக் காளைகளைத் தொடப் போனான். முன்னே, பள்ளத்தில் லாரி விழுவது, பெரும் சத்தமாகக் கேட்டது. அடுத்த நொடியே குண்டுகள் பறந்தன!

குண்டாற்றுக்குள் வண்டிகளை நிறுத்திவிட்டு, கருஞ் சேனைப் பிரிவை முன்னின்று நடத்திய வேலுச்சாமியின் கையில் எல்.எம்.ஜி. கன் இருந்தது. யார் கையிலும் வேல் கம்பு, அரிவாள்கள் இல்லை. நவீன ரக துப்பாக்கிகளும் எல்.எம்.ஜி. கன்களும் தான் இருந்தன. இன்ஸ்பெக்டர் ஜாக்ஸன், கோட்டையை நோக்கியே கொளுத்திக் கொண்டு இருந்தான். கோட்டைப் பக்கமிருந்து, சீமைச்சாமி கூட்டம் பாதுகாப்பாக அமர்ந்து, அலறிக் கொண்டிருந்தது.

"ஆத்தாடீ... கொன்னுட்டானே!"

"ஐயையோ... செத்தேன்!"

போலீஸ்படை உற்சாகமாகச் சுட்டது. சுடச் சுட அலறல் கேட்டது. ஜாக்ஸனுக்கு சந்தோஷம் ஒரு பக்கமிருக்க, திடீரென ஒரு சந்தேகம் முளைத்தது. 'சுட்டுக்கொண்டே இருக்கிறோம். செத்துக்கொண்டே இருக்கிறார்கள். அலறல் ஓய்ந்தபாடில்லை. கோட்டைப் பக்கம் எவ்வளவு பேர்தான் இருக்கிறார்கள்?'

சார்ஜென்ட்டை அழைத்தான். சுடுவதை நிறுத்தச் சொன்னான். வெடிச் சத்தம் நின்றது. அலறல் நின்றுபோய் முனகல் சத்தம் கேட்டது.

"கண்ணுலயே சுட்டுட்டானுங்களே!"

"தோள்பட்டை தெறிச்சுப் போச்சே!"

சீமைச்சாமி கூட்டம் வகை வகையாக முனகியது.

"ஏய்... வெள்ளைக்காரனை விடாதே. எத்தனை பேர் செத்தாலும் சரி... இருக்கிற நூறு பேர் போதும். விடாதே." - ஜாக்ஸன் காதில் விழும்படி பலர் பேசினார்கள். ஜாக்ஸன் உறுதி செய்தான். "கோட்டைப்பக்கம் இன்னும் ஆட்கள் இருக்கிறார்கள். விடாதீர்கள்.. சுட்டுத்தள்ளுங்கள்!" சார்ஜென்ட் காதோரம் கிசுகிசுத்தான். "துரை அவர்களே, குண்டுகளின் கையிருப்பு குறைந்துவிட்டது."

“பரவாயில்லை சுடு! மிச்சம் இருப்பவர்களுக்கும் சமாதி கட்டிவிட்டு வெறுங்கையோடு போவோம். சுடு!” உயிர் நண்பன் லாரன்ஸ் கொலையான கோபமும், கீழத்தூவல் விஷ வண்டுக் கோபமும் ஜாக்ஸனின் உச்சந்தலைக்கு ஏறி இருந்தன.

கோட்டை நோக்கி குண்டுகள் பறந்தன.

எருக்கலம் புதர் வழியே இறங்கி தெற்கே வந்த முஹம்மது மீரா, பாலமுருகனின் படையும் எல்.எம்.ஜி. கன்னோடு மேற்கே வந்த வேலுச்சாமியின் படையும் ஜாக்ஸனைக் கையெறி தூரத்தில் நிறுத்தின.

கோட்டை முனீஸ்வரர் கோயில்அத்திமரத்து இருட்டுக்குள் பதுங்கி, சம்மணம் போட்டு அமர்ந்து சீமைச்சாமி கூட்டம் விட்டு விட்டு அலறியது. “ஆஹா...! வெள்ளைக்காரன் நமக்கு சமாதி கட்டாமல் விட மாட்டான் போலிருக்கே!” - ஜாக்ஸனின் காதில் விழ கத்தினார்கள்.

மேற்கே இருந்து வேலுச்சாமியும் தெற்கே இருந்து பால முருகனும் கை அசைத்தார்கள். இரண்டு திசை எறிகுண்டுகளும் போலீஸுகளை மையம் கொண்டன. எல்.எம்.ஜி. கன்கள் சரசரத்தன.

கோட்டைப் பக்கம் இருந்து சீமைச்சாமி எழுந்து கத்தினார். “சிக்குனான்டா சீமைத்துரை!”

விசிலடித்துக் குதித்தார். “இனிமேல் என் பேரு சீமைச்சாமி இல்லேடா. கோட்டைச்சாமி! ரணசிங்கத்தோட கொடியை, கமுதிக் கோட்டையிலே நட்ட ‘கோட்டை’ச்சாமி!” - ஆங்காரமாகக் கத்தினார்.

53.தங்கச்சாமி

கோட்டையும் குண்டாறும் குளித்து நின்றன. கமுதிக்குள் நுழைந்ததிலிருந்து கொதித்துக் கொண்டே இருந்த இன்ஸ்பெகடர் ஜாக்ஸன், உயிர்விட்டு அமைதியாகியிருந்தான்! முஹம்மது மீராவின் எல்.எம்.ஜி.கன், ஜாக்ஸனுக்கு மரணப் பிச்சை தந்திருந்தது. முதல் குண்டே உயிரைப் பறித்திருந்தது. மேற்கே இருந்தும் தெற்கே இருந்தும் பறந்த குண்டுகளுக்கு மத்தியில் சிக்கிய போலீஸுகள், இரையாகிப் போனார்கள். ஆப்ப நாட்டானின் யுத்த தந்திரமே, போலீஸுகளின் உயிர் பிரியும் தருணத்தின் வியப்பாக இருந் திருக்கும்.

மல்லாந்து கிடந்த பிணங்கள் மிகவும் சொற் பம். எல்லாமே குப்புற, மண்ணைக் கவ்வியே கிடந்தன!

சித்திரங்குடி மயிலப்பனின் தியாகப் படையை, துரோகப் படைகள் தோற்கடித்து விரட்டிய இட மல்லவா... குண்டாறும் கோட்டையும் ! அந்த யுத்தத்தின் போது கூட, உயிர் விட்டும்

பிடிபட்டும், தலை அறுபட்டும் செத்தவர்கள் போக... தப்பிப் பிழைத்தவர்கள் பலர். ஆனால், இன்று... ஓடுவது, ஒளிவது, தப்பிப் பிழைப்பது.. என எதற்கும் இடமின்றி, பரிபூரண உயிர்நீக்கம் ஆனது.

நாலாயிரம் வீரர்களைப் பறிகொடுத்த மயிலப்பன், குண்டாற்றுக் காட்டுக்குள் மறைந்து ஓடும்போது துடித்தானே... அந்தத் துடிப்பு, இன்று அடங்கியது. மயிலப்பனின் படை கொட்டிய ரத்தத்தை, கோட்டையும் குண்டாறும் குடிக்க வில்லை. பூசிக்கொண்டு வெகுகாலம் காத்திருந்தன. 'எவனாவது ஒரு மாவீரனை இந்த மண் பெற்றெடுக்கும். அவன் அடக்குவான் நம் தாகத்தை!' என பொறுமை காத்தன. பழி தீர்த்தது ரணசிங்கத்தின் கருஞ்சேனை!

புலிப் பாய்ச்சலில் பூமி குளிர்ந்தது. நூற்று நாற்பது வருடங் களாகத் தாகம் கொண்டிருந்த கோட்டையும் குண்டாறும் 'மடக்...மடக்' எனக் குடிக்கும் அளவுக் குருதி சிந்தியிருந்தது, ஜாக்ஸனின் பட்டாளம்.

கோட்டையிலிருந்த சீமைச்சாமி கத்தினார்.

"ஏய்... மீரா, என்னாச்சு?"

"சோலி முடிஞ்சுருச்சு..." - பதிலுக்கு மீரா கத்தினான்.

"நாங்க அங்கே வரவா?"

"வேணாம். நாங்க அங்கே வர்றோம். கோட்டை முனீஸ் வரனை எல்லாரும் கும்பிடணும்!" - முஹம்மது மீரா உற்சாக மாகக் கத்தினான்.

"வாங்க ராவுத்தரே, வாங்க..." - சீமைச்சாமி சந்தோசமாகக் கத்தினார்.

"ஏய்... மீரா!" - மேற்கே இருந்து வேலுச்சாமி கத்தினான்.

"யாரு வேலுச்சாமி?" - தெற்கே இருந்து பாலமுருகன் கத்தினான். வெற்றிக் களிம்பில் எல்லோரும் கத்தினார்கள்.

"ஆமாம்."

"சரியான நேரத்திலே வந்து கை கொடுத்தீங்க."

"ரணசிங்கம் மச்சான் ஏவின அம்புகளாச்சே!"

"வேலுச்சாமி! கோட்டை முனீஸ்வரன் கோயிலுக்கு கருஞ் சேனையைக் கிளப்பு."

“எப்படி வர்றது? வழியெல்லாம் பொணமாக் கெடக்குதே!”

“ஏறி மிதிச்சு வாங்கய்யா...”

மேற்கு, தெற்கு கருஞ்சேனைகளும் கிழக்கே சீமைச்சாமி கூட்டமும் ‘ஹே... ஹே...!” என ஆர்ப்பரிக்க, இறுமாந்து நின்ற கற்கோட்டை எதிரொலிக்க, மேற்கே ரணசிங்கம் இருக்கும் திசைநோக்கி வெற்றிச் சேதி திரும்பியது.

இந்துஸ்தான் குடியரசு ராணுவம் அணிவகுத்து நின்றது. மொத்தமே நூற்று இருபத்தைந்து பேர். ஜலாலாபாத் மலைத் தொடர்களுக்குள் ஓர் அடர்ந்த காடு. மும்மூன்று பேராக அணிவகுத்திருந்தார்கள்.

உயரம் குறைவானவர்கள் முன்னே நின்றார்கள். அடுத் தடுத்து உயரமானவர்கள். இதிலும் இளம் வயது ரணசிங்கம், முன்னே நிறுத்தப்பட்டிருந்தான். கல்பனா தத்தும், ப்ரீத்திலதா வடேகரும் மற்ற இரு வரிசைகளின் முதல் இடத்தில் நின்றார்கள்.

குடியரசு ராணுவத்தின் தளபதி மேஜர் சூர்யா சென்னும் கேப்டன் சட்டர்ஜியும் எதிரே நின்றார்கள். சட்டர்ஜி இரண்டு கால்களையும் விரித்து, கைகளைப் புறங்காட்டி, மார்பு தூக்கி, நிமிர்ந்த தலையுடன் கண் இமைக்காமல் விறைத்து நின்றார்!

தொடுக்கப் போகும் தாக்குதலின் குறிப்பு உணர்த்தி தளபதி சூர்யா சென் உரையாற்றினார்.

“வங்கப் புரட்சியாளர்களை ஒடுக்க, வெள்ளை ஏகாதி பத்தியக் கரங்கள் ஏந்தும் ஆயுத உற்பத்திக் கிடங்கை நாம் முற்றுகையிடப் போகிறோம். வெறும் முற்றுகை மட்டுமல்ல... நம்மை அழிக்க அவன் உற்பத்தி செய்த ஆயுதங்களை நமதாக்கிக் கொள்வதற்கான தாக்குதல். வெற்றிகரமாக ஆயுதக் கிடங்கைக் கைப்பற்றியதும், சிட்டகாங் நகரை சுதந்திர நகராகப் பிரகடனப் படுத்துவோம். இந்தத் திட்டம் நிறைவேறுவது எளிதல்ல. எண்ணிக்கையில் நாம் நூற்றி இருபத்தைந்து பேர்கள் தான். அரக்கனை எதிர்க்கும் ஓர் எறும்பு பலம் தான் நம்முடையது. துணிச்சலும் துல்லியமும் இருந்தால் மட்டுமே நாம் வெல்ல இயலும்! நம்மில் ஒரு பிரிவு, தொலைத்தொடர்பு நிலையங் களைக் கைப்பற்றி, டாக்காவுக்கும் சிட்டகாங் நகரத்துக்குமான செய்திப் பரிமாற்றங்களைத் துண்டிக்க வேண்டும். மற்றொரு பிரிவு சிட்டகாங் துறைமுகத்தை முற்றுகையிட்டு, ஆங்கிலேயப்

படையின் கடல்வழித் தாக்குதலை முறியடிக்க வேண்டும். அடுத்த பிரிவு, ரயில் தண்டவாளங்களைப் பெயர்க்க வேண்டும். நான்காம் பிரிவு. ஆயுதக் கிடங்கு முற்றுகையில் நேரடியாக இறங்க வேண்டும். நம்முடைய வெற்றிகளையும் மரணங்களையும் பாரத தேவிக்குக் காணிக்கையாக்குவோம்.''

இந்துஸ்தான் குடியரசு ராணுவம் நான்காகப் பிரிந்தது. ரணசிங்கம், நான்காம் பிரிவில் இணைக்கப்பட்டிருந்தான். பரீத்தி லதா வடேகரும், கல்பனா தத்தும் முதல் பிரிவில் இணைந்தார் கள். அணிகள், அதனதன் திசை நோக்கிக் கிளம்பின.

தோண்டி வைத்திருந்த பள்ளத்தின் விளிம்பில் வந்து நின்ற லாரி. கண் சளைக்காத விழிப்புடன் லாரியின் முன்புறம் அமர்ந்து வந்த இன்ஸ்பெக்டர் வேல்ஸ், கண்டுகொண்டான். பின்னால் வந்த லாரிகளும் நின்றன. லாரி ஆட்டத்தில் அலுத்துப் போய் வந்த போலீஸுகள் சுதாரித்து, ஆயுதங்களோடு துறுதுறுத் தார்கள்.

'பள்ளத்தில் லாரி விழும்' என்று காத்திருந்த கருஞ்சேனை திகைத்தது. லாரி விழவில்லை. நாலடி தூரத்தில் பள்ளம் என்று கண்டுகொண்டு நிற்கிறதா? வேறு காரணத்தால் நிற்கிறதா? தாக்குதலுக்கு தங்கச்சாமி உத்தரவு தரவேண்டும். பாயப் பதுங்கி யிருந்தது கருஞ்சேனை.

வழிவிட்டானுடன் கலந்தான் தங்கச்சாமி. "பொறுங்கள். எதிரியின் அடுத்த அசைவைக் கண்காணிப்போம்!" மூச்சு காட்டாமல் பதுங்கி இருந்தார்கள்.

லாரியை விட்டு இறங்கினான் வேல்ஸ். லாரியின் வெளிச்சப் பரப்பில் கண்ணளந்தான். முன்னே பெருநாழி பாதையின் வெகு தூரத்தில் மாட்டு வண்டிகள் நின்றன. மாட்டு வண்டிகளுக்குப் பின்னால் ஒரு லாரி புலப்பட்டது. துளசி பட்டியிலிருந்து இருளாண்டி ஏறி வந்த குதிரை, லாரிக்கு அருகில் நின்றது. இது வரை இருட்டுக்குள் அமைதியாக நின்ற குதிரை, லாரிகளின் வெளிச்சத்தில் கண்கள் கூச, கனைத்துத் தொலைத்தது.

"எதிரே மாட்டு வண்டிகளோடு பாதையை மறித்துப் பதுங்கி இருக்கிறார்கள். லாரிகளைக் கிளப்புங்கள்.குறி பிசகாத தூரத் தில் நிறுத்தி எவனையும் தப்பிக்கவிடாமல் பிணக் காடாக் குங்கள்!" - படபடத்தான் வேல்ஸ்.

லாரிக்குள் பேசிக்கொண்டது பதுகிங்கியிருந்த வழிவிட்டான், தங்கசாமிக்குக் கேட்கவில்லை. மூச்சை இறுக்கிக் காத்திருந்தார்கள்.

"ம்... கிளப்பு!" - வேல்ஸ் உத்தரவிட்டான்.

முன்னே பள்ளம். லாரி கிளம்பியது. கருஞ்சேனைகளின் விழிகள் அகன்றன. லாரி பாய்ந்தது. பதினைந்தடி பள்ளம். மூக்கு நீண்ட லாரியின் முக்கால் பாகம் பள்ளத்துக்குள் இருந்தது. வேல்ஸ் உள்ளே தலைகீழாகக் கிடந்தான். தங்கச்சாமி எறிந்த குண்டு பள்ளத்து லாரியைச் சின்னாபின்னம் ஆக்கியது. பின்னால் நின்ற லாரித் துப்பாக்கிகள் அரை வட்ட வடிவில் பொசுக்கின.

தங்கச்சாமி செத்து விழுந்தான்.

கமுதிக் கோட்டையின் வெற்றிச் செய்தியுடன் செல்ல முத்துவும், பரளச்சி பாதையில் தங்கச்சாமி செத்து விழுந்த துயரச் செய்தியுடன் இருளாண்டியும் ஏறிவந்த குதிரைகள் பெருநாழியில் சந்தித்துக் கொண்டன. ஊருக்குள் நுழையாமல் இருவரும் விளாத்திகுளம் பாதையில் திரும்பினார்கள். தொண்டை அடைக்க இருளாண்டி சொன்ன சேதி, செல்ல முத்துவை அலற வைத்தது.

"தங்கச்சாமி அண்ணனா?"

"ஆமாம்..." - சொல்லக் கூட மதியில்லை இருளாண்டிக்கு.

"பெருநாழிக்கு... இந்தச் சேதி இப்போ தெரிய வேணாம். வா, விளாத்திகுளத்துக்குப் போய் ரணசிங்கம் அண்ணனுக்குத் தெரிவிப்போம்."

"அண்ணன் மனசு என்ன பாடுபடுமோ..."

இரண்டு குதிரைகளும் மேற்கு நோக்கித் திரும்பின.

"ரணசிங்கம் அண்ணனோட குடும்பச் சுமையெல்லாம் சுமந்தாரு தங்கச்சாமி அண்ணன். கூடப்பிறந்த பிறப்புகள்ல இப்படியொரு பிறப்பைப் பார்க்க முடியாது!"

"அண்ணனுக்கு ஒரு கை ஒடிஞ்ச மாதிரி..." - துயரச் செய்தியை துரிதமாக எடுத்துச் செல்ல அஞ்சிய இருளாண்டியும் செல்ல முத்துவும் குதிரைகளை மெதுவாகவே ஓட்டிப் போனார்கள்.

செல்லமுத்து கேட்டான். "பரளச்சியிலே நம்ம தரப்பு சேதாரம் நிறையவா இருளாண்டி?"

“ஆமாம், பட்டாணி செத்துப்போனான். கொரில்லாப் பயிற்சி இல்லாத செங்குளத்து இளவட்டங்கள் பல பேரு இறந்துட்டாங்க. போலீஸ் பக்கமும் ஏகப்பட்ட சேதாரம். அவர்கள் நம் கையில் மொத்தமாகச் சிக்கவில்லை, சிதறிப் போனார்கள். வழிவிட்டானும் கீழ்குடி கணேசனும் தான் வளைத்து வளைத்துப் பதம் பார்த்துக் கொண்டிருக்கிறார்கள்.”

“சோலை?”

“அவன் பரளச்சி பாதையை மறித்துவிட்டான். வடக்கே சிதறும் போலீஸுகளை எல்லாம் கை வைத்துக் கொண்டு இருக்கிறான்!”

குதிரைகள் விளாத்திகுளத்துக்குள் நுழைந்து வைப்பாறு நோக்கி விரைய, மேற்கே யுத்தம் தொடங்கி இருந்தது.

54.விளாத்திகுளம் வைப்பாறு

கமுதி கோட்டை முனீஸ்வரன் கோயில்மணிகள் கணகணத்தன. நாவு நனைய, இளஞ்சூட்டு ரத்தம் குடித்த களிப்பில் இளவட்டங்கள் ஆர்ப்பரித்தார்கள். இளவட்டங்களையும் மிஞ்சி, கோயில் பூசாரி, ஆவேசங்கொண்டு குதியாட்டம் போட்டார். உற்றுப் பார்த்தார் சீமைச்சாமி.

'குண்டு வீசினது நாங்க. 'ஹே... ஹே'னு கூப்பாடு போட்டது நாங்க. பூசாரி ஏன்... இந்தக் குதி குதிக்கிறான்?'

மனதில் பட்டதை சீமைச்சாமி அமுக்கிக் கொண்டார்.

"ஏய்யா... பூசாரி! குதிச்சது போதும். போயி... பூஜை பண்ணு! எங்களுக்கு அடுத்தடுத்து பல காரியங்கள் இருக்குது... போகணும்!"

பூசாரி ஆட்டத்தை நிறுத்தினார். இளைஞர்களின் ஆட்டம் நிற்கவில்லை. "ஏம்ப்பா... எளவட்டங்களா... கொஞ்சம் பொறுங்க. முதல்லே சாமியைக் கும்பிடுங்க!" - சீமைச்சாமி சத்தம் போட்டார்.

கூட்டத்திலேயே அவர் ஒருத்தர் தான் நாற்பது கடந்த வயசாளி. இளவட்டங்கள் வாய் ஒடுக்கினார்கள். பூசாரி, இடுப்புத் துண்டை எடுத்து, தன் வாயைத் தானே கட்டினார். எல்லோரும் கண் அகலப் பார்த்தார்கள். ஒரு நாட்டையே கொளுத்துகிற தீவிரத்தோடு சூடத்தைக் கொளுத்தினார். நெஞ்சு விம்ம, ஆராதனை காட்டினார்.

கூப்பிய கரங்களும் குவிந்த கண்களுமாக எல்லோரும் முனீஸ்வரனை வணங்கினார்கள். முஹம்மது மீரா பயபக்தி யுடன் கும்பிட்டு நின்றான். மீராவுக்கு வலது புறம் சீமைச்சாமி. இடது புறம் பாலமுருகன். சீமைச்சாமியின் ஒரு கண் முனீஸ் வரன் பக்கமும், மறு கண் முஹம்மது மீரா பக்கமும் இருந்தன.

"பட்டேல் ராவுத்தருக்கு... எங்க சாமியைக் கும்பிடத் தெரியுமா?"

கண் விழித்த மீரா, "அப்பூ... பொந்தம்புளிக்காரரே! நாங்க எல்லாம் இங்கே இருந்து... அங்கே போனவங்க தான். கமுதிக்குப் பூர்வீகம் நாங்க தான்!"

"அடேய்... என் அண்ணன் மகனே! சும்மா கேலிக்கு சொன்னேன்டா. நம்ம எல்லாம் ஒரு ரத்தம் தானே... எனக்குத் தெரியாதுப்பூ?" மீராவின் தோளில் தட்டிச் சிரித்தார்.

கருவறைக்குள் இருந்து சூடத் தட்டோடு வெளியே வந்த பூசாரி, சீமைச்சாமிக்கு முன் நீட்டினார். உள்ளங்கை குவித்துக் கண்களில் ஒற்றிக்கொண்டவர், நிமிர்ந்து பூசாரியைப் பார்த்தார். தாரை தாரையாகக் கண்ணீர் ஓடிக் கொண்டிருந்தது. சீமைச் சாமி பதறிப் போனார்.

"ஏய்... பூசாரி! நீ ஏன்ப்பா அழுகுறே?"

கேட்டதும் பூசாரி வெடித்து அழுதார். எதுவும் பேசவில்லை. மீராவைத் தவிர, எல்லோரும் திகைத்துப் போனார்கள்.

மீரா சொன்னான்: "அப்பூ... இந்த பூசாரி வேறு யாருமில்லே. சித்திரங்குடி மயிலப்பனோட ஆறாவது வாரிசு. அந்த மாவீர னுடைய ஆவி, கோட்டையையும் குண்டாறையும் சுத்துவதா இவருக்கு ஒரு நம்பிக்கை. இன்னிக்கு மயிலப்பனோட மனசு குளிர்ந்த சந்தோசத்திலே... இவரு அழுகுறாரு!" எல்லோர் மனசும் இறுகின. இறுக்கத்தைக் கலைத்தான் மீரா.

"முதலாளி வீட்டில் நம்ம சம்சாரிகள் நிறைய பேரை போலீஸ்காரன் கொன்னுட்டான். டி.எஸ்.பி. ஸ்காட், முதலாளி வீட்டுக்குள் தான் இருக்கிறான். கிளம்புங்க போவோம்."

தபால் நிலையத்தை முற்றுகையிட்டார்கள். தந்தி, தொலை பேசிக் கம்பிகளை அறுத்தெறிந்தார்கள். தடுத்த போஸ்ட் மாஸ்டரின் வாயைக் கட்டி, புறங்கையையும் கட்டி, மூலையில் தூக்கிப் போட்டார்கள். 'கட்....கட்....கட்....கட்....' என ஒலி எழுப்பிய தந்திக் கட்டைகளை பெயர்த்து எறிந்தார்கள். தபால் நிலை யத்தை விட்டால், சிட்டகாங் ரயில் நிலையத்தில் தான் தந்தி, தொலைபேசி வசதி உண்டு. எவ்வளவு பெரிய செல்வந்தர் வீட்டிலும் அதிகாரிகளின் அலுவலகங்களிலும் தொலைபேசி வசதி கிடையாது. தண்டவாளங்களைப் பெயர்க்க வந்த பிரிவினர், முதற்காரியமாக தந்தி, தொலைபேசி இணைப்பு களைத் துண்டித்தார்கள்.

செய்திப் போக்குவரத்தைத் துண்டிக்கும் பிரிவில் பதினைந்து பேர் மட்டுமே இருந்தனர். அவர்களுக்குள் ப்ரீத்திலதா வடே கரும் கல்பனா தத்தும் இருந்தனர். வீரர்களைக் காட்டிலும் துணிச்சலோடும் துல்லியத்தோடும் வீராங்கனைகள் செயல்பட் டார்கள். தொலைத் தொடர்பை துண்டிக்கும் காரியம் அதி விரைவில் முடிந்து போக, பதினைந்து பேரும் தண்டவாளங் களைப் பெயர்க்கும் பிரிவினருடன் இணைந்து கொண்டார்கள்.

சிட்டகாங் நிலையத்துக்குள் ரயில் நுழைந்து வெளியேறும் இரு பக்கமும் தண்டவாளங்களைப் பெயர்த்தார்கள். ஒரு தண்டவாளத்துக்குப் பத்துப் பேர் வீதம், அத்தாசமாகத் தூக்கி விட்டெறிந்தார்கள். மீறி வரும் ரயில்கள், தரையில் ஓடிச் சரிய வேண்டியது தான்.

பெயர்ப்பவர்களுக்கு பாதுகாப்பாக நிலைய நுழைவு வாயிலில் ஐந்து பேரும் நடைமேடையில் ஐந்து பேரும் துப்பாக்கி ஏந்தி நின்றார்கள். லதா, நுழை வாயிலிலும் கல்பனா, நடை மேடைப் பாதுகாப்பிலும் ஆயுதம் தரித்திருந்தார்கள். பயணிகள் சஞ்சரிக்காத பொழுது என்பதால், ரயில் நிலையம் கழுவி போட்டாற் போல் இருந்தது.

தகவல் அறிந்து வந்திறங்கிய வெள்ளைப் படையை, இறங்க விடாமல் சுட்டுத் தள்ளினார்கள். ப்ரீத்திலதாவே நான்கு பேரைக் கொன்றார். வாயிலில் துப்பாக்கிகள் வெடிக்க,

நடைமேடை புரட்சியாளர்கள் விழிப்புடன் நின்றார்கள். ஆனாலும், அவர்களின் துப்பாக்கிகளுக்கு இரை கிடைக்க வில்லை. எல்லாம் வாசலிலேயே கிடங்கு முற்றுகைக்குப் பிரிந் திருந்தனர். சிட்டகாங் நகர எல்லைக்குள் இருந்த ராணுவ ஆயுதக் கிடங்கை சுற்றி வளைத்தனர். மெஷின் கன்களும் கன் காட்டன் ஸ்லாப்புகளும் துப்பாக்கிகளும் ஏந்திய வீரர்கள், 'மாஸ்டர் தா' சூர்யாசென் தலைமையில் மின்னலாக இறங்கினர்.

ரணசிங்கத்தின் கையில் கன்காட்டன் ஸ்லாப் இருந்தது. மொத்த புத்தியும் தாக்குதலில் குவிந்திருந்தது. சாகசத்துக்குத் துணிந்த வயதும் வலுவும் கூர்மையும் நிறை கொண்டிருந்தன. 'வெற்றியைத் தவிர வேறொன்றில்லை' என்கிற அபரிமிதமான நம்பிக்கை ததும்பியது.

திடீர் தாக்குதலை எதிர்பாராத ஆயுதக் கிடங்கு சிப்பாய்கள், சல்லடையானார்கள். பத்தே நிமிடங்களில் கொள்ளை போனது ஆயுதக் கிடங்கு. ரைஃபிள்கள், ரிவால்வர்கள், வெடிகுண்டுகள், பிஸ்டல்கள், மெஷின் கன்களை அள்ளிக்கொண்டு புறப்பட்டது புரட்சிப் படை. பார்மர் ஜான்ஸன் தலைமையில் பிரிட்டிஷ் ராணுவத்தின் கூர்க்கா படைப்பிரிவு சுற்றி வளைத்தது. மாற்றுப் பாதையைத் தெரிவு செய்த புரட்சிப்படை, நகர எல்லையைக் கடந்து, ஜலாலாபாத் மலை அடுக்குகளுக்குள் பதுங்கியது. தொடர்ந்து வந்த கூலிப்படையில் நாற்பத்தாறு பேரை வீழ்த்திவிட்டு தங்கள் பதுங்கு தளங்களுக்குள் நுழைந்தார்கள்.

ரணசிங்கத்தின் கன்காட்டான் ஸ்லாப், செத்தவர்களில் கால் பங்கினரைக் காவு கொண்டது. தாக்குதலின் உக்கிரத்தில் கூட ரணசிங்கத்தின் பாய்ச்சலைக் கவனிக்கத் தவறவில்லை தளபதி சூர்யாசென். எதிரியின் கண்ணிலும் படாமல், கைகளிலும் சிக்காமல் விளையாட்டு போல் நரவேட்டை ஆடியிருந்தான்.

பாசறைக்கு வந்து கூடிய புரட்சிப் படையின் எண்ணிக்கையில் இருபத்தெட்டு குறைந்தது.

ரணசிங்கத்தின் தம்பி தங்கச்சாமி, தன் கையருகில் செத்துக் கிடப்பதைக் கண்ட வழிவிட்டானுக்கு, வெறி உச்சிக் கொம் பேறியது.

"டேய்... விடாதீங்கடா... வெள்ளைக்காரப் பயல் எவனையும் உயிரோட விடாதே... கொல்லு... எல்லாப் பேரையும் கொல்லு!" - கத்திய வேகத்தில் எல்.எம்.ஜி. கன் குண்டுகளை இறைத்தது.

தப்பி, பரளச்சி பாதையில் ஓடிய போலீஸுகளை சோலை மறித்தான். "எவனையும் விடாதே... போடு!" போட்டுத் தள்ளினார்கள். "தங்கச்சாமியைக் கொன்னுட்டான்ங்கடா... கொன்னவங்களை விடாதீங்கடா..."

சுட்டு, சவமாக்கினார்கள். வானத்தில் வட்டமடித்த முனிகள், இரை எடுக்க தரை இறங்கின. தங்கச்சாமி செத்துக் கிடந்தான். பட்டாணி செத்துக் கிடந்தான். செங்குளத்து இளவட்டங்களோடு, நிறைய பேர் செத்துக் கிடந்தார்கள். முனிகள் கூடி, மௌனமாக நின்றன.

வழிவிட்டான் கதறினான்; சோலை கதறினான்; எல்லோரும் அழுதார்கள். பிணங்களைச் சுமந்த வண்டிகள், பெருநாழி நோக்கிக் கடகடத்தன.

கல்லடிபட்ட அணில் குஞ்சு போல், தலை குணங்கி செத்து கிடந்தான் டி.எஸ்.பி. பானர் மேன். விளாத்திகுளம் வைப்பாற்று மணலுக்குள் லாரிகள் சிக்கிப் புகைந்து கொண்டிருக்க, போலீஸுகள் சிதறிக் கிடந்தார்கள்.

அழகுபாண்டியன், ஒற்றை ஆளாக ரணசிங்கத்தை தோளில் தூக்கி வைத்துக் கொண்டு 'தங்ங்... தங்ங்...' என குதியாகக் குதித்தான்.

"ஏய்... ஏய்... போதுமப்பா முதலாளி. இறக்கி விடு."இளநீர் நிலவொளியில் முதன் முதலாக ரணசிங்கத்தின் முகத்தில் சிரிப்பைக் கண்ட துளசிபட்டி வீரர்கள், நாணல் புதர்களும் உடங்காடும் சிலிர்க்க ஆரவாரித்தார்கள்.

இருளாண்டியும் செல்லமுத்துவும் ஏறிவந்த குதிரைகள் ஆற்றுக் கரையிலேயே நின்று கொண்டன. இருவரும் நடந்தே நெருங்கினார்கள். அழகுபாண்டியனின் தோளில் இருந்தவாறே இருவரையும் கண்டு கொண்டான் ரணசிங்கம்.

"செல்லமுத்து... இருளாண்டி.... வாங்கப்பா. கமுதியும் பரளச்சியும் என்னாச்சு?" - இருவரும் கத்து கத்தென கத்தினார்கள்.

"நம்ம... தங்கச்சாமி அண்ணே..."

இருவருக்கும் நா எழவில்லை.

55. ஓய்வற்ற யுத்தம்

"உடையப்பா, இன்றைய போலீஸ் முற்றுகையில் ரணசிங்கத்தின் கதை முடிந்து விடும். ஒரு வேளை அவன் தப்பிவிட்டால், அந்தக் காரியத்தை நீ செய்து முடிக்க வேண்டும்! முடித்த கையோடு பெருநாழியைச் சுற்றியுள்ள பதினெட்டுப் பட்டிகளை உனக்குப் பட்டா போட்டுத் தருவதற்கான ஒப்பந்தம் இது!" - கையொப்பமிட்டு நீட்டினார் டி.எஸ்.பி. ஸ்காட். கமுதி முதலாளி சாட்சிக் கையெழுத்துப் போட்டிருந்தார். அரைக் குடுக்கை ஸ்காட்ச் விஸ்கி குடித்திருந்தும், உடையப்பனுக்கு போதை ஏறியிருக்கவில்லை. பதினெட்டுப் பட்டிகளுக்கும் அதிபதியாகப் போகிற கனவில்... போதை மறந்து போயிருந்தது!

"எனக்கு ஒரு சந்தேகம் எசமான்..."

"என்ன சந்தேகம் உடையப்பா? எதுவானாலும் இப்போதே தெளிவுபடுத்திக் கொள்..."

"கோபிக்கக் கூடாது எசமான்..." - உடையப்பன் இழுத்தான்.

ஸ்காட் சிரித்தார். "சொல்... சொல்..."

"நீங்க கையெழுத்துப் போட்டுக் கொடுத்துட்டுப் போயிருவீங்க. நான் உயிரைப் பணயம் வச்சு இந்தக் காரியத்தை முடிப்பேன். நாளை வேறு ஒரு அதிகாரி வந்து... 'அதெல்லாம்... எனக்குத் தெரியாது'னு சொன்னா என்ன பண்றது?"

வாய்விட்டு பலக்கச் சிரித்தார் ஸ்காட்.

"ஏய்... உடையப்பா! பிரிட்டிஷ் சர்க்காரின் பிரதிநிதியாக நான் கையெழுத்து இட்டிருக்கிறேன். 'ரணசிங்கத்தின் தலைக்கு என்ன விலை வேண்டுமானாலும் கொடு' என எனக்கு உத்தரவிட்டி ருக்கிறார்கள். வெள்ளை அரசாங்கம் உன்னோடு செய்து கொள்ளும் அதிகாரபூர்வமான ஒப்பந்தம் இது. எத்தனை அதிகாரிகள் மாறினாலும் இந்த ஒப்பந்தம் நிரந்தரம்!"

"அது சரி. எனக்கு என்ன பாதுகாப்பு எசமான்?"

"என்ன இப்படிக் கேட்டுவிட்டாய்... ஆப்பநாட்டின் முடிசூடா மன்னன் நீ! அரசாங்கமே நீ தான்... உன்மேல் துரும்ப விழாமல் பாதுகாப்பது, தொடர்ந்து உனக்குத் துணையாக இருப்பது எங்கள் கடமை. இது போன்ற வாக்குறுதிகளைத் துளியும் பிசகாமல் நாங்கள். காப்பாற்றுவதால் தான், இங்கிலாந்துக் கொடி உலகெங்கும் பறக்கிறது!"

"துரை அவர்களே...!" - முதலாளி இளித்தார். அவர் பக்கம் திரும்பினார் ஸ்காட்.

"ரணசிங்கத்துக்கு எதிரான சதித்திட்டம் என் வீட்டில் தான் உருவாகுதுன்னு ஆப்பநாட்டுக்கே தெரியும். அவனுக்கு ஏதாவது ஒண்ணுன்னா, அத்தனை பேருடைய கோபமும் என் பக்கம் தான் திரும்பும். உடையப்பனுக்குக் கொடுக்கிற பாதுகாப்பை எனக்கும் கொடுக்கணும்!"

"நிச்சயம். உங்கள் வீடு தான் எங்களுக்குக் குடை நிழல். உங்கள் ஒத்துழைப்பு தான் எங்களுக்கு ஊன்றுகோல். உங்களுக் கும் உடையப்பனுக்கும் சம அளவு பாதுகாப்பு உண்டு. அதற்கு நான் உத்தரவாதம்!"

"அதுபோதும் துரை அவர்களே... வீடு நிறையப் பதுக்கி வச்சிருக்கிற பொருளும் பத்திரங்களும் தூங்க விடமாட்டேங் குது!" - கைகளைப் பிசைந்தார்.

“சரி உடையப்பா... நீ கிளம்பு. தாக்குதல் நிலவரங்களைத் தெரிந்துகொண்டு, சிறிது நேரத்தில் நானும் பெருநாழிக்கு வந்துவிடுவேன்.”

ஒப்பந்தப் பத்திரத்தை மடித்து இடுப்பில் செருகியபடி உடையப்பன் எழுந்தான். உடையப்பன் மீதான முதலாளியின் பார்வை மாறியிருந்தது. ‘சொன்னது போல் காரியத்தை முடித்துவிட்டு, நம்மைப்போல் பதினெட்டு பட்டிகளுக்கு அதிபதி ஆகிவிடுவானோ...’ என்கிற பார்வை.

“எசமான்... நான் போயிட்டு வர்றேன். முதலாளி வரட்டுமா?” - தரை புரளும் வேட்டியை ஏற்றிக் கட்டிக்கொண்டு, தலைவாசல் கடந்து வெளியேறினான். மண்ணுதின்னி ஓட்டிவந்த கூட்டு வண்டி தெருவோரம் நின்றது. மாடுகளைப் பூட்டி வண்டியைக் கிளப்பினான். முக்கு திரும்புகையில் கமுதி தலையாரி எதிரே வேகமாக ஓடிவந்தான்.

“ஏய்... தலையாரி! என்ன இம்புட்டு வேகம்?” - போகிற போக்கில் கேட்டான் உடையப்பன்.

“ரணசிங்கம் ஆளுக... போலீஸுகளை எல்லாம் கொன்னுட்டு முதலாளி வீட்டைப் பார்த்து வர்றாங்க. உடையப்பா, நீ தப்பிச்சிரு!” - சொல்லி கொண்டே ஓடினான் தலையாரி. உடையப்பன், பெருநாழி பாதையில் வண்டியை விரட்டினான்.

வைப்பாற்று வெற்றியைக் கொண்டாடிக் கொண்டிருந்த கூட்டம் காது கொடுத்து நின்றது.

“ஏய்! ரெண்டு பேரும் ஏம்ப்பா அழுகிறீங்க? என்னாச்சு?”

“அண்ணே...!”

“என்னடா இருளாண்டி, சொல்லு...”

“அண்ணே... பரளச்சியிலே...” - குலுங்கி அழுதான் இருளாண்டி.

“பரளச்சியிலே...?”

“நம்ம ஆட்களுக்கு நிறைய சேதாரம் ஆகிப்போச்சு!”

“போலீஸு கை ஓங்கிருச்சா?”

“இல்லைண்ணே... எல்லா போலீஸையும் கொன்னாச்சு. ஆனால்... நம்ம...” - வார்த்தைகள் வரவில்லை.

“நம்ம பக்கம் யார் யார்...?”

இருளாண்டியும் செல்லமுத்துவும் ஒரு சேர வெடித்து அழுதார்கள்.

“நம்ம தங்கச்சாமி அண்ணே...” - முகத்தை மூடிக்கொண்டு அழுதார்கள்.

“தங்கச்சாமி...!” - ஒரு நொடி துணுக்குற்ற ரணசிங்கம், “வேறு யார் யார்?” - இயல்பு மாறாமல் கேட்டான்.

அழகுபாண்டியன் அதிர்ந்தே போனான். “தங்கச்சாமி செத்துவிட்டானா?”

“ஆமாம். நம்ம தங்கச்சாமி அண்ணன் செத்துட்டாரு!”

ரணசிங்கம், குமுறி அழப்போகும் அழுகையை எதிர்கொள்ள அஞ்சி நின்றது கூட்டம்.

“டேய்.. இருளாண்டி! அழுகாதே... சொல். வேறு யார் யார் செத்தது?” - இருளாண்டியின் தோளில் தட்டிக் கேட்டான் ரண சிங்கம். கூட்டம் உறைந்து போனது.

“சரி... அழக்கூடாது. வலுவான எதிரியோடு நடக்கிற யுத்தத் திலே நம்ம பக்கமும் சேதாரம் இருக்கத்தான் செய்யும்...”- மறுபடியும் தோளில் தட்டினான் ரணசிங்கம்.

ரணசிங்கத்தை விழி அகலப் பார்த்த அழகுபாண்டியனுக்குக் கோபம் பொத்துக்கொண்டு வந்தது. “ஏய்... ரணசிங்கம்! நீ மனுசன்தானாப்பா? தங்கச்சாமி உன் கூடப்பிறந்த தம்பி. உன் குடும்பச் சுமையெல்லாம் சுமந்த தம்பி செத்துட்டான்! உனக்குக் கொஞ்சம் கூட ரத்தம் துடிக்கலையே!” - முகத்தை வேறு பக்கம் திருப்பிக்கொண்டான்.

ரணசிங்கம் சின்னதாகச் சிரித்தான்.

“அழகுபாண்டியா, தங்கச்சாமி என் கூடப்பிறந்த தம்பி தான். நேத்து எருமைகுளத்திலே செத்தாங்களே பதினோரு இள வட்டங்கள் அவங்க யாரு? பரளச்சி பாதையிலே செத்த பட்டாணி, துரைராசு எல்லாம் யாரு? நாம் அழைக்காமலே வலிய வந்து செத்து விழுந்தாங்களே செங்குளத்து அப்பாவி கள்... அவங்க யாரு? எல்லோருமே நம்ம தம்பிகள் தான்...” -சற்று நிறுத்தினான்

“ஆயுதம் தாங்கிய யுத்தத்தில் மரணங்கள் சம்பவிக்கும். எடுத்த ஆயுதங்களைக் கீழே போடும் வரை உறவுகளுக்கு இடமில்லை. தேச விடுதலைப் பெருந்தீயின் சிறு கீற்றுதான் இந்தத் தெற்கத்தி யுத்தம். இந்தத் தியாகங்களுக்குக் கூட நாம் தயங்கினால், அடிமை விலங்கு உடையாது. யாரும் துக்கப்பட வேண்டிய தில்லை. அழவேண்டியதில்லை. அடுத்த வெற்றிக்கான உரமாக, பாடமாக இந்த இழப்புகளை நாம் பார்க்க வேண்டும். நாளைய யுத்தத்தில் நானே செத்தாலும் யாரும் அழக்கூடாது. நான் நழுவ விடும் ஆயுதத்தை இன்னொருவன் ஏந்த வேண்டும். இது ஓர் ஓய்வற்ற யுத்தம்!” இமைகளை மூடினான்.

தாண்டவ விநாயகர் கோயில் முன் கூடி, எல்லை காத்து நின்ற பெரியவர் தவசியாண்டியும் கூட்டமும் இமை நோக நின்றனர். வெற்றிச் செய்தியுடன் கருஞ்சேனை திரும்பி வரும். அல்லது பெருநாழிகை அழிக்கப் பகையாளி வருவான். இரண்டில் ஒன்றைப் பார்க்காமல் கண் துஞ்ச மனசில்லை. ஆளுக்கொரு கல்லைக் கையில் வைத்திருந்த சிறுவர்கள் கண்ணைச் சுழற்றும் உறக்கத்தை முழித்து முழித்து விரட்டிக் கொண்டிருந்தனர். பரளச்சி பாதையிலேயே கண் இருந்தது.

வடக்கே பெரிய பாலத்துப் பக்கம் குதிரைக் குளம்படிச் சத்தம் கேட்டது. மாட்டு வண்டிகளின் கடகடப்புச் சத்தம் கேட்டது. லாரி இரைச்சலும் கேட்டது. எல்லோரும் எழுந்து வடக்கே பார்த்து நின்றார்கள்.

வரத்துச் சத்தங்கள் சின்னப் பாலத்தை நெருங்கின.

தவசியாண்டி கூட்டம் நெருங்காமல் இங்கேயே நின்று பார்த்தது.

வாகை சூடியிருந்தால் களிப்பெருக்கோடு அல்லவா வண்டிகள் திரும்பும்! உருண்டு வரக் காரணம் என்ன?

முன்னத்தி வண்டியை வழிவிட்டான் ஓட்டி வந்தான். அடுத்து, சோலை ஓட்டி வந்தான். ஒவ்வொரு வண்டியையும் ஒருவன் ஓட்டி வர, மற்ற இளவட்டங்கள் நடந்து வந்தார்கள்.

காத்துக் கிடந்த கூட்டம் வண்டிகளை மறித்து நெருங்கியது.

விஞ்ச் துரை விடுவதாக இல்லை... கதை சொல்லி ஓய்ந்து போயிருந்தான் இன்ஸ்பெக்டர் மார்ட்டின்ஸ்.

“சொல் மார்ட்டின்ஸ், சிட்டகாங் ராணுவ ஆயுதக் கிடங்கு கொள்ளை போனது. அப்புறம் ரணசிங்கம் என்ன ஆனான்?”

“அப்புறம் துரை அவர்களே...” மார்ட்டின்ஸ் ஆரம்பித்தான்.

விஞ்ச் துரையின் தொலைபேசி கிணுகிணுத்தது. எடுத்தார்.

“ஹலோ... விஞ்ச் ஹியர்.”

“ஏய்... முட்டாள் விஞ்ச்! கையிலிருந்த போலீஸுகள் எல்லோரையும் சாகக் கொடுத்துவிட்டு நீ மட்டும் ஏன் உயிரோடிருக்கிறாய்? மூட்டை முடிச்சுகளைக் கட்டிக்கொண்டு உடனே இங்கிலாந்துக்குக் கப்பல் ஏறு!”

“ஹலோ... யார் நீங்கள்?”

“சென்னை மாகாண போலீஸ் தலைமையகம்.”

56. மன்னிச்சிரு தாயீ

பீடிகளை அணையவிடாமல் புகையை உறிஞ்சி, ஊதிக் கொண்டிருந்தார் மாரந்தை பாண்டி.

"நம்ம பாட்டன் பூட்டன்ங்க காலங் காலமாக எத்தனையோ சண்டைகளைப் பார்த்திருப்பாங்க. எத்தனையோ பேர் வெட்டுக் குத்துப்பட்டு செத் திருப்பாங்க. எத்தனையோ எதிரிகளை கொன்னு ருப்பாங்க. ஆனாலும் இப்பிடி ஒரு கொடுமை நடந்திருக்காது மச்சான்!"

பெரியவர் தவசியாண்டிக்குப் பேச நா எழவில்லை. கவிழ்ந்தவாறே இருந்தார்,

"நேத்து, ராத்திரி புருசன் சாகுறான்! இன்னிக்கு கூடப்பிறந்த அண்ணன் சாகுறான்!

"இந்தப் புள்ளை மாயழகி இப்படி ஒரு வரமா வாங்கி வரணும்..."

"தாயார் வயித்துலே எந்த நேரத்துலே ஜனிச்சதோ..." வாய்ப்புகை வட்டமடித்தது.

வழிவிட்டானைக் கட்டிக்கொண்டு சோலை அழுதான்.

"தங்கச்சாமி அண்ணனைப் பறி கொடுத்துட்டோமே மாப்பிளே!"

வழிவிட்டான், சிவந்த கண் நிறையத் தளும்பும் நீரோடு, எந்நேரமும் குமுறி அழத் தவிக்கும் மனசை இறுக்கிப் பிடித்துக் கொண்டு இருந்தான். நெஞ்சு, குண்டடித்துச் சிதறியிருந்தது. தங்கசாமி மனைவி பஞ்சவர்ணம் மண்ணோடு உருண்டாள்.

"ஏஞ்சாமி! என் தெய்வமே! என் ராசா! என் ஐயா!"

உருண்டவளை ஒருத்தராலும் பிடித்து நிறுத்த முடிய வில்லை.

தலை மறைய முக்காடு போட்டிருந்த ரணசிங்கத்தின் பெஞ் சாதி திருக்கம்மா, பலகையின் காலடியில் குத்துக் காலிட்டு, கண் திறக்காமல் ஒப்பாரி வைத்துக்கொண்டு இருந்தாள்.

"இருளப்பா... எங்க தலையிலே இந்த விதியா போடணும்! இந்தக் கொடுமை எங்காவது உண்டா? நித்தம் நித்தம் உயிரைப் பறிக்கிறியே! ஒரு வழியா எங்களை எல்லாம் எடுத்துக்கோ சாமி..."

நேற்றிரவு மகன் திருக்கண்ணனை பறி கொடுத்திருந்த அழகு மீனா, பிணங்களைக் கண்டதும் கண்கள் நிலைகுத்த, பல்லுக் கட்டிக் கீழே விழுந்தவள் தான். எழவில்லை. இளவட்டங்கள் கூடிக் கூடி, பேசாமல் நின்றார்கள். மூச்சுத் திணற வைக்கும் மரண வளையத்துக்குள் நிற்கிற திகைப்பு அடியோடியது.

லைட்டுக்கார சோக்கு, காந்த லைட்டைப் பொருத்தினான்.

பெரியவர் தவசியாண்டிக்குஅருகில் ரணசிங்கம் இறுகிப் போய் அமர்ந்திருந்தான். யாரோடும் எதுவும் பேசவில்லை. அவனுக்குப் பின்னால் வழிவிட்டானும் சோலையும் நின்றார் கள். ரணசிங்கத்தின் தலை, வலமோ இடமோ இம்மி அசைந் தாலும் அந்தத் திசையில் வழிவிட்டானும் சோலையும் உற்று நோக்கினார்கள்.

மாயழகியைச் சுற்றி குமரிகள் நின்றார்கள். ஆப்பநாட்டு வறட்சியால் அழகு அழிந்து போன முகங்களைக் கண்ணீர் நனைக்க, வார்த்தைகளற்று, கையேந்தி அழுதார்கள். எவளுக்கும் பேச்சு வரவில்லை. குமரிக் கூட்டத்துக்குள் ஒரே அழகி, மாயழகி. திருக்கண்ணனின் மனைவி. வெறுங் கழுத்துக்காரி. விதவை கழுத்தில் ஏறியதும் தாலி இறங்கிப் போக, தீட்டுபடாத

யௌவனம் குலையாதிருந்தது. சிவந்து பெருத்த விழிகளில் ஊற நீரில்லை. தீக்கங்காக கனன்றிருந்தது. 'ஐயோ' என புருசன் திருக்கண்ணனுக்காகவும் அழவில்லை. அண்ணண் தங்கச்சாமிக்காகவும் கதறவில்லை. மென்று விழுங்கி, செரித்திருந்தாள்.

அலறலுக்கும் ஒப்பாரிக்கும் ஊடே சனம், ரணசிங்கத்தையும் மாயழகியையும் மாறி மாறிப் பார்த்தது. ரணசிங்கத்தின் வடிவில் மாயழகியும் மாயழகியின் வடிவில் ரணசிங்கமும் தெரிந்தார்கள்.

ரணசிங்கத்தின் அப்பன் செல்லையாவையும் ஆத்தா இருளாயியையும் நன்கு அறிந்த பெரியவர்கள், வியந்து வியந்து தங்கள் நினைவடுக்குகளைப் புரட்டினார்கள். 'அப்பனும் ஆத்தாளும் சராசரி சம்சாரிகள் தான். அவர்களுக்கு உள்ளிருந்து இப்படி ஒரு கூர்த்த அறிவும் குலைபதறா வைராக்கியமும் எப்படி இந்த மகனுக்கும் மகளுக்கும் வாய்த்தது! ரணசிங்க மாவது நாடு, தேசம் சுற்றியவன். இந்த மாயழகி பிறந்ததிலிருந்து பெருநாழி பெரிய பாலத்தைக் கடவாதவள். அவளுக்கு எப்படி வாய்த்தது இந்த குணம்?

அண்ணன் ரணசிங்கம் பயிற்றுவித்தானா? அவன் முகத்தைக்கூட முழுதாக அவள் பார்த்ததில்லையே! அண்ணனின் அணுக்கத்தில் கிடைத்த வரமா? அப்படி ஒரு சக்தி மனிதப் பிறப்புகளுக்கு உண்டோ!

ரணசிங்கமோ, மாயழகியோ யாரையும் எதையும் பார்க்கவில்லை. இருவரின் நினைவோட்டமும் எதிலோ இருந்தது.

மாயழகியின் கை அணைவில் சிறுவன் துரைசிங்கம் நின்றான்.

ரணசிங்கம், மாயழகி மீது அலைந்து வந்த கூட்டத்துக் கண்கள் ஐந்து வயது துரைசிங்கத்தின் மீது லயித்தது. அப்பனாக இருந்து அவனை வளர்த்த சித்தப்பன் தங்கச்சாமி செத்துக் கிடக்கிறான். ஆத்தா திருக்கம்மா அழுகிறாள். சின்னத்தா பஞ்ச வர்ணம் அழுகிறாள். ஊரே அழுகிறது. இந்தச் சின்னப் பயல்... ம்ஹூம்... வெறித்து வெறித்துப் பார்க்கிறான். வேறு யாரையும் பார்க்கவில்லை. அப்பன் ரணசிங்கத்தைப் பார்க்கிறான். அத்தை மாயழகியைப் பார்க்கிறான். அவன் கண்களுக்குள் புதைத்து வைத்திருக்கும் கேள்விகளுக்கு விடை கிடைக்கும் பட்சத்தில் தகப்பன் ரணசிங்கத்தையும் விஞ்சுகிற குறி தெரிந்தது.

"மச்சான்...!" - மாரந்தை பாண்டி, பெரியவர் தவசியாண்டியின் முழங்காலைத் தொட்டார்.

"ம்?" - பெரியவர் திரும்பினார்.

“நேத்து பதினோரு பொணம். இன்னிக்கு ஆறு பொணம்...” - மாரந்தை பாண்டி சொல்லி முடிக்கும் முன் பெரியவர் குலுங்கி அழுதார்... “பொணம் எரிக்கிற வெள்ளையன் வந்திருக்கிறான். நேத்து மாதிரியே இதுவும் ஒரே தகனம் தானே?” - கேட்டு முடிக் கும் முன் பாண்டி உடைந்தார். இருவரும் தோள் துண்டுகளை வாயில் பொத்தி குலுங்கிக் குலுங்கி அழுதனர்.

“எசமான்... எசமான்...! அலறிக்கொண்டு ஓடிவந்தான் கமுதி தலையாரி. டி.எஸ்.பி ஸ்காட்டும் முதலாளியும் தலைவாசல் பக்கம் ஆந்திப் பார்த்தார்கள். வீட்டுக்குள் நுழைந்து வேகமாக ஓடி வந்தான் தலையாரி.

“எசமான், தப்பிச்சிருங்க... தப்பிச்சிருங்க!” கையேந்திக் கத்தினான்.

“ஏய்... தலையாரி! என்னப்பா... என்ன சொல்றே?” முதலாளி எழுந்தார்.

“கோட்டைமேட்டிலே போலீஸுகளை எல்லாம் கொன் னுட்டு ரணசிங்கம் கூட்டம் இங்கே வந்துகிட்டு இருக்கு முதலாளி!”

“என்னப்பா சொல்றே!” முதலாளி குலை ஆடிப் போனார்.

“ஆமாம் முதலாளி. இங்கே தான் வர்றான்ங்க.”

ஸ்காட் எழுந்தார்.

“போலீஸுகளுக்கு என்ன ஆயிற்று?”

“எல்லா போலீஸுகளும் செத்துட்டாங்க எசமான்!”

“இன்ஸ்பெக்டர் ஜாக்ஸனுமா?”

“ஒரு ஆளுகூட மிஞ்சலே எசமான்!”

ஸ்காட்டுக்குப் பதற்றம் கொடுத்தது.

“உங்களையும் முதலாளியையும் குறிவச்சு இங்கே தான் வர்றாங்க எசமான். நீங்க தப்பிச்சிருங்க.”

“எந்த இடத்தில் வந்து கொண்டு இருக்கிறார்கள்?”

-கேட்டுக்கொண்டே புறப்பட ஆயத்தமானார் ஸ்காட்.

“குண்டாத்துக்குள்ளே இறங்கியிருக்காங்க எசமான்!”

உள்ளங்கையில் உயிரைப் பிடித்திருக்கும் அவசரத்திலும்

ஸ்காட்டுக்கு ஒரு யோசனை தட்டுப்பட்டது. இடையில் இருந்த ரிவால்வரை உருவினார்.

"தலையாரி... இந்த ரிவால்வரோடு வேகமாகப் போ. குண்டாற்றங்கரையில் நின்றுகொண்டு ஒரு முறை வானத்தை நோக்கிச் சுடு. சுட்டதும் பள்ளத்தில் பதுங்கிக் கொள். அவர்களின் கவனம் சிதறும். வேகம் தடைபடும். அதற்குள் நான் கமுதியை விட்டு வெளியேறிக் கொள்கிறேன்!" - ரிவால்வரை நீட்டினார்.

ஆடிப் போன முதலாளி, "எசமான், என் கதி?" - வாய்விட்டுக் கத்தினார்.

"நீங்களும் என்னோடு ஜீப்பில் ஏறி உயிர் பிழையுங்கள்..."

"எசமான், காலமெல்லாம் சேர்த்து வச்ச பொருளும் கட்டுக் கட்டாகப் பத்திரங்களும் வீடு நிறைய இருக்குதே எசமான்! இதை எல்லாம் எப்படி காப்பாத்துறது?" - வீட்டை அரைச்சுற்று பார்த்தார் முதலாளி. புறப்படுகிற அவசரத்தில் கடுங்கோபம் கொண்டார் ஸ்காட்.

"ஏய்... முட்டாள் முதலாளி! முதலில் உன் உயிரைக் காப்பாற்றிக்கொள். அப்புறம் பார்க்கலாம் பணத்தையும் பத்திரங்களையும். கிளம்பு... கிளம்பு!"

"அடியே பொம்மி... என்னை மன்னிச்சிரு பொம்மி...!" - வீட்டு வாசலிலேயே பெருங்குரலெடுத்துக் கத்திக் கொண்டே நுழைந்தான் உடையப்பன்.

நிறை வயிற்றை அசைக்க முடியாமல், ஒருக்களித்துப் படுத்திருந்த பொம்மியின் காதுகளால் நம்ப முடியவில்லை.

'நம்ம புருசன்தானா இப்படி அலறி வர்றான்!' - செவி மடக்கி, கண்களை இறுக மூடினாள்.

"பொம்மி, நான்தான்டா உன் புருசன் உடையப்பன் வந்திருக்கேன்..." தத்தித் தத்திப் படி நுழைந்தான். பொம்மி, திரும்பாமலே அரைக்கண் விழித்தாள்.

"கமுதி முதலாளியை நம்பி நான் ஏமாந்துட்டேன் பொம்மி!" - இரண்டு படி ஏறினான். "எங்க அண்ணன் ரணசிங்கத்தை நான் பகைச்சது தப்பு தான் பொம்மி... தப்பு தான். என்னை மன்னிச்சிரு தாயீ..." - பொம்மியின் கால்மாட்டில் அமர்ந்தான்.

தொழுவத்தில் படுத்திருந்த வண்டிக்கார மண்ணுதின்னி கண் விழித்தான்.

57. வீடு நோக்கி...

ரிவால்வரோடு கமுதி தெரு இருட்டுக்குள் விழுந்து ஓடினான் தலையாரி. வேல் கம்பை தொட்டிருக்கிறான். வெட்டரிவாளைப் பிடித் திருக்கிறான். ரிவால்வரைப் பார்த்ததோடு சரி. அதிகாரிகளின் இடுப்பு உறைக்குள் இருக்கும். உற்று உற்றுப் பார்ப்பான். பார்ப்பதிலும் சலிப்பு உண்டாகி, 'அதெல்லாம் வெள்ளைக்காரன் ஆயுதம். அந்தக் கழுதையைப் பார்த்து... நமக்கு என்ன ஆகப் போகுது!' என முகத்தைத் திருப்பிக் கொள்வான்.

டி.எஸ்.பி. ஸ்காட், 'பொசுக்' என ரிவால்வரை உருவி கையில் திணித்ததும் திகைத்துப் போனான். மனசு கொள்ளாத சந்தோசம்! சிவன் கோயிலைத் தாண்டி ஓடுகிற வேகத்திலும், கையிலிருந்த ரிவால்வரைத் திருப்பித் திருப்பிப் பார்த்துக் கொண்டே ஓடினான். உச்சி மண்டைக்குள் யோசனைகளாக உருண்டன.

'எப்படி சுடுறது?'

'எப்படியாவது சுட வேண்டியது தான்.'

'இந்தா இருக்குதே... இதுக்குள்ளே ஆள்காட்டி விரலை விட்டு, அமுக்க வேண்டியது தான்.'

'நம்ம என்ன... குறி தவறாம மனுசப் பயலையா சுடப் போறோம்? பொத்தாம் பொதுவா... ஆகாசத்தை பார்த்து ஒரு சுடு சுடப் போறோம்!'

'அது சரி... ரணசிங்கம் ஆளுக, அத்தனை போலீஸுகளையும் அழிச்சுட்டு... வெறிகொண்டு வர்றான்ங்க. அவன்ங்க முன்னாடி போயி... கரப்பான்பூச்சி மீசையைத் தூக்குற மாதிரி, ரிவால்வரை தூக்கினால்... கொல்லத்தான் போறான்ங்க. ஒரு தலையாரிப் பயலுக்கு இந்த வேலை தேவையா?'

ஓட்டமும் யோசனையுமாக குண்டாற்று தென்கரைக்கு வந்து சேர்ந்தான் தலையாரி.

உயரமான கரை, குவியல் குவியலாக.. எருக்கலஞ் செடிகளும் மஞ்சணத்தியும் அடைத்திருந்தன..

மெள்ள தலை நீட்டி, கரைக்கு மேலே எட்டிப் பார்த்தான். கருஞ்சேனை ஆற்று மையத்தைக் கடந்திருந்தது. ரிவால்வரை பொத்திப் பொத்தி கரைமேல் வைத்தான். கழுத்தில் கிடந்த துண்டை எடுத்து, தலையைச் சுற்றி இறுக்கிக் கட்டினான். வேட்டியை தார்ப் பாய்ச்சினான். ஓடுவதற்கு வாகாக, தொடைகளை முன்னும் பின்னும் ஆட்டிப் பார்த்துக் கொண்டான். கருஞ்சேனை வண்டிகள் ஆற்று மணலில் புதைந்து ஊர்ந்தன. மாடுகளின் கழுத்து மணிச்சத்தத்தைத் தவிர வேறு சத்தமில்லை. வாய் அடக்கி வந்தார்கள். கரை தொட நேரமாகும்.

திரும்பி ஓட்டமெடுக்கப் போகும் பாதையை, தலையாரி ஒருமுறை பார்த்துக்கொண்டான். ரிவால்வரை கையில் எடுத்தான். வழிவிட்ட அய்யனார் கோயில் இருக்கும் மேற்கு திசை நோக்கி, ரிவால்வரோடு கைகளை உயர்த்தி, ஒரு பெரும் கும்பிடு போட்டான்.

'வழிவிட்ட அய்யனாரே! என்னைக் காப்பாத்து!' - மனதுக்குள் வேண்டினான். உயரத் தூக்கிய கைகளை இறக்காமலே, சாமி மேல் பாரத்தைப் போட்டு, ரிவால்வர் விசையை அழுத்தினான். வானத்தை நோக்கி வெடித்த சத்தத்தில் தலையாரியின் குலை ஆடிப்போனது. கண்ணை மூடிக்கொண்டு, திரும்பிப் பார்க்காமல், வந்த வழியே ஓட்டம் பிடித்தான். உயிரைக் கையில் பிடித்துக் கொண்டு ஒரே ஓட்டம். புதர் தாண்டி தெற்கே

பார்த்து ஓடினான். காலில் அகப்பட்ட முள்ளுக் குமிகள் நொறுங்கின. மூச்சை இறுக்கிப் பிடித்து ஓடியவன், பாதை தவறி, மேற்கே தாவி ஓட்டமெடுத்தான். செட்டியூரணி கரை கண்டும் வேகம் தணியக் காணோம். தெற்கே பாய்ந்தான். வேப்ப மரங் களும் அரச மரங்களும் அடர்ந்திருந்த இருட்டுக்குள் நாக்குத் தள்ள ஓடியவனுக்கு எதிரே, ஜீப் கடந்தது.

"முதலாளி...!" - ரெண்டு கைகளையுமம விரித்துக் கத்தினான்.

ஜீப்புக்குள் பின்புறம் அமர்ந்திருந்த முதலாளி, "தலையாரி...!

நாங்க போறோம். நீ எப்படியாவது தப்பிச்சிரு!" - கை அசைத்தார். ஜீப்பை ஓட்டிப் போன ஸ்காட், வேகத்திலேயே குறியாக இருந்தார்.

பொம்மியின் கால்மாட்டில் அமர்ந்து உடையப்பன் அழுதான்.

"ஏத்தா... பொம்மி...! உம் புருசன் திருந்திட்டேன். என்னை நம்புத்தா...!"

ஒருக்களித்துப் படுத்திருந்த பொம்மி, இரண்டு கால்களையும் மடக்கினாள். நிறை வயிறு வலித்தது.

"அம்மா... பொம்மி! உன் கோபமெல்லாம் நியாயந்தான். உன்னை நான் அடிச்சிருக்கேன்; உதைச்சிருக்கேன்; பதி விரதையை சந்தேகப்பட்டுப் பேசி இருக்கேன்; அவமானப் படுத்தி இருக்கேன். இல்லேன்னு சொல்லலே. பூமாதேவி மாதிரி அத்தனையையும் நீ சகிச்சுக்கிட்டே!" - பொம்மியின் கால்களைத் தொடப் போனான்.. அவளோ கால்களை மேலும் உள் இழுத்தாள். அடி வயிறு வலித்தது.

"பத்தினியை வீட்டுலே வச்சுக்கிட்டு... பரத்தைகளைத் தேடி ஊர் ஊரா அலைஞ்ச அயோக்கியன் நான். என்னை மன்னிச்சிரு பொம்மி!"

தொழுவத்தில் கண்விழித்த வண்டிக்காரன் மண்ணுதின்னி, மெதுவாக வந்து தாழ்வார மறைவில் அமர்ந்தான்.

"ஆப்பநாட்டிலே பிறந்த மாவீரன் ரணசிங்கம்! அவனுக்கு எதிரா... கமுதி முதலாளியோடு சேர்ந்து நான் சதி செஞ்சேன். துரோகம் பண்ணினேன். ரணசிங்கம் எதையுமே பொருட் படுத்தலே. சட்டப்படி அவனுக்கு வந்து சேர்ந்த கோயில்

மரியாதையைக் கூட எனக்கு விட்டுக் கொடுத்தான்.நான் உதாசீனம் பண்ணினேன்."

மண்ணுதின்னிக்கு தன் காதுகளை நம்ப முடியவில்லை.

"என் ரத்தப் பொறப்புகள் எல்லாம். அடுத்த தெருவிலே செத்துக் கிடந்த போது, இழவு கேட்க நானும் போகலே. உன்னையும் போக விடலே!" - உள்ளங்கைளால் தன் முகத்தில் ஓங்கி ஓங்கி அறைந்தான்.

"நான் மனுச ஜென்மமே இல்ல! மிருகம்.. நான் மிருகம்!" - அழுதான்.

பொம்மி புரண்டு திரும்பினாள். உடையப்பன் உண்மை யிலேயே அழுது கொண்டிருந்தான். முகத்தில் கண்ணீர் நிறைந் திருந்தது. பொம்மி திடுக்கிடத்தான் செய்தாள். நம்பவும் முடிய வில்லை. எப்படி நம்புவது? மனுசன்ல சேர்த்தி இல்லாத ஒரு மிருகம், ஒரு நாளைக்குள் மாற, என்ன நடந்தது? நடிக்கிறானா? அப்படியும் தெரியவில்லையே! வாக்கப்பட்ட காலத்திலே இருந்து, இப்படி இவனைப் பார்த்ததில்லையே...!

"கமுதி முதலாளியை நம்பி நான் மோசம் போயிட்டேன் பொம்மி. ஆப்பநாட்டை அவன் வளைக்க... என்னை ஒரு கருவியா வச்சிருக்கான். ரணசிங்கம் அண்ணனோடு என்னை மோதவிட்டு அவன் குளிர் காய்றான். எனக்கு புத்தி வந்துருச்சு பொம்மி. உன்னைத் தொட்டுத் தாலி கட்டின பாவத்துக்காகவாவது என்னை மன்னிச்சிரு தாயீ..."

பொம்மி கையூன்றி எழுந்தாள்.

"எந்திரி பொம்மி. ரணசிங்கம் அண்ணன் காலிலே விழுந்து மன்னிப்பு கேக்குறேன். வா... நீயும் வா." - கைத்தாங்கலாகத் தூக்கினான் .தாழ்வாரத்தில் ஒன்றியிருந்த மண்ணுதின்னி, திருதிருவென முழித்தான்.

'பொம்மி ஆத்தா... ஏமாந்திரும் போலிருக்கே!'

வானத்தை நோக்கித் துப்பாக்கி வெடிக்க, கருஞ்சேனை நடு ஆற்றுக்குள் நின்றது. பாலமுருகனும் முஹம்மது மீராவும் கை அமர்த்தினார்கள்.

"கரையிலே போலீஸ் நிக்குது. யாரும் பதற்றப்பட வேண்டாம். வண்டிகள் அப்படி அப்படியே நிற்கட்டும்."

வண்டிகளை இழுத்துப் பிடித்தார்கள்.

“இன்னமுமா போலீஸ்காரன் உயிரோட இருக்கான்?!” - சீமைச்சாமி முன்னே வந்தார்.

கரையில் வெடித்த ஒரு குண்டுக்ககுப் பிறகு மறுகுண்டு வெடிக்கவில்லை.

“முருகா... என்ன பண்ணலாம்?” - முஹம்மது மீரா கேட்டான்.

“கரையில் எதிரி பதுங்கி இருக்கிறான் என்பது நிச்சயம். எவ்வளவு பேர் இருக்கிறார்கள்... என்ன பலத்தில் இருக்கிறார் கள் என்பது தெரியவில்லை. ஒன்று செய்யலாம். நான் மட்டும் முன்னே போகிறேன். கரையை நெருங்குகிற போது, அவர்கள் என்னைத் தாக்குகிற விதத்தில் அவர்களின் பலம் தெரிந்து போகும். அதற்கு ஏற்றவாறு, நீ நம் ஆட்களை இறக்கு!” பால முருகன் புறப்பட ஆயத்தமானான்.

“ஏய் முருகா...! நானும் வர்றேன்ப்பா!” - சீமைச்சாமியும் கிளம்பினார்.

“சித்தப்பூ... அவசரப்படாதீங்க. நீங்க வேணாம். பாலமுருகன் மட்டும் போகட்டும்!” - தடுத்தான் மீரா.

கண்ணெதிரே தனி ஆளாக பாலமுருகன் நடந்து போகிறான். மூச்சை இறுக்கி எல்லோரும் தென்கரை நோக்கி நின்றார்கள். பாலமுருகன் கரையை நெருங்கினான். அமைதியாக இருந்தது. கரை ஏறினான். உச்சிக் கரையிலேறி ஒரு சுற்றுப் பார்த்தான். புதர்கள் அலுங்காமல் இருந்தன. இங்கிருந்தே ஊரைப் பார்த் தான். உறங்கிக் கொண்டிருந்த கமுதிக்குள் இருந்து குதிரை ஏறி வந்தான் செல்லமுத்து. பாலமுருகனைக் கண்டதும் நிறுத்தினான்.

“பாலமுருகா... தங்கச்சாமி அண்ணன் செத்துப் போனாரு! எல்லாரும் பெருநாழிக்கு கௌம்புங்க. மத்த காரியங்களை அப்புறம் பார்க்கலாம்.”

தங்கச்சாமியின் சடலம் கிடத்தப்பட்டிருந்த ரணசிங்கத்தின் வீடு நோக்கி, உடையப்பனும் பொம்மியும் வந்தார்கள். நிறைசூலி பொம்மியை கைத்தாங்கலாக முன்னே தள்ளி, பின்னே வந்தான் உடையப்பன். பத்தடி தூரம் தள்ளி, மண்ணுதின்னியும் வந்து கொண்டிருந்தான்.

அழுது புரண்டு கொண்டிருந்த சனம், உடையப்பனைப் பார்த்தது. கவிழ்ந்திருந்த ரணசிங்கமும் தலைதூக்கி, தன் வீடு நோக்கி வரும் உடையப்பனைப் பார்த்தான்.

58.கிடாய் வெட்டு

பொம்மியைப் பிடித்து முன்னே தள்ளிக் கொண்டு போகாத குறை தான்.

‘பொம்மிக்குப் பின்னாலே வர்றது யாரு? உடையப்பனா!’ - சனமெல்லாம், அழுகையை நிறுத்தி விட்டுப் பார்த்தது.

பொம்மிக்கு கால் சென்றேறவில்லை. மனசு குமட்டுது. கவிழ்ந்த பார்வை நிமிரலே. உடம்பு கூசுது. அவமானமா இருக்குது.

‘எத்தனை வருசத்துப் பகை! பகைன்னாலும்... தாட்டியமான... நியாயமான... வீரனுக்கான பகை யில்லே. துரோகிக்கான பகை. ஒரு கோழைக் கான பகை. காட்டிக் கொடுக்கிறவனுக்கான பகை!

கல்யாணத்தைத் தள்ளிவிடலாம். சுப காரியங் களைத் தள்ளி விடலாம். இழவைத் தள்ளி வச்ச வனுக்கு மன்னிப்பே கிடையாது. சமாதானத் துக்கும் இடமில்லே. நேத்து இதே வாசலில் வரிசையா செத்துக் கிடந்தாங்களே... பதினோரு இளவட்டங்கள்! அவங்கெல்லாம் யாரு?

உடையப்பனுக்கும் தாய் வழி, தகப்பன் வழி சொந்தங்கள்தானே? நாலு வீடு தள்ளி, பதினோரு பிணம் கிடக்குது. இழவுக்கு வரப் பிடிக்கலேன்னா... தனது வீட்டுக்குள்ளே நல்லா மூடி, முக்காடு போட்டு, சத்தம் போடாமல் படுத்திருக்கணும். உடையப்பன் கைகொட்டி சிரிச்சானே... பார்க்கணும்! இழவு வீட்டு அழுகையையும் மீறி சிரிப்புச் சத்தம்!

பொம்மிக்கு சின்னத்தா மகன் திருக்கண்ணன். கல்யாண மாப்பிள்ளை. செத்துக் கிடந்தான். தாய் மாமன் மகள் மாயழகி. கழுத்திலே தாலி ஏறின வேகத்திலே இறங்குது! அறுத்து நிற்கிறாள்! ஆப்பநாடே அழுது உருளுது! வயிற்றை அசைக்க முடியாத நிறைசூலி பொம்மியை, வாய்விட்டு அழவிட்டானா இந்த உடையப்பன்? இப்போ... என்ன திட்டத்தோட பொம்மியை முன்னே தள்ளி வர்றான்? ஒரு நாளைக்குள்ளே என்ன நடந்தது? இவனை எப்படி மன்னிப்பது? மன்னிக்கிறது பெரிய பாவம். பாவம் மட்டுமில்லே. ஏமாளித்தனம்!'

கூடி இருந்த சனத்துக்கெல்லாம் இந்த நெனப்பு தான். வேற நெனப்புக்கு இடமில்லே.

பொம்மி தடுமாறி வந்தாள். யார் பார்வையையும் எதிர் கொள்ள தைரியம் இல்லே. துயரம் கனத்திருந்த கண்கள், பார்வை இழந்திருந்தன. பொம்மிக்கு இது, இழவு வீடாகத் தெரியவில்லை. கோயிலாகத் தெரிந்தது. முந்தியைப் பகிர்ந்து கொண்ட பாதகனுக்கு பாபவிமோசனம் பெற்றுத் தர, கோயிலுக்கு அழைத்து வருவதாகக் கருதினாள். உடையப்பன் கதறி அழுவது நிஜமோ... நடிப்போ...! எதுவானாலும் இவனை, இத்தனை பேர் முன்னிலையில் மண்டியிட வைக்க இதுவே ஏற்ற தருணம். தான் குஞ்சாகப் பொரிந்த தாய்க்கூடு அடையவும் இதுவே ஏற்ற தருணம். கிடத்தப்பட்டிருந்த தங்கச்சாமியின் சடலத்தை, கர்ப்பக்கிரத்து உற்சவ சிலையாகப் பார்த்தாள். அடி வயிற்றோடு முட்டிப் பெருகி வந்த துயரம் உடைந்தது.

"என் மக்கா...! என் ரத்தங்களா...!" - அலறி அழுது நடுக் கூடத் துக்குள் நுழைந்தாள். இரண்டு கைகளையும் அகல விரித்து, எதிர்ப்படும் எல்லா முகங்களையும் தொட்டுத் தடவி நடந்தாள். தொட்ட கைகளுக்குள் தொப்புள் கொடி ரத்தம் பிசுபிசுத்தது.

"எங்களை மன்னிச்சிரு ஆத்தா..." - சின்னத்தா அழகு மீனாவின் கழுத்தைக் கட்டி வளைத்தாள்.

"அடீ... மாயழகி...! எம்மான் மகளே! என் செப்புச் சிலையே! என் வைரமே! உனக்கா... இந்த லவி!" - மாயழகியின் தோளில் விழுந்து நனைத்தாள்.

அழுகையை நிறுத்திக் கொண்ட சனம் திகைத்தது.

தோள் மாற்றி தோள் அழுத பொம்மியின் முதுகைத் தட்டிக் கொடுத்தாள் மாயழகி. "அழுகாதீங்க... மதினி... அழுகாதீங்க."

அழகுமீனாவும் நெருங்கி வந்தாள். "அடியே... பொம்மி. நிறை மாசக்காரி நீ! அழுகாதே!" - ஆதரவாகத் தோள் தொட்டாள். கண் திறக்காமல் அழுதாள் பொம்மி. வலது பக்கம் தலை திருப்பி பொம்மியைப் பார்த்தான் ரணசிங்கம். தெரிந்த முதுகு குலுங்கிக் கொண்டிருந்தது. அத்தை மகள் பொம்மி. ரணசிங்கத் துக்கு வாழ்க்கைப்பட்டிருக்க வேண்டிய மாப்பிள்ளைக்காரி. பெரிய மனுஷி ஆனபோது பார்த்தது.

ரணசிங்கம் மச்சான் இருக்கிற திசைப் பக்கமே திரும்பாமல் அழுது தவித்த பொம்மிக்கு, முதுகில் கண் முளைத்திருந்தது.

இடது பக்கம் திரும்பினான் ரணசிங்கம் கைவாக்கில் நின்ற உடையப்பன், காலடியில் மண்டியிட்டான்... ரணசிங்கத்தின் கைகளைப் பிடித்துத் தன் கண்களில் ஒற்றி 'மூசு.... மூசு...' என அழுதான். கனத்துக் குரலெடுத்து அழுதான்.

சனம், இளகாமல், இறுகியது.

குதிரை ஏறிவந்து செல்லமுத்து சொன்ன செய்தி, பால முருகனை நிலைகுலைய வைத்தது. குண்டாற்றுக் கரை ஏறிய முஹம்மது மீரா, சீமைச்சாமி, கருஞ்சேனை வீரர்களின் வெற்றிக் களிப்பு, தலைகுப்புற கவிழ்ந்தது. எல்லோரும் தங்கச்சாமியின் நினைவுகளில் உறைந்தார்கள்.

மீரா, எதிரே நின்ற செல்லமுத்துவிடம் கேட்டான், "அண்ணன் என்ன சொன்னார்?"

"அண்ணன் எதுவும் சொல்லவில்லை. உங்களை அழைத்துப் போக நானாகத் தான் வந்தேன்."

சற்று யோசித்தான் மீரா. செல்லமுத்துவின் தோளைத் தொட்டு பாலமுருகனின் பக்கம் திரும்பினான். சீமைச்சாமியை யும் கருஞ்சேனையையும் பார்த்துப் பேசினான்.

"அண்ணன் ரணசிங்கத்தின் எளிமையும் வீரமும் மட்டுமே நமக்கு வியப்பூட்டுகின்றன. அதற்கு அப்பால் அவர் பற்றி அறிய நாம் யாரும் எத்தனித்ததில்லை. மிக குறுகிய காலத்தில் ஆப்ப நாட்டு இளவட்டங்களை அணி திரட்டி, ஆயுதப் பயிற்சி அளித்துக் களத்தில் இறக்கினாரே... அதற்கு முன், 'வெள்ளைக் காரன் என்பவன் யார்? விடுதலை என்றால் என்ன?' என நம்மில் யாருக்காவது தெரியுமா? வெள்ளையனுக்கு எதிரான விடுதலைப் போராட்டங்கள் வங்காளத்தில், பாஞ்சாலத்தில், மத்திய மாகாணங்களில் பற்றி எரிந்தன. சத்யாகிரகங்களுக்கும் சமாதானங்களுக்கும் கட்டுப்பட்ட தென் மாகாணங்கள் குளிர்ந்து கிடந்தன. அறப்போராட்டங்கள், ஆங்கிலேயருக்குக் கால் பிடித்துவிட்டன. உறக்கத்திலும் பிணங்களை மென்று தின்னும் ஏகாதிபத்தியப் பிசாசுக்கு, சாமரம் வீசி சலுகைகளைப் பெற்றவர்கள் தென்னகத்தில் பெருத்தார்கள். அடிமைச் சங்கிலி களையும் மலர் மாலைகளாக பாவிக்கும் மனப்பக்குவம் இவர்களுக்கே வாய்த்தது." - மறுபக்கம் திரும்பினான்.

"புனைவுகளும் கற்பனைகளும் கலந்த பழைய ஏடுகளைப் புறந்தள்ளிவிட்டுப் பார்த்தால், வ.உ.சி., வ.வே.சு.ஐயர், சுப்ரமணிய சிவா என்கிற தீப்பந்தங்களே தென்னாட்டில் பெருந்தீ மூட்டின. இருளைக் கிழித்து எரிநட்சத்திரமாக வீழ்ந்தான் வீரவாஞ்சி நாதன். சிறை சென்று, செக்கிழுத்து, தொழுநோய்வாய்ப்பட்டு, இற்று வெளியேறிய அந்த வீர புருஷர்களை வரவேற்க, வாசலில் ஒரு நாய்க்குட்டி கூட வாலாட்டிக்கொண்டு நிற்கவில்லை. அந்தத் தியாகிகள் எடுத்த அதே தீப்பந்தத்தை கையிலெடுத்தார் அண்ணன் ரணசிங்கம். விழலுக்குப் பாய்ந்து கொண்டிருந்த ஆப்பநாட்டு வீரத்தை முறைப்படுத்தி, தேச விடுதலைப் போருக்குத் திருப்பிவிட்டவர் அண்ணன். இவரை ஆப்ப நாட்டோடு மட்டும் குறுக்கிப் பார்க்கவில்லை ஆளும் வர்க்கம். அகிலமெங்கும் ஆயுதம் தாங்கும் போராளிக் குழுக்களுடன் பொருத்திப் பார்க்கிறது. அதனாலேயே இந்த மாவீரனை வீழ்த்த சகல சதிகளையும் சக்திகளையும் பிரயோகிக்கிறது!" - செல்லமுத்துவின் பக்கம் திரும்பினான்.

"அணையாத இந்த நெருப்பு, பலரை பலிகொள்ளும். பலரை பலி கொடுக்கும். எந்த மரணத்தாலும் அண்ணனின் நெஞ்சத் தீயை அணைக்கவியலாது. வெந்து தணிய வேண்டும் நச்சுக்காடு. அதுவரை எரியும்."

எல்லோரையும் பார்த்துச் சொன்னான். "புறப்படுங்கள். அண்ணன் ரணசிங்கம் நமக்கு இட்ட இரண்டு கட்டளைகளில் ஒன்று மிச்சம் உள்ளது. கமுதி முதலாளி வீட்டையும் ஒரு கை பார்த்துவிட்டு, இரட்டை வெற்றிகளை தங்கச்சாமி அண்ணனுக்கும் சகவீரர்களுக்கும் காணிக்கை ஆக்குவோம்."

"ஆமாம்... ஆமாம்..." - கரை இறங்கி, கமுதிக்குள் புகுந்தது கருஞ்சேனை.

விழுந்து விழுந்து சிரித்தார் விஞ்ச் துரை.

"ஏய்...! ஏய்...!" - வார்த்தைகள் வராமல் கைகொட்டிச் சிரித்தார். கண்களில் நீர் தளும்பச் சிரித்தார். தன் மேஜை மீதிருந்த தொலைபேசியை நோக்கி விரல் நீட்டிச் சிரித்தார். "மூட்டை முடிச்சுகளைக் கட்டிக்கொண்டு நான் இங்கிலாந்துக்குக் கப்பலேற வேண்டுமாம்...!" - எழுந்தும் உட்கார்ந்தும் இருப்புக் கொள்ளாமல் சிரித்தார்.

எதிரே அமர்ந்திருந்த டி.எஸ்.பி. ஸ்காட், இன்ஸ்பெக்டர் மார்ட்டின்ஸ், கமுதி முதலாளி மூவருக்கும் அடி, நுனி எதுவும் புரியவில்லை!

"ஆமாம்... நிறைய போலீஸுகள் செத்துத் தான் போனார்கள். பெருநாழி முற்றுகை தோற்றுத் தான் போனது. சக்தியைப் பிரயோகித்தோம். தோற்றுப் போனோம். ஆனால், இப்போது சதியைப் பிரயோகித்து வெல்லப் போகிறோம்!" - அட்டகாசமாகச் சிரித்தார் விஞ்ச்.

கமுதி முதலாளி, தொடைகளுக்கு இடையில் கூட இரண்டு கைகளையும் நுழைத்து, முகம் வாடி, 'குர்ர்ர்...' என முழித்துக் கொண்டிருந்தார்.

"டியர் ஸ்காட்...! நீங்களும் முதலாளியும் பின்னி இருக்கிற சதி வலையை அறுத்து, எமன் கூட தப்பிக்க முடியாது!" - முதலாளியின் முகத்துக்கு நேராக வலது கை நீட்டி, கட்டை விரல் உயர்த்தி வெற்றிச் சிரிப்பு சிரித்தார்.

"ரணசிங்கத்தை கொல்லப் போகிற உடையப்பனுக்கு... பதினெட்டுப் பட்டிகள் என்ன... பதினாயிரம் பட்டணங்களையே சன்மானமாகத் தரலாம்." - சிரிப்பு அடங்கி, சற்று நிதானப் பட்டார். "ரணசிங்கத்தை நெருங்கிவிட்டான் உடையப்பன்.

அடுத்து 'கிடாய் வெட்டு'தான்! விருந்துக்கு நேரம் குறிக்க வேண்டிய வேலை ஒன்று தான் பாக்கி."

"சார்... மன்னிக்க வேண்டும்." - ஸ்காட் குறுக்கிட்டார்.

"எஸ்... ப்ளீஸ்..." - விஞ்ச் காது கொடுத்தார்.

"ரணசிங்கத்தின் மீது உடையப்பன் கைபட்டதும் எதிர் விளைவுகள் கடுமையாக இருக்கும். முதலில் உடையப்பனை நாம் காப்பாற்றியாக வேண்டும். ரணசிங்கம் தனி ஆள் அல்ல. ஆப்ப நாடே கொந்தளிக்கும். கலவரத்தை அடக்க, பெரிய அளவில் ஏற்பாடுகள் செய்தாக வேண்டும்."

"மிஸ்டர் ஸ்காட்! கலவரத்தை ஒடுக்க ராணுவம் வருகிறது." - விஞ்ச் துரை உட்கார்ந்தவாறே ஸ்காட்டை நெருங்கினார்.

"ஒன்று தெரியுமா ஸ்காட்? தலையைக் கொய்து விட்டால்... வால் ஆட்டம் சிறிது நேரம் தான். தானே அடங்கிவிடும். உலகெங்கும்... கலகக்காரர்களின் தலைவிதி இதுதான்!" - சுருட்டைப் பற்ற வைத்தார் விஞ்ச்.

59. அந்தமான் காடு

அழுது உருண்டவர்கள் எல்லாம் வாய் பொத்தி அடங்க, கொல்லம் பட்டறை துருத்தி அடுப்பு போல், உடையப்பனின் அழுகைச் சத்தம் தனித்துக் கேட்டது. துருத்தியை ஊத ஊத... அடுப்பு நெருப்பு, பொறி கிளப்பிச் சீறும். 'மூசு... மூசு...' என உடையப்பன் அழ அழ... குடியிருந்த கூட்டம் பெருங்கோபம் கொண்டது. ரணசிங்கத் தின் கைகளைத் தன் கண்களில் ஒற்றிக்கொண்டு குமுறிக் குமுறி அழுதான்.

புருசனின் அழுகைச் சத்தம் கேட்டதும், பொம்மியும் அழுகையை நிறுத்திக்கொண்டாள். உடையப்பனையும் ரணசிங்கத்தையும் மாறி மாறி பார்த்தாள். மச்சான் ரணசிங்கத்தின் முகம்பார்த் துப் பல வருடங்கள் ஆகி இருந்தன. உடையப் பனுக்குத் தெரியாமல் வந்து தன்னைக் கண்டு போகும் வெள்ளையம்மா கிழவி தான் மச்சானைப் பற்றி வாய்க்கு வாய் பேசுவாள். அம்மான் மகனின் பெருமைகளைக் கேட்கக் கேட்க பொம்மிக்கும் பூரிக்கும். காட்டிக் கொள்ளமாட்டாள். உடையப்பனுக்குக் கட்டுப்

பட்டுப்போன பாவத்துக்கு, எந்த பெருமையையும் கொண்டாட முடியலே. எந்த சந்தோஷத்தையும் அனுபவிக்க முடியலே. தாலி கட்டிகொண்டு போய் தனித்தீவாக ஆக்கி வைத்துவிட்டான். சாதி சனத்தோடு கூடுவோம் என்கிற நினைவே அற்றுப் போயிருந்தாள். எந்தச் சாமி புண்ணியமோ... இப்படி அழுது வந்து நிக்கிறான்! அழுகட்டும். நல்லா... அழுகட்டும்.

"ஏய்... உடையப்பா...!" - பெரியவர் தவசியாண்டிக்கு பொறுக்க முடியலே. "அழுது வந்து நிக்கிறயே! என்ன விவரம்?" - வெட்டுக் கத்தியாக கேட்டார்.

ஒட்டுமொத்த சனமும் பெரியவரின் கேள்வியாக நின்றனர். இளவட்டங்களுக்கு இன்னும் வேகம் பொங்கியது.

அழுது குளமாக இருந்த கண்களோடு திரும்பினான் உடையப்பன்.

"பெரியப்பூ...!" - தயங்கித் தயங்கி பேசினான். "ரணசிங்கம் அண்ணன் ஒரு தெய்வப் பிறப்பு!"

"அதுதான் ஊரு ... உலகமெல்லாம் தெரியுமே! நீ வந்த விவரம் என்ன?"

"நான் திருந்திட்டேன் பெரியப்பூ!"

"டேய் உடையப்பா...! இந்த ஏமாத்துப் பேச்செல்லாம் இங்கே வேணாம்."

"என்னை நம்புங்க பெரியப்பூ."

சோலைக்கு 'சுளீர்' என கோபம் வந்தது. "கமுதி முதலாளியோடு சேர்ந்து நம்ம இனத்தையே காட்டிக் கொடுத்த துரோகிப் பயல் இவன்! இப்போ வந்து இல்லாத ஜாலம் போடுறான்!"

பலக்க பேசாத வழிவிட்டானுக்கு ஆத்திரம் முட்டிக்கொண்டு வந்தது. "இப்போ... வந்து அழுகுறியே! நேத்து... இதே வாசல்ல பதினோரு எளவட்டங்க செத்துக் கிடந்தபோது... நீ சிரிச்சியே... ஒரு சிரிப்பு! பெருநாழி முழுக்க கேக்குற மாதிரி! ச்சீய். உன் உடம்புலே ஆப்பநாட்டு ரத்தம் ஓடலே?"

"ஆமாம்... தப்பு பண்ணிட்டேன். துரோகம் பண்ணிட்டேன். அதுக்குத்தான் இப்படி ஊரறிய வந்து மன்னிப்பு கேக்குறேன். என்னை மன்னிச்சிருங்க." - மறுபடியும் அழுதான்.

முன்னே நின்ற இளவட்டங்களைத் தள்ளி விலக்கி விட்டு, எதிரே வந்து நின்றான் இருளாண்டி. முகம் கொதித்துக் கொண்டிருந்தது. "ஏய்... உடையப்பா! எந்திருச்சு போயிரு. இல்லே... உன்னைக் கொல்லாமல் விடமாட்டேன்." - இடுப்புச் சூரிக்கத்தியை உறுவினான். "ரெண்டு நாளாக... ஆப்பநாடே ரத்தக்களரியா கெடக்குது! இருபது உயிரைப் பறிகொடுத்துட்டு நிக்கிறோம்! எங்க பக்கம் திரும்பிப் பார்த்தியா...? குடிக்கவும் கூத்தியாள் வீட்டுக்குப் போயி கும்மாளம் போடவுமே உனக்குப் பொழுது காணலே! இப்போ... வந்து கண்ணீரு வடிக்கிறான் கண்ணீரு! குத்திப் பொளந்திருவேன், போயிரு." - சூரிக்கத்தியை அடி வயிற்றுக்கு நேராக நீட்டினான்.

"வேணாம்... விட்டுருங்க... கொன்னுறாதீங்க..." - பெண்களுக் குள்ளிருந்து பொம்மி கத்தினாள்.

ரணசிங்கம் திரும்பினான். எல்லோரும் பொம்மியைப் பார்த்தார்கள்.

"எனக்காக அவரை மன்னிச்சிருங்க." பல வருடங்களுக்கு பின்னால், அம்மான் மகன் ரணசிங்கத்தின் கண்களை நேருக்கு நேர் பார்த்து, கையேந்தி கெஞ்சினாள் பொம்மி.

கமுதி தெருக்களில் மூலைக்கு மூலை நாய்கள் ஊளை யிட்டன. ஊருக்குள் முதலாளி வீட்டைச் சுற்றி சம்சாரிகளின் பிணங்கள். குண்டாறு, கோட்டை மேட்டில் போலீஸுகளின் பிணங்கள். பிணவாடை, ஊர் நாய்களை உறங்க விடவில்லை. நாய்களும் நரிகளும் மாறி மாறி ஊளையிடுகின்றன. தராசு, படிக்கற்களோடு வீடுகளுக்குள் அடங்கிய சந்தைக் கூட்டம், கண்மூடி உறங்கவும் முடியாமல், வாய்திறந்து பேசவும் பதறி, திணறிப் புரண்டன. தொட்டில் குழந்தைகளின் அழுகுரல் பயமுறுத்தியது. அவரவர் வாய்ப்பேச்சு உதடுகளுக்குள் எதிரொலித்து அச்சமூட்டின. கொலை விழுந்த இரவுகளில் தெருத்தெருவாக பேய்கள் சுற்றும். ஓரிரு கொலைகளுக்கு உள்ளூர் பேய்கள் மட்டும் சுற்றும். இன்று எத்தனை கொலைகள்! அக்கம்பக்கம், ஆப்பநாடு முழுக்க இரை கிடைக் காமல் அலையும் பேய்கள் எல்லாம் கமுதிக்குள் வந்திறங்கின. உறங்காமல் உயிரோடு இருப்பவர்களை எல்லாம் சாவு சுற்றும். விடிந்தால் உயிர்வரும்.

மூலை மூலைக்கு நின்று ஊளையிட்ட நாய்கள், கெலித்துக் கெலித்து ஓடி குரைக்கக் கிளம்பின. கருஞ்சேனை, தெருக்களுக்

குள் நுழைந்தது. மாட்டுவண்டிச் சத்தம், எமனாக வந்து, உறக்கமில்லாத வீடுகளை நெறித்தது. தெருக்களை கடந்து, முதலாளி வீட்டில் போய் வண்டிகள் நின்றன. முன்னே போய் சாயல்குடி வேலுச்சாமியும் பொந்தம்புளி சீமைச்சாமியும் இறங்கினார்கள். அடுத்த வண்டியில் முஹம்மது மீராவும் பாலமுருகனும். கருஞ்சேனை இறங்கியது.

தெருவில் நின்று பார்க்க, வீடு இருண்டு கிடந்தது. தலை வாசலை நெருங்கினார்கள். மீரா, இடது கையினால் கதவைத் தள்ளிப் பார்த்தான். அசைக்க முடியவில்லை. வேலுச்சாமி, சாவித் துவாரத்தை ஒட்டி, நாலு குண்டுகளைப் பாய்ச்சினான். திறந்து கொண்டது. ஆயுத சகிதம் நுழைந்தார்கள்.

“சாமீ... எங்களை விட்டுருங்க.” கோயில் மாடு போல் கொழுத் திருந்த முதலாளியின் கையாட்கள், சாஷ்டாங்கமாக தரையில் வணங்கிக் கிடந்தார்கள். சமையல் அறைக் கதவோரம் பச்சையப் பன் நின்றான். வந்தவர்களை குறுஞ்சிரிப்போடு வரவேற்றான்.

“ஏய்... பச்சையப்பா...! இங்கே வா...” மீரா அதட்டினான்.

“எதுக்கு?” - நீட்டி இழுத்தான் பச்சையப்பன்.

“முதலாளி எங்கே ஒளிஞ்சிருக்கான்?” - கையில் துப்பாக்கி யுடன் வேலுச்சாமி கேட்டான்.

“அந்த எடுபட்ட பயல்... எங்களை எல்லாம் வீட்டுக்குள்ளே பூட்டிப்போட்டுட்டு... தான் மட்டும் தப்பிச்சா போதும்னு ஊரைவிட்டே ஓடிட்டான்... பேதியிலே போவான்.” - ரெண்டு கை விரல்களையும் முறித்தான்.

“பச்சையப்பா... நீ கௌம்பி வெளியிலே ஓடிடு!”

“நான் ஏன் போகணும்?” - பச்சையப்பனின் கண்ணெல்லாம் வேலுச்சாமியின் உடம்பு மேலேயே இருந்தது.

“ஏய்... சுடப் போறேன். செத்துப் போயிருவே!”

“சுடு. நான் செத்தா... எந்த புள்ளை குட்டி அழுகப் போகுது? சுடுப்பா...”

வேலுச்சாமி, பச்சையப்பன் கை வைத்திருந்த கதவில் ஒரு குண்டை விட்டான். பச்சையப்பன் பதறி, “ஆத்தாடீ...! கொன்னு ருவான் போலிருக்கே!” நெளித்து நடந்து வந்தவன், போகிற போக்கில் வேலுச்சாமியின் கன்னத்தில் ஒரு இடி இடித்து,

“கொஞ்சம் பொறுப்பா... நான் போய்க்கிறேன்.” ஒரு குநட்டு குநட்டி, நெளித்து நெளித்து நடந்து போனான். பத்தடி தூரம் நடந்தவன், கும்பிட்டவாறு குப்புற விழுந்து கிடந்தவர்களைப் பார்த்து, “அடேய்... தடிமாடுகளா! எந்திரிச்சு ஓடுங்கடா. கொல்லப் போறான்ங்க!” - ஒரு மிதி மிதித்துவிட்டு வெளியேறி னான். விழுந்து கிடந்த தடியாட்கள் எழுந்து, ‘திமுதிமு’வென தலைவாசல் நெறிய வெளியேறி ஓடினார்கள். ஓடியவர்கள் அடுத்த தெரு தாண்டி இருக்கமாட்டார்கள். கமுதி அதிர, முதலாளி வீட்டைக் குண்டுகள் தகர்த்தன. பகுதி பகுதியாக தகர்த்தார்கள். முட்டைக் கருவும் கருப்பட்டிச் சாறும் சுண்ணாம் பும் கலந்து கட்டிய பெருங்கட்டடம். பல குண்டுகளைக் கேட்டது.

தரைமட்டமாகும் முன், ஆப்பநாட்டு சம்சாரிகளின் ரேகைகள் புரண்ட பத்திரங்களும் பணப்பெட்டிகளும் பாது காப்பாக வண்டிகளில் ஏற்றப்பட்டிருந்தன.

‘இங்கிலாந்துக்கு ஏற்பட்ட அவமானத்துக்காக, நாம் இரண்டு நாள் துக்கம் அனுஷ்டிப்போம். துக்கம் என்றால்... பெருந்துக்கம்! மதுரைக்கு தெற்கே சர்க்கார் நிர்வாகங்கள் முடங்கும் அளவு துக்கம்! நம் எல்லோர் முகத்திலும் துயரம் வழியவேண்டும். எல்லோரும் சாப்பிடவேண்டும். ஆனால்... சாப்பிடாதவர்கள் போல் பாவனை செய்யவேண்டும். மிடுக்காக யாரும் உடை அணியக் கூடாது. இதோடு இந்தியாவை விட்டு வெளியேறி, இங்கிலாந்துக்குக் கப்பல் ஏறப் போவதாகத் தோற்றம் காட்டவேண்டும். இவை எல்லாம் இரண்டு நாட்களுக்கு மட்டுமே, வெற்றிக் களிப்பில் திளைக்கும் ரணசிங்கம் ஆட்கள், இந்த இரண்டு நாட்களுக்குள் அவரவர் ஊர்களுக்குத் திரும்பி, இயல்பு வாழ்க்கைக்கு மாறி இருப்பார்கள். இரண்டாம் நாள் இரவோடு இரவாக, நமது துணை நிலை ராணுவம் ஆப்ப நாட்டை வளைக்கும். பெருநாழியில் கூடுதல் பாதுகாப்பு வேண்டும். ரணசிங்கத்தின் கதையை முடித்துவிட்டுத் தப்பிவரும் உடையப்பன் மேல், ஒரு துரும்பு படாமல் காப்பாற்ற வேண்டும். கொந்தளிக்கும் ஆப்பநாட்டை துணை நிலை ராணுவம் பார்த்துக்கொள்ளும் - விஞ்ச் துரை திட்டங்களை விளக்கினார்.

எச்சிலை விழுங்கியவாறு கேட்டுக் கொண்டிருந்த கமுதி முதலாளிக்கு அடிவயிற்றைப் பிசைந்தது.

“எசமான்! இவ்வளவும் நடந்த பின்னால்... நான் போய் கமுதியில் குடியிருக்க முடியமா?”

“பயம் வேண்டாம் முதலாளி. ஆப்பநாட்டில் உடையப்பனும் நீங்களும் இரண்டு கண்கள்!”

“உங்களுக்குத் தெரியாது எசமான். ரணசிங்கம் ஆட்கள்... யானை போன்றவர்கள். பகையை மறக்க மாட்டார்கள். எத்தனை ஆண்டுகள் ஆனாலும் நெஞ்சுக் குழியின் ஓரத்தில் ஒதுக்கியே வைத்திருப்பார்கள். சமயம் வரும்போது தீர்த்துக் கட்டுவார்கள் எசமான்!”

“ரணசிங்கத்தின் வாரிசுகள் இந்தியாவுக்குள் இருந்தால் தானே?”

முதலாளி திகைத்தார்.

“ஆமாம். ரணசிங்கத்தின் தம்பி தங்கச்சாமி செத்துப் போனான். ரணசிங்கத்தையும் முடிக்கப் போகிறோம். மிஞ்சுவது... ரணசிங்கத்தின் ஒரே வாரிசு... அவனுடைய மகன் துரைசிங்கம். தங்கை ஒருத்தி இருக்கிறாள் மாயழகி. இருவரையும் பிடித்துக் கப்பலேற்றி, அந்தமான் காடுகளுக்கு கடத்தப் போகிறோம். அவர்களுக்கு அங்கு தான் சமாதி. அப்புறம்... ரணசிங்கத்தின் மனைவியும் தங்கச்சாமியின் மனைவியும் இங்கேயே சீரழிந்து சாக வேண்டியது தான்!”

விஞ்ச் துரை மறு சுருட்டைப் பற்ற வைத்தார்.

60.அழியா... ஓவியமாக...

ரணசிங்கத்தின் கண்களும் பொம்மியின் கண்களும் நேருக்கு நேர் சந்தித்துப் பல வருடங்கள் கடந்திருந்தன. இருவரின் அந்தக் கடைசி சந்திப்பை அறிந்தவர்கள் மூன்று பேர். ரணசிங்கத்தின் தகப்பன் செல்லையா, தாயார் இருளாயி, மூன்றாவது வெள்ளையம்மா கிழவி. அப்பனும் ஆத்தாவும் இன்று உயிரோடில்லை. வெள்ளையம்மா கிழவி தான் உயிர் சாட்சி.

“உன்னைக் குத்திப் பொளந்துடுவேன்!” - உருவிய சூரிக்கத்தியை உடையப்பனின் அடிவயிற்றில் செருகப் போனான் இருளாண்டி.

“அவரைக் கொன்னுறாதீங்க. எனக்காக அவரை மன்னிச்சிருங்க!” கையேந்திக் கெஞ்சிய நிறைசூலி பொம்மியின் கண்களும் ரணசிங்கத்தின் கண்களும் சந்தித்ததை, வெள்ளையம்மா மட்டும் வேறு விதமாகப் பார்த்தாள். பழைய நினைவுகள் அலைந்தன.

மாயழகி கைக்குழந்தை. நடுவீட்டுத் தொட்டிலில் உறங்கிக் கொண்டிருந்தாள். மஞ்சள்

வெளிச்சம் கசியும் மாடவிளக்கு, தக்கிமுக்கி தன் பலம் கொண்ட மட்டும் இருள் போக்கிக் கொண்டிருந்தது. தலைவாசலோரம் தனியே அமர்ந்திருந்தாள் இருளாயி. பிள்ளைக் கஞ்சி வாங்க வந்த வெள்ளையம்மாவின் சேலை மடியில் ஒரு கிண்ணம் இருந்தது.

"அடீ... இருளாயி! என்ன ஒத்தையிலே உக்கார்ந்திருக்கே? உன் மகன் ரணசிங்கம் வந்திருக்கானாம்லே... எப்ப வந்தான்?"

"மத்தியானம்."

"அய்த்த மகள் பொம்மியை அடுத்தவனுக்குப் பரிசம் போட்ட தாக்கல் கேட்டதும் ஓடி வந்திருக்கானாக்கும்?"

"அட போத்தா... நீ ஒருத்தி! என் மகன் தற்செயலா வந்திருக்கான்."

"வந்தவன் பொம்மியைப் பத்தி ஒண்ணும் கேக்கலை யாக்கும்?"

"நாங்க என்ன... எங்க பிள்ளையை அப்படியா வளர்த்து வச்சிருக்கோம்?"

"இல்லைடீ... ரணசிங்கத்துக்கு பொம்மி தான் மாப்பிள்ளைக் காரி. ரெண்டும் பேரும் பொறந்த அன்னிக்கே 'ரணசிங்கம் தான் மாப்பிள்ளை; பொம்மி தான் பொண்ணு'ன்னு சாதி சனம் குறிச்சது. பொம்மிக்கு ரணசிங்கம் மேலே உசுரு. 'அம்மான் மகனுக்கே வாக்கப்படணும்'னு ஆளானாள். விதி இப்படி மாத்திப் போடுது!"

"வீட்டிலே ஒரு எளவட்டத்தை வச்சிருக்கோம். நம்ம வீட்டுக்கு வாக்கப்பட்டு வர வேண்டிய பொண்ணு, அடுத்த வீட்டுக்கு போறது அவமானமாத்தான் இருக்கு. என்ன செய்ய? பொம்மியைப் பெத்தவனுக்குப் புத்தி கெட்டுப்போச்சு!"

மேல் முகத்தைப் பார்த்த இருளாயி, "ஆமாம்... உடையப் பனுக்கு வாக்கப்பட பொம்மி சம்மதிச்சுட்டாளா?"

"ஐயோ... அதை ஏன் கேக்குறே? பரிசம் போட்ட நாள்லே இருந்து பல்லுலே பச்சத் தண்ணி படலையாம். துரும்பா இளைச்சுப் போனாள். அழுது அழுது மூஞ்சி வீங்கிப் போச்சு. அப்பன், ஆத்தாளோட பேசுறதே இல்லை."

"என் மகன் ரணசிங்கமும் உள்ளூர வேதனைப்படுறான். வெளியே சொல்லமாட்டேங்கிறான்."

முற்றம் தாண்டி தெருப்பக்கம் நடமாட்டம் தெரிய, வெள்ளையம்மா, "யாருடீ... அது...?" - உற்றுப் பார்த்துக் கேட்டாள். பதிலில்லை. "அடியே... பொம்மியாடீ....! என்னடீ இந்நேரம்?" வெள்ளையம்மாவும் இருளாயியும் கால் மடக்கினார்கள். பதில் பேசாமல், கவிழ்ந்தவாக்கில் வந்த பொம்மி, இருவரையும் கடந்து, குழந்தை மாயழகி உறங்கும் தொட்டில் தாண்டி தென்புறம், கிழக்கே பார்த்து உட்கார்ந்து கொண்டாள்.

இருளாயிக்கும் வெள்ளையம்மாவுக்கும் மதிகலங்கிப் போச்சு. வாரிச்சுருட்டி எழுந்து உள்ளே ஓடினார்கள். பொம்மி இரண்டு முழங்கால்களுக்கும் இடையே தலைநுழைத்து அமர்ந்து இருந்தாள்.

"அடியே... பொம்மி! என்னடீ இப்படி வந்து உட்கார்ந் திருக்கே?"

பதிலில்லை.

"வெளியே தெரிஞ்சா மானங் கெட்டுப் போகுமே!"

"மானம் மட்டுமா கெடும்? கொலை, பலி ஆகிப்போகும்!"

"இன்னொருத்தனுக்கு நிச்சயம் பண்ணின ஒரு சமஞ்ச குமரி, வீட்டைவிட்டு வெளியேறி இங்கே வந்தது முறை இல்லே பொம்மி."

தலைநிமிர்ந்து சீறினாள் பொம்மி. "சாதி வழமை என்ன? ரணசிங்கம் மச்சானுக்கு நான் தானே மாப்பிள்ளைக்காரி? அவருக்குத் தானே என்னைக் கட்டி வைக்கணும்?"

"உங்க அப்பன் ஒப்புக்கிறலையே!"

"வாழப்போறது நானா, எங்க அப்பனா? என் வீட்டுக்கு நான் வந்துட்டேன். வெளியே போக முடியாது!" - சுவரைப் பார்த்தே பொம்மி பேசிக் கொண்டிருக்க, தலைவாசலில் ரணசிங்கம் நுழைந்தான்.

"ரணசிங்கம் மச்சானுக்குத்தான் வாக்கப்படுவேன். இல் லேன்னா நாண்டுக்கிட்டு சாவேன்!" - திரும்பாமலே பேசினாள்.

மாயழகி உறங்கும் தொட்டிலோரம் வந்து நின்றான் ரணசிங்கம். நிழலைக் கண்ட பொம்மி, 'சடக்' எனத் திரும்பி ரணசிங்கத்தைப் பார்த்தாள்.

ரணசிங்கமும் பார்த்தான்.

'என் நெஞ்சு நிறைய நீ இருக்கியே... உன் நெஞ்சில் நான் இல்லையா?' - கண்களால் கேட்ட பொம்மி, மறுநொடியில் முழங்கால்களுக்குள் முகம் புதைத்து 'ஹோ...' என்று அழுதாள்.

மூவரும் உறைந்து நின்றார்கள்.

தலைவாசலில் "என்ன சத்தம்" என்று கேட்டவாறு நுழைந்தார் செல்லையா, தகப்பனைக் கண்டதும், ரணசிங்கம் வெளியேறி தாழ்வாரத்தில் போய் அமர்ந்துகொண்டான். மாமனின் காலில் விழுந்து பொம்மி கதறுகிற சத்தம் கேட்டது. ரணசிங்கம் கண்களை மூடிக்கொண்டான். உள்ளே மாறி மாறிப் பேச்சுச் சத்தம் கேட்கிறது. பொம்மி அழுகிறாள். மூவரும் சமாதானம் செய்கிறார்கள். ரணசிங்கம் கண் திறக்கவில்லை. காலடிச்சத்தம் கேட்டு கண் திறந்தான்.

முற்றம் தாண்டி ஓடி, தெரு இருட்டுக்குள் மறைந்தாள் பொம்மி.

வெள்ளையம்மா கிழவி, பொம்மியையும் ரணசிங்கத்தையும் இப்போது மாறி மாறிப் பார்த்தாள்.

"எனக்காக அவரை மன்னிச்சிருங்க!" என பொம்மி உதடுகள் துடித்தன.

"ஏய்... இருளாண்டி!" - ரணசிங்கத்தின் குரல் கேட்டு, உடையப்பனின் அடி வயிற்றில் ஏற இருந்த சூரிக்கத்தி தாமதித்தது. இருளாண்டி ஒதுங்கினான்.

"உடையப்பா... எழுந்திரு!" - தோள் தொட்டுத் தூக்கினான் ரணசிங்கம்.

"நேத்துவரை நீ நடந்துகிட்டதும் தப்பு. இப்போ இத்தனை பேர் முன்னாடி மண்டியிடுறதும் தப்பு. இரண்டு காரியங்களையும் இந்த மண் சகிக்காது. நேர்மையா இரு. வீரனா இரு. அதுதான் ஆப்பநாட்டின் அடையாளம்!"

உடையப்பனை தன்னருகில் அமர்த்திக் கொண்டான் ரணசிங்கம்.

மேஜர் கிரீம்ஸ் தலைமையில் துணைநிலை ராணுவம் மதுரைக்கு வந்து சேர்ந்திருந்தது. அதிகாரிகள், சிப்பாய்கள்

எல்லோருமே வெள்ளைக்காரர்கள். மதுரை தெருவெங்கும் நடமாடித் திரிந்தார்கள். மாலை வரை ஊர்சுற்ற அனுமதி இருந்தது.

விஞ்ச் துரையுடன் ஆலோசனையில் இருந்தார் ராணுவ மேஜர் கிரீம்ஸ். உடன் டி.எஸ்.பி ஸ்காட், இன்ஸ்பெக்டர் மார்ட்டின்ஸூம் இருந்தனர். எழுந்து வெளியேற எத்தனித்த கமுதி முதலாளியின் கையைப் பிடித்து அமர்த்தினார் விஞ்ச்.

"உட்காருங்கள் முதலாளி. உங்களுக்குத் தான் ஆப்பநாடு அத்துப்படி!"

விஞ்ச் துரையின் மேஜை மீது ஆப்பநாட்டு வரைபடம் விரிக்கப்பட்டிருந்தது. அவருக்கு வலது புறம் மேஜர் கிரீம்ஸ் அமர்ந்திருந்தான். வரைபடத்தை உற்றுப் பார்த்தார். ஒரு குளம் போல் தெரிந்தது.

"மிஸ்டர் கிரீம்ஸ், இதுதான் நீங்கள் வலைவிரிக்கப் போகிற குளம். நாம் பிடிக்க வேண்டிய அத்தனை சுறாக்களும் திமிங் கிலங்களும் இந்தக் குளத்துக்குள்தான் கிடக்கின்றன. குளத்தில் எப்படி சுறாக்களும் திமிங்கிலங்களும் இருக்கும் என நீங்கள் கேட்கலாம். ஆப்பநாட்டு என்கிற இந்தக் குளத்தில், சிறு சிறு கெண்டை மீன்களுக்கும் கெளுத்தி மீன்களுக்கும் இடமில்லை. இங்கு பிறக்கிறவன் எல்லாம் ஆளைக் கொல்லும் சுறாக்களாக வும் திமிங்கிலங்களாகவுமே பிறக்கிறார்கள்."

மேஜர் கிரீம்ஸ் இன்னும் உற்றுப்பார்த்து விரல் சுட்டிக் கேட்டார்.

"வரைபடத்தில் உள்ள இந்தப் பெரிய கரும்புள்ளி எதைக் குறிக்கிறது?"

"அந்தக் கரும்புள்ளி தான் பெருநாழி கிராமம். பிரிட்டிஷ் சாம்ராஜ்ஜியத்தைத் தலைகீழாகக் கவிழ்ப்பதற்கு அலையும் ரணசிங்கம் என்கிற சிங்கத்தின் ஊர்."

"ஓஹோ..." - முகவாயை சொறிந்தார் கிரீம்ஸ்.

"கீழத்தூவல், முதுகுளத்தூர், இளஞ்செம்பூர், ஏனாதி, சாக்குளம், ஆப்பனூர், புனவாசல், மாரந்தை, கிடாத்திருக்கை போன்ற கிராமங்களின் மேல் நாம் கூடுதல் கவனம் செலுத்த வேண்டும். அங்கெல்லாம் அதிரடியாக ராணுவத்தை இறக்கி முதலில் ஆயுதப் பறிமுதல் செய்யவேண்டும். யாரையும்

வெளியேற விடாமல் சுற்றிவளைக்க வேண்டும். இந்த முற்றுகை சில நாட்களோ, சில வாரங்களோ நீடிக்கலாம். குறிப்பாக, பெருநாழியை இறுக்கிப் பிடிக்கவேண்டும்.

"ரணசிங்கத்தைக் கொல்லவா... கைது செய்யவா?" - கிரீம்ஸ் கேட்டார்.

"அந்தக் காரியத்தை உடையப்பன் பார்த்துக் கொள்வான்."

"யார் உடையப்பன்?"

"நம் கையாள்!" - முதலாளியையும் ஸ்காட்டையும் பார்த்துச் சிரித்தான் விஞ்ச்.

தங்கச்சாமியின் உடல் தகனம் முடிந்ததும், வெளியூர் வண்டிகள் பெருநாழியை விட்டுக் கிளம்பின. இரண்டு நாட்களும் போர்ப் புரவிகளாக ஓடிப் பாய்ந்த பந்தய மாடுகள் தலை கவிழ்ந்து, தத்தம் ஊர்த் தடத்தில் நடக்கக் கால் கூசிப் பிரிந்தன. எத்தனையோ எதிரிகளைக் கொன்று சாய்த்தும் இளவட்டங்களின் நெஞ்சில் தங்கச்சாமி, திருக்கண்ணனின் சாவு கனத்தது. தன் மனக் கலக்கத்தைக் கசிய விடாமல், எப்போதுமான முகத் தெளிவுடன் எல்லோரையும் வழியனுப்பி வைத்த ரணசிங்கத்தின் நினைவு பெருஞ்சுமையாக அழுத்தியது.

கண்ணில் தெரியும் வானத்தின் அளவு பெரிய முகம் கொண்டு, அழியா ஓவியமாக எல்லோர் நெஞ்சிலும் ரண சிங்கம் வியாபித்தான்.

61.யானை வரும் பின்னே...

ஆப்பநாடு உக்கிரத்தை வெளிக்காட்ட முடியாமல் உறைந்திருந்தது. பொங்கிப் புரட்டி யெடுத்த வேதனையைக் கொட்டித் தீர்க்க வழி தெரியாமல் வெள்ளைக்காரர்களின் முன் சிலை யாகச் சமைந்து கிடந்தது. ஏற்பட்டது, வரலாற்று இழப்பல்லவா? நடந்தது, ஜென்ம ஜென்மாத் திரத்துக்கும் மறக்க முடியாத துரோகமல்லவா...?

ரணசிங்கம் என்ற மாவீரன் மடிவான் என்று யாரும் கனவாவது கண்டிருப்பார்களா?

ஆப்பாநட்டின் எல்லா கிராமங்களிலும் தண்டோரா முழங்கியது.

“இதனால் சகலமான பேர்களுக்கும் தெரி விப்பது என்னவென்றால்...” - தண்டோரோ அறி விப்பாளர்களின் பாதுகாப்புக்குத் துணை நிலை ராணுவம் நின்றது.

“பெருநாழி ரணசிங்கத்தின் மரணம், இயற்கை யான மரணம்!” - அறிவிப்பை வாசிப்பவர்கள் எச்சிலை விழுங்கினார்கள்.

"ரணசிங்கத்தின் ஒரே மகன் துரைசிங்கம், தகப்பனின் மரணத்தை நேரில் கண்ட அதிர்ச்சியில் வாயடைத்து ஊமை யாகி உள்ளான்..." - அறிவிப்பாளனுக்கு தொண்டை வலித்தது.

"ரணசிங்கத்தை வஞ்சகமான முறையில் யாரோ கொலை செய்துவிட்டதாக, சர்க்கார் விரோதிகள் சிலர் புரளி கிளப்பு கிறார்கள். வதந்திகளை நம்ப வேண்டாம்.''

தண்டோராவை வாகு பண்ணிக் கொண்டான்.

"பிரிட்டிஷ் சர்க்காருக்கே சிம்ம சொப்பனமாகத் திகழ்ந்தவர் ரணசிங்கம். எப்படிப்பட்ட சதியாலும் வஞ்சகத்தாலும் வெல்ல முடியாத அந்த மாவீரனை, வாழ வைத்துப் பார்க்கவே வெள்ளை அரசாங்கம் விரும்பியது. துரதிர்ஷ்டவசமாக ரணசிங்கம் மரணத்தை தழுவி உள்ளார். அவருடைய மரணம் ஆப்பநாட்டு மக்களை மட்டுமல்ல... ஆங்கிலேய அரசாங்கத்துக்கே அதிர்ச் சியை அளித்துள்ளது. உங்களின் துக்கத்திலும் வேதனையிலும் நாங்களும் பங்கு கொள்கிறோம்!"

பாதுகாப்புக்கு நின்ற வெள்ளைக்காரர்களுக்கு எதுவும் புரியவில்லை.

"இதுவரை ஆப்பநாட்டின் பாதுகாவலனாக ரணசிங்கம் இருந்தார். இனிமேல் அரசாங்கமே உங்களுக்கு அரணாக இருக்கும். உங்கள் கிராமத்தின் ஜனத்தொகை ஐந்நூறு என்றால்... ஆயிரம் ராணுவம் வீரர்களை இங்கு நிறுத்தி உள்ளோம். ஒரு நபருக்கு இரண்டு ராணுவ வீரர்கள் என்கிற விகிதத்தில் பாதுகாப்பை பலப்படுத்தி உள்ளோம். அவர்கள் வைத்திருக்கும் நவீன ஆயுதங்கள் எல்லாம் உங்களுடைய பாதுகாப்புக்கு தான். ராணுவ ஆயுதங்கள் பற்றி உங்களில் பலருக்குத் தெரியாது. அதோ... அந்த லாரியில் அடுக்கி இருக்கும் ஒரு குண்டை எடுத்து வீசினால்... ஆப்பநாட்டில் பாதி அழிந்துபோகும். யாரும் பதற்றப் பட வேண்டாம். எல்லாம் உங்கள் பாதுகாப்புக்கு தான். பகை மறந்து, சிநேகிதம் பாராட்டி உங்களோடு கைகுலுக்கவே ராணுவம் வந்துள்ளது."

ராணுவ அதிகாரிகள் ஏறி அமர்ந்திருக்கும் குதிரைகளில் ஒன்று 'புர்ர்ர்...' என உதடு குவித்து வாய் உதறியது.

"ஆப்பநாட்டு சம்சாரிகளைப் பற்றி எங்களுக்கு நன்றாகவே தெரியும். வானம் பார்த்த பூமியை மட்டுமே நம்பி வாழும் அப்பாவிகள். உழுதுண்ணும் விவசாயிகளின் வீட்டில் ஏர்க் கலப்பையும் தார்க்குச்சியும் இருந்தால் போதும். எதிரியே

இல்லை என்கிற போது ஆயுதங்கள் எதற்கு? அதோ, மலை போல் குவிந்து கிடக்கின்றனவே! அவையெல்லாம் உங்கள் ஆயுதங்கள் தான். இரவு உறங்கிக் கொண்டிருந்த உங்களைத் தொந்தரவு செய்யாமல், உங்கள் வீடுகளுக்குள் ராணுவம் நுழைந்து, சிரமப்பட்டு சேகரித்து வந்து குவித்துள்ளது. உங்களுக்கும் எங்களுக்குமான பரஸ்பர நல்லிணக்கத்தின் அடையாளம் தான் இந்த ஆயுத சேகரிப்பு!"

அறிவிப்பாளன் நிறுத்தினான். அருகில் நின்ற வெள்ளை அதிகாரி, தோளில் தட்டி உற்சாகப்படுத்தினார்.

"மாவீரன் ரணசிங்கம் தனுஷ்கோடியில் நங்கூரமிட்டிருந்த பிரிட்டிஷ் கப்பலைத் தகர்த்தார். அவர் பற்றிய தகவல் அறிய வந்த வெள்ளைக்கார போலீஸுகள் இரண்டு பேரை, கிடாத் திருக்கை புளிய மரத்தில் தூக்குமாட்டி தொங்கவிட்டார்கள். அந்தக் கொலைகள் பற்றிய வழக்கமான விசாரணை முதுகுளத்தூர் கச்சேரியில் நடந்தது. ராமேஸ்வரம் இன்ஸ்பெக்டர் லாரன்ஸ் வந்திருந்தார். குண்டுவீசி, கச்சேரியை தரைமட்டமாக்கினார்கள். பத்து போலீஸுகள் உயிரிழந்தார்கள். இன்ஸ்பெக்டர் லாரன்ஸ் அதிர்ஷ்டவசமாக உயிர் தப்பி கமுதிக்கு வந்தார். கமுதி முதலாளி வீட்டில் விருந்து உண்ண வந்தவரை பின்தொடர்ந்தார்கள். கமுதி கச்சேரியில் குண்டு வீசினார்கள். இன்ஸ்பெக்டர் லாரன்ஸ், முதுகுளத்தூர் இன்ஸ்பெக்டர், கமுதி இன்ஸ்பெக்டர் மற்றும் நாற்பதுக்கு மேற்பட்ட போலீஸுகளை கொன்று குவித்தார்கள். ஆயுதங்களையும் கொள்ளையிட்டுச் சென்றார்கள். அப்போதும் எங்களுக்கு ரணசிங்கத்தின் மீது கோபம் வரவில்லை!"

தண்டோராக்காரன் ராணுவ அதிகாரியைத் திரும்பிப் பார்த்தான். அதிகாரி கண்ணசைத்தார்.

"ரணசிங்கத்தின் ஒரே தங்கை மாயழகியின் திருமணத்தை நல்ல முறையில் நடத்திக் கொடுத்துவிட்டு வருமாறு, நாலு லாரி நிறைய போலீஸுகளை பெருநாழிக்கு அனுப்பி வைத்தோம். அதைத் தவறாகப் புரிந்துகொண்ட இளவட்டங்கள், எருமை குளத்தில் மறித்தார்கள். எண்பது போலீஸுகளைக் கொன்றார்கள். இங்கிலாந்தின் தாய்மனம், இதையும் மன்னித்தது."

அறிக்கை வாசிப்பவன் செருமினான். விறைத்த கால்களில் நின்று கொண்டிருந்த அதிகாரி முறைத்தார்.

"சிறுபிள்ளைத்தனமாக விளையாட்டில் ஈடுபட்டிருக்கும் ஆப்பநாட்டு இளவட்டங்களை சந்தித்து நல்வழிப்படுத்தவே, நாலு திசைகளில் இருந்தும் போலீஸுகளை அனுப்பி வைத்தோம். அப்போதும் விதி விளையாடியது. நூற்றுக்கணக் கான போலீஸுகள் செத்தார்கள். இங்கிலாந்தின் சொத்துக் களான, டி.எஸ்.பி. பானர்மேன், இன்ஸ்பெக்டர்கள் ஜாக்ஸன், வேல்ஸ், சாண்டர்ஸ் எல்லோரையும் பறிகொடுத்தோம்."

தண்டோராவை தோள் மாற்றிப் போட்டான்.

"பிரிட்டிஷ்காரர்களுக்கு தேவ நம்பிக்கை அதிகம். விதியின்பாலும் நம்பிக்கை கொண்டவர்கள் நாங்கள். இவ்வளவு உயிர்களை பலிகொடுத்த பின்னும் ரணசிங்கத்தை பலிகொள்ள விரும்பவில்லை. மன்னிப்பதே தேவ குணம். ரணசிங்கத்தோடு நட்பு பாராட்டவே நாள் குறித்தோம். ஆனால், விதி வலியது என்பது நிரூபணமாகி உள்ளது. உலக வரலாற்றில் காணக் கிடைக்காத மாவீரன் ரணசிங்கம், படுக்கையிலேயே மரணத் தைத் தழுவி உள்ளார்!"

ஒரு குதிரை, காலை உதறியது.

"ரணசிங்கத்தின் மரணத்தோடு பெருநாழி உடையப்பனை தொடர்புபடுத்தி ஒரு வதந்தி கிளம்பி உள்ளது. இரண்டு நாட்களுக்கு முன்பு உங்கள் எல்லோர் முன்னிலையிலும் தான் உடையப்பன், ரணசிங்கத்தின் கால்களில் விழுந்து மன்னிப்புக் கேட்டிருக்கிறான். ரணசிங்கமும் மன்னித்துவிட்டார். இருவரும் மிகவும் பிரியமாக இருந்திருக்கிறார்கள். ரணசிங்கத்தை கொலை செய்யுமளவுக்கு உடையப்பனிடம் பகையும் கிடையாது தைரியமும் கிடையாது!"

இன்னொரு குதிரை கனைத்தது.

"ரணசிங்கத்தின் உயிர்பிரிந்த அதே நொடியில், மகன் துரைசிங்கம் ஊமை ஆகிறான்; உடையப்பனின் மனைவி பொம்மி, ஓர் ஆண் குழந்தையைப் பெற்றெடுக்கிறாள்; பெற்றுப் போட்டதும் பொம்மி மரணமடைகிறாள். இந்த நான்கு காரியங்களும் நொடி பிசகாமல் ஒரே நேரத்தில் சம்பவித்துள் ளன. ரணசிங்கம் குடும்பத்துக்கு உடையப்பன் குடும்பத்தோடு எந்த அளவுக்கு ரத்தபாசம் இருந்தால் இவை நடந்திருக்கும்! யாரோ... உடையப்பனுக்கு வேண்டாதவர்கள் இந்தப் புரளியைக் கிளப்பிவிட்டிருக்கிறார்கள். அப்பாவி உடையப்பனின் உயிருக்கு

ஆபத்து எதுவும் நேரக்கூடாது என்கிற நல்லெண்ணத்தில் அவனை நாங்கள் பாதுகாப்பான இடத்தில் வைத்திருக்கிறோம். எனவே, வதந்திகளை யாரும் நம்பவேண்டாம்.''

கூட்டத்துக்குள் துப்பாக்கி வெடித்தது. ஒரு இளவட்டம் சுருண்டு விழுந்தான்.

குதிரையில் அமர்ந்தவாறு வெள்ளை அதிகாரி அதட்டினார்.

"ஏய்... சுடாதே. ஆப்பனூர் ஆட்கள் புத்திசாலிகள். நாம் சொல்வதை புரிந்துகொண்டு நமக்கு ஒத்துழைப்பார்கள்.''

மறு துப்பாக்கி வெடித்தது. விஜயராமு செத்து விழுந்தான். அழகுமீனா ஆவேசங்கொண்டு கத்தினாள். மறு குண்டு வெடித்தது. செத்து விழுந்தாள். மூன்றாவது குண்டுக்குப் பெரியவர் தவசியாண்டியும் விழுந்தார். குதிரைக்கார அதிகாரி சிரித்தார்.

"இப்படித்தான்... நாங்கள் பேசிக்கொண்டிருந்த கூட்டத்தில் இடையூறு செய்தவர்கள் கீழத்தூவலில் ஆறு பேர், இளஞ்செம்பூரில் ஐந்து பேர், கிடாரிகுளத்தில் ஒன்பது பேர் செத்தார்கள். பெருநாழியில் சற்றுக் கூடுதலான பிணங்கள். உயிர்பலி தேவகுற்றம். நீங்கள் அமைதி காத்து, ராணுவத்துடன் ஒத்துழைக்க வேண்டும்!''

ராணுவக் குதிரைகள் முன்னங்கால் தூக்கிக் கனைத்தன.

அந்தமான் நோக்கிக் கப்பல் கிளம்பியது.

மாயழகியின் மடியில் அமர்ந்திருந்தான் சிறுவன் துரைசிங்கம். இரண்டு கைகளாலும் அவனை வளைத்திருந்தாள் மாயழகி. இரவு நேரக் கடற்குளிர் இருவருக்கும் உறைக்கவில்லை. பொங்கி ஆர்ப்பரிக்கும் கரை அலைகள், மாயழகியாகச் சீறின. அடங்காத சீறல். கண்ணைவிட்டு விலகி விலகிப் போகும் கரையை, இமை மூடாத சிலையாக அமர்ந்து பார்த்துக் கொண்டிருந்தாள்.

அண்ணாந்து பார்த்து, 'எங்கே போறோம் மாயழகி?' என கண்களால் கேட்டான். பேச்சு வரவில்லை. 'மாயழகி...! மாயழகி...!' என மூச்சுக்கு மூச்சு தன் மழலைக் குரலால் அத்தையை அழைக்கும் பாலகன் துரைசிங்கம் ஊமையாகி இருந்தான்.

கண்கள் நிலைகுத்திப் போய் அமர்ந்திருந்தவளின் மறு கன்னத்தை வருடி தட்டினான். கவிழ்ந்து துரைசிங்கத்தைப்

பார்த்த மாயழகி, கட்டி அணைத்துக் கதறினாள்.

"எங்கே கொண்டு போறான்ங்கன்னு தெரியலே சிங்கம்."

சிறுவனின் இமைகள் ஏமாந்து படபடத்தன. திரும்பிக் கரையைப் பார்த்தான். அது, தூர தூர போய்க்கொண்டிருந்தது. அண்ணாந்து மாயழகியைப் பார்த்தான். கன்னத்தை வருடினான். கண்களால் கேட்டான். 'திரும்ப வருவோமா?'

கண்ணைவிட்டு மறையும் கரையைப் பார்த்துக் கூந்தலை அள்ளி முடிந்தாள் மாயழகி.

"என் சிங்கத்தை வளர்த்து ஆளாக்கி... திரும்பக் கொண்டுவந்து நிறுத்துறேன்டா...!"

சீறும் அலைகளோடு சேர்ந்து கரையில் மோதியது மாயழகியின் ஆவேசம்.

●